கர்னாடக இசையின் கதை

கர்னாடக இசையின் கதை

டி.எம். கிருஷ்ணா (பி. 1976)

தொடூர் மாடபூசி கிருஷ்ணா. கர்னாடக இசையுலகில் தனித்த அடையாளம் பெற்ற குரல். மேடைக்கு வெளியிலும் தனித்து ஒலிக்கும் குரல். இசைச் சூழலின் சகல அம்சங்களையும் கூர்மையான கேள்விகளுக்கு உட்படுத்தும் சமூக அக்கறை கொண்ட கலைஞர். இசை, இசைச் சூழல் ஆகியவை குறித்த ஆழமான தேடலையும் கூர்மையான கேள்விகளையும் கொண்ட இவருடைய கட்டுரைகளும் நூல்களும் இசை உலகிலும் அறிவுலகிலும் தொடர்ந்து அதிர்வுகளை எழுப்பிவருகின்றன.

மியூசிக் அக்காடமி 25 வயதிற்குக் கீழ் உள்ளவர்களுக்கு வழங்கும் திறமைமிகு பாடகர் விருதை 1994இல் தன் 18ஆவது வயதில் பெற்றார். 20 வயதில் அரியக்குடி ராமானுஜ அய்யங்கார் விருதைப் (மியூசிக் அகாடமி) பெற்றார். இசை சார்ந்த 12க்கும் மேற்பட்ட விருதுகளைப் பெற்ற கிருஷ்ணாவுக்கு, தமிழிசைச் சங்கம் 'இசைப் பேரறிஞர்' (2018) பட்டம் வழங்கிச் சிறப்பித்துள்ளது.

தன்னுடைய பன்முகச் செயல்பாடுகளுக்காக ரமோன் மக்சேசே விருது, இந்திரா காந்தி தேசிய ஒருமைப்பாட்டு விருது உள்ளிட்ட பல்வேறு விருதுகளையும் பெற்றிருக்கிறார்.

அரவிந்தன் (பி. 1964)
மொழிபெயர்ப்பாளர்

இதழாளர், எழுத்தாளர், மொழிபெயர்ப்பாளர்.

இதழியல் துறையில் 32 ஆண்டுக் கால அனுபவம் கொண்டவர். இந்தியா டுடே, காலச்சுவடு, சென்னை நம்ம சென்னை, நம் தோழி, தி இந்து தமிழ், டைம்ஸ் ஆஃப் இந்தியா ஆகிய இதழ்களில் பணியாற்றியுள்ளார். தற்போது காலச்சுவடு பதிப்பகத்தின் பதிப்பாசிரியராகப் பணியாற்றி வருகிறார்.

இலக்கியம், தத்துவம், பெண் உரிமை, அரசியல், மொழி, திரைப்படம், கிரிக்கெட் ஆகியவை குறித்த கட்டுரைகளை எழுதிவருகிறார்.

சிறுகதைகள், நாவல், இலக்கிய விமர்சனக் கட்டுரைகள், அரசியல் விமர்சனம், மொழிபெயர்ப்பு, மகாபாரதச் சுருக்கம், திரைப்படம், கிரிக்கெட் குறித்த கட்டுரைகள் என இதுவரை 24 நூல்கள் வெளியாகி யுள்ளன.

பால சரஸ்வதி மொழியாக்க நூலுக்கு 'கனடா இலக்கியத் தோட்டம்' வழங்கும் சிறந்த மொழிபெயர்ப்பு நூலுக்கான விருதைப் (2017) பெற்றிருக்கிறார்.

டி.எம். கிருஷ்ணா

கர்னாடக இசையின் கதை

தமிழில்
அரவிந்தன்

காலச்சுவடு பதிப்பகம்

● அன்பார்ந்த வாசகருக்கு,

வணக்கம்.

காலச்சுவடு நூலை வாங்கியமைக்கு நன்றி.

நூலின் உள்ளடக்கம், உருவாக்கம், அட்டைப்படம் இன்ன பிற அம்சங்கள் பற்றிய உங்கள் கருத்துகளையும் ஆலோசனைகளையும் காலச்சுவடு வரவேற்கிறது. தகவல், எழுத்து, வாக்கியப் பிழைகள் தென்பட்டால் அவசியம் தெரிவித்து உதவுங்கள். நூல் தயாரிப்பில் கடும் குறைபாடு இருப்பின் மாற்றுப் பிரதி உங்களுக்குக் கிடைக்கக் காலச்சுவடு ஏற்பாடு செய்யும்.

மின்னஞ்சல்: publisher@kalachuvadu.com

காலச்சுவடு நாகர்கோவில் அலுவலகத்திற்குக் கடிதம் அனுப்பலாம்.

தங்கள்
எஸ்.ஆர். சுந்தரம் (கண்ணன்)
பதிப்பாளர் —நிர்வாக இயக்குநர்

A Southern Music: The Karnatik Story by T.M. Krishna
First published in Tamil by Kalachuvadu Publications Pvt. Ltd.
By arrangement with HarperCollins Publishers India Private Litmited
© T.M. Krishna

கர்னாடக இசையின் கதை ♦ கட்டுரைகள் ♦ ஆசிரியர்: டி.எம். கிருஷ்ணா ♦ தமிழில்: அரவிந்தன் ♦ மொழிபெயர்ப்புரிமை: D.I. அரவிந்தன் ♦ முதல் பதிப்பு: நவம்பர் 2021, இரண்டாம் பதிப்பு: ஏப்ரல் 2025 ♦ வெளியீடு: காலச்சுவடு பப்ளிகேஷன்ஸ் (பி) லிட்., 669, கே.பி. சாலை, நாகர்கோவில் 629001

karnaaTaka icaiyin katai ♦ Articles ♦ Author: T.M. Krishna ♦ Translated by: Aravindan ♦ Translation © D.I. Aravindan ♦ Language: Tamil ♦ First Edition: November 2021 Second Edition: April 2025 ♦ Size: Demy 1 x 8 ♦ Paper: 18.6 kg maplitho ♦ Pages: 280

Published by Kalachuvadu Publications Pvt. Ltd., 669, K.P. Road, Nagercoil 629001, India ♦ Phone: 91-4652-278525 ♦ email: publications @kalachuvadu.com ♦ Printed at Clicto Print, Jaleel Towers, 42 KB Dasan Road, Teynampet Chennai 600018

ISBN: 978-93-5523-053-9

04/2025/S.No.1035 kcp 5692, 18.6 (2) uss

இசைக் கலைஞர்
என் மனசாட்சி
என் மனைவி
சங்கீதா சிவகுமாருக்கு

பொருளடக்கம்

முன்னுரை: முடிவற்ற உரையாடல்	11
1. இசை – ஒரு கதையாடல்	15
2. இசையின் நோக்கம்	31
3. கற்பனை வளம், படைப்புத்திறன், தற்கண வெளிப்பாடு	52
4. கர்னாடக இசைக் கச்சேரி – ஒரு விமர்சனம்	62
5. நடனத்தில் ஒரு பாடல்	86
6. தூரத்துச் சொந்தம்	100
7. இசைகளின் சங்கமம்	117
8. திரைப்படத்தின் ஒலி	132
9. சொல்லின் பொருள்	149
10. ஆலயமும் இசையும்	173
11. ஆண்களின் உலகம்	192
12. சமமற்ற இசை	217
13. அரங்கில் ஒரு பாடல்	247
முடிவுரை: கடைசி வார்த்தை அல்ல	277

முன்னுரை

முடிவற்ற உரையாடல்

தி சதர்ன் மியூசிக்: எ கர்னாடிக் ஸ்டோரி என்னும் டி.எம். கிருஷ்ணாவின் நூல் 2014ஆம் ஆண்டு வெளியாகிப் பரபரப்பை ஏற்படுத்தியிருந்த நேரம் அது. அந்த நூலின் வெளியீட்டு விழாவிற்கு நான் போயிருந்தேன். தலித் கலைஞர் ஒருவருக்கு சங்கீத கலாநிதி வழங்கப்படும் காட்சியைக் காண விரும்புகிறேன் என்று கிருஷ்ணா அந்தக் கூட்டத்தில் பேசும்போது குறிப்பிட்டார். இந்தக் கருத்தை முன்னிலைப்படுத்தி அந்தக் கூட்டம் பற்றிய குறிப்பொன்றை அப்போது நான் பணிபுரிந்துகொண்டிருந்த *தி இந்து* (தமிழ்) நாளிதழில் எழுதினேன்.

கிருஷ்ணாவின் இசையும் எழுத்தும் அதற்கு முன்பே எனக்கு அறிமுகமாயிருந்தன. பயிற்சியின் மூலம் செழுமைபெறும் நிகழ்த்துகலை, கற்றுக் கொண்ட பாடங்களின் எல்லைகளைத் தாண்டி எப்போது இயல்பான கலை வெளிப்பாடாகப் பரிணமிக்கிறது என்பதைப் பற்றி *தி இந்து* (ஆங்கில) நாளிதழின் ஞாயிற்றுக் கிழமை இணைப்பில் அவர் எழுதியிருந்த கட்டுரை என்னை வெகுவாகக் கவர்ந்தது. சச்சின் டெண்டுல்கரின் அபாரமான ஷாட் ஒன்றை எடுத்துக்காட்டாகக் கூறிக் கலை வெளிப்பாட்டின் அற்புதக் கணத்தை அவர் விவரித்திருந்தார். கவித்துவ அழகும் தர்க்க ஒழுங்கும் கூடிய அந்த எழுத்து எனக்கு வியப்பை ஏற்படுத்தியது. அவருடைய தொலைபேசி எண்ணைக் கண்டுபிடித்துப் பேசி என் பாராட்டுகளைத் தெரிவித்தேன்.

அப்போது தொடங்கிய உரையாடல் இத்தனை ஆண்டுகளில் பல இடங்களில் பல விஷயங்களை

முன்னிட்டுத் தொடர்கிறது. அந்தத் தொலைபேசி உரையாடலுக்குப் பின் விரைவிலேயே அவரை நேர்காணும் வாய்ப்பு அமைந்தது. இரண்டுக்கும் இடையில் இந்த நூல் வெளிவந்திருந்தது. விவாதத்திற்கு உள்ளான அல்லது விவாதத்திற்குரிய பகுதிகளைப் படித்துவிட்டு அவரைச் சந்தித்தேன். நூலை ஒட்டி எனக்குப் பல கேள்விகள் இருந்தன. நேர்காணல் என்னும் போர்வையில் இரண்டு அமர்வுகளில் ஏறத்தாழ ஐந்து மணிநேரம் பேசிக்கொண்டிருந்தோம். இதே நூலை மொழிபெயர்ப்பேன் என்று அப்போது நான் எதிர்பார்க்கவில்லை.

2015ஆம் ஆண்டு கோடைக்குப் பின் தொடங்கிய இந்த மொழிபெயர்ப்பு வேலை பல்வேறு தடங்கல்களைத் தாண்டி 2019இல் நண்பர் பழ. அதியமானின் தயவில் கோடைக்கானலில் முடிவடைந்தது. அப்போது முடிந்தும் இந்த நூல் இப்போதுதான் வெளிவருகிறது என்றால் அதற்குக் காரணம் பெருந்தொற்று மட்டுமல்ல; மொழியாக்கம்செய்த பிறகு ஏற்படும் ஐயங்களைக் களைந்துகொள்ளாமல் பிரதிக்கு இறுதி வடிவம் கொடுக்க முடியாது. ஐயங்களைத் தீர்த்துக்கொள்ள கிருஷ்ணாவுடன் உட்கார வேண்டும். தொழில் சார்ந்தும் தனிப்பட்ட விருப்பம் சார்ந்தும் ஓயாத பயணங்களை மேற்கொள்ளும் கிருஷ்ணாவும் குண்டுச்சட்டியில் ஓயாமல் குதிரை ஓட்டிக்கொண்டிருக்கும் நானும் சந்திப்பது எளிதில் இயலவில்லை. இத்தனைக்கும் தொடக்கத்திலிருந்தே ஒவ்வோர் இயலாகப் பார்க்கத் தொடங்கிவிட்டோம். ஆனாலும் வேலை எதிர்பார்த்த அளவுக்கு முன்னகரவில்லை. நாங்கள் சந்திக்கும்போதெல்லாம் மொழியாக்கம்பற்றிக் குறைவாகவும் மற்ற விஷயங்களைப் பற்றி அதிகமாகவும் பேசிக்கொண்டிருப்போம். கிருஷ்ணா உரையாடலிலும் கலைஞர்; வாதம் புரிவதில் என்னைப் போலவே ஆர்வம் கொண்டவர். தாமதத்திற்குக் கேட்பானேன்.

ஆங்கில நூலை அப்படியே தமிழில் கொண்டுவர வேண்டுமா அல்லது சில பகுதிகளை விட்டுவிடலாமா என்னும் கேள்வி முதலில் எழுந்தது. ஆங்கில நூலின் பல இயல்கள் இசை குறித்த நுட்பங்களை உள்ளடக்கியவை. ஒருசில இயல்கள் கர்னாடக இசையை அறிமுகம்செய்யும் நோக்கிலானவை. அவற்றைத் தவிர்த்துவிட்டு, விவாதத்திற்குரிய கருத்துகளையும் சிந்தனைகளையும் கொண்ட பகுதிகளை மட்டும் வைத்துக்கொள்ளலாம் என்பது என் எண்ணம். இதிலிருந்து விவாதம் தொடங்கிவிட்டது. கடைசியில் இரு தரப்பும் சிறிது நெகிழ்ந்துகொடுக்க, இசை நுட்பங்கள், தகவல்கள் சார்ந்த பகுதிகளைக் குறைந்த அளவில் சேர்த்துக்கொள்ளலாம் என்று முடிவாயிற்று.

இசையுலகத்திற்கு உள்ளேயும் வெளியிலும் கடந்த நூற்றாண்டு களாக நிகழ்ந்துவரும் பல்வேறு விவாதங்கள், எழுப்பப்படும்

கேள்விகள் ஆகியவை முதல்முறையாக விரிவாகவும் ஆழமாகவும் ஒரே இடத்தில் இந்த நூலில்தான் அலசப்பட்டிருக்கின்றன. இசையுலகினுள் நிலவும் சாதி, பாலினம், மொழி, மதம் ஆகியவை சார்ந்த பாகுபாடுகள், கருத்துப் போக்குகள் ஆகியவை குறித்து மிகவும் விரிவாகவும் கூர்மையாகவும் கிருஷ்ணா அலசுகிறார். வாய்ப்பாட்டுக் கலைஞர்களுக்கும் பிற கலைஞர்களுக்கும் இடையே இருக்கும் படிநிலைகள், கச்சேரிக்கான ஆகிவந்த கட்டமைப்பு, பாடல்களின் தேர்வு ஆகியவற்றையும் கிருஷ்ணா கேள்விக்கு உட்படுத்துகிறார். தூய கலை சார்ந்த இசைக்கும் இதர வகையிலான இசைக்கும் இடையே நாம் கவனத்தில் கொள்ள வேண்டிய வேற்றுமைகளைத் துல்லியமாகச் சுட்டுகிறார். கலை வடிவின் நோக்கமும் அதன் வெளிப்பாடும் கொண்டிருக்கும் உறவை முன்வைத்துப் பல கூறுகளை விவரிக்கிறார். இசைக்கும் இறைமைக்கும், இசைக்கும் மொழிக்கும், இசைக்கும் அது நிகழ்த்தப்படும் இடத்திற்கும் இடையிலான உறவுகளையும் நுணுக்கமாக ஆராய்கிறார். கர்னாடக, இந்துஸ்தானி இசை வடிவங்களை ஒப்பிட்டு விவாதிக்கிறார். இணைப்பிசையின் நோக்கங்களையும் பலன்களையும் துருவி ஆய்கிறார். நாட்டியத்திற்கும் இசைக்குமான உறவைப் பற்றியும் பேசுகிறார்; இசை வரலாறு குறித்த சுருக்கமான சித்திரத்தையும் தீட்டிக் காட்டுகிறார்.

நேர்மையான கேள்விகள், தீவிரமான அலசல்கள், கூர்மையான விவாதங்கள், தர்க்கபூர்வமான அணுகுமுறை ஆகியவற்றை இந்த நூலின் ஆதாரமான கூறுகளாகச் சுட்டலாம். கிருஷ்ணாவின் சிந்தனைகளையும் கருத்துகளையும் ஒருவர் நிராகரிக்கலாம். ஆனால் அவற்றுக்குப் பின்னால் இருக்கும் அவருடைய ஆழ்ந்த அக்கறையையும் உழைப்பையும் மறுக்க முடியாது. அவற்றை முன்வைப்பதில் அவர் கைக்கொள்ளும் அறிவார்த்தமான, தகவல் சார்ந்த, தர்க்கபூர்வமான முறையியலை மதிக்காமல் இருக்க முடியாது. இந்த நூலின் ஆகப்பெரிய வலிமை இதுதான்.

முடிவுகளை முன்வைப்பவரல்ல கிருஷ்ணா. கேள்விகளை எழுப்பி, விவாதங்களைத் தூண்டுபவர். தன் கருத்துக்களையும் உறுதிபடச் சொல்பவர் என்றாலும் அவை குறித்த உரையாடலுக்கு எப்போதும் தயாராக இருப்பவர். இந்த நூலும் ஒருவகையில் உரையாடல்தான். முடிவற்ற உரையாடல் இறுக்கமான கட்டமைப்பும் பூடகமான விதிமுறைகளும் கொண்ட கர்னாடக இசையுலகின் உள்ளேயிருந்து அந்த உலகத்தை நோக்கி விமர்சனபூர்வமாகக் கேள்விகளை முன்வைக்கும் முதல் கலைஞர் அல்ல கிருஷ்ணா. அந்தக் கேள்விகளை இவ்வளவு விரிவாகவும் வெளிப்படையாகவும் தெளிவாகவும் முன்வைத்து விவாதிக்கும் முதல் கலைஞர்.

இந்த நூலை மொழியாக்கம் செய்யும் அனுபவம் அலாதியான தாக இருந்தது. பலவற்றைப் புதிதாக அறிந்துகொள்ள உதவியது. நூலின் உள்ளடக்கமும் அதுகுறித்து கிருஷ்ணாவுடன் மேற்கொண்ட உரையாடல்களும் என்னைச் செழுமைப்படுத்திக்கொள்ள உதவியிருக்கின்றன. மொழியாக்கச் செயல்பாடும் உத்வேகமளிக்கும் அனுபவமாக அமைந்தது. இசை சார்ந்த விவாதங்களின் மொழி சார்ந்த சவால்கள் எளிமையானவையோ எளிதானவையோ அல்ல. கிருஷ்ணாவின் சிந்தனைப் போக்கு உள்அடுக்குகளும் சிக்கல்களும் தர்க்கப் பின்னல்களும் கொண்டது. இவற்றின் தீவிரமும் கட்டமைப்பும் சிதையாமல் தமிழில் கொண்டுவருவது சவாலானதாகவே இருந்தது. மொழியாக்கத்தைச் செம்மைப்படுத்த அதிக காலம் ஆனதற்கு இதுவும் ஒரு காரணம். பிரதியைச் செம்மைப்படுத்துவதில் கவிஞரும் மொழிபெயர்ப்பாளருமான நண்பர் சுகுமாரன் செய்த உதவியை மறக்க முடியாது.

இந்தப் பொறுப்பை எனக்கு அளித்த கண்ணனுக்கும் இப்பணியில் என்னை ஊக்கத்துடன் ஈடுபடச்செய்த ஆ.இரா. வேங்கடாசலபதிக்கும் என் நன்றி.

நவம்பர் 19, 2021
சென்னை

அரவிந்தன்

1

இசை – ஒரு கதையாடல்

வாழ்க்கையில் யாரும் தனியாகப் பயணிப்ப தில்லை. எங்கிருந்தோ வரும் ஒரு துணை நம்மோடு சேர்ந்துகொள்கிறது. அதுதான் இசை.

அது மூங்கிலின் துளைகளிலிருந்து வரும் ஓசையாக இருக்கலாம். இசை சார்ந்த கற்பனை களில் உருக்கொள்ளும் சிக்கலான வடிவங்களாக இருக்கலாம். இது மனித இருப்புடன் இரண்டறக் கலந்தே வந்திருக்கிறது. இன்றுவரை அப்படியே இருக்கிறது. தனி மனிதரின் ஒவ்வொரு தருணத்தை யும் அது பிரதிபலிக்கிறது. அது தன்னளவில் ஒரு வாழ்க்கையாகவே இருக்கிறது. இசை நமக்கு அந்தரங்கமானது. அது ஒரு நண்பன், வழிகாட்டி, ஆசிரியர், காப்பாற்றுபவர், சவால் விடுபவர், காம உணர்வைக் கிளர்த்துபவர், நம்மைத் தூண்டிவிடுபவர், இன்னும் என்னென்னமோ... எனக்கு இசைக்கான செவி இல்லை, இசையின்பால் நான் கவரப்படவில்லை என்று நம்புபவர்களின் உணர்வுகளைக்கூடச் சில பாடல்கள், சில மெட்டுக்கள் கிளர்த்துகின்றன.

இது நமக்குத் தெரியும். ஆனால் இசை என்பது என்ன? கடினமான கேள்வி. நமக்கு இவ்வளவு அந்தரங்கமாக இருக்கும் ஒரு விஷயத்தை விலகி நின்று எப்படிப் பார்ப்பது? இதை வரையறுக்க முடியுமா? வரையறுத்துத்தான் ஆக வேண்டுமா? அதை வரையறுக்க வேண்டுமோ இல்லையோ அதைக் கண்டிப்பாகப் புரிந்துகொண்டுதான் ஆக வேண்டும்.

நமது வாழ்வுக்கு அது மிகவும் முக்கியம். நமக்கு இவ்வளவு நெருக்கமாக இருப்பது எது என்பது பற்றிய கோட்பாட்டை நாம் பெறுவதற்காக நாம் அதைப் புரிந்துகொள்ள வேண்டும். நமக்கு இந்த அளவுக்கு முக்கியமானதாக இருக்கும் ஒன்றைப் புரிந்துகொள்வதன் மூலம் நாம் நம்மையே புரிந்துகொள்கிறோம் என்பதால் இதைப் புரிந்துகொள்ள வேண்டும்.

ஒலிகளின் குறிப்பிட்ட ஒரு கலவை இசையாக மாறுகிறது. இதைத் தொழில்நுட்ப ரீதியில் விளக்கிவிடலாம். ஆனால் இசையை நுகர்பவரின் உணர்ச்சிகளை அது தூண்டுகிறது. மிக நுட்பமான தூண்டுதல்களை அது கொண்டிருக்கிறது. இசை என்பது நாம் கேட்கும் ஒலிகள் அல்ல. அந்த ஒலிகள் நமக்குள் ஏற்படுத்தும் தாக்கம்தான் அந்த ஒலிகளை 'இசை'யாக ஆக்குகிறது. புலன்கள் ஏதோ ஒரு விஷயத்தை இசை என்று நமக்கு வரையறுத்துச் சொல்கின்றன.

ஆக, ஒலிகளை இசை என்று சொல்ல அவற்றுக்குக் குறிப்பிட்ட ஒரு தன்மை இருக்க வேண்டும். இந்தத் 'தன்மை' என்பது ஒலிகளின் தொழில்நுட்ப அம்சம் அல்ல. ஒலியும் உணர்ச்சியும் கலந்தது. இதற்குள்ளும் இதனூடாகவும் நாம் ஒலிகளின் இசைத்தன்மையைக் கண்டடைகிறோம். இசையைக் கண்டடைகிறோம். இந்தச் சந்திப்பு அல்லது ஊடாட்டம் நிகழ்வதற்கு, உருவாக்கப்படும் ஒலிகளுக்கும் அழகியலை உள்வாங்கிக்கொள்ளும் நமது கூறுகளுக்கும் இடையே தொழில்நுட்பம் சார்ந்த உறவு ஏற்பட வேண்டும். *இசைக்கு நாம் எதிர்வினை ஆற்றும்போது* நாம் அதன் தொழில்நுட்ப அம்சத்தை உணர்வதில்லை. இசையின் ஒலியையும் உணர்ச்சிகரமான தன்மையையுமே உணர்கிறோம். உருவாக்கப்படுவது, நுகரப்படுவது என்னும் இந்த அனுபவத்தில்தான் இசை நிகழ்த்தப்படுவதாக அல்லது படைக்கப்படுவதாகச் சொல்லப்படுகிறது. 'படைக்கப்படுவது' என்னும் சொல்லை நான் ஆழ்ந்த யோசனைக்குப் பிறகே பயன்படுத்துகிறேன். இசை என்பது ஒலிகளில் இல்லை. அவை எழும் விதத்தில், வெளிப்படும் தன்மையில், இசையைப் பெறுபவரை அடையும் பயணத்தில் இருக்கிறது. மாபெரும் படைப்புகள் இப்படித்தான் உருவாகின்றன. ஒலிகளை உருவாக்குபவரும் இசையைப் பெறுபவரில் அடக்கம். இசையை உருவாக்குபவர், கேட்பவர் என நாம் அனைவருமே இசையைப் பெறுபவர்கள்தாம்.

இசை என்பது மானுடச் செயல்பாட்டின் உருவாக்கமா? பறவைகள் பாடுகின்றன என்று சொல்கிறோம். உண்மையிலேயே அவை பாடுகின்றனவா? சில பறவைகள் எழுப்பும் சப்தங்கள்

பாடலைப் போல இருக்கின்றனவே. அது, 'பாடல்' எனத் தாங்கள் நம்பும் விஷயத்துடன் மனிதர்கள் கொள்ளும் உறவு. பறவை பாடுகிறது என்னும் கருத்து நம்முடையது. பறவையுடையது அல்ல. அது எழுப்பும் ஓசைகள் அதன் வாழ்வுடனும் வாழ்க்கைச் சுழற்சியுடனும் தொடர்புகொண்டவை. அதன் ஹார்மோன் சார்ந்த மாற்றங்கள் அல்லது உடல் சார்ந்த எதிர்வினைகளும் காரணமாக இருக்கலாம். இசையை உருவாக்க வேண்டும் என்று பறவை நினைப்பதில்லை. உதாரணமாக, இணையைத் தேடுவதற்கான அழைப்பாக அது ஓசை எழுப்பலாம். இந்த ஓசை அழகாக இருக்க வேண்டிய அவசியம் இருக்கிறதா? அதன் நோக்கங்களைப் பொறுத்தவரை அதற்கான தேவை இருக்கலாம். ஆனால் நமக்கு அழகு என்று படுவது பறவைக்கும் அழகாக இருக்க வேண்டும் என்பதில்லை. ஓசையின் அழகு என்பதை நாம் உள்வாங்கிய விதத்தில் வரையறுக்கிறோம். நம் பார்வைக்கேற்ப வரையறுக்கிறோம்.

ஓசை நயம், உணர்ச்சி, உடல் சார்ந்த தூண்டுதல் என எதன் எதிர்வினையாகப் பறவை ஓசை எழுப்புகிறதோ தெரியாது. ஆனால் அது ஓசையில் இருக்கும் இசைக்கான எதிர்வினை அல்ல. குறைந்தபட்சம் நாம் இசையை என்னவாகப் புரிந்து கொள்கிறோமோ அந்த விதத்தில் அல்ல. பறவையின் பாடலில் உள்ள இசைக்கு மனிதர்கள் எதிர்வினை ஆற்றும்போது இசை குறித்த நமது அனுபவங்களால் நாம் கட்டுப்படுத்தப்படுகிறோம். இயற்கையில் இருக்கும் இசை என்பது இயற்கையின் இசை அல்ல. மானுட அளவுகோல்களின் அடிப்படையில் அழகு, ஒழுங்கு, சாரம் முதலானவற்றை நாம் நிர்ணயிக்கிறோம்.

மனிதர்களிடையிலும் இன்று இசை எனக் கருதப்படுவது ஆயிரம் ஆண்டுகளுக்கு முன்பு இசையாகக் கருதப்பட்டதிலிருந்து முற்றிலும் மாறுபட்டது. விலங்குகள், பறவைகள், தாவரங்கள் ஆகியவை இசைக்கு எதிர்வினை புரிவதாகக் கூறப்படுகிறது. அது உண்மையானால் அது எந்த இசை? இசைக்கான அவற்றின் எதிர்வினையும் பரிணாமம் பெற்றுவருகிறதா? மனிதர்கள் அல்லாத உயிரினங்களும் இசைக்கு எதிர்வினை ஆற்றுகின்றன என்னும் கூற்று அறிவியலாளர்களால் விவாதிக்கப்பட்டுவருகிறது. தெளிவான முடிவு எட்டப்படவில்லை.

இந்தக் கூற்று சரியா, தவறா என்பது இங்கே பிரச்சினை இல்லை. பிற உயிரினங்கள் இசைக்கு எதிர்வினை ஆற்றுவதோ ஆற்றாமல் இருப்பதோ இசையின் உருவாக்கத்தை எந்த விதத்திலும் பாதிப்பதில்லை. இசை என்பது மானிடச் செயல்பாடு. இசையின் அனுபவமும் அப்படியே. அது தற்செயலானதல்ல.

வாழ்வின் பிரக்ஞைபூர்வமான வெளிப்பாடு. மானுட வாழ்வின் எல்லைகளுக்குப்பட்டு வரையறுக்கப்படுவது. இசை, சொல்லப்போனால் கலை என்பதே தனிநபரின் அனுபவங்களால் கட்டுப்படுத்தப்பட்ட தனிப்பட்ட உணர்வுகள்தான் என்று பலர் கூறுகிறார்கள். இது ஏற்றுக்கொள்ளத்தக்க கருத்து என்று நான் கருதுவதாக வாசகர்கள் நினைக்கக்கூடும்.

இந்தக் கூற்றை ஆராய்ந்து பார்ப்போம். கலைஞர், பிரக்ஞைபூர்வமான ரசிகர் ஆகிய இருவரின் இருப்பில் கலை அனுபவமானது தனிப்பட்ட உணர்வு தளத்தை விட்டு விலகிச் செல்லலாம். இது சுய நிறைவைத் தரும் இயக்கமல்ல. ஆனால் முழுமையானது; நிறைவைத் தரக்கூடியது. இன்னும் விளக்கமாகச் சொல்கிறேன். ஒரு தனிநபர் கலை உலகினுள் முழுமையாக ஈர்க்கப்படுகிறார். அதில் தனிப்பட்ட உறவு ஒன்று உருவாகிறது. உருவாக்கப்பட்ட இந்த வெளிக்குள்தான் அனுபவத்தின் தனிப்பட்ட இயல்பானது இருக்கிறது. எனினும் இது தனிப்பட்ட அனுபவமாக மட்டும் இல்லை. ஏனெனில் உணரப்படும் அனுபவமானது தனி நபரின் தனிப்பட்ட முன் நிர்ணயிக்கப்பட்ட உணர்வுகளோடு மட்டும் தொடர்புகொண்டது அல்ல. கலை தன்னளவில் என்னவாக இருக்கிறது என்பதையும் பொறுத்தது. கலை அனுபவம் என்பது தனிப்பட்ட உணர்வுகள், தேவைகளின் வெளிப்பாடு என்பதையும் தாண்டியது.

இந்தக் கட்டுரையின் போக்கில், இசை நமக்குத் தரக்கூடிய இரண்டு விதமான அனுபவங்களை நான் முன்வைத்திருக்கிறேன். ஒன்று நம்மைப் பற்றியது. மற்றொன்று முழுக்க முழுக்கப் படைப்பைப் பற்றியது. இரண்டும் இருக்கத்தான் செய்கின்றன. நாம் அவற்றை அனுபவிக்கத்தான் செய்கிறோம். இந்த அனுபவத்தை வரையறுப்பதில் கலை வடிவம், கலையை உள்வாங்குபவர் என இரண்டு அம்சங்கள் பங்காற்றுகின்றன. எல்லாக் கலை வடிவங்களும் அதை ரசிப்பவரைத் தனது தனிப்பட்ட வட்டத்திலிருந்து அப்பால் கொண்டுசெல்லும் நோக்கம் கொண்டவை அல்ல. சில கலை வடிவங்கள் ஒருவரது இருப்பின் தனிப்பட்ட இயல்புக்கு மட்டும் தீனி போடுகின்றன. எனினும், ஒவ்வொரு தனிநபரும் தனது தனிப்பட்ட உணர்ச்சியிலிருந்து விடுபட்டு, உருவாக்கப்பட்ட உணர்ச்சியை, அதாவது உருவாக்கப்பட்ட கலையின் வெளியை நோக்கிப் பயணிக்கவைப்பதைத் தம் நோக்கமாகக் கொண்ட கலை வடிவங்களும் இருக்கின்றன. தனது தனிப்பட்ட எல்லைகளைத் தாண்டி இசையை அனுபவிக்க வேண்டுமென்றால் ஒரு ரசிகர் கலையைத் தீவிரமாகத் தேடுபவராகவும் கலை

குறித்த விழிப்புணர்வு கொண்டவராகவும் இருக்க வேண்டும். இல்லையேல் அவரால் கலை வெளியில் வசிக்க முடியாது. இசை தனிப்பட்ட உணர்வாக மட்டுமே உள்வாங்கப்படும். அந்த அளவில் அது முழுமையற்றதாகவே இருக்கும். அதே சமயம் பழுத்த ரசிகரால் தனிப்பட்ட உணர்ச்சியையே முதன்மையான இலக்காகக் கொண்டதொரு கலை வடிவத்திலிருந்து உணர்வுபூர்வமான சாரத்தைப் பெற முடியும். கலையில் தேடல் கொண்ட ஒவ்வொருவரும் கலையைப் புரிந்துகொள்வதில் தீவிரத்தன்மையையும் பொருத்தமான அணுகுமுறையையும் வளர்த்துக்கொள்ள வேண்டும்.

அழகியல் அல்லது அழகுணர்ச்சி

இசையை வரையறுத்தல், புரிந்துகொள்ளுதல் ஆகியவை குறித்த கருத்தில் குறிப்பான ஒரு சொல் நினைவுக்கு வருகிறது. அழகியல். இந்தச் சொல்லை ஆராய்வதற்கு நாம் சிறிது நேரம் செலவிட வேண்டும். இல்லையேல் இசை குறித்த கருத்துக்களை உருவாக்கிக்கொள்ள முடியாமல் போகும். தனிப்பட்ட ரசனைகள், உணர்வுகள் அல்லது அழகு, இனிமை ஆகியவற்றை வரையறுக்க இந்தச் சொல்லைப் பயன்படுத்துகிறோம். இது பண்பாட்டுச் சூழலால் கட்டுப்படுத்தப்பட்ட ஒரு சொல். இந்தியாவின் அழகியல் ரஷ்யருக்குப் பொருந்தாமல் போகலாம். அழகியல் குறித்த நமது புரிதலை உறுதியாகப் பிடித்துக்கொண்டிருந்தோம் என்றால் இசை பற்றிய விவாதத்தை முன்னெடுத்துச் செல்ல முடியாது. அழகியல் குறித்த நமது புரிதலை நாம் மறு சிந்தனைக்கு உட்படுத்த வேண்டும். அல்லது மேலும் ஆழமாகச் சிந்திக்க வேண்டும்.

அழகுணர்ச்சி என்பது புலன்கள் தொடர்புடையது. புலன்கள் மூலம் எதை உள்வாங்குகிறோம் என்பதைப் பற்றியதல்ல. எப்படி உள்வாங்குகிறோம் என்பதைப் பற்றியது. இது தர்க்கத்திற்குப் புறம்பானதாகத் தோன்றலாம். எப்படி உள்வாங்குவது என்பதை எப்படிச் சொல்லிக்கொடுக்க முடியும்? ஆனால் அழகுணர்ச்சி என்பது இதுதான். அழகியலில் தனிநபரின் தேர்வுகளுக்கு அதிக முக்கியத்துவம் இல்லை. தனிநபருக்குள் குறிப்பிட்ட உணர்ச்சியை ஏற்படுத்திய அம்சத்திற்கு அதிக முக்கியத்துவம் உண்டு. தனிநபர் அல்ல; கலையே இங்கு முக்கியமாகிறது.

அழகியல் அல்லது அழகுணர்ச்சி ஆங்கிலத்தில் Aesthetics என்று வழங்கப்படுகிறது. Aisthetikos என்னும் கிரேக்கச் சொல்லிலிருந்து உருவான சொல் இது. 'tikos' என முடியும் கிரேக்கச் சொற்கள் அவதானிப்பு மற்றும் பரிசோதனைகளின்

அடிப்படையில் கண்டடைந்த கருத்துக்களின் தொகுப்பைக் குறிப்பவை. அதாவது, தீவிரமான அவதானிப்பு மற்றும் அனுபவத்தின் மூலம் கண்டடைந்த கருத்துக்கள்.

ஆகவே, அழகியல் என்பது கலை வடிவத்தின் தன்மைகளைப் புரிந்துகொள்ள முயலும் தத்துவம் என்று சொல்லலாம். இந்தத் தன்மைகள்தாம் ஒரு கலை வடிவத்திற்கு அதற்கான அடையாளத்தையும் உள்ளடக்கத்தையும் தருகின்றன. கலையில் அழகியல் என்பது கலையைப் புரிந்துகொள்வதைப் பற்றியது. கலையின் நோக்கம், கட்டமைப்பு, வடிவம், மாற்றங்கள், வளர்ச்சிப் படிநிலைகள், வரலாறு ஆகியவற்றைப் புரிந்துகொள்வதும் இதில் அடங்கும். இதன் மூலம் ஒரு கலை வடிவம் ஏன் அந்த வடிவில் இருக்கிறது என்பதும் ஆய்வுக்கு உள்ளாகும். அழகியலானது ரசனையின் அடிப்படையில் கலையை மதிப்பிடாது. இந்தப் புரிதலின் மூலம் கலை குறித்து விவாதிக்கவும் விமர்சிக்கவும் ஒருவர் முயற்சி செய்யலாம்.

இசை போன்றதொரு கலை வடிவின் ஏதோ ஒரு அம்சத்தின் மீது ஒருவர் தனிப்பட்ட விருப்பம் கொண்டிருக்கலாம். அதே சமயம் தாம் எதை ரசிக்கிறோமோ அதுவே இசையின் குறிப்பிட்ட ஒரு அம்சத்தின் சாரத்தை அழகியல்ரீதியாக அழிக்கிறது என்பதையும் அவர் புரிந்துகொள்வது சாத்தியம்தான். அழகியலை நான் இங்கே தனிநபர்கள் சாராத புறவயமான நிலையில் முன்வைக்கிறேன். தனிநபர்களின் உணர்வுகள் சார்ந்த அகவய மான நிலையில் அல்ல.

அழகியலின் அடிப்படையில் இசையை அணுகி, நமக்கு அழகியல் அனுபவத்தை அளிக்கும் ஒலிகளின் சேர்க்கையாக அதைக் கண்டோம் என்றால் இசை குறித்து முற்றிலும் வித்தியாசமான புரிதல் நமக்கு ஏற்படுகிறது. தனிப்பட்ட முறையில்அது நமது புலன்களின் வழியே இன்பத்தைத் தருகிறது. தனிநபர் சார்ந்த அம்சங்களை விட்டுவிட்டுப் பார்த்தால் இசை என்பது குறிப்பிட்ட வடிவம், உள்ளடக்கம், ஒழுங்கமைவு ஆகியவை வழங்கப்பட்ட ஓசைகளின் சேர்க்கை. அது நம் புலன்களின் மீது தாக்கத்தை ஏற்படுத்துகிறது. இந்த வடிவம், உள்ளடக்கம், அமைப்பு ஆகியவற்றைப் புரிந்துகொள்வதே அழகியல். இந்தப் பின்புலத்திற்குள் இருக்கும் அழகை நாம் பார்ப்போம். அது தனிநபருக்கான வெளிப்பாட்டையும் நபரைத் தாண்டிய பொருளையும் கொண்டுள்ளது. அழகு என்னும் கருத்தை உள்வாங்கிக்கொள்ள வேண்டுமென்றால் நாம் தனிப்பட்ட அனுபவத்தைத் தாண்டிச் செல்ல வேண்டும். அதுபோலவே, நமது தனிப்பட்ட புலனுணர்வுகளின் அடிப்படையில் அல்லாமல்

இசையை வரையறுக்கும் அழகியலின் அடிப்படையில் இசையை விமர்சிப்பதற்கான திறனை நாம் வளர்த்துக்கொள்ள வேண்டும். என் தனிப்பட்ட *முன்தீர்மானங்கள்,* உள்ளுணர்வுகள் அல்லது புலனுணர்வுகளின் அடிப்படையில் அல்லாமல் தனிப்பட்ட உணர்வுகளுக்கு அப்பாற்பட்ட, புறவயமான நிலையிலிருந்து எழுத முயல்வேன்.

இசை அனுபவத்தில் உள்ளுணர்வு

இசையை மனிதர்கள் உணரும் விதம் தொடக்கத்தில் உள்ளுணர்வு சார்ந்ததாகவே இருந்தது. இசையை எந்த வடிவில் நாம் கேட்டாலும் அனிச்சையாக ஒரு எதிர்வினை எழுகிறது. ஒரு அங்கீகாரம் பளிச்சிடுகிறது. ஏற்கெனவே அறிமுகமான ஒன்றுடன் இதற்குள்ள தொடர்பு அடையாளம் காணப்படுகிறது. உள்ளுணர்வு என்பது அனிச்சையானது. காரணம், அனுபவம் ஆகியவற்றைச் சாராதது என்பதுதான் உள்ளுணர்வு குறித்த பொதுவான புரிதல். உள்ளுணர்வில் எந்த அளவுக்கு மரபணுவின் கூறு இருக்கிறது? மரபணுவின் கூறு அதில் இருக்க முடியுமா? கலை, அறிவு முதலான கருத்துக்களின் *சிக்கலான* இயல்பானது இத்தகைய தொடர்புகளைப் பயனற்றதாக ஆக்குகிறது. சொல்லப்போனால் பொருத்தமற்றதாக ஆக்குகிறது. சமூக சமத்துவத்தின் பொருட்டு இதை நான் விட்டுவிடுவதே நல்லது. நம்மில் சில சமூகங்கள், பாரபட்சமான அறிவியலின் அடிப்படையில், தமக்குப் பிறரைக் காட்டிலும் கூடுதல் புத்திசாலித்தனம் இருப்பதாகச் சொல்லிக்கொள்கின்றன. ஆனால் இதை மட்டும் என்னால் உறுதியாகச் சொல்ல முடியும். உள்ளுணர்வு என்பது முன்கூட்டியே யோசிக்கப்படாத, ஒத்திகை பார்க்கப்படாத தூண்டுதலாக இருந்தாலும் அது நமது வீடுகளிலும் நாம் வளரும் சூழலிலும் நாம் கேட்கும் ஓசைகளால் செறிவாக்கப்படுகிறது. இந்தத் தூண்டுதல்கள் நமது கடந்த கால அனுபவங்களுடன் நமது நனவிலி மனதைத் தொடர்புகொள்ள வைக்கின்றன. வாழ்ந்து பெறும் ஒவ்வொரு அனுபவமும் நமது மனதில் நினைவுகளின் அடுக்கை உருவாக்குகிறது. வாழ்நாள் முழுவதும் நாம் கருத்துக்கள், விருப்பு வெறுப்புகளால் ஆன அடுக்குகளைக் கட்டி எழுப்புகிறோம். இசையின் தூண்டுதலை நாம் தொடக்கத்தில் உணரும் விதம் இவை எல்லாவற்றிலுமிருந்து உருவாகிறது.

அதற்கு மாறாக, நமது அனுபவம் எதனோடும் தொடர்பற்ற இசையைக் கேட்கும்போது பெரும்பாலும் நாம் உடனடியாக அவஸ்தைக்குள்ளாகிறோம். இது அரிதாகவே

நிகழ்கிறது. பெரும்பாலான சமயங்களில் நம் மனது இசை தொடர்பான நமது முந்தைய அனுபவங்களோடு உடனடியாகத் தொடர்புபடுத்திக்கொள்கிறது. அப்படி நடந்தாலும் புதிய இசையைக் கேட்கும்போது அசௌகரியம் உண்டாகிறது. பிடிக்காமல்கூடப் போகிறது. அதையே திரும்பத் திரும்பக் கேட்கும்போது புதிய தொடர்புகள் உருவாக்கப்படுகின்றன. இந்தத் தொடர்புகள், அறிமுகமற்றதாகவும் விரும்பத்தகாததாகவும் தோற்றமளித்த ஒரு இசை வடிவத்துடன் உறவை ஏற்படுத்துகின்றன.

இசையானது, உணர்ச்சிகள், நினைவுகள், ஆகிய தளங்களிலேயே படிமங்களையும் உணர்வுகளையும் உருவாக்குகிறது. இவை இசையுடனான நமது உறவையும் நிலைநிறுத்துகின்றன. இசை குறித்த நமது உணர்வுகள் இசையைப் பற்றியது என்பதைவிட, நம்மைப் பற்றியதாகவே இருக்கின்றன. நம்மை ஆழமாகத் தொடும் உணர்ச்சிகளை இசை மறுஆக்கம் செய்யும்போது அது நமக்கு நெருக்கமானதாகத் தோன்றுகிறது. அது இடங்களை, மனிதர்களை, எண்ணங்களை, கனவுகளை நினைவுபடுத்துகிறது. நமது நினைவின் ஆழத்தில் புதைந்திருக்கும் நிகழ்வுகளை அது மேல் தளத்திற்குக் கொண்டுவருகிறது. இசை இனிமையையும் தாள லயத்தையும் தாண்டுகிறது. அது மிக ஆழமான, அந்தரங்கமான உணர்வு சார்ந்த அனுபவம். இதுதான் நமது புலன்களின் மூலமாக நம் வாழ்வோடு தொடர்புகொள்கிறது. அதுதான் நமது அன்றாட வாழ்வில் இசையை அர்த்தமுள்ளதாக்குகிறது. நம்மை நமக்கே அடையாளம் காட்டும் திறன் இசைக்கு உள்ளது. *விளக்கம், இலக்கணம், வடிவம் ஆகியவற்றைத் தாண்டி இது இசையை நமக்கு மிக நெருக்கமாக ஆக்குகிறது.*

எனவே இசையின் ஒரு வடிவம் ஒருவருக்குப் பிடித்தாலும் பிடிக்காவிட்டாலும் அதற்கான காரண காரியங்கள் பல அடுக்குகள் கொண்டதாக இருக்கும். இசை, சமூகம், தனிப்பட்ட கூறுகள் எனப்பல அம்சங்கள் இதில் உள்ளடங்கியிருக்கும். உள்ளுணர்வு சார்ந்த எதிர்வினை என்னும் தனிப்பட்ட வெளியிலிருந்து பகிர்ந்துகொள்ளப்பட்ட கலையின் உருவாக்கப் பட்ட பரந்த வெளிக்கு அழகியல் இடம் மாறும். இங்கே நான் சற்றுப் பின்னோக்கிப் போக விரும்புகிறேன். இசைக்கான எதிர்வினை உருவாகும் அந்த 'அசல்' கணத்திற்குச் செல்ல விரும்புகிறேன்.

மாயத் தருணம்

உள்ளுணர்வின் எதிர்வினையைத் தவிர வேறு விதமான எதிர்வினையும் இருக்கிறதா, 'உள்ளுணர்வின்' எதிர்வினைக்கு

முன்பு ஏதேனும் நிகழ்கிறதா என்ற வியப்பும் எனக்கு ஏற்படுகிறது. மிகச் சிறிய, கிட்டத்தட்ட உணரவே முடியாத அளவுக்குச் சன்னமான ஒரு கணம் இருக்கிறதா? தூண்டும் அம்சமும் புலனுணர்வும் சந்திக்கும் கணம் ஒன்று உள்ளதா? மிகச் சிறிய இந்தக் கணத்தில் ஒரு அனுபவம் இருக்கிறது. முன் நிபந்தனையை இம்மி அளவுகூட அனுமதிக்காத கணம் அது. இந்தத் தருணம் விரைவில் கடந்து சென்றுவிடுகிறது. அப்படி ஒரு கணம் இருந்ததை நாம் உணர இயலாத அளவுக்கு வேகமாகக் கடந்து செல்கிறது. நம்மைத் தூண்டும் அம்சங்கள் சில சமயம் திடீரென்று தோன்றும். நாம் எதிர்பாராத ஒரு கணத்தில் மலைக்குப் பின்னாலிருந்து வெளிப்படும் அற்புதமான சூரிய ஒளிக்கதிர்போல. ஒரு கணம் 'தூய்மையான புலனுணர்வு' மட்டுமே இருக்கும். அந்த ஒளிக்கற்றை அழகானது என்றோ ஏன் அது சூரிய ஒளி என்றோ மனம் உணர்வதற்கு முந்தைய தருணம் அது.

புலனுணர்வுகளைத் தூண்டும் அம்சங்களுக்கான எதிர்வினை என்பது நேர்கோட்டுத் தன்மை கொண்டது அல்ல. தூய புலனுணர்வு, உள்ளுணர்வு, பிரக்ஞைபூர்வமான எதிர்வினை. இந்த வரிசையில்தான் அது நிகழ வேண்டும் என்பதில்லை. பல சமயம் இந்த வரிசையில்தான் நிகழும் என்றாலும் எப்போதுமே அப்படி நிகழும் என்பதில்லை. இசை தரும் தூய புலனுணர்வு சார்ந்த அனுபவமானது அரைக்கணம் மட்டுமே இருக்கலாம். சில சமயம் நெடுநேரமும் நீடிக்கலாம். உள்ளுணர்வு, பிரக்ஞைபூர்வமான எதிர்வினை ஆகியவை நிகழ்ந்த பிறகும் இது ஏற்படலாம். தனிப்பட்ட உணர்வுகளுக்கு அப்பாற்பட்ட அனுபவம் பற்றிக் குறிப்பிட்டிருந்தேன். இந்த அனுபவத்தை அதோடு தொடர்புபடுத்திப் பார்க்க விரும்புகிறேன். தனிப்பட்ட அனுபவத்திற்கு அப்பாற்பட்ட அனுபவம், தூய புலனுணர்வு ஆகிய இரண்டும் பரஸ்பரம் சுட்டிக் காட்டக்கூடிய அறிகுறிகள் அல்ல. இந்த நிலையில் அனுபவமானது புலனுணர்வுகளின் ஆழ்தளங்களில் நிகழ்கிறது. இசை தனிப்பட்ட ஒருவரின் அடையாளம் ஏதும் அற்றதாக உள்ளது. இது அரிதானது மட்டுமல்ல. இதை அனுபவிப்பவர் அழகியல் ரீதியாகப் பரிணாம வளர்ச்சி அடைந்தவராக இருக்க வேண்டும். தனி நபர் ஒருவர் உள்ளுணர்வு சார்ந்த அம்சத்தைப் பிரதிபலிப்பதும் அதே சமயத்தில் பிரக்ஞைபூர்வமான அனுபவத்தில் ஆழ்ந்துவிடுவதும் ஒரே சமயத்தில் நடக்கிறது. கடைசியில் கலைக்குள்ளாகவே வாழும் நிலையும் ஏற்படுகிறது. இந்தக் கடைசிக் கட்டம்தான் உன்னதமான அழகுணர்ச்சி சார்ந்த ரசனை.

இசையுடனான தீவிரமான உறவு உள்ளுணர்வைச் சார்ந்ததாக இருக்க முடியாது. அது அழகியல் சார்ந்த ஆய்வின் மூலம் வளர்த்தெடுக்கப்பட வேண்டியது. ரசிகர் நனவிலி மனத்தின் *முன் தீர்மானத்திலிருந்து* நனவு மனத்தின் இயல்புக்குத் திரும்புகிறார். எனினும் நனவு மனத்தின் இயல்பு நிலையின் உச்ச நிலை முற்றிலும் சுயபிரக்ஞை அற்றதாகவே இருக்கும்.

அடையாளங்கள் தந்து வகைப்படுத்துவதன் மூலமே இசையின் தூண்டுதல்களுக்கு நாம் எதிர்வினை புரிகிறோம். இதனால்தான் உள்ளுணர்வு சார்ந்த அனுபவம் ஒரு கணத்திற்கும் குறைவான நேரமே நீடிக்கிறது. நமது மனதின் இந்த வகைப்படுத்தும் தன்மை நமக்கு ஒரு பாதுகாப்பு உணர்வை அளிக்கிறது. அடையாளப்படுத்தும் இந்தச் செயல்முறை 'நான் அடையாளம் காண்கிறேன்' அல்லது 'எனக்குத் தெரியும்' என்று சொல்லும் வலிமையைக் கொடுக்கிறது. 'இந்த சினிமா பாடல் இந்த ராகத்தைப் போல உள்ளது' என்று செவ்வியல் இசைக் கலைஞர் அடிக்கடி சொல்வார். அறிந்த குணாம்சங்களின் அடிப்படையில் தொடர்புகளை உருவாக்கிக்கொள்வதற்கான உதாரணம் இது. இத்தகைய தொடர்புகள் இசைக் கலைஞருக்கும் ரசிகருக்கும் தேவையானவை. இருவருமே ஒரே காரியத்தைத்தான் செய்கிறார்கள். இருவரது பங்குகளிலும் ஈடுபாட்டில் உள்ள தீவிரத்தன்மையிலும் உள்ள வித்தியாசங்களைப் பொறுத்து இவர்கள் இருவரும் இசையைப் புரிந்துகொள்ளும் விதம் மாறுகிறது. எனவே, அடையாளங்களுடனான தொடர்புகள் ஒவ்வொரு வடிவத்தையும் எப்படி வரையறுக்கின்றன என்பதைப் புரிந்துகொள்வது மிகவும் முக்கியமானது. இசைக் கலைஞர்கள்தான் இசையை வரையறுக்கிறார்கள். அவர்களுடைய மனம்தான் இசையின் வடிவத்தைத் தீர்மானித்து அதன் சாரத்திற்கு வடிவம் கொடுக்கிறது.

இசைக் கலைஞரும் சுயமும்

இந்தப் பரஸ்பரத் தொடர்புகளை இரண்டு வழிகளில் காண நான் விரும்புகிறேன். முதல் வழியில் உயிரோட்டமுள்ள பரிணாம வளர்ச்சியின் மூலம் அவை உருவாக்கப்பட்டு, தனிப்பட்ட வெளிப்பாடுகளின் மூலம் வளர்த்தெடுக்கப்படுகின்றன. இரண்டாவது, தன் சுய அடையாளத்திற்கான இசைக் கலைஞனின் போராட்டத்தின் விளைவு. பரிணாம மாற்றத்தில் தனி நபரின் சுயத்திற்குப் பங்கு உண்டு என்பதில் ஐயமில்லை. ஆனால் அந்தப் பங்கு மரபு வழியாக அவருக்குக் கையளிக்கப்பட்டிருக்கும் இழைகளால் நிர்வகிக்கப்படுவது. சுயத்தை அடிப்படையாகக் கொண்ட மாற்றத்தில் இந்த இழை இல்லை.

வரலாற்றைப் பார்க்கும்போது அடையாளத்தை இனம் காணும் நடைமுறை பல்வேறு சிந்தனைப் போக்குகள் வளர வழிவகுத்திருப்பதைக் கண்டறிகிறோம். இந்த நடைமுறை உருவானதன் தேவைக்கு நாம் சித்தாந்த ரீதியான விளக்கம் அளிக்கலாம். ஆனால் அது இருக்கிறது என்பதே உண்மை. அடுத்தடுத்து வரும் கலைஞர்கள் இந்த அடையாளத்தை மறுஉறுதி செய்வதன் மூலம் ஒரு வடிவமானது நிலைபெறுகிறது. அடையாளம் என்பது நீக்குப் போக்கற்ற, மூடுண்ட கட்டமைப்பு என்று இதற்குப் பொருளல்ல. மாற்றத்திற்கும், மேம்படுத்தலுக்கும் பரிணாமத்திற்குமான வாய்ப்பு தொடர்ந்து இருக்கவே செய்கிறது. ஒவ்வொரு *கருத்திற்குள்ளும்* மறுவரையறைக்கான சாத்தியம் இருக்கிறது.

உயிருள்ள சிந்தனை ஒருபோதும் செயலற்றதாக இருக்காது. அது தொடர்ந்து மறுவரையறை செய்யப்பட்டும் புத்துயிர் பெற்றும் வருகிறது. காலப்போக்கில் அதுவே *மூலச் சிந்தனையாகக்* கருதப்படுகிறது. உயிரோட்டமுள்ள, பரிணாம நடைமுறையின் பகுதியாக உள்ள சிந்தனையின் ஒவ்வொரு மட்டத்திலும் தொடர்ச்சி இருக்கிறது. இது மிகவும் அழகான விஷயம். வடிவத்தைக் கட்டி எழுப்பும் அத்தியாவசியமான கூறுகளைச் சிந்தனையாளர்கள் இனம்கண்டு, அவற்றிலிருந்து தங்களது தரப்பை உருவாக்கிக்கொள்வதால் இந்தத் தொடர்ச்சி சாத்தியமாகிறது. சிறிது காலம் கழித்து ஒரே கதையின் பல்வேறு வடிவங்கள் புழக்கத்திற்கு வந்துவிடுகின்றன. ஒவ்வொரு கதையும் பிரதான பாத்திரங்கள், கோட்பாடுகள் ஆகியவற்றை அப்படியே தக்கவைத்துக்கொள்கிறது. வெவ்வேறு கதைசொல்லிகளால் கையாளப்படும்போது ஒவ்வொரு கதையும் மாறுகிறது. இதனால் அடிப்படை அம்சம் மாறாமல் கதையின் ஆழம் கூடுகிறது. இதைத்தான் நான் மரபு என்கிறேன். வியப்பூட்டும் இந்த வளர்சிதை மாற்றத்தினூடேதான் கர்னாடக இசையின் உயிரோட்டமுள்ள பல மாற்றங்கள் நிகழ்ந்திருக்கும் எனத் தோன்றுகிறது.

'மரபு' என்ற சொல்லைப் பல விதமாகப் பொருள்படுத்திக் கொள்ளலாம், எனினும் நெடுங்காலமாகப் பலர் புரிந்து கொண்டுவரும் பொருளிலேயே நாமும் மரபு என்பதைப் புரிந்துகொள்கிறோம் எனத் தோன்றுகிறது. மரபு என்பதை எப்படிப் புரிந்துகொள்கிறோம் என்பது செவ்வியல் கலை வடிவங்களில் மிகவும் அவசியமானதாகிறது. கர்னாடக இசை உலகில் நம்மிடம் விளக்கம் இல்லாத ஒவ்வொரு காரியத்தையும் நியாயப்படுத்த நாம் மரபு அல்லது சம்பிரதாயம் என்னும் சொல்லைப் பயன்படுத்துகிறோம். இது தப்பிப்பதற்கான

வழி. மரபு என்பது செய்வதைத் திரும்பச் செய்வது அல்ல. முழுமையை வரையறுக்கும் முக்கியமான இழைகளைத் தனக்குள் தக்கவைத்துக்கொள்ளும் மாற்றமே மரபு. ஒவ்வொரு ஆலமரமும் பல விதங்களில் வித்தியாசமானது. ஒவ்வொரு மரமும் தனிப்பட்ட முறையில் வரையறுக்கப்படக்கூடிய அளவிற்கு அலாதியானது. பல லட்சக்கணக்கான ஆண்டுக் காலப் பரிணாம வளர்ச்சியில் ஆலமரங்களும் மாறியிருக்கின்றன. எனினும் எல்லா ஆலமரங்களுக்கும் சில தன்மைகள் பொதுவானவை. இந்தத் தன்மைகளைத் தொகுத்துச் சொன்னால் அது ஆலமரம் பற்றிய வரையறையாக இருக்கும். அதுதான் மரபு.

இந்த விதத்தில் மரபை நாம் காணவில்லை என்றால் நாம் அடையாளம், வடிவம் ஆகியவற்றில் உள்ள பிரச்சினைகளுடன் போராடிக்கொண்டிருப்போம். அடையாளம் என்பது ஒரு தனிநபரின் விருப்பம் மட்டும்தானா? ஒவ்வொரு தனிநபரின் விருப்பமும் வெவ்வேறு வடிவங்களை உருவாக்கிவிட முடியுமா? இந்த விஷயத்தில் நாம் போராடிக்கொண்டிருக்கும் அடையாளம் இசை அல்ல. அது நாமேதான். சுய அடையாளத்துக்கான தேடலில் நமக்குக் கையளிக்கப்பட்ட இழைகளை பொருட்படுத்தத் தவறுகிறோம் அல்லது அவற்றை அலட்சியப்படுத்த விரும்புகிறோம். சமகால இசையில் மட்டுமல்ல, இசை வரலாறு முழுவதிலுமே இந்தப் பிரச்சினையை நாம் எதிர்கொள்கிறோம்.

தங்களுடனே தாங்கள் நிகழ்த்திக்கொண்ட போராட்டத்தில் மரபை மாற்றிய இசைக் கலைஞர்களும் இசையியலாளர்களும் வரலாற்றின் வெவ்வேறு காலகட்டங்களில் இருந்திருக்கிறார்கள். எது சரி, எது தவறு என்பதைக் குறித்த பிரச்சினை அல்ல இது. நாம் விளக்கமாகப் புரிந்துகொள்ள வேண்டிய அம்சம். இதைப் புரிந்துகொண்டால்தான் நாம் எதை இழந்திருக்கிறோம், எதைப் பெற்றிருக்கிறோம் அல்லது மாற்றியிருக்கிறோம் என்பதை எடைபோட முடியும். இசையின் பரிமாணத்தோடு இசைந்துபோகாத ஒரு மாற்றம் அமல்படுத்தப்படும்போது, அல்லது ஏற்றுக்கொள்ளப்படும்போது அதை உள்ளடக்குவதற் காக இசை தகவமைக்கப்படுகிறது. மிக விரைவிலேயே இந்தப் புதிய தகவமைப்பு மரபாக மாறுகிறது. சில சமயம் நாம் தனிநபர்கள் என்ற முறையில் பரிணாமத்தின் நடைமுறையைப் புரிந்து கொள்வதற்குத் தேவையான காலத்தைச் செலவிடுவதில்லை. பரிணாம நடைமுறைக்கு வெளியே இருக்கும் செல்வாக்கு களின் அடிப்படையில் முடிவுகளை எடுக்கிறோம். ஒவ்வொரு செல்வாக்குமே இவை இரண்டுக்கும் இடையிலான பரஸ்பரத் தொடர்பின் விளைவுதான் என்பதால் நான் 'அகம்', 'புறம்' ஆகிய

சொற்களைப் பயன்படுத்த விரும்பவில்லை. அத்தியாவசியமான அம்சங்களைத் தக்கவைத்தபடியே வெளியிலிருந்து வரும் செல்வாக்குகளை அகவயப்படுத்திக்கொள்ள வேண்டும் என்றால் கலை வடிவின் அமைப்பு, மாற்றம், சிந்தனைப் போக்கின் வளர்ச்சி ஆகியவற்றைப் புரிந்துகொள்வது அவசியம். உள்முகமான ஆய்வை மேற்கொள்ளாத இசைக் கலைஞரின் மீது புறச் செல்வாக்குகள் அதிகம் செயல்பட்டால் அவரது இசைப் பயணம் திசை தடுமாறும். அது ஏற்றுக்கொள்ளப்படுகிறதா இல்லையா என்பது முக்கியமல்ல. இத்தகைய திசை மாற்றங்களின் அழகியல் சார்ந்த விளைவுகள் கவலைக்குரியவை.

பழக்கம், மரபு, சம்பிரதாயம்

இசை விஷயத்தில் இந்தச் சொற்கள் பரஸ்பரம் மாற்றாகப் பயன்படுத்தப்படுகின்றன. வாடிக்கை அல்லது பழக்கம் சார்ந்த அம்சங்கள் ஒப்புக்கொள்ளப்பட்ட நெறிகளாகச் சமூகத்தால் பின்பற்றப்படுகின்றன. மரபு என்பது திரும்பத் திரும்பச் சொல்லப்பட்டு அடுத்த தலைமுறைக்குக் கையளிக்கப்படும் கோட்பாடுகளாகப் பார்க்கப்படுகிறது. மரபு என்பது குறித்த நுட்பமான கண்ணோட்டத்தை முன்பே விவாதித்தோம். கர்னாடக இசையில் வாடிக்கை, மரபு ஆகிய இரண்டும் சம்பிரதாயம் என்று பொருள்படுகிறது. வாடிக்கைக்கும் மரபுக்கும் இடையிலான வித்தியாசம் என்பது அர்த்தமற்றதாகவே கருதப்படுகிறது. இதன் விளைவாக, எல்லா மாற்றங்களுமே சம்பிரதாயம் என்னும் எல்லைக்குள் நடப்பவையாகவே கருதப்படுகின்றன. இது ஏதேனும் ஒன்றைத் தங்களது சம்பிரதாயம் என்று கூறிக்கொள்வதற்கான உரிமையை எல்லா இசைக் கலைஞர்களுக்கும் வழங்குகிறது. அப்படிச் சொல்லிக்கொண்டே இந்த மரபுகளை விளங்கிக்கொள்வதற்கான பொறுப்பைத் தட்டிக் கழிக்கவும் இது வழிவகுக்கிறது. கடந்த காலத்துடனான நமது தொடர்பை ஏற்படுத்திக்கொள்வதற்கான உரிமமாக ஆகிவிடுகிறது,

நாம் பின்பற்றும் பெரும்பாலான நடைமுறைகள் *பழக்கம்* என்னும் வகைமையின் கீழ் வருகின்றன. இவை பெரும்பாலும் இசைக்கலைஞர் ஒருவரின் செயல்களிலிருந்து பிறப்பவை. இவை அவரது மாணவர்களால் பின்பற்றப்பட்டுப் பிறராலும் ஏற்றுக்கொள்ளப்படும்போது அவை சம்பிரதாயமான மரபுடன் பல சமயம் மோதலில் ஈடுபடுகின்றன. இவற்றுக்கிடையே சமரசம் காண நாம் முயலவில்லை. மரபின் முழுமையான அமைப்பின் பகுதியாக நாம் வாடிக்கையை ஏற்றுக்கொள்கிறோம். இதில்

எந்த மோதலையும் நாம் காண்பதில்லை என்பது சுவாரஸ்ய மானது. இதற்கு முக்கியமாக இரண்டு காரணங்கள்: இந்த வழக்கத்தை உருவாக்கிய கலைஞரின் ஆகிருதி தர்க்கரீதியான அலசல்களைக் கடந்து சென்றுவிடுகிறது. இரண்டாவதாக, அடுத்த தலைமுறையால் அது ஏற்றுக்கொள்ளப்பட்ட பிறகு அது நமது வரலாற்று உணர்வின் ஒரு பகுதியாக மாறிவிடுகிறது. இந்த உணர்வுதான் இசையின் புராதனத்தன்மை குறித்த நமது நம்பிக்கைகளைக் காப்பாற்றுகிறது.

சமூக, சமய, அரசியல் ரீதியான செல்வாக்குகளாலும் வாடிக்கைகள் உருவாக்கப்படுகின்றன. ஒரு பின்புலத்தின் வரையறைக்குள் ஏற்றுக்கொள்ளப்படுவதற்கான தேவையிலிருந்து இந்தச் செல்வாக்குகள் உருவாகின்றன. இந்த மாற்றங்கள் இசை மரபுக்கு விசுவாசமாகவோ அல்லது மீறலாகவோ இருக்கலாம். பின்புலம்தான் இதை ஏற்றுக்கொள்ளத்தக்கதாக ஆக்குகிறது. கலை வடிவங்கள் மீது செல்வாக்கு செலுத்துவதில் சமய நம்பிக்கைகளும் முக்கியப் பங்கு வகிக்கின்றன. இந்நிலையில் கலை பிழைத்திருத்தல் அல்லது அதன் புகழ் சவாலுக்கு உள்ளாவதால் இசையின் சாரத்தில் பெரும் மாறுதல்கள் உண்டாக இது வழிவகுக்கிறது.

உதாரணமாக சடங்கு சார்ந்த தமிழ் நாடக வடிவங்கள், பார்வையாளர்களின் ஆர்வத்தைத் தக்கவைப்பதற்காகச் சமகால அம்சங்களிலிருந்து தங்களுக்கான கதைகளை எடுத்துக் கொள்கின்றன. கலையின் வடிவம், பாணி, நிகழ்த்தப்படும் விதம் ஆகியவை மாறாமல் இருப்பதால் உள்ளடக்கத்தில் ஏற்படும் இந்த மாற்றம் மேலோட்டமான மாற்றமாகக் கருதப்படுகிறது. ஆனால் சமகாலக் கதைகளைச் சித்தரிப்பதற்காகப் பயன்படுத்தப்படும் உத்திகள் கதைசொல்லுவதற்கான வழிமுறைகளையே மாற்றிவிடக் கூடும். பின்புலத்தில் மாற்றம் தேவைப்படும் நிலையிலும் கலை வடிவம், கலைநோக்கு ஆகியவற்றில் கலைஞர்கள் மிகவும் கவனமாக இருக்க வேண்டும் என்று கருதுகிறேன். எனினும், மாறிவரும் சூழலில் இந்தச் சமநிலையைப் பேணுவது மிகவும் கடினமானது. மரபார்ந்த ஜவுளித் துறையில் பணிபுரிபவர்கள் எதிர்கொள்ளும் சவாலுக்கு இணையானது இது. இவர்கள் மரபார்ந்த அம்சங்களைக் காப்பாற்றியபடியே இன்றைய வாடிக்கையாளர்களுக்கு ஏற்பத் தங்கள் வடிவமைப்புகளை நவீனப்படுத்த வேண்டியிருக்கிறது. இது வடிவமைப்பின் மரபை நேரடியாகப் பாதிக்கிறது. ஆனால் பிழைத்திருப்பது குறித்த கவலையும் மிகவும் முக்கியமானது.

இந்தப் பிரச்சினையைக் கையாள வேறு வழி ஏதேனும் உள்ளதா என்னும் கேள்வி எழுகிறது. சமூகத் தேவைகளைப் பூர்த்தி செய்வதற்காகச் சமரசம் செய்துகொள்ளாமல் மரபார்ந்த வடிவத்தின் அழகைச் சமூகம் உணரச்செய்ய முடியுமா? சமூக ரசனைகளும் தேர்வுகளும் மாறிவரும் விதம் சிக்கலானது. இந்தச் சிக்கலைக் கையாள்வது அவ்வளவு எளிதல்ல. சமூகச் சிந்தனையின் பிரிக்க முடியாத பகுதியாக இருக்கும் மதம், கலை வெளிப்பாடுகளின் மீது நேரடியாகத் தாக்கம் செலுத்துகிறது. இயற்கையின் மர்மங்கள், அறிய ஒண்ணாத அம்சங்கள், வாழ்வின் புதிர்கள், படைப்பு, கடவுள் முதலானவை குறித்த தேடலிலிருந்துதான் பெரும்பாலான கலை வடிவங்கள் பிறந்தன. சமய நம்பிக்கைகளிலிருந்து பெறப்பட்ட பழக்க வழக்கங்கள் கலை மரபுக்குள் ஏற்றுக்கொள்ளப்பட்டிருக்கின்றன. எல்லா நாகரிகங்களிலும் இது நிகழ்ந்திருக்கிறது. இந்த மாற்றங்கள் கலை வடிவைப் பெருமளவில் மாற்றி அமைத்திருக்கின்றன.

கடந்த காலத்தின் இயக்கங்கள் நிகழ்காலத்தின் மாற்றங்களுக்கு வழிவகுக்கின்றன. இதன் விளைவாக இசை மரபு மாற்றம் கொள்கிறது. ஆதாரமான அம்சங்களைத் தக்கவைத்தபடியே இந்த மாற்றங்கள் நிகழ்கின்றன. இசைவடிவின் ஒருங்கமைவோடு ஒப்பிடுகையில் இவை இரண்டாம்பட்சமானவை. தனிநபர் சார்ந்த மாற்றங்களும் வாடிக்கைகளும் தனிநபரின் தேவை அல்லது பிழைத்திருப்பதற்கான நிர்ப்பந்தம் ஆகியவற்றால் தூண்டப்படுகின்றன. கலை வடிவத்தைவிடவும் இவை கூடுதல் முக்கியத்துவம் பெற்றுவிடுகின்றன. மரபு, தனிநபர், சமூகம் ஆகியவை சார்ந்த எல்லா மாற்றங்களும் பரஸ்பரம் ஊடாடுவதை வரலாறு வெளிப்படுத்துகிறது. சிக்கலான இந்த ஊடாட்டங் களின் சிக்கலை அழிப்பதற்கான முயற்சியில் கலை வடிவத்தின் *வடிவம், கட்டுமானம், நோக்கு ஆகியவை இருக்கின்றன.*

இன்றுள்ள இசை வடிவத்தை நன்றாகப் புரிந்துகொள்ள வேண்டுமென்றால் ஒவ்வொரு இசைக் கலைஞரும் சம்பிரதாயம் என்னும் கோட்பாட்டை ஆராய்ந்து பார்க்க வேண்டும் என்பது என் கருத்து. இதற்கு, உயிரோட்டமுள்ள கூட்டுச் சிந்தனை, தனிநபர், சமூக அரசியல் சார்ந்த பழக்கங்கள் ஆகியவற்றைக் கவனமாகச் *சலித்துப் பிரித்துப் பார்க்க வேண்டும்.* இந்தச் சுயபரிசோதனை ஒவ்வொரு கலைஞரும் இசை குறித்த தனது சிந்தனையை வரையறுத்துக்கொள்ளவும் வழி வகுக்கும். ஒவ்வொரு இசை வடிவமும் இசையின் உயிரோட்டமுள்ள வரலாற்றின் ஒரு பகுதியாக இருப்பது அதற்கான அலாதியான தனி அடையாளத்தை வழங்கும்

தன்மைகளைத் தக்கவைத்துக்கொள்வதற்கான வழியாக அமையும். பல்வேறுபட்ட இடங்களிலிருந்து இசைக்கான தூண்டுதல்கள் வரும் இன்றைய காலகட்டத்தில் இது மிகவும் முக்கியமானது. இந்தத் தூண்டுதல்கள் கர்னாடக இசையின் மீதான நமது *கவனக் குவிப்பின் மீது செல்வாக்குச் செலுத்துபவை* என்பதில் ஐயமில்லை. பல்வேறு சூழல்களில் பல்வேறு மாற்றங்களுக்கு ஏற்பத் தன்னைத் தகவமைத்துக்கொண்டபடி காலத்தினூடே பாய்ந்துவரும் நதியாக இசையை நாம் விளங்கிக்கொள்ள வேண்டும். இல்லையேல் இந்த நதியில் நம்மால் பயணிக்க முடியாது. இசையை எந்த விதத்தில் அனுபவிக்க நாம் விரும்புகிறோம் என்பதை நாம் ஒவ்வொருவரும் முடிவு செய்ய வேண்டும். இசையை அனுபவிப்பதன் மூலம் அதன் பயணத்திற்கு நம்மால் பங்களிக்க முடியும்.

○

2

இசையின் நோக்கம்

இசை என்பது எனக்கு என்னவாக இருக்கிறது?

ஒவ்வொரு இசை ரசிகரும் எழுப்பிக்கொள்ளும் கேள்வி இது. இசைக்கும் அதைக் கேட்பவருக்கும் இடையிலான தொடர்புகள் அறிவுபூர்வமானதும் உணர்வுபூர்வமானதும் ஆகும். இந்தத் தொடர்புகள் வெவ்வேறு இசை வடிவங்கள், மாறுபட்ட அதிகார அடுக்குகள், படிநிலைகள் ஆகியவற்றுக்கான தேர்வுகளை நம் மனதில் உருவாக்குகின்றன. இந்த அதிகார அடுக்குகள் நிரந்தரமானவை அல்ல. நமது வாழ்வின் போக்கில் இவை மாற்றத்திற்கு உள்ளாகலாம். ஒரு சில அம்சங்கள் மட்டும் மாறாமல் இருக்கலாம்.

இத்தகைய படிநிலைகள் இருந்தாலும் முற்றிலும் வேறான இரண்டு இசை வடிவங்கள் சமமான அளவில் வலுவான உணர்ச்சிகளை எழுப்புவது முழுக்க முழுக்கச் சாத்தியம்தான். உதாரணமாக, பீட்டல்ஸின் பாடலைக் கேட்கும்போது ஏற்படும் உத்வேகமும் கதனகுதூகல ராகத்தில் அமைந்த ஒரு பாடலைக் கேட்கும்போது ஏற்படும் உத்வேகமும் ஒரே மாதிரியானவையாக இருக்கலாம். இவை இரண்டின் பின்னணி, இசைக் கருவிகள், பாடலின் அமைப்பு, குரலின் ஏற்ற இறக்கங்கள் ஆகியவை முற்றிலும் வித்தியாசமானவை என்றாலும் அவை இரண்டும் ஒரே விதமான அனுபவத்தைத் தருகின்றன. இரு விதமான இசைகளுக்கும் இடையே பொதுத்தன்மைகள் இருப்பதாகத் தொழில்நுட்ப ரீதியில் நிரூபிப்பது சாத்தியம்தான். அப்படி

இருந்தாலும் இந்த இரு இசை வகைகளும் ஒரே விதமான உணர்வுகளை எழுப்புவது வியப்புக்குரியதுதான். எல்லா இசை வகைகளின் நோக்கமும் ஒன்றுதான் என்னும் *மேம்போக்கான* நம்பிக்கையையும் இது சில சமயம் ஏற்படுத்திவிடும்.

கீழ்க்காணும் கேள்விகளை நாம் ஆராய வேண்டும்: வெவ்வேறு இசை வகைகளோடு நாம் ஒரே விதமாக உணர்வுபூர்வமான உறவுகொள்ள முடியும் என்றால் ஒரு இசை வகையை இன்னொரு வகையிலிருந்து பிரித்துக் காட்டும் அம்சம் எது? எல்லா இசை வகைகளும் ஒன்றுதானா? நாம் உணரும் வித்தியாசங்கள் எல்லாம் முன் நிபந்தனைகளுக்கு உட்பட்டவைதானா? இந்தச் சிந்தனைகள் இசையின் இயல்பு, சமூகத்தில் அதன் பங்கு, தனி நபருக்கு அது தரும் பொருள் ஆகியவை குறித்த ஆழமான ஆய்வுக்கு நம்மை இட்டுச் செல்கின்றன.

அந்த ஆய்வை மேற்கொள்வோம். இசைக்கான உணர்வுபூர்வ மான எதிர்வினை நமது புலன்களால் தூண்டப்படுகிறது. முந்தைய அத்தியாயத்தில் நாம் விவாதித்தபடி, வெவ்வேறு காரணிகள் இந்த எதிர்வினைக்குப் பங்களிக்கின்றன. இசை எந்த வடிவத்தைச் சேர்ந்ததாக இருந்தாலும், எந்த 'வகை'யைச் சேர்ந்ததாக இருந்தாலும் அதன் மிக முக்கியமான செயல்பாடு நமது மனதைத் தொடுவதுதான் என்று பலரும் நம்புகிறார்கள். இசை தரும் உத்வேகம் அல்லது வேறு ஏதேனும் உணர்ச்சிதான் இசையில் முக்கியமானது என்று சிலர் கருதுகிறார்கள். நாம் கேட்கும் இசை வகையானது நமது ஆளுமை, குறிப்பிட்ட நேரத்தில் நமது மனநிலை இவற்றோடு தொடர்புடையது, இவற்றைப் பிரதிபலிப்பது என்பதை நாம் நினைவில் வைத்துக்கொள்ள வேண்டியது அவசியம். ஒருவருடைய மனநிலையைப் பொறுத்து, சில வகையான இசை வகைகள் ஆழமாக பாதிக்கக்கூடியவையாக, தொந்தரவு செய்யக்கூடியவையாக இருக்கலாம்.

உணர்வுபூர்வமான எழுச்சியைத் தவிர, ஒவ்வொரு இசை வடிவமும் சமூகம், அதனைச் சுற்றி வளர்த்துள்ள சமூக, பண்பாட்டுக் கட்டுமானங்களின் அடிப்படையில் தனக்கே உரிய விதத்தில் வரலாற்று ரீதியான மற்றும் சமகாலப் பங்கைக் கொண்டிருக்கிறது. இங்கே இசையின் பங்கானது அதன் மூலாதாரத்தின் இயல்பு, அதன் பயணம், சமூகக் கட்டமைப்பிற்குள் அதன் செயல்பாடு ஆகியவற்றின் விளைவாக உள்ளது. இப்படிச் சமூக ரீதியாக நம் புறச்சூழல் சார்ந்து உருவாகும் நோக்கமானது இசையின் வடிவத்தை உருவாக்குகிறது. அதன் இயல்பையும் அது நிகழ்த்தப்படும் விதத்தையும் தீர்மானிக்கிறது. இசை புழங்கும் சூழலையும் அது கட்டுப்படுத்துகிறது. சில சமயம், இசையானது

பரிணாம வளர்ச்சி பெறும்போதே இந்தக் கட்டுமானங்கள் கட்டமைக்கப்படுகின்றன என்பதையும் நாம் கவனிக்க வேண்டும். இது நடக்கும்போது, சமூகக் கட்டமைப்பு உருவாவதற்கு முன்பு இருந்த நோக்கமானது மாறுபட்ட திசையில் பரிணமிக்கத் தொடங்கலாம்.

எனவே, இசை ஏன் ஒரு குறிப்பிட்ட வடிவத்தை எடுக்கிறது என்பதைப் புரிந்துகொள்ள இசையின் 'நோக்கம்' என்பது முக்கியமானதாகிறது. மரபு, வாடிக்கை, தனிநபர்களின் விருப்புத் தேர்வுகள் ஆகிய பல காரணங்களால் இதை விளங்கிக்கொள்வது கடினமானதாகிறது என்றாலும் இந்த ஆய்வும் இதன் மூலம் நாம் கண்டறியும் உண்மைகளும், இதர கலை வடிவங்களைக் காட்டிலும் ஒரு குறிப்பிட்ட கலை வடிவத்தின் மீது நாம் ஏன் இவ்வளவு ஆழமாக ஈடுபாடு கொண்டிருக்கிறோம் என்பதை நமக்கு உணர்த்துகின்றன என்பதைப் புரிந்துகொள்ள உதவுகின்றன. வீடு, அலுவலகம் ஆகிய இரண்டு வகைக் கட்டடங்களை ஒரு கணம் நினைத்துப் பாருங்கள். இரண்டிலுமே மனிதர்கள் இருக்கிறார்கள். இரு கட்டடங்களும் கட்டப்பட்ட நோக்கங்களே அவற்றின் இடமும் பொருள்களும் பயன்படுத்தப்படும் விதத்தைத் தீர்மானிக்கின்றன. கட்டப்பட்ட விதம், கட்டடங்களை அணுகும் விதம் ஆகியவற்றையும் இந்த நோக்கங்களே தீர்மானிக்கின்றன.

ஒரு கலை வடிவத்திற்கான தேவை என்ன? சமயம், இன்னொரு கலை நிகழ்விற்குத் துணைபுரிதல், சமூகத்தைக் கட்டியெழுப்புதல், சமூக, தனிப்பட்ட நிகழ்வுகள் எனப் பலவிதமான தேவைகள் இருக்கலாம். தூய கலை என்பதற்காக மட்டுமேகூட ஒரு கலை வடிவம் இருக்கலாம். சமூக – அரசியல் அமைப்புகள் பரிணாமம் பெறுகையில் கலை வடிவமும் பரிணாமம் பெறுகிறது. தனக்கே உரிய நுட்பமான வழிகளில் இந்த மாற்றங்களை அது உள்வாங்கிக்கொள்கிறது. கலை வடிவம் ஆற்றும் பல்வேறு பங்குகளை விமர்சனபூர்வமாகவும் தர்க்க ரீதியாகவும் அலசிப் புரிந்துகொள்ள வேண்டியது அவசியம். ஏனென்றால், நேரெதிரான தன்மைகள் கொண்ட கலை வடிவங்கள்கூட ஒரே விதமான உணர்வுகளைத் தோற்றுவிக்க முடியும் என்பது தெளிவு.

ஒரு கலை வடிவமானது சமூக, அரசியல் அல்லாத சமயம் சார்ந்த காரணிகளால் பாதிக்கப்படுவதால் அது சூழலுக்கேற்பத் தன்னைத் தகவமைத்துக்கொள்வதற்காகச் சில சமயம் தன்னை மாற்றிக்கொள்ளக்கூடும். அதன் அடிப்படைக் குணம்கூட மாறக்கூடும். கலை வடிவம் 'மாறுகிறது' என்று நான் சொல்லும்போது அதை நிகழ்த்துபவர்களின் பங்கைப் பற்றியே

சொல்கிறேன். இந்த மாற்றம் இருவேறு கலை வடிவங்களுக்கிடையே உள்ள வித்தியாசத்தை மங்கச் செய்யவும்கூடும். இரண்டின் நோக்கங்களும் ஒன்றுடன் ஒன்று கலப்பதால் இப்படி நடக்கலாம். அவை எழுப்பும் உணர்ச்சிகளும் ஒன்றுடன் ஒன்று கலக்கவும் இந்த மாற்றங்கள் வழி வகுக்கலாம். ஒரு தனிநபருக்கும் இரு வேறு இசை வடிவங்களுக்கும் இடையிலான பிரக்ஞைபூர்வமான உறவு நெருங்கி வரலாம். இது இருவிதமான எதிர்வினைகளையும் பார்வைகளையும் உருவாக்கி, கலை வடிவத்திற்குள் இருக்கும் அமைப்பை, கட்டுமானத்தை மாற்றியமைக்கும் அளவுக்கும் போகலாம். எனவே ஒரு கலை வடிவத்தின் பயணத்தையும் பரிணாம மாற்றங்களையும் உணர்வு தளத்தில் வைத்து அலசுவது சாத்தியம் அல்ல. அப்படிச் செய்வது சரியும் அல்ல. அப்படிச் செய்யப்போனால் முற்றிலும் மாறுபட்ட தூண்டுதல்களின் பொதுத்தன்மை, அதன் முக்கியத்துவம் ஆகியவை குறித்த பரந்துபட்டதும் சிக்கலானதுமான காரணிகள் கணக்கில் எடுத்துக் கொள்ளப்படாமலேயே இந்தத் தூண்டுதல்களுக்கிடையே உணர்வுபூர்வமான உறவு ஏற்பட அது வழி வகுத்துவிடும்.

இசையின் ஒவ்வொரு வடிவமும் தனக்கென்று ஒரு ரசிகர் திரளைக் கொண்டிருக்கிறது. இது இசையின் சமூக இயல்பின் இன்னொரு அம்சம். இந்தக் கூட்டத்தின் இயல்பானது அதன் கலாச்சாரப் பின்னணி, அனுபவம், சமூகப் பிரிவுகள் ஆகியவற்றால் வரையறுக்கப்படுகிறது. இவற்றில் சமூகப் பிரிவுகள் என்னும் அம்சம் அதிகார அடுக்குகள் உருவாவதற்குத் தோதான களம். சமூகத்தில் ஒரு கலை வடிவத்தின் பங்கும் அது குறித்த பொதுவான கண்ணோட்டமும் அந்தக் கலை அனுபவம் யாருக்குக் கிடைக்கும் என்பதையும் அதற்கான ரசிகர்களின் எண்ணிக்கையையும் வரையறுக்கின்றன. சமூகத்தில் தெளிவான இடம் கொண்ட கலை வடிவங்களுக்குப் பெரும் திரளான ரசிகர்கள் இருப்பார்கள். இந்த ரசிகர் திரளையும் அந்தக் கலை வடிவம் உருவான விதம், அதன் இயல்பு ஆகியவற்றால் வரையறுக்கப்பட்டதாகவே இருக்கும். இந்தச் சமூகங்களுக்குள்ளும் சமூகங்களுக்கிடையேயும் பிரிவுகள் இருப்பதால் இந்தச் சிக்கலான சமூக அமைப்புகளைத் தவிர்க்க வழி இல்லை.

சில கலை வடிவங்கள் அவற்றை நிகழ்த்துபவர்களாலும் அவற்றின் புரவலர்களாலும் 'உயர்ந்தவை' என்றும், மற்றவர் களால் மேட்டுக்குடிக் கலைகள் என்றும் கருதப்படுகின்றன. உயர்குடியினர் என்று சொல்லப்படும் பிரிவினர், பிற கலை வடிவங்களை இழிவாகவே பார்க்கிறார்கள். அவை ஒழுங்கற்ற, பண்படாத கலை வடிவங்களாகக் கருதப்படுகின்றன. இந்த வித்தியாசங்கள் சமூகத்தின் அதிகார அடுக்குகளால்

தீர்மானிக்கப்படுகின்றன. ஒரு கலையைப் பேணி வளர்க்கும் சமூகங்களைப் பொறுத்து இது நடைபெறுகிறது. கலையின் நோக்கம் என்ன என்பதை அறிவதற்கான தேடல் குறித்த விவாதத்தில் இந்த வித்தியாசங்களையும் தவிர்த்துவிட வேண்டும்.

கலையில் மேம்பட்ட நிலை என்பது அகவயமான கண்ணோட்டம்தான். பார்ப்பவரைப் பொறுத்து மாறக்கூடியது. 17ஆம் நூற்றாண்டின் ஆங்கிலேயர்களைப் பொறுத்தவரை இந்தியர்கள் பண்படாத சமூகத்தினர். இந்தக் கருத்துக்கு அடிப்படை என்ன? பிரிட்டிஷ் சமூகத்தில் நிலவிய பண்பாடே உயர்ந்தது என்னும் நோக்கிலிருந்து இந்தப் பார்வை பிறக்கிறது. இன்று பெரும்பாலான இந்தியர்கள், குறிப்பாக நகரங்களில் வசிப்பவர்கள், எது பண்பட்டது, எது பண்படாதது என்பது குறித்து இதேபோன்ற கண்ணோட்டங்களையே கொண்டிருக் கிறார்கள். தமிழ்நாட்டில் பலர் உணர்ச்சிகளை அதீதமாக வெளிப்படுத்துவார்கள். உணர்ச்சிவசப்பட்டு எதிர்வினை ஆற்றுவார்கள். ஆங்கிலக் கல்வி பயின்றவர்களுக்கு இத்தகைய வெளிப்பாடுகள் அவஸ்தையை ஏற்படுத்துகின்றன. கட்டற்ற உணர்ச்சி வெளிப்பாடுகள் தரக்குறைவானவை என்னும் மேற்கத்தியக் கண்ணோட்டத்தையே இவை பிரதிபலிக்கின்றன.

மெருகேற்றப்பட்ட தன்மை என்பது உயர் மட்டத்தில் உள்ள சமூகத்தினரின் பண்பாட்டைப் பிரதிபலிப்பது என்பன போன்ற கண்ணோட்டங்கள் பண்பட்ட வடிவம் என்னும் கருத்துக்குப் பின் இருக்கின்றன. சமூகத்தின் 'உயர்' தட்டு மக்கள் பயிலும், பேணிக் காக்கும், பரப்பும் கலை – பண்பாட்டுக் கூறுகள் மேலானவை, 'கீழ்' மட்டத்தில் உள்ளவர்களின் கலை – பண்பாட்டுக் கூறுகள் தரம் குறைந்தவை என்னும் கருத்தை இது உருவாக்குகிறது. குறிப்பிட்ட வர்க்கத்தினர் மட்டும்தான் இப்படி நினைக்கிறார்கள் என்பதில்லை. சமூகம் முழுவதும் இத்தகைய கண்ணோட்டம் நிலவுகிறது. பொருளாதார ரீதியில் தங்களை மேம்படுத்திக்கொள்பவர்கள் ஏற்கெனவே உயர் மட்டத்தில் இருப்பவர்களின் நடத்தையை நகல் செய்யத் தலைப்படுகிறார்கள். அந்தப் பிரிவைச் சேர்ந்தவர்களாகக் கருதப்படுவதற்காக, அவர்கள் கொண்டாடும் கலை வடிவங்களை ஆர்வத்துடன் ஆதரிக்கிறார்கள். இந்தக் கலை வடிவங்களை ரசிப்பதும் ஆதரிப்பதும் பரிணாம வளர்ச்சிபெற்ற மனித இனத்தின் அடையாளங்களாகக் கருதப்படுகின்றன. யதார்த்தத்தில் இது சமூக ரீதியான அம்சம்தான். கலை வடிவங்களை ரசிப்பது என்பது அவற்றுடனான தொடர்பினால் உருவாகும் விளைவு. ஒரு கலை வடிவத்தை இன்னொன்றுடன் ஒப்பிடக் கூடாது.

ஒரு கலை வளர்ச்சியின் பரிணாம வளர்ச்சியைச் சமூகக் காரணிகள் முடுக்கிவிடுவதைப் போலவே அந்த வடிவம் உருவாவதற்கு ஆதாரமான நோக்கமும் முடுக்கிவிடும். கலை வடிவம் தன்னுடைய பாணியை வடிவமைத்துக்கொள்வது, கலை வடிவின் பரிணாமத்தில் குறிப்பிடத்தகுந்ததும் கவனிக்கக்கூடியதுமான ஓர் அம்சம். தன்னை வடிவமைத்துக்கொள்ளுதல் என்பது ஒரு கலை வடிவத்திற்குள்தான் பொருத்தமானது. பரிணாமம் என்னும் செயல்முறையின் விளைவாகப் பல்வேறு பாணிகள் ஒன்றோடொன்று உள்முகமாக ஒப்பிட்டுப் பார்த்துப் பிரித்து வகைப்படுத்தப்படுகின்றன. இங்கே 'உள்முகம்' என்பது இந்த மாற்றங்கள் கலையின் வீச்செல்லைக்குள் நிகழ்வதையே குறிக்கிறது. அதே சமயம், இத்தகைய மாற்றங்கள் சமூகத்திலிருந்து வரும் 'வெளிமுகமான' காரணிகளாலும் தூண்டப்படும் என்பதையும் மறுக்க இயலாது.

தென்னிந்தியாவின் வெவ்வேறு கலை வடிவங்களை எடுத்துக்கொண்டு, கலை என்னும் விரிவான பின்புலத்தில் வைத்து அவற்றின் பங்குகளைப் புரிந்துகொள்ள இப்போது முயற்சி செய்யலாம்.

நாட்டுப்புறக் கலை

பல ஆண்டுகளுக்கு முன்பு டாக்டர் ஹரால்ட் பவர்ஸுடனான நிகழ்ந்த உரையாடல் என் நினைவுக்கு வருகிறது. அவர் பிரின்ஸ்டன் பல்கலைக்கழகத்தின் இனவரைவியலாளர். "செவ்வியல் இசை, நாட்டார் இசை என்னும் பிரிவு முழுக்க முழுக்கச் சமூக ரீதியிலானது. இவ்வடிவங்கள் சமூகத்தின் உயர் மட்டப் பிரிவுகளில் அதிகம் பேரால் ரசிக்கப்படும்போது இவை செவ்வியல் கலையாக மாறுகின்றன. அதற்கான அழகியல் மறுகட்டமைப்பு செய்யப்படுகிறது" என்றார் அவர்.

இப்படிப்பட்ட விளக்கத்தை நான் அப்போதுதான் முதன்முதலாகக் கேட்கிறேன். நாட்டார் இசை என்பது அவ்வளவாக வடிவமைக்கப்படாதது, வளர்ச்சி பெறாதது, என்றும், அப்படியே இருப்பதுதான் அதன் நோக்கமும்கூட என்றும் எல்லா இசைக் கலைஞர்களையும் போல நானும் நினைத்திருந்தேன். டாக்டர் ஹரால்ட் இப்படிச் சொல்கிறார். இது எனக்குள் பெரிய கேள்வி ஒன்றை எழுப்பியது. நாட்டார் அல்லது நாட்டுப்புற என்றால் என்ன?

நாம் கூத்து முதலான கலைகளைக் குறிப்பிடுகிறோம். யக்ஷகானம்கூட நாட்டார் கலைதான். அதாவது, அவ்வளவாகப் பரிணாமம் பெறாத கலை என்னும் பொருளில் இவற்றை

டி.எம். கிருஷ்ணா

நாட்டார் கலை என்கிறோம். இந்தக் கருத்து தவறான முடிவுக்கு இட்டுச் செல்லக்கூடியது. நாம் நாட்டுப்புறக் கலை என்று குறிப்பிடும் கலை வடிவங்கள் எல்லாமே நன்கு பரிணாமம் பெற்றவை. கலை வடிவம் என்றால் என்ன என்பது குறித்த மெய்யான பொருளில் அவை பரிணாமம் பெற்றவை. கலை வடிவம் குறித்த கண்ணோட்டங்களின் அடிப்படையில் இந்த வகைப்படுத்தல் எதற்காக? இவற்றை நாட்டுப்புற இசை என்று ஏன் குறிப்பிடுகிறோம்? டாக்டர் பவர்ஸின் கருத்து ஆழமானது.

நாட்டார் கலை குறித்த நமது கண்ணோட்டம் சமூக ரீதியானது, வர்க்க அடிப்படையிலானது. இந்தக் கலை வடிவங்களுக்கான ரசிகர்கள் கிராமப் பின்னணி கொண்டவர்கள் அல்லது வசதி இல்லாதவர்கள். கோவில்களிலும் சமூக விழாக்களிலும் நிகழ்த்தப்படும் இந்தக் கலைகள் இந்தப் பிரிவு மக்களின் சமூக, சமயப் பழக்க வழக்கங்களின் தவிர்க்க முடியாத பகுதி. இந்தக் கலை வடிவங்கள் நடப்பிலுள்ள சமூக நம்பிக்கைகளோடும், நடைமுறைகளோடும் தொடர்புகொண்ட மரபார்ந்த கதையாடல்களைப் பிரதிநிதித்துவப்படுத்துபவை. கலைஞர்கள் சமூகத்தால் இவை பேணிக் காக்கப்படுகின்றன. இந்தக் கலைகளில் இவர்கள் பெறும் பயிற்சி குடும்பம் அல்லது சமூகங்களால் வழிவழியாகப் பின்பற்றப்படுகின்றன.

இந்தக் கலை வடிவங்களை மேம்போக்காகப் பார்த்தால் உண்மைக்குப் புறம்பான, எளிமைப்படுத்தப்பட்ட முடிவுகளுக்கு நாம் வந்து சேருவோம். இதை முறையாகப் புரிந்துகொள்ள வேண்டுமென்றால் இலக்கணமும் கோட்பாடும் தேவை. இவை எழுதப்பட்டதாகவோ வாய்மொழி மரபின் மூலம் வந்ததாகவோ இருக்கலாம். எழுதப்பட்ட இலக்கணம்கூட இதுதான் இறுதியானது என்று சொல்லி நமக்குக் கொடுக்கப்படவில்லை. நடைமுறையில் ஏற்பட்ட படிப்படியான மாற்றங்களின் விளைவு அது. எனவே, கறாராகப் பார்த்தால் செவ்வியல் வடிவத்திற்கு எழுதப்பட்ட இலக்கணம் இருக்க வேண்டும் என்ற கருத்து பொருத்தமற்றது. நாட்டார் கலை வடிவங்களுக்கு நன்கு வளர்ச்சியுற்ற இலக்கணமும் முறைப்படுத்தப்பட்ட *வடிவமும்* இருக்கின்றன. ஆனால் இவை முறையாக எழுதப்பட்ட கோட்பாடுகளாக இருக்க வேண்டும் என்பதில்லை. இந்தக் கலைகளைக் கற்றுக்கொள்ளும் விதம் வரையறுக்கப்பட்ட பயிற்சி முறையின் கீழ் வருவதில்லை. தலைமுறை தலைமுறையாக இந்த ஞானம் பயிற்றுவிக்கப்படுகிறது. இந்தக் கலை வடிவங்களின் உள்ளார்ந்த இலக்கணம், கோட்பாடு, *வடிவம்* ஆகியவை மாணவர்களின் ஆழ்மனதில் பதிந்துவிடுகின்றன. கலைஞர், ரசிகர், மாணவர், சமூகம் ஆகியோரிடையே தொடர்ந்து

நடந்துவரும் *பரிமாற்றங்களால்* இந்தக் கலை வடிவங்களுக்கான கோட்பாட்டு அடித்தளம் காலப்போக்கில் உருவாகியிருக்கிறது. எனவே, இந்த வடிவங்களுக்கு முறையான கோட்பாடு இல்லை என்று சொல்வது பிழையானது. நிகழ்த்துக் கலைகள் சிலவற்றில் கோட்பாடுகள், கற்பிக்கும் முறைகள் ஆகியவை நெருங்கிய தொடர்புகொண்ட பகுதிகளாக இருக்கின்றன. வேறு சில கலைகளில் இவை தனியாக இல்லை.

சில கலை வடிவங்கள் சடங்குகளின் பகுதிகளாக உள்ளன. இது சுவையானதும் முக்கியமானதுமான ஒரு பரிமாணம். இந்தக் கலை வடிவங்களுக்கெனத் தனி அழகியலும் நிகழ்த்து முறையும் அமைப்பும் உள்ளன. ஆனால் இந்தக் கலைகளின் நோக்கம் ஒரு சமூகத்தின் சமயச் சடங்குகளின் பகுதியாக இருப்பது. இந்தக் கலைகளை அவற்றின் பின்புலத்திலிருந்து பிரித்தெடுத்துத் தனிக் கலையாக நிகழ்த்தினால் அவை தமது அடையாளத்தின் இன்றியமையாத பகுதியை இழந்துவிட்டு நிற்கும். பின்புலத்தினின்றும் பிரிந்த நிலையில் மாறுபட்ட இயல்புடன் இவை வெளிப்படுத்துவதற்கான சாத்தியக்கூறு ஓரளவு இருப்பதையும் நாம் மறுப்பதற்கில்லை. அந்தக் கலை எவ்வளவுதான் முறையாக நிகழ்த்தப்பட்டாலும், பின்புலத்திலிருந்து பிரிக்கப்பட்ட கலை புதிய அழகியல் அடையாளத்தையும் நோக்கத்தையும் பெறும். சதிர் என்னும் பெயரில் ஒரு காலத்தில் தேவதாசிகளால் ஆடப்பட்டுவந்த நடனம் சடங்குகளோடு தொடர்புகொண்டிருந்தாலும் தனித்த கலை வடிவமாக இருந்தது. அதிலிருந்து உருவாக்கப்பட்ட பரதநாட்டியம் என்னும் நடனம், ஒரு கலை வடிவின் உருமாற்றத்திற்குச் சான்றாக உள்ளது. சதிர் நடனமானது சடங்கு சார்ந்த ‘வீட்டுச்’ சூழலில் செயல்பட்டுவந்தாலும் வெறும் சடங்குபூர்வமான நிகழ்வு என்பதைக் காட்டிலும் மேலான கலையாகப் பரிணாமம் பெற்றிருக்கக்கூடும். இந்தப் பரிணாமத்திற்கான விதைகள் அதன் சடங்கு சார்ந்த அடையாளத்தின் *முகப்புத் தோற்றமாக* இருக்கின்றன. சில சமயம் மாற்றங்கள் அவற்றின் மீது திணிக்கப்பட்டிருக்கலாம். சடங்கு ரீதியான பிணைப்பை இழந்திருந்த அதுபோன்ற சந்தர்ப்பங்களில் இந்தக் கலை வடிவங்கள் கடும் அச்சுறுத்தலுக்கு ஆளாகியிருக்கக்கூடும்.

ஆக, நாட்டார் இசை என்பது என்ன?

தாலாட்டுப் பாடல்கள், பிறப்பு, திருமணம், மரணம் என்பன போன்ற வாழ்வின் முக்கிய நிகழ்வுகளின்போது பாடப்படும் பாடல்கள் முதலான சமூக வழக்கங்களின் ஒரு பகுதியாக

இருக்கும் இசை அல்லது பாட்டுதான் நாட்டுப்புற இசை அல்லது நாட்டார் இசை.

ரசிகர்கள் என்று நாம் பொதுவாக எந்தப் பொருளில் சொல்கிறோமோ அத்தகைய ரசிகர்கள் இந்தக் கலைகளுக்கு இல்லை. இசையைத் தருபவரும் பெறுபவரும் தமது உணர்வு நிலையின் மூலம் கலையின் அழகியல் நோக்கத்தை ஒன்றிணைந்து வெளிப்படுத்துகிறார்கள். குறிப்பிட்ட ஒரு பாடலை மரபு வழியாகப் பெற்ற ஒரு சமூகத்தைச் சேர்ந்த யாரும் அதைப் பாடிவிடலாம். ஆதாரமான மனித உணர்ச்சிகள் வாழ்வின் முக்கியமான தருணங்களின் இசையின் மூலம் இயல்பாக வெளிப்படுவது நாட்டார் இசை என்பதன் வரையறைக்குள் வரும் என்று சொல்லலாம். தன்னுடைய அடையாளத்தைத் தீர்மானிக்கும் ஆழ்மன முறைமை எதுவும் இந்த இசைக்கு இல்லை. அந்தச் சமூகத்தின் பின்புலமும் பண்பாட்டு வரலாறும் இதை வரையறுக்கின்றன. எனவே இசையை 'நாட்டார்' இசை என வகைப்படுத்தும்போது நாம் எச்சரிக்கையுடனும் மரியாதையுடனும் கவனத்துடனும் இருக்க வேண்டும்.

திரை இசை

இந்தியாவைப் பொறுத்தவரை, நமது புலன்களை ஆக்கிரமிக்கும் இசை வடிவம் இது. வானொலி, தொலைக்காட்சிகள் நாள் முழுவதும் திரை இசையை வழங்குகின்றன. அதன் புகழ் கேள்விக்கு அப்பாற்பட்டது. முன்னுதாரணம் அற்றது. கிட்டத்தட்ட எல்லா இந்திய மொழிகளிலும் திரைப்படங்கள் எடுக்கப்படுகின்றன. அவற்றின் பாடல்கள் மக்களின் உதடுகளில் குடியிருக்கின்றன. சமகால இந்தியச் சமூகத்தில் இருந்துகொண்டு திரை இசையின் ஒலியிலிருந்து தப்பிப்பது சாத்தியமே அல்ல. திரைப்படங்களின் வீச்சே இதற்குப் பிரதான காரணம்.

உலகம் முழுவதிலும், குறிப்பாக இந்தியாவில், கலாபூர்வமான வெளிப்பாடுகளில் ஆதிக்கம் செலுத்தும் சக்தியாக சினிமா இருக்கிறது. இதன் நேரடி விளைவாகத் திரை இசை வெகுமக்களின் இசை சார் அழகியலைத் தீர்மானிக்கும் சக்தியாக விளங்குகிறது. இதற்கான இசைத் தன்மையும் தாளக் கட்டும் செவ்வியல் இசையிலிருந்து பெறப்பட்டவை. பழைய படங்களில் நடிகர்கள் தங்களது பாடல்களைத் தாங்களே பாடிவந்தார்கள். இவர்கள் செவ்வியல் இசைக் கலைஞர்களாகவோ அல்லது செவ்வியல் இசையில் பயிற்சி பெற்றவர்களாகவோ இருந்தார்கள்.

காலப்போக்கில் இந்த நிலை மாறியது. இசை தனித்ததொரு துறையாக வளர்ந்தது. இந்தியத் திரையுலகில் கதைகள்,

கதைசொல்லும் முறைகள், உத்திகள் மாறியதைப் போலவே இசையும் மாறியது. திரை இசை பன்முகத்தன்மை கொண்டதும் amorphous கொண்டதுமான வடிவம். இது சமகாலத்தின் முக்கியமான தாக்கங்களுக்கு முகம் கொடுக்கும் வகையில் திரை இசை தன்னைத்தானே மறுகண்டுபிடிப்பும் மறுவரையறையும் செய்துவருகிறது. திரை இசையானது இசையின் எந்த ஒரு தன்மையையும் தக்கவைத்துக்கொண்டே ஆக வேண்டும் என்பதில்லை. இந்த அம்சமே அதை வரையறுக்கக் கடினமானதாக ஆக்குகிறது. திரைப்படத்தின் பின்புலத்திற்குள் பொருந்திப் போகும் தன்மை மட்டுமே திரை இசையில் மாறாத ஒரு தன்மை.

நடனம் என்பது இந்தியத் திரைப்படங்களின் மிக முக்கியமான பகுதி என்பதை இங்கே குறிப்பிட வேண்டியது அவசியம். திரைப்படத்தின் பின்புலத்தில் இசையின் பங்கு என்ன என்பது சுவையான ஆய்வுக்கு உரியது. இது நமது பண்பாட்டு வரலாற்றின் ஒரு பகுதி. அண்மைக் காலத்தில் நுழைக்கப்பட்ட இடைச்செருகல் அல்ல. நாடகம், இசை, நடனம் ஆகியவற்றிடையே நிலவிவந்த இயல்பான பரஸ்பரத் தொடர்பின் நீட்சி[1]. பண்டைய இந்தியக் கலை அரங்கில் மேடை நிகழ்வு என்பது இந்தக் கலை வெளிப்பாடுகள் அனைத்தையும் உள்ளடக்கியது. பண்டைய இந்திய நாடகக் கலையை இசையிலிருந்தும் நாட்டியத்திலிருந்தும் பிரிக்க முடியாது. இது பண்டைய சமஸ்கிருத, தமிழ் இலக்கியங் களிலும் பிரதிபலித்திருக்கிறது. இன்றைய கூடியாட்டம், யக்ஷகானம், பாகவத மேளா ஆகியவை இந்த மரபின் வாழும் உதாரணங்கள். இருபதாம் நூற்றாண்டின் முற்பகுதியில் இந்திய நாடகங்கள் இந்த வழக்கத்தையே பின்பற்றின. நடிகர்கள் பாடல்களையும் வசனங்களையும் பயன்படுத்தினார்கள். எனவே, திரைப்படங்களில் இசையும் நடனமும் இடம்பெறுவது நமது பண்பாட்டு வரலாற்றின் தொடர்ச்சிதான்.

திரைப்படத்தில் இசையின் பங்கு என்ன?

உணர்ச்சிபூர்வமான சூழ்நிலைகளை வெளிப்படுத்தவும் வலிமையூட்டவும் துணை புரியும் அம்சமே இசை. கதையின் ஒரு தருணம் அல்லது குறிப்பிட்ட சில தருணங்களில் ஒரு பாத்திரத்தின் நிலை குறித்த ஆழமான அனுபவத்தை ரசிகருக்குத் தருவதற்காகவே ஒவ்வொரு பாட்டும் சேர்க்கப்படுகிறது. காதல், சோகம், ஏக்கம், பிரிவு முதலானவற்றை வெளிப்படுத்தப் பாடல்கள் தோன்றுகின்றன. இதைத் தவிரப் பின்னணி இசையும் நுட்பமான பங்கை ஆற்றுகிறது. எடுத்துக்காட்டாக, அச்சுறுத்தக்கூடிய ஒரு காட்சியில் எந்த ஒலியும் இல்லை என்றால் அக்காட்சி எந்தத்

---

1. யாகவே திரைப்படங்களில் இவை சங்கமிக்கின்றன.

தாக்கத்தையும் ஏற்படுத்தாமல் போகலாம். நாம் கேட்கும் இசை நாம் காணும் காட்சி தரும் அனுபவத்தைக் கூட்டுகிறது. சில சமயம் காட்சி அனுபவத்தை உண்டாக்கவும் செய்கிறது. நடனக் காட்சிகளும் இதே போன்ற பங்கினை ஆற்றுகின்றன.

திரைப் பாடல்களுக்கென்று இயல்பான பங்கு எதுவும் இல்லை என்று இதற்கு அர்த்தமா? ஒரு படத்தைப் பார்ப்பதற்கு முன்பே அப்படத்தின் பாடல்களைக் கேட்டு ரசிப்பதில்லையா? படம் வெளியான பிறகும் அந்த இசையைத் தனியாகக் கேட்பதில்லையா? கேட்கத்தான் செய்கிறார்கள். இது மிகவும் முக்கியமானது. ஆனால் அந்தப் படம் இல்லையேல் இந்தப் பாடல்கள் உருவாகியிருக்காது. பாடல்களைச் சில சமயம் நாம் நடிகர்களுடன் தொடர்புபடுத்திக்கொள்கிறோம். சில பின்னணிப் பாடகர்களைக் குறிப்பிட்ட சில நடிகர்களுடன் அடையாளம் காண்கிறோம். இதுவும் திரைப்படத்திற்கும் இசைக்கும் இடையே உள்ள உறவின் விளைவே. இசையழகுக்காகவே திரை இசையை ரசிப்பது சாத்தியம்தான். ஆனால் அந்த இசை உருவானதன் நோக்கம் திரைப்படத்தில் வேர்கொண்டுள்ளது.

நாம சங்கீர்த்தனை, பஜனை

சமயம் சார்ந்த இந்த இசை வகைகள் இந்து சமயத்திற்கு உரியவை. இவை நாடு முழுவதும் இருக்கின்றன. சமய அமைப்பின் மிக முக்கியமான பகுதிகள் இவை. கிறிஸ்தவ சமயத்தின் கூட்டுப் பாடல்கள், ஸூஃபி மரபின் கவ்வாலி பாடல்கள், சீக்கிய சமயத்தின் சப்த கீர்த்தனை ஆகியவற்றை இவற்றுக்கு இணையாகச் சொல்லலாம்.

ஸ்ரீதர ஐயாவாள், போதேந்திர சரஸ்வதி, சத்குரு ஸ்வாமி மருதநல்லூர் ஆகிய துறவிகள் தென்னிந்தியாவில் வாழ்ந்தவர்கள். இவர்கள் காலம் 17ஆம் நூற்றாண்டின் இறுதியிலிருந்து 19ஆம் நூற்றாண்டின் தொடக்கம்வரை. இறைவனின் பெயரைச் சொல்லித் துதிக்கும் நாம சங்கீர்த்தனத்தை இவர்கள் பரப்பினார்கள். பாடகரான சதாசிவ பிரம்மேந்திரர் என்னும் துறவி நாம சங்கீர்த்தனத்தைப் பல இடங்களுக்கும் பரவச் செய்தார். இறைவனின் நாமத்தைத் திரும்பத் திரும்பச் சொல்வதன் மூலம் எளிதில் மோட்சம் பெறலாம் என்பதே நாம சங்கீர்த்தன இயக்கத்தின் அடிப்படை. பல்வேறு கடவுளர்களைப் போற்றிப் பாடும் பாடல்களைப் பாடுவதாக இந்த மரபு வளர்ச்சி பெற்றது. இறைவனின் நாமத்தைப் பலரும் ஒன்றாகச் சேர்ந்து பாடும் பழக்கத்தில் மக்களைப் பெருமளவில் ஈடுபடுத்துவதற்காக நாம சங்கீர்த்தனம் ஊக்குவித்து வளர்க்கப்பட்டது. இந்துக்களை

ஒன்றாக இணைத்து வைக்கவும் இந்து சமயத்தைப் பரப்பவும் முக்கியமான கருவியாக இது விளங்கியது.

பல நூற்றாண்டுகளில் நாம சங்கீர்த்தனம், தென்னிந்திய இந்துக்களின், குறிப்பாக பிராமண சமூகத்தவரின் வாழ்வில் மிக முக்கியமான பங்கினை வகித்தது. இந்த இசை மரபு போதேந்திர சரஸ்வதியால் முதன் முதலாக வடிவமைக்கப்பட்டது என்று நம்பப்படுகிறது. அதன் தற்போதைய வடிவத்தைத் தந்தவர் சத்குரு ஸ்வாமி. நாட்டின் பல பகுதிகளிலும் துறவிகள் இயற்றிய பாடல்களைப் பயன்படுத்தி, நாம சங்கீர்த்தனத்தை நிகழ்த்தும் முறையை உருவாக்கியவர் இவர். இதுவே தற்போது நடைமுறையில் உள்ளது. இந்த வடிவம் தரப்படுத்தப்பட்டுள்ளது. இதில் பயன்படுத்தப்படும் பாடல்களின் எண்ணிக்கை பெருமளவில் விரிவடைந்திருக்கிறது. பல்வேறு மொழிகளைப் பேசும் மக்களாலும் ஏற்றுக்கொள்ளத்தக்க வடிவம் இது. துக்காராமின் அபங்க், புரந்தரதாசர், அன்னமாச்சார்யா ஆகியோரின் கீர்த்தனைகள், மீராபாயின் பஜன்கள், நாராயண தீர்த்தரின் தரங்கம், அருணாசல கவியின் பாடல்கள் ஆகியவை நாம சங்கீர்த்தனையில் பாடப்படுகின்றன.

தென்னிந்திய நாம சங்கீர்த்தனையில் பிரதான பாடகர் இருப்பார். அவருக்குப் பக்கத் துணையாக ஓரிரு பாடகர்கள் இருப்பார்கள். வயலின், மிருதங்கம் ஆகிய பக்க வாத்தியங்கள் இசைக்கப்படும். சில சமயம் தபேலா, டோலக் ஆகியவையும் வாசிக்கப்படும்.

நாம சங்கீர்த்தனை மரபு நெடுங்காலத்திற்கு முன்பே மேற்கு இந்தியாவில் பிரபலமாக இருந்துவந்தது. தமிழகத்தில் மராட்டியர் ஆட்சிபுரிந்த (17ஆம் நூற்றாண்டுகளில்) இடங்களில் இது வளர்ந்தது.

கூட்டாகச் சேர்ந்து பஜனை பாடுவது நாம சங்கீர்த்தனை மரபின் நீட்சிதான். பல்வேறு தெய்வங்கள் குறித்த பாடல்களைப் பாடுவதில் தலைமை தாங்கி வழிநடத்தும் குழு ஒன்று ஒவ்வொரு சமூகத்திலும் இருக்கும். பஜனை பாடப்படும் இடத்தில் உணர்ச்சி வேகம் இருக்கும். சில சமயம் மக்கள் பரவச நிலைக்கு ஆட்படுவார்கள். இங்கே ரசிகர் என்று யாரும் இல்லை. ஒவ்வொரு தனிநபரும் பங்கேற்பாளர். சமய ரீதியான இந்த உத்வேகத்துக்கும் பலரும் அனுபவிக்கும் பக்திப் பெருக்கு, உணர்ச்சியின் வேகம் ஆகியவற்றுக்கும் ஒவ்வொருவருக்கும் பங்கு இருக்கிறது.

இதில் இசையின் பங்கு என்ன? சமய ரீதியான அனுபவத்தைக் கூட்ட உதவுவதுதான் அதன் பங்கு என்பது வெளிப்படை.

ஒவ்வொருவரும் பாடும் வகையிலேயே இந்த இசை இருக்கிறது. மெட்டுக்கள் எளிமையானவை. ஒரே விதமான ஏற்ற இறக்கங்கள் கொண்டவை. இதில் பாடுவதற்கு ஒருவர் இசைப்பயிற்சி எடுத்துக்கொள்ள வேண்டியதில்லை. சமய உணர்வு இருந்தால் போதும். இதில் பாடல் வரிகளுக்கு முக்கியத்துவம் அதிகம். இந்த வரிகள் கடவுளர்களையும் அவர்களது பெயர்களையும் ஆராதிப்பவையாக இருக்கும். வரிகள் திரும்பத் திரும்பப் பாடப்படுவதன் மூலம் இந்த அனுபவம் உச்சம் பெறுகிறது.

நாம சங்கீர்த்தனத்திற்குப் பயிற்சி பெற்ற இசைக் கலைஞர்களின் குழு ஒன்று வேண்டும். இந்தக் குழுவினர் சமயப் பாடல்களை ஆத்திக மக்களின் முன்னிலையில் பாடுவார்கள். எனவே இதில் நிகழ்த்துதலைப் போன்ற அம்சம் ஒன்று உள்ளது. எனினும் இதன் பார்வையாளர்கள், ரசிகர்கள், பிரதான பாடகரின் வழிகாட்டுதலின்படி பாடலில் ஏதோ ஒரு கட்டத்தில் சேர்ந்துகொள்கிறார்கள். பயிற்சி பெற்ற இசைக் கலைஞர்கள் மேடையில் நாம சங்கீர்த்தன இசையை நிகழ்த்தினாலும், அவர்கள் பங்கும் இதேபோலத்தான். ஏனென்றால் இதில் பாடல் வரிகள் அல்லது ஆன்மிகச் செய்திகள் அழகான இசை வடிவம் பெற்றிருக்கின்றன. கடவுளின் பெயரைப் பாடுவது, அதில் லயிப்பது, பாடல்கள் வெளிப்படுத்தும் தெய்வீகக் கதைகளிலும் தத்துவங்களிலும் மனம் தோய்வது ஆகியவற்றின் மூலம் ஒருவரது சமய ரீதியான அனுபவம் தூண்டப்படுவதுதான் இங்கே முக்கியம். பாடகர் உணர்ச்சிகரமாகப் பாடுவதன் மூலம் இந்த அனுபவத்தை வழங்குகிறார்.

கதாகாலட்சேபம்

ராமசந்திரா பவா, மோர்க்கர் பவா போன்ற கீர்த்தங்கரர்கள் குவாலியரிலிருந்து தஞ்சாவூக்கு வந்த 19ஆம் நூற்றாண்டில் ஹரிகதா எனப்படும் கதாகாலட்சேபம் தமிழகத்தில் எழுச்சி பெற்றது. அற்புதமான கதை சொல்லும் முறையான இந்த வடிவம் தென்னிந்தியாவின் பல பகுதிகளில் இன்னும் உயிர்ப்போடு இருக்கிறது. புராண, சமய, ஆன்மிகக் கதைகளை இசை கலந்து வழங்குவதே கதாகாலட்சேபம். இதை வழங்குபவர் கதையைச் சொல்ல வரலாறு, இசை, கவிதை, புராணம், தத்துவம், சமகால அனுபவங்கள் ஆகியவற்றைப் பயன்படுத்திக்கொள்கிறார். இந்தியத் தத்துவ மரபில் கூறப்பட்டுள்ள தார்மிக, சமய, ஆன்மிக மதிப்பீடுகளைக் கதைகளின் வழியே சொல்வதுதான் இதன் குறிக்கோள். கதைசொல்லிக்குப் பக்கத் துணையாக இசைக் கலைஞர்கள் இருப்பார்கள். கதையானது மரபார்ந்த வடிவில் பின்னப்பட்டிருக்கும். பயன்படுத்தப்படும் பாடல்களும் கதையைக்

கூறும் விதமும் கதை சொல்பவரின் தேர்வு. கதை சொல்பவரும் சமயக் கருத்துகளுக்கு அழுத்தம் கொடுப்பதற்காகப் புராணக் கதைகள், மேற்கோள்கள் ஆகியவற்றைப் பயன்படுத்திக்கொள்வார். ஹரி – கதா, அதாவது கடவுளின் கதையைச் சொல்வதுதான் ஹரிகதாவின் மரபார்ந்த நோக்கம். இந்தக் கதைகள் கடவுளின் பல்வேறு குணாம்சங்கள், செயல்கள், மகிமைகள் ஆகியவற்றைச் சொல்கின்றன. பல்வேறு கவிஞர்கள், இசைக் கலைஞர்கள் இயற்றிய பாடல்கள் முழுமையாகப் பாடப்படுவது இங்கே அவசியம் இல்லை. கதைப் போக்குடன் பின்னிப் பிணைந்த உணர்ச்சிகள், தார்மிக மதிப்பீடுகள் குறித்த செய்திகள் ஆகியவற்றைச் சொல்வதற்கு ஏற்ப சில பகுதிகள் மட்டும் பயன்படுத்தப்படுகின்றன. இதனால்தான் ஹரிகதா செய்பவர் பல்வேறு திறமைகள் கொண்ட பன்முக ஆளுமையாக இருக்கிறார். மொழிப்புலமை, இசைத்திறன், ஆழமான அறிவு, வரலாற்று அறிவு, நீதிபோதனைத் திறன் ஆகியவற்றோடு அபாரமான கதைசொலலும் திறனும் அவருக்கு இருக்க வேண்டும். இந்த அம்சங்களில் ஒன்றிலிருந்து இன்னொன்றுக்கு மாறிச் செல்லும் திறமையும் இருக்க வேண்டும்.

ஹரிகதாவில் இடம்பெறும் இசையில் பாடல் வரிகளுக்கே முக்கியத்துவம் இருககும். ஹரிகதா செய்பவருக்கு இருக்கும் இசைத் திறமையை நாம் மறுக்க முடியாது என்றாலும் அவர் பாடும்போது அதன் இசைத் தன்மைக்கு முக்கியத்துவம் தராமல் வரிகளின் பொருளுக்கே முக்கியத்துவம் அளிப்பார். கதைக்கு அடுத்தபடியாக, இரண்டாம் பட்சமான இடம்தான் ஹரிகதாவில் இசைக்குக் கிடைக்கிறது.

மேற்கத்திய வெகு மக்கள் இசை

கடந்த நூற்றாண்டில் வெகுமக்களிடையே பிரபலமாகி வந்த மேற்கத்திய இசையின் வேர்களை அமெரிக்காவில் உள்ள ஆப்பிரிக்க – அமெரிக்கச் சமூகத்தில் காணலாம். அதன் ஸ்பிரிச்சுவல்ஸ் என்னும் இசைக் குழுவிலிருந்து காஸ்பல், ப்ளூஸ் ஆகிய குழுக்கள் உருவாயின. இவற்றிலிருந்து ரிதம் அண்ட் ப்ளூஸ், ஜாஸ் வகையின் தொடக்க கால வடிவங்கள், அமெரிக்க நாட்டுப்புற இசை, ராக் அண்ட் ரோல், ப்ளூ கிராஸ் ஆகியவை தோன்றின. ஹிப்ஹாப் வடிவம் ஜாஸ் இசையின் பிற்கால வடிவங்களிலிருந்து வந்தது. ராக் இசையின் அனைத்து வடிவங்களும் ராக் அண்ட் ரோலிலிருந்து மேம்படுத்தப்பட்டவை. ஆப்பிரிக்க – அமெரிக்கச் சமூகத்தினரிடையே வளர்ந்த பல இசை வடிவங்கள் சமூக ஏற்றத்தாழ்வுகளை வெளிப்படுத்தும், அடையாளத்தை அழுத்தமாக முன்னிறுத்தும் முனைப்பின்

வெளிப்பாடுகள். இசை சார்ந்த இந்தப் பொழுதுபோக்கு சமூக ரீதியான *வலிமையையும்* அளித்தது.

பெரும்பாலான நவீன வெகுமக்கள் இசை வடிவங்கள் சமூக, சமய ரீதியான எதிர்ப்புகளிலிருந்து எழுந்தவை. குறிப்பாக ஆப்பிரிக்க – அமெரிக்கச் சமூகத்தில் இந்தத் தன்மையே இந்த இசையின் உள்ளடக்கத்தைத் தீர்மானிக்கிறது. வரலாற்றில் இந்த வடிவங்கள் எதிர்ப்பைக் காட்டுவதற்காகப் பயன்படுத்தப் பட்டன. அடக்குமுறைக்கு எதிரான கோபம், சுதந்திர முழக்கம், வலிமையின் பிரகடனம் ஆகியவை இதில் இடம் பெற்றன. அடிமைத்தனம், போர், பாலினச் சமத்துவமின்மை என எந்தப் பிரச்சினையாக இருந்தாலும் இந்த இசை வடிவங்கள் அவற்றை மக்கள் முன் கொண்டுசெல்கின்றன. 1960கள், 70களில் பீட் ஸீகர், வூடி, ஆர்லோ குத்ரீ, பாப் டைலான், ஜான் லெனான், சி.எஸ்.என்.ஒய். ஆகியோர் சமூகப் பிரச்சினைகள் குறித்த விழிப்புணர்வை உண்டாக்குவதற்காக இசையைப் பயன்படுத்தியிருக்கிறார்கள். *டேவிட் க்ராஸ்பி, கிரஹாம் நாஷ், பீட் ஸீகர், ஆர்லோ குத்ரீ* ஆகியோர் 2012இல் நடைபெற்ற ‘வால் ஸ்ட்ரீட்டைக் கைப்பற்றுவோம்’ போராட்டத்திலும் பங்கு பெற்றார்கள். மக்களிடையே பிரபலமான பாடகர்கள் பல்வேறு பிரச்சினைகளைப் பேசும் பாடல்களை இயற்றினார்கள். உதாரணமாக, மைக்கேல் ஜாக்ஸன் இனவாதம் பற்றிய பாடல்களை இயற்றினார்.

மேடை இசை நிகழ்வுகள், இசைக் காணொலிகள், டிஸ்கோ ஆகியவை வேறொரு முக்கியமான அம்சம் குறித்து நாம் ஆழமாகப் புரிந்துகொள்ள உதவின. எல்விஸ் ப்ரெஸ்லி, மைக்கேல் ஜாக்ஸன் போன்ற கலைஞர்களுக்கு இசை எந்த அளவு முக்கியமோ அதே அளவுக்கு நடனமும் உடல் அம்சமும் முக்கியம். ரசிகர்களின் பங்கேற்பும் இசையில் முக்கியமான ஒரு பகுதி. சொல்லப்போனால் இவை இரண்டும் பிரிக்க முடியாதவை.

வெகுமக்கள் இசை என்பது வெகுமக்கள் நடனக் கலாச்சாரத்தின் ஒரு பகுதி. டிஸ்கோ முதலான நடன அரங்கங்கள் பிரபலமான பாடல்களை ஒலிபரப்புகின்றன. ஒளி அமைப்போடு கூடிய இசை என்பது இந்த அனுபவத்தின் ஒரு பகுதி. இந்த இசை வடிவங்கள் பலவற்றில் நடனம் பிரிக்க முடியாத ஒரு பகுதி. இசையின் நோக்கமானது ரசிகர்களும் பங்கேற்கும் இசையுடன் மிக நெருக்கமாகப் பிணைந்துள்ளது. இந்த அனுபவத்திலிருந்து கிடைக்கும் பரவசம் இந்த இசையின் மிக முக்கியமானதொரு நோக்கம். எனவே இசையின் இநத வடிவங்கள் தனிநபரிடத்தில்

உத்வேகத்தை ஏற்படுத்துகின்றன. ஒளி அமைப்பு, சூழல், இசை நிகழ்வு ஆகியவை கொண்ட மியூசிக் வீடியோ என்று சொல்லப்படும் இசைக் காணொலிகள், பார்வையாளர்களுக்குக் காட்சிரீதியான நுட்பம், விறுவிறுப்பு, கிளர்ச்சி ஆகியவற்றைத் தரும் விதத்தில் இசையை வழங்குகின்றன. பல அம்சங்களும் ஒன்றிணைந்து தரும் அனுபவம் அது. காட்சி ரீதியாக விளக்கம் பெறும் இசை, புதுமையான ஒளியமைப்பு ஆகியவற்றிடையே இருக்கும் உறவு மேற்கத்திய வெகுமக்கள் இசையை சுவாரஸ்யமானதாக ஆக்குகிறது. இங்கு செயல்பாடு என்பது இசை மட்டுமல்ல. நடனம், இசை, ஒளி ஆகியவற்றின் மூலம் உருவாக்கப்படும் விரிவான அனுபவம். இது பார்வையாளர்களையும் பங்கேற்க வைத்துச் சமூக ரீதியான அனுபவத்தைச் சாத்தியமாக்குகிறது. இத்தகைய இசை வடிவங்களின் மூலங்களுக்கு இந்த உபவிளைவுகளிலும் ஒரு பங்கு இருக்கிறது. நடனம், உடல் சார்ந்த தன்மை என்று இங்கே குறிப்பிடப்படுவது ஆவேசமான, வேகமான நடன வெளிப்பாடு மட்டுமல்ல. வெகுமக்கள் இசையால் உருவாகும் மிக மெதுவான, மிக நுட்பமான அசைவுகளும் இதில் அடக்கம்.

இரண்டு வலுவான கூறுகள் மேற்கத்திய வெகுமக்கள் இசையை ஒருங்கிணைப்பதை நாம் இங்கு காணலாம். இசை வகையையும் இசைக் கலைஞரையும் பொறுத்து இந்த இரு கூறுகளின் முக்கியத்துவம் மாறலாம். ஆனால் அவை இருக்கத்தான் செய்கின்றன. கடந்த இருபதாண்டுகளில் மேற்கத்திய வெகுமக்கள் இசை சமூக ஆயுதமாகப் பயன்படுத்தப்படவில்லை என்றும், மின்னணுச் சாதனங்கள், நடனம் சார்ந்த இசையே ஆதிக்கம் செலுத்துகிறது என்றும் சிலர் கருதுகிறார்கள்.

செவ்வியல் சாராத மேற்கத்திய இசை வடிவங்கள் சில இந்த வகைமைக்குள் வராது. இவற்றை மாறுபட்ட முறையில் புரிந்துகொள்ளவும் கையாளவும் வேண்டும். உதாரணமாக, ஜாஸ் இசை கலை சார்ந்த இசை வகையாகப் பரிணமித்துள்ளது. ப்ளூஸ், ஹிப்ஹாப் ஆகியவை சமூக ரீதியான இசை வெளிப்பாடு களாகவே உள்ளன.

மேற்கத்திய வெகுமக்கள் இசையானது கடந்த நூறாண்டில் தென்னிந்திய நகர்ப்புற இசை ரசனையின் முக்கியமான பகுதியாக மாறியுள்ளது. திரை இசைக்கு அடுத்த இடத்தை இது பிடித்துள்ளது. தென்னிந்தியாவில் மேற்கத்திய இசைக் குழுக்கள் பல உள்ளன. சில குழுக்கள் உள்ளூர் மொழிகளைப் பயன்படுத்தி மேற்கத்திய இசையை உருவாக்கவும் முயற்சி செய்துவருகின்றன.

டி.எம். கிருஷ்ணா

கலை வடிவமாகக் கர்னாடக இசை

சமூக அமைப்பிற்குள்ளான செயல்பாட்டிலும் செயல்படுவதிலும் பரிணாம வளர்ச்சியிலும் கர்னாடக இசை மிகவும் சுவாரஸ்யமான இசை வடிவம். தன் இருப்பைத் தீர்மானிக்கும் இசை அம்சங்களையே அதன் செயல்பாடு தனது அடிப்படையாகக் கொண்டிருப்பதே இதற்குக் காரணம். அந்த அம்சங்கள்: ராகம், தாளம், பாடல், மேம்படுத்துதல்.

இசையின் அழகியலையும் இலக்கணத்தையும் முழுமையாகப் புரிந்துகொண்டு அதன் பல்வேறு விதமான இனிமையையும் தாள லயத்தையும் வெளிப்படுத்துவதே ஒரு கலைஞரின் செயல்பாடு. கலைஞர் சமூகத்திற்கான செய்தி எதையும் சொல்வதில்லை. நாடகீயமான நிகழ்வுக்குப் பொருள்காண உதவுவதில்லை. சமய அனுபவம் எதையும் தருவதில்லை. அனுபவமானது வடிவத்தின் இசைத்தன்மையுடன் தொடங்கி அதிலேயே முடிந்துவிடுகிறது. பல்வேறு இசை வடிவங்களைப் போலவே கர்னாடக இசைக்கும் சிக்கலான சமய வரலாறு உள்ளது. அரண்மனைகளிலும் கோவில்களிலும் அது நிகழ்த்தப்பட்டுவந்தாலும் உடனடி சமய, சமூக, அரசியல் நோக்கங்களைத் தாண்டியதாகவே இந்த இசை இருந்துவந்தது என்று நம்புகிறேன். இசையின் வரலாறும் அதன் அழகியல் வடிவங்களும் இசையை அதன் சமூக, சமயப் பின்புலத்தைத் தாண்டிக் கொண்டுசென்றன. சில விதமான சடங்குகளின் ஒரு பகுதியாகக் கர்னாடக இசை இருந்தபோது, கலைத் தன்மையோடு இந்த இசை வெளிப்பட அந்தச் சடங்குகள் ஊக்கமளித்தன. பல்வேறு சமூக – அரசியல் பின்புலங்கள் இருந்தாலும் கர்னாடக இசையானது, ஒட்டுமொத்த இசை அடையாளம் என்னும் முறையில், ஒரு கலை வடிவத்திற்கான முனைப்பை எப்போதுமே வலுவாகக் கொண்டிருக்கிறது.

நவீன காலத்தில் கோவில்கள், அரசவைகள் ஆகியவற்றி னின்றும் விலகிய தனி வடிவமாகவே அது உள்ளது. ஆனால் இந்த இடங்களில் அது பெற்றுக்கொண்ட கலை அடையாளத்தின் நீட்சிதான் இன்றைய நிலை. பல நூற்றாண்டுகளாக இனிமை, தாளக்கட்டு, முதலான அரூபமான விஷயங்களை ஆராய்வதனூடே கர்னாடக இசையின் ஒட்டுமொத்தமான அழகியல் வடிவம் உருவாயிற்று. பிற கலைசார் இசை வடிவங்களைப் போலவே கர்னாடக இசையும் இசையைக் கட்டமைக்கவும் கட்டுடைக்கவும் செய்யும் கோட்பாட்டு ரீதியான ஆய்வையும் வளர்த்துவந்திருக்கிறது.

கர்னாடக இசையின் பெரும்பாலான பாடல்கள் இயல்பிலேயே சமயம் சார்ந்தவை என்பதை மறுப்பதற்கில்லை.

கேட்பவரது அனுபவத்தை நிகழ்த்துபவரின் அனுபவத்தோடு இணையவைக்கும் அம்சம் இது. சமய ரீதியான பாடல்களைக் கலை வடிவ இசையாக வழங்குவதில்தான் சவால் இருக்கிறது. இதற்கு இரண்டு காரணங்கள்: கலாபூர்வமான இசைக்காக எழுதப்பட்ட பாடல்கள் அவற்றின் சமயத் தன்மை காரணமாக ஹரிகதா போன்ற வடிவங்களில் பயன்படுத்தப்படுகின்றன. சமய உணர்வோடு எழுதப்பட்ட பல பாடல்கள் கர்னாடக இசைக்குள் இடம்பெற்றிருக்கின்றன.

பாடல் வரிகள், பொருள், *இலக்கண வடிவம்* ஆகியவை இந்நூலில் தனியே விவாதிக்கப்படுகின்றன. கர்னாடக இசையைப் போன்ற ஒரு கலை இசை வடிவத்தில் பாடல் வரிகள் அவற்றின் மொழி சார்ந்த பொருள்களைத் தாண்டிச் செல்கின்றன என்பதை இங்கே நான் குறிப்பிட வேண்டும். இசை நிகழ்த்தப்படுவதன் நோக்கத்தைப் பொருத்துப் பாடலின் இயல்பு மாறுகிறது. கர்னாடக இசைப் பாடல் ஒன்று நாம சங்கீர்த்தனத்தின் ஒரு பகுதியாகப் பாடப்படும்போது அதன் நோக்கம் ஒன்று; கர்னாடக இசைக் கச்சேரியில் பாடப்படும்போது அதன் நோக்கம் வேறு. நாம சங்கீர்த்தனத்தில் பாடலானது இசையின் வழியே சமய உணர்வைக் கொண்டுசெல்கிறது. இதனால்தான் நாம சங்கீர்த்தனம் நிகழ்த்துபவர்கள் சில சமயம் பாடலின் பொருளை விளக்குகிறார்கள். பாடல் வரிகளில் குறிப்பிடப்படும் தெய்வத்தைப் பற்றிய கதை அல்லது சம்பவத்தோடு தொடர்புபடுத்திப் பேசுகிறார்கள்.

அதே பாடல் கர்னாடக இசைக் கச்சேரியில் பாடப்படும் போது மொழியழகு, ஓசை நயம், ராகம், தாளம் ஆகியவற்றுடன் பாடலின் இலக்கணத்திற்கு இருக்கும் தொடர்பு ஆகியவற்றுக்கு முக்கியத்துவம் கிடைக்கிறது. இசைக் கலைஞர் பாடலின் பல்வேறு சாயைகளைக் கொண்டுவரும் அதே நேரத்தில் அழகியல் சட்டகத்திற்குப்பட்டு அதைச் செய்ய வேண்டும். முழுமையான இந்த இசை அனுபவத்தையே நாம் கலாபூர்வமான இசை என்கிறோம். கலாபூர்வமான இசை என்பது அரூபமான *கலை அம்சங்களை* உருவாக்குவது. இவை அழகியல் வடிவம் ஒன்றை உருவாக்குகின்றன. இசையின் பல்வேறு கூறுகளுக்கிடையே நடைபெறும் ஊடாட்டம் கலாபூர்வமான படிமங்களை உருவாக்குகின்றன. புறத்திலிருந்து எந்த நோக்கமும் இல்லாமல் உருவாகும் அழகியல் அனுபவமே இதன் விளைவு.

இந்த நோக்கத்தில் கர்னாடக இசைக் கலைஞருக்கு ஒரு பொறுப்பு உள்ளது. கச்சேரியின்போது கலைஞர் இசையின் அழகியல் அடையாளத்தினுள் ஆழமாகச் செல்கிறார். இந்தப்

பயணத்தில் ரசிகரையும் உடன் அழைத்துச் செல்கிறார். இதனால் இசை வறண்ட தன்மை கொண்டதாகவோ உணர்ச்சியற்றதாகவோ ஆகிவிடுகிறது என்று பொருள் அல்ல. இது தவறான கருத்து. ராகம், தானம், பாடல், தற்கண வெளிப்பாடு ஆகியவை வெறும் தொழில்நுட்பம் சார்ந்த கருவிகள் அல்ல. உணர்வுபூர்வமான தன்மை இருந்தால்தான் அவை உயிருடன் இருக்கும். உணர்வுகளை உருவாக்குவது கலையின் நோக்கங்களில் ஒன்று. கோட்பாடுகளை உருவாக்குவது அல்ல. இசை என்பது கலைஞரின் வெளிப்பாடு. அதில் அவரது வாழ்வனுபவத்தின் சாரம் இருக்கும்.

உணர்வுகள் குறித்த ஒருவரது புரிதல் வாழ்வனுபவங்களிலிருந்தே உருவாகிறது. வாழ்க்கையில் குறிப்பிட்ட உணர்வு நிலையைத் தூண்டக்கூடிய அம்சம் வரையறுக்கப்படக்கூடியதாக இருக்கலாம். ஆனால் அந்த உணர்ச்சியை அனுபவிக்கத்தான் முடியும். வரையறுக்க முடியாது. உணர்வின் இந்த இயல்பு இந்த அனுபவத்தின் சாரத்தைத் தூய கலை வடிவத்திற்குள் எடுத்துச் செல்கிறது. கலாபூர்வமான இசைக்கும் இது பொருந்தும்.

இசைக் கலைஞர் வாழ்வனுபவத்தை இசை உருவாக்கத்தினுள் கொண்டுசெல்கிறார் என்று இதற்கு அர்த்தமல்ல. *உணர்வின் சாரமே எடுத்துச் செல்லப்படுகிறது.* இசை உருவாக்கப்படும் தருணத்தில் தோன்றிய அதே உணர்ச்சியைக் கலைஞர் உணர்கிறாரா என்பது முக்கியமல்ல. உணர்வுபூர்வமான உலகின் சாரத்தை இசைக்குள் கொண்டுவரும் திறன் அவருக்கு இருக்கிறதா என்பதுதான் முக்கியம். கலாபூர்வமான இசையின் கட்டமைப்பு இந்தச் சாரம் வெளிப்பட அனுமதிக்கிறது. கலையின் நோக்கங்களை நோக்கி இசைக் கலைஞரின் ஆளுமை பயணிக்கிறது. இதைச் சாதிப்பதற்காக இசைக் கலைஞர் இசைத்தன்மையையும் தாளக்கட்டையும் பயன்படுத்துகிறார். இந்த உணர்வானது பாடல் வரிகளின் பொருள் அல்லது கலைஞரின் உணர்ச்சிகள் சம்பந்தப்பட்டதல்ல.

உணர்வு என்னும் கருத்தை இசையில் இடம்பெறச் செய்வதுதான் கலாபூர்வமான இசை. மனித உணர்வின் பல்வேறு சாயைகளின் சாரத்தை உள்வாங்கி உலகிற்குக் கொடுப்பதுதான் முக்கியம். இசையில் உணர்வுக்கான இந்தப் பிரதிநிதித்துவம் தனி நபர் சார்ந்ததல்ல. பாடல் வரிகளின் உள்ளடக்கம் சமயம் அல்லது சமூகம் சார்ந்ததாக இருக்கலாம். ஆனால் அது கலைஞரின் *கவனக் குவிப்பு அல்ல.*

என்றாலும், இசைக் கலைஞரும் ஒரு மனிதர்தான் என்பதால் அவரது சமய, சமூக நம்பிக்கைகளும் அவரது

சிந்தனைகளைப் பாதிக்கவே செய்யும். அவற்றை அவர் புறம் தள்ளிவிட வேண்டுமா? கலாபூர்வமான இசையில் இசையின் உள்ளடக்கம் தனிநபரைத் தாண்டியதாக இருக்க வேண்டும் என்றாலும் இது ஆதர்சமான ஒரு சூழலிலேயே சாத்தியமாகும் என்பதை ஒப்புக்கொள்ளும் முதல் நபராக நான் இருப்பேன். கலாபூர்வமான இசையின் பின்புலத்தில் இசையை உருவாக்க இசையைத் தவிர வேறு எந்தக் காரணமும் இல்லை என்பதை இசைக் கலைஞர் உணர்வதே கலாபூர்வமான இசையை உண்மையாகப் புரிந்துகொள்வதாகும்.

செவ்வியல் இசையாகக் குறிப்பிடப்படும் வடிவங்கள் கலாபூர்வமான இசையாகவே வடிவமைக்கப்பட்டுவருவது மரபு. இந்த வடிவங்கள் மேற்கூறிய குணங்களைக் கொண்டிருக்கின்றன. கலாபூர்வமான இசையானது, நன்கு வளர்த்தெடுக்கப்பட்ட இலக்கணம், வழிமுறைகள், வடிவங்கள் ஆகியவற்றைக் கொண்டிருக்க வேண்டும் என்ற எதிர்பார்ப்பு முன்பு இருந்தது. கலாபூர்வமான இசைக்கான கோட்பாடுகள் மேற்குலகில் உருவானதன் விளைவாக இந்த எதிர்பார்ப்பு எழுந்திருக்கலாம். ஆனால் உலகம் முழுவதிலும் உள்ள இசை அமைப்புகள் குறித்த விழிப்புணர்வு வளர்ந்திருக்கும் நிலையில், செறிவாக வளர்த்தெடுக்கப்பட்ட கலாபூர்வமான இசை வடிவங்களுக்கு எழுதப்பட்ட மரபு கிடையாது என்பது உணரப்பட்டது. வாய்மொழியாகவே அடுத்தடுத்த தலைமுறைகளுக்குக் கையளிக்கப்பட்ட இந்த வடிவங்கள் கலாபூர்வமான இசை வடிவங்களின் குணங்களைக் கொண்டிருந்தன. நிர்ணயிக்கப்பட்ட அளவுகோல்களுக்கு உட்பட்டு இசையை வெளிப்படுத்துவது, கலாபூர்வமான அம்சங்களை அதில் உருவாக்குவது, அழகியல் படைப்பாகக் கொண்டாடப்படுவது ஆகியவை கலாபூர்வமான இசையின் அலாதியான குணாம்சம். மரபுரீதியாக 'செவ்வியல்' என்று ஏற்றுக்கொள்ளப்பட்ட வரையறைகளுக்கு (உதாரணமாக, ஜாஸ்) அப்பாலும் இசை வடிவங்கள் இருக்கின்றன. எனவே கலை வடிவங்களை வேறுபடுத்திப் பார்க்கும்போது 'செவ்வியல்' என்னும் கனமான சட்டகத்திலிருந்து விடுபட்டுப் பார்க்க வேண்டியது அவசியமாகிறது.

இதர இசை வடிவங்கள் கலாபூர்வமான அம்சங்களைப் படைப்பதில்லை என்று இதற்கு அர்த்தமா? அவை படைக்கத்தான் செய்கின்றன. ஆனால் அந்த அம்சங்கள் தன்னளவில் முழுமையானவை அல்ல. ஏனெனில் தூய இன்னிசை அல்லது தாள லயம் கொண்ட கலாபூர்வமான அம்சங்களை உருவாக்குவது இந்த இசை வடிவங்களின் நோக்கமல்ல. கலாபூர்வமான கூறுகள்,

குறிப்பிட்ட ஒரு நோக்கத்திற்காக நிகழ்த்தப்படும் இசையின் பரந்துபட்ட செயல்பாட்டின் விளைவுகள்.

இங்கு விவாதிக்கப்பட்ட வெவ்வேறு இசை வடிவங்களுக்குத் தென்னிந்தியாவின் வெவ்வேறு பகுதிகளில் ரசிகர்கள் இருக்கிறார்கள். இசையைப் பயன்படுத்திக்கொள்ளும் பல்வேறு நிகழ்த்து கலை மரபுகள் குறித்த விரிவான வாதம் அல்ல இது. ஒவ்வொரு வடிவத்திற்குள்ளும் இசை ஆற்றும் பங்கைப் பற்றிய சுருக்கமான பார்வை. இப்படிப் பாகுபடுத்திப் பார்ப்பதன் மூலம், தத்துவ நிலைப்பாட்டிற்காக அல்லாமல், இசைக்காகவே நிகழ்த்தப்படும் இசை குறித்த தெளிவைப் பெறலாம். கர்னாடக இசையின் அழகியல் குறித்த எந்த விவாதமும் இந்த வடிவம் கலாபூர்வமான இசையாக நிகழ்த்தப்படும்போது அதற்குள்ள தெளிவான நோக்கத்தை அடிப்படையாகக் கொண்டதாக இருக்க வேண்டும். அத்தகைய விவாதமே விரிவான புரிதலுக்கு நம்மை இட்டுச் செல்லும். கர்னாடக இசை குறித்து நடப்பிலுள்ள கருத்துக்களைக் கேள்விக்குள்ளாக்குவதற்கான வலிமையைத் தரும்.

○

3

கற்பனை வளம், படைப்புத்திறன், தற்கண வெளிப்பாடு

கற்பனை செய்தல் என்பது இன்றைய யதார்த்தத்திலும் நாளையின் சாரத்திலும் வாழ்வது. இன்று இல்லாததைச் சிந்தித்துப் பார்க்கும் மனிதனின் திறன்தான் கற்பனை வளம். இன்று இருப்பதை இதற்கு முன் நிகழ்ந்திராத வகையில் நினைத்துப் பார்ப்பது அல்லது பழைய அனுபவங்களைப் புதிய வழிகளில் வெளிப்படுத்துவது.

ஒவ்வொரு தனிநபரும் தனது வாழ்வின் எண்ணற்ற சாத்தியக்கூறுகளைக் கற்பனை செய்து பார்க்கிறார். வாழ்க்கை என்பது வெறுமனே வாழ்வது அல்ல, நிஜத்தில் இல்லாத உலகங்களை உருவாக்குதல், இதுவரை கேட்டிராத ஓசைகளை உருவாக்குதல், சாத்தியமற்றதாகத் தோன்றும் காட்சிகளைத் தோற்றுவித்தல் ஆகியவற்றுக்கான சாத்தியப்பாடுகளும் சேர்ந்ததுதான் இந்த வாழ்க்கை. இவையெல்லாம் மன அரங்கில் நிஜமானவை. இன்றைய நாளுக்காகப் போராடும் துணிவு, இன்றைய மகிழ்ச்சிக்காக உழைப்பது ஆகியவை இந்தக் கற்பனையில்தான் இருக்கின்றன. ஒவ்வொரு சாத்தியக்கூறும் வாழ்வின் எல்லைகளை விரிவுபடுத்துவதற்கான உத்வேகத்தை மனிதர்களுக்கு அளிக்கிறது. இது இல்லையேல் நாம் எதிர்பார்த்திருக்கக்கூடிய நாளை என்பது இல்லை. நமது அன்றாட வாழ்வில் செயல்படுவதற்கான காரணமும் இல்லை.

தன்னைச் சுற்றியுள்ள உலகோடு மனிதர்கள் கொள்ளும் பரிமாற்றங்களினூடே கற்பனை உருவாகிறது. கற்பனையால் உருவாக்கப்படும் சாத்தியக்கூறுகள் வெற்றிடத்திலிருந்து உருவாவது இல்லை. எது இருக்கிறதோ அதிலிருந்து உருவாகிறது. இன்று இருப்பது நேற்றின் விளைவு. கடந்த காலம், நிகழ்காலம் ஆகியவற்றைப் பற்றி யோசிக்கும்போது அதில் ஒரு தொடர்ச்சி இருப்பதைப் பார்க்கிறோம். இதற்குள்தான் மாற்றமும் இருக்கிறது. கற்பனையின் கீற்றிலிருந்துதான் தொடர்ந்த மாற்றத்திற்கான சூழல் உருவாகிறது.

சிக்கல்களிலிருந்து கற்பனை பிறக்கலாம். யதார்த்தத்தின் ஆற்றாமைகளிலிருந்தும் பிறக்கலாம். நம்மைச் சுற்றியுள்ள அழகு, நிகழ்காலத்தில் இருக்கும் நிலையில் கற்பனை உண்மையிலேயே புதியதுதானா? இன்று என்பது இல்லை என்றால் நாம் எதைக் கற்பனை செய்வோம்? கற்பனை என்பது புதிதாக ஒன்றை உருவாக்குவதற்கான ஆதாரமாகப் பார்க்கப்படுகிறது. கடந்த காலம், நிகழ்காலம் ஆகியவற்றின் தொடர்ச்சிதான் இதற்கு ஆதாரம். எனவே புதிது என்பது ஆதாரத்தில் இல்லை. கற்பனை செய்வதற்கான மனிதத் திறனின் விளைவாக அந்த ஆதாரம் எப்படி உருமாறுகிறது என்பதில் இருக்கிறது. நாம் நமது மனதில் உலகை உருவாக்குகிறோம். அதில் நாம் அறிந்தவை மறுபடியும் அறியப்படுகின்றன. மாற்றத்திற்கு உள்ளாகின்றன. இடம் மாறுகின்றன. விரிவடைகின்றன. வெடித்துச் சிதறுகின்றன. உருமாறுகின்றன. இந்தப் பார்வை தீவிரமானதொரு முயற்சிக்கு எப்படிப் பொருந்துமோ அதே அளவுக்கு வாழ்வுக்கும் பொருந்தும். ஒவ்வொரு கணத்திலும் நாம் அறிந்தவை மாறுகின்றன. சூழ்நிலையில் மாறுபடுகின்றன. கற்பனையின் செயல்முறையோ அப்படியே இருக்கிறது.

ஒவ்வொருவரும் கற்பனை செய்ய முடியுமா?

நிச்சயமாக முடியும். அப்படியானால் சிலர் மட்டும் பிறரைக் காட்டிலும் அதிகக் கற்பனைத் திறன் உள்ளவர்களாகத் தோன்றுவது ஏன்? கற்பனை நபருக்கு நபர் மாறுபடுகிறது. ஆனால் கற்பனை செய்யாத மனிதர் ஒருவர்கூட இல்லை. ஒவ்வொருவரும் வித்தியாசமான முறையில், ஏன் அலாதியான முறையில் கற்பனை செய்கிறார். ஆனால் தான் கற்பனை செய்வதை ஒருவர் உணர்கிறாரா? கற்பனை என்னும் செயல்பாட்டைக் கவனிப்பதன் மூலம் அல்ல; நம்மைத் தூண்டக்கூடியதாக இருக்கும் நம்மைச் சுற்றியுள்ள வாழ்க்கையைத் திறந்த மனதுடன் அணுகுவது, சிந்தனையை உருமாற்றுவதில் அதற்குள்ள திறனை அங்கீகரிப்பது ஆகியவற்றின் மூலம் உணர்கிறாரா? வாழ்வின் தூண்டுதல்கள்

அடிக்கடி நம்மைக் கடந்து செல்கின்றன. இவை நமக்குக் கிடைத்த வரப்பிரசாதங்கள் என்பதைக்கூட நாம் உணர்வதில்லை. வாழ்வின் அனுபவங்கள் அனைத்தும் நமது சிந்தனையைத் திறந்துவிடக்கூடியவை என்பதை நாம் உணர்ந்துவிட்டால் கற்பனை குறித்த விழிப்புணர்வு நமக்கு ஏற்படுகிறது. இந்த விழிப்புணர்வுதான் கற்பனையின் பிறப்பிடம். அறியாமை என்னும் மனநிலையில், இத்தகைய விழிப்புணர்வு இல்லாதபோது, நம்மைக் கடந்து செல்லும் கற்பனையின் தருணத்தையும் நாம் தவற விட்டுவிடக்கூடும். கற்பனை இல்லை என்று இதற்கு அர்த்தமல்ல. ஆனால், வாழ்வைத் திறந்த மனதுடன் அணுகும் தன்மை இல்லாதிருப்பதை இது காட்டிவிடுகிறது. நாம் உணர்ந்து விட்டால் ஒவ்வொரு தூண்டுதலும் ஒரு வாய்ப்பாகிவிடும். இதிலிருந்துதான் உலகுடன் நமது புலன்களின் வாயிலாக நாம் மேற்கொள்ளும் பரிமாற்றங்களுக்கு அப்பாற்பட்ட படிமங்களை உருவாக்கும் திறன் உருவாகிறது.

கலைத் துறையில் கற்பனை வளம், படைப்புத் திறன் ஆகியவை ஒரே பொருளைச் சுட்டும் சொற்களாகவே சில சமயம் பயன்படுத்தப்படுகின்றன. எல்லாக் கலைஞர்களிடமும் இந்தத் திறமை இருக்கும் என்றும் கருதப்படுகிறது. இந்த இரு சொற்களுமே இதுவரை அனுபவித்திராத, புதிய அம்சங்களை உருவாக்குவது பற்றியவை என்றாலும் இவற்றை வேறு வேறானவையாக நான் பார்க்கிறேன். கற்பனை என்பது மன உலகில் நிகழும் செயல்பாடு. படைப்புத் திறன் என்பது கற்பனையின் விளைவாகப் புற உலகில் நிகழும் செயல்பாடு. மகத்தான கற்பனை படைப்பூக்கமாக வெளிப்படும் என்று சொல்லிவிட முடியாது. ஆனால் படைப்பூக்கத்தின் அடிப்படை கற்பனைதான். கற்பனைக்கான வெளி, அனுபவத்திலிருந்து கிடைக்கிறது. படைப்பூக்கத்தின் உயிர்ப்பு கற்பனையில் உள்ளது. படைப்புச் செயல்பாடு கற்பனையின் உள்ளுணர்வோடு நெருங்கிய தொடர்புகொண்டது. மனிதர்கள் கற்பனை செய்யும்போது அவர்கள் தங்கள் படைப்புகளை மனதில் அனுபவிக்கிறார்கள். மனதிலிருந்து புற உலகிற்கு வராவிட்டால் இவை படைப்புகளாக உருமாறுவதில்லை. படைப்புத் திறன் என்பது நேரடியான படைப்புச் செயல்பாட்டை உள்ளடக்கியது. 'கற்பனை செய்யப் பட்டது' நிகழ்கால யதார்த்தமாக உருமாறுவதுதான் படைப்புத் திறன். இந்த உருமாற்றத்தை நிகழ்த்தக்கூடியவர்களே மேலான கலைஞர்கள்.

நாம் அனைவருமே கற்பனை செய்கிறோம். ஏன் எல்லாருடைய கற்பனைகளும் படைப்பூக்கமாகப் பரிமளிப்பதில்லை? கற்பனை படைப்பூக்கமாக மாற வேண்டுமென்றால் அதனுடன்

இன்னொரு அம்சமும் சேர வேண்டும். அதுதான் ஆழமான புரிதல். கற்பனையின் பொறி வெறும் மனக்கோட்டையாக மட்டும் நின்றுவிடாமல் இருக்க இது அவசியம். படைப்பூக்கம் கொண்டவரிடம் ஆழமான பார்வை இருக்க வேண்டும். இந்த ஆழம் பன்முக அடுக்குகள் கொண்டது. கடந்த காலமும் நிகழ்காலமும் தொடர்ச்சியாகவும் அடுத்தடுத்த பரிணாம வளர்ச்சிக்கான தூண்டுதல்களாகவும் இங்கே செயல்படும். மிகவும் தீவிரமான, மாபெரும் திருப்புமுனைகளாக அமைந்த கருத்துக்களும் ஆழமான புரிதலிலிருந்துதான் தோன்றுகின்றன. இந்தப் புரிதலுக்குள் ஏற்பதும் மறுப்பதும் முக்கியப் பங்கினை ஆற்றுகின்றன. கல்வி கற்பதைப் பற்றி இங்கே நான் குறிப்பிட வில்லை. கற்பனையின் கூறுகள், அவற்றின் இருப்பு, அவை குறித்த பல்வேறு பார்வைகள் ஆகியவற்றைத் தீவிரமாகவும் விரிவாகவும் புரிந்துகொள்ளும் நடைமுறை பற்றிக் குறிப்பிடுகிறேன். அவதானிப்பு, சுய பரிசோதனை ஆகியவற்றின் விளைவாக உருவாகும் புரிதலைப் பற்றிப் பேசுகிறேன்.

படைப்பூக்கத்திற்கு ‘அத்தியாவசிய’மான மற்றொரு அம்சம் திறமை. ஒரு கலைஞர் தனது மனதில் இருக்கும் படிமங்களை ஓவியங்களாக மாற்ற வேண்டுமென்றால் அவருக்கு வரையும் திறமை இருக்க வேண்டும். திறமை என்பது சாத்தியப்படுத்தும் அம்சமாக இங்கு செயல்படுகிறது. இது இல்லாமல் கருத்துக்கள் படைப்புகளாக மாற முடியாது.

கற்பனை வளம், படைப்பூக்கம் ஆகியவற்றைச் சற்றே வித்தியாசமான முறையில் பார்ப்பதற்கு இது வழிவகுக்கிறது. ஒவ்வொரு தனிநபருக்கும் கற்பனை உள்ளது. கற்பனை வளம் கொண்டவர்களையும் மற்றவர்களையும் வேறுபடுத்திப் பார்க்க உதவுவது விழிப்புணர்வு. அதுபோலவே, தனது கற்பனைகளை இனம்கண்டு, தன் புரிதலையும் திறமைகளையும் வளர்த்துக் கொள்ள முடிந்தால் ஒவ்வொரு தனிநபரும் படைப்பாளியாக இருக்க முடியும். நான் அறிவியலாளன் அல்லன். ஆனால் படைப்பூக்கம் என்பது முழுக்க முழுக்க மரபு வழிப்பட்டது என்று நான் நம்பவில்லை. கற்பனை, படைப்பூக்கம் முதலான கருத்துக்களைப் பாதிப்பதில் மரபணுக்களின் பங்கு என்ன என்பது பற்றி நமக்குத் துல்லியமாகத் தெரியாது. ஒருவருடைய சூழ்நிலையும் வாழ்வும் மாறுபட்ட தூண்டுதல்களைத் தருகின்றன. இவை அவரைப் படைப்புத் திறன் கொண்டவராக மாற்ற முடியும். எல்லா அம்சங்களும் ஒன்றுபோல அமைந்தால் நாம் அனைவருமே அவரவர் வழிகளில், அவரவர் துறைகளில் படைப்பாற்றலுடன் விளங்கும் திறமை படைத்தவர்கள்தாம். இரு தனிநபர்களில் யாருக்கு அதிகப் படைப்பாற்றல் என்று ஒப்பிடக்

கூடாது. இருவரிடமும் உயிர்ப்புடன் இருக்கும் படைப்பாற்றலின் செயல்முறையைப் பாராட்ட வேண்டும். ஒவ்வொரு தனிநபரும் படைப்பாற்றலோடு விளங்கக்கூடியவர்தான் என்று நான் சொல்வதன் பொருள் இதுவே.

ஒரு துறைக்கும் *சமூகத்திற்கும்* இடையே தொடர்ந்து நடக்கும் *ஊடாட்டம்* கற்பனையைத் தூண்டிப் படைப்பாற்றலை உருவாக்குகிறது என்பதைப் புரிந்துகொள்ள வேண்டியது முக்கியமானது. ஒருவர் புழங்கும் சூழல், சொல்லப்போனால் அவரது ஒட்டுமொத்த வாழ்க்கை, படைப்பாற்றலைத் தூண்டக் கூடிய அம்சம் என்ற புரிதலிலிருந்துதான் கற்பனை பிறக்கும். குறிப்பிட்ட துறை சார்ந்த ஆழமான அறிவும் சேரும்போது அற்புதமான படைப்பாற்றல் பிறக்கிறது. அது அந்தத் துறையையே மறு வரையறை செய்கிறது.

எனவே ஒருவரது புறச்சூழலின் யதார்த்தத்துக்கும் கற்பனைக்கும் இடையே *தொடர்ச்சி* இருக்கிறது; இதுவே படைப்பாற்றலுக்கு வழி வகுக்கிறது. இந்தச் சங்கிலியானது பரஸ்பரம் இணைக்கப்படாத பட்சத்தில் படைப்பாற்றல் செயல்முறை முழுமை அடையாது.

‘புதியவை’ எல்லாம் படைப்பாற்றலா?

படைப்பாற்றல் என்னும் சொல் இன்று தாராளமாகப் பயன்படுத்தப்படுகிறது. புதிதாக இருப்பதையெல்லாம் குறிப்பிடுவதற்குப் பயன்படுத்தப்படுகிறது. இதுவரை கேட்டிராத ஓசை, பார்த்திராத ஜிம்னாஸ்டிக் திறன், புத்தம் புதிய தயாரிப்பு என எல்லாமே படைப்பாற்றலின் விளைவாகப் பார்க்கப்படுகின்றன. இத்தகைய சூழலில் உண்மையான படைப்பாற்றலைப் பிறவற்றிடமிருந்து பிரித்தறிவது கடினம். இதுவரை நாம் பார்த்திராதது என்பதாலேயே ஒரு விஷயம் படைப்பாற்றல் கொண்டது என்று அர்த்தமில்லை.

படைப்பாற்றல் என்பது வித்தியாசமான செயல் என்பதைக் காட்டிலும் மேலானது. திறமையின் வெளிப்பாட்டை விடவும் மேலானது. படைப்பாற்றலுக்குத் துணைபுரிவதுதான் திறமை. அதன் ஆதாரம் அல்லது படைப்பாற்றலுக்கான காரணம் அல்ல. தனிநபரின் திறமையின் விளைவாக அதுவரையில் யாரும் முயன்றிராத செயல்கள் நிகழலாம். அல்லது புதிய பொருட்கள் உருவாக்கப்படலாம். இது திறமை மேம்பாட்டின் விளைவு. *திறமையின் துணையோடு உருவாகும் படைப்பில்தான் உண்மையான படைப்பூக்கம் கொண்ட தேடல் நிகழ்கிறது.*

ஆனால் குறிப்பிட்ட ஒரு வெளிப்பாடு ஒரு துறைக்கு எவ்வாறு பங்களிக்கிறது?

உதாரணமாக, இசையில் உண்மையான படைப்பாற்றல் கலையின் அழகியல் பரிமாணங்களுக்குத் தன் பங்கைச் செலுத்து கிறது. அழகியல் பரிமாணங்களை மேலும் செழுமைப்படுத்துகிறது. அதாவது, அழகியலின் தொழில்நுட்பத் தன்மைகளையும் பரிசோதனை சார்ந்த தன்மைகளையும் மேம்படுத்த உதவுகிறது. இவை இரண்டையும் செயற்கையாக ஒட்டவைக்காமல் உயிர்ப்புடன் ஒன்றிணைக்க ஒரு இசைக் கலைஞரால் இயலும்போது அவர் தனது பங்களிப்பைச் செலுத்துகிறார். இசை உருவாக்கத்தில் உள்ள பல்வேறு அம்சங்கள் குறித்த ஆழமான *சுய விசாரணையிலிருந்து* இது பிறக்கிறது. தனிநபரைக் கடந்த படைப்பாற்றலைப் பற்றிப் பேசும்போது மேலும் விரிவான பின்புலத்தை நாம் காண வேண்டும். உண்மையான படைப்பூக்கம் கொண்ட ஒவ்வொரு செயலும் குறிப்பிட்ட துறையின் இயல்பை உருமாற்றுகிறது. அதே சமயம் கடந்த காலத்திலும் நிகழ்காலத்திலும் அது வேர் கொண்டிருக்கிறது. இந்த இரு காலங்களையும் புரிந்துகொள்ளுதல், விளக்கமளித்தல், மறுத்தல் அல்லது ஏற்றுக்கொள்ளுதல் ஆகியவற்றில் இந்த வேரோடிய தன்மை இருக்கிறது.

இது தர்க்க ரீதியான அடுத்த கேள்விக்கு நம்மை இட்டுச் செல்கிறது. காலங்காலமாகப் பலரால் திரும்பத் திரும்பச் செய்யப்படும் ஒரு செயலில் படைப்பாற்றல் இருக்கிறதா? பூச்சாடிகளை ஒரே வடிவமைப்பில் பல நூற்றாண்டுகளாகச் செய்துவந்தால் அது கலைப் படைப்பா? கோட்பாட்டாளர் களை நீண்ட காலமாகத் துரத்திவரும் கேள்வி. இது கலையா, கைத்திறனா? இசையில் ஒரு ராகத்தில் ஒரே வரியைப் பல கலைஞர்கள் பலமுறை திரும்பத் திரும்பப் பாடுவது படைப்பாற்றலைப் பிரதிபலிக்கிறதா? *கேட்பவரிடத்தில் அதுதான் கலையின் சாரம் என்னும் உணர்வை ஏற்படுத்தும் பட்சத்தில் இரண்டுமே கலைதான் என்பதே என் நிலை.* ஒரு ராகத்தின் குறிப்பிட்ட வரி முதலில் கேட்ட அதே புத்துணர்வைத் தராது என்றோ கேட்பவரை அதே அளவுக்கு பாதிக்காது என்றோ எப்படிச் சொல்ல முடியும்? சிலரால் மட்டுமே கேட்பவரை அந்த வரியின் சாதாரண பொருளுக்கு அப்பால் அழைத்துச் சென்று உணர்வுபூர்வமான சாரத்தைத் தர முடிகிறது. அந்த வரி நமக்குத் தெரிந்திருக்கலாம். அதன் சரியான வடிவத்தையும் புரிந்துகொண்டிருக்கலாம். ஆனாலும் அந்த அனுபவம் நிஜமானது. பழக்கத்தின் காரணமாக இப்படி நேர்கிறது என்று

வாதிடலாம். அப்படியானால் யார் பாடினாலும் அதே விளைவு ஏற்பட வேண்டும். ஆனால் அப்படி நிகழ்வதில்லை. எல்லாக் கலைஞர்களும் தொழில்நுட்ப ரீதியாக ஒரே பாணியில் அந்த வரியை வழங்கினாலும் நிகழ்வதில்லை.

கலைஞர்கள், பாடல் வரியை அதன் தொழில்நுட்பத் தளத்துக்கு அப்பால் எடுத்துச் சென்று படைப்பாற்றல் மிகுந்த உணர்ச்சியை அதில் புகுத்துகிறார்கள். அந்த வரியை அவர்கள் கையாளும் விதத்தில் அந்த வரி சாதாரண பொருளிலிருந்து அதன் *அருவமான சாரத்திற்கு* உருமாறுகிறது. *கலாபூர்வமான சாரத்திலிருந்து* உணர்வுபூர்வமான கருத்தை உருவாக்க முடியும் என்றால் பூச்சாடியும் ஒரு கலைப் படைப்புதான்; படைப்பாற்றல் கொண்ட செயல்பாடுதான்.

இசையில் படைப்பாற்றல் என்பது, நிஜ உலகில் உள்ள அதன் இருப்போடு, முற்றிலும் அரூபமானது எனச் சொல்லக்கூடிய உலகிலும் முக்கியமான பங்கை வகிக்கிறது. இந்த உலகம் தூய சிந்தனை அல்லது தத்துவ உலகிற்கு நிகரானது. படைப்பாற்றல் மிகுந்த இசை, ராகம், தாளம், முதலானவற்றின் தொழில்நுட்ப அம்சங்களைத் தாண்டி ஒரு மாயையை உருவாக்குகிறது. மனதை அரூபமான அனுபவத்தின் தளத்திற்கு இட்டுச் செல்கிறது. *இந்த அரூபமான தளம் தனிநபரின் சுயத்தைத் தாண்டிய ஆழமான உணர்ச்சியைக் கொண்டது. ஒருவரை முற்றிலுமாக ஈர்க்கக்கூடியது.* கற்பனையின் பொறி சுய பரிசோதனையைத் தூண்டுகிறது. இதிலிருந்து உருவாகும் புரிதலிலிருந்து படைப்பு உருவாகிறது. இது திடீரென்றோ அல்லது படிப்படியாகவோ உருவாக வேண்டுமென்பதில்லை. இது நிகழும் வேகம் முக்கியமில்லை. படைப்பின் தரமே முக்கியம்.

உண்மையான அர்ப்பணிப்பு கொண்ட இசைக் கலைஞரின் இயல்பான சுய பரிசோதனையிலிருந்து இத்தகைய படைப்பாற்றல் வருகிறது. இது ஆழ்மனதில் தொடர்ந்து நடக்கும் செயல்பாடு. ஆழ்மனதில் பல்வேறு உள்ளீடுகள், தூண்டுதல்கள், கருத்துக்கள் ஆகியவை திறமை, சுய பரிசோதனை, புரிதல் ஆகியவற்றுடன் இணைகின்றன. இந்தக் காரணிகள் அனைத்தும் முழுமையான ஒருங்கிணைவு பெற்று இணையும்போது படைப்பாற்றல் 'சட்டென்று' தோன்றிவிடலாம். தனக்குள் நிகழும் படைப்பாற்றலின் பாய்ச்சல் குறித்த பிரக்ஞைகூட ஒருவருக்கு இல்லாமல் போகலாம். மேலோட்டமான பார்வையில் இத்தகைய படைப்பூக்கம் கொண்ட வெளிப்பாடுகள் திடீரென்று வந்தவை போலத் தெரியலாம். ஆழமாகப் பார்க்கும்போது படைப்பாற்றலின் பரிணாம வளர்ச்சி தெளிவாகத் தெரியும்.

படைப்பாற்றல் என்னும் தளத்தில் தற்கண வெளிப்பாடு என்னும் இன்னொரு அம்சமும் உள்ளது. கலாபூர்வமான இந்திய இசையின் பிரிக்க முடியாத பகுதி இது. இந்த அம்சம்தான் ஒவ்வொருவரையும் பிறரிடமிருந்து வேறுபடுத்திக் காட்டுகிறது. இசை, கவிதை என எந்தத் துறையிலும் மேம்படுத்துதல் என்பது முன் தீர்மானமோ திட்டமோ இல்லாமல் அந்தக் கணத்தில் நிகழ்த்துவதற்கான ஆற்றல் என வரையறுக்கப்படுகிறது. தற்கண வெளிப்பாடு என இதைச் சொல்லலாம். கர்னாடக இசைக் கலைஞர் பாடும்போது பிரக்ஞைபூர்வமான சிந்தனை ஏதுமின்றி இசைத்தன்மை, தாள லயம் ஆகியவற்றின் சாத்தியக்கூறுகளை ஆராய்கிறார். ஆனால் இதற்குப் பின்னால் தயாரிப்பே இல்லை என்று சொல்லிவிட முடியாது. இசைக் கலைஞர்கள் அனேகமாக, இடையறாமல் தங்களைத் தயார்படுத்திக்கொண்டிருக்கிறார்கள். இதனால் இசை அவர்களின் அக உலகின் ஒரு பகுதியாகிறது. அவர்களது உளவியலில் இசையும் அதன் அழகியலின் விதிகளும் பதிந்துவிடுகின்றன. இந்த நிலையில் மேம்படுத்துதலின் வாயிலாக அசலான படைப்பாற்றல் வெளிப்படுகிறது. அது ஒத்திகைபார்த்து வருவதல்ல. அந்தக் கணத்தில் வெளிப்படுவது. ஆனால் அதன் பின்னணியில் ஏராளமான முன்தயாரிப்பு நடந்திருப்பதை மறுக்க முடியாது. படைப்பாற்றல் இல்லையேல் மேம்படுத்தலின் நோக்கம் அடிபட்டுப்போகும். பிரக்ஞைபூர்வமாக அறிந்ததன் எல்லைக்குள்ளேயே நாம் சிக்கிக்கொள்வோம்.

படைப்பாற்றலின் சுதந்திரம்

படைப்பாற்றல், தற்கண வெளிப்பாடு ஆகிய கருத்துக்களை விவாதிக்கும்போது சுதந்திரம் என்னும் இன்னொரு முக்கியமான கருத்தும் அதில் இணைந்துகொள்ளும். ஆகிவந்த அளவுகோல்கள், பரிந்துரைக்கப்பட்ட, புரிந்துகொள்ளப்பட்ட சாத்தியக்கூறுகள் ஆகியவற்றைத் தாண்டிச் செல்வதும் எந்தக் கட்டுப்பாடும் இல்லாமல் நிபந்தனைகளை உடைப்பதும்தான் படைப்பாற்றல் எனப் புரிந்துகொள்ளப்படுகிறது. இப்படிப் பட்ட முழுமையான சுதந்திரம் நிலவும் சூழலில் ஒரு கலைஞர் தான் விரும்புவதையெல்லாம் செய்யலாம் என்று அனுமானிக்கப்படுகிறது. ஆனால் படைப்பாற்றலின் உலகில் இது ஒரு அவசரமான முடிவு. படைப்பாற்றல், திறமை, சிந்தனைச் சுதந்திரம் ஆகியவற்றுடன் கலை வடிவின் அழகியலை அதற்கான இடத்தில் பத்திரமாகப் பாதுகாக்க வேண்டிய மாபெரும் பொறுப்பும் ஒரு கலைஞருக்கு இருக்கிறது. கடந்த காலம், நிகழ்காலம் ஆகியவை குறித்த தொடர்ச்சியான கவனம்

இல்லாமல் உண்மையான படைப்பாற்றல் உயிரோடு இருக்க முடியாது.

படைப்பாற்றல் மிகுந்த கற்பனை வளத்தின் உரிமைகள், பொறுப்புகள் ஆகியவை பற்றிய புரிதலில் மறுதலித்தல் என்னும் மிக முக்கியமான அம்சமும் இருக்கிறது. நான் குறிப்பிடும் மறுதலிப்பது என்பது மலினமான செயல் அல்ல. கலையைக் குறிப்பிட்ட திசை நோக்கி எடுத்துச் செல்லக்கூடிய தீவிரமான இயக்கம். ஒரு விஷயத்தை நாம் மறுதலிப்பது என்பது வெறுமனே ஒப்புக்கொள்ளவில்லை என்பதல்ல. மறுதலிப்பு என்பது புரிதல். இது எதிர்மறையானதோ கலகத்தன்மை கொண்டதோ அல்ல. உண்மையான மறுதலிப்பு என்பது *நுண்ணுணர்வு*. எதை மறுக்க விரும்புகிறோமோ அதை நாம் நன்கு புரிந்துகொண் டிருக்கிறோம் என்பதே மறுதலிப்பின் வலிமை. எனவே அது சுரணையாகத்தான் இருக்க முடியும். இப்போது இருப்பது அல்லது முன்பு இருந்த ஒன்றைப் பற்றிய சுரணை என்பது தவிர்க்க முடியாதது. சுரணை என்பது தனிநபர் சார்ந்ததல்ல. உணர்ச்சிவசப்பட்டதல்ல. அது மிகவும் கறாரான முறையில் நேர்மறையானது. ஒரு விஷயத்தை ஏற்றுக்கொள்வதற்குத் தேவைப்படும் அதே சுய பரிசோதனையிலிருந்து வெளிப்படும் நேர்மை இது. 'இதை நான் புரிந்துகொள்ளுவதால் மறுக்கிறேன். உண்மையாக உணர்வதால் மறுக்கிறேன். இது என்னைப் பற்றியதல்ல என்பதால் மறுக்கிறேன்' – மறுதலிப்பிலும் படைப்பாற்றல் கொண்ட வெளிப்பாடு இருக்கிறது. கலை வடிவின் அடிப்படை இயல்பைக் கட்டமைக்கும் அழகியலின் வகைமைகளுக்குள்தான் சுதந்திரம் இருக்கிறது. கலையின் வடிவம், கட்டுமானம், நோக்கம் ஆகியவைதான் ஒரு கலைஞர் தனது படைப்பாற்றலைக் கட்டியெழுப்புவதற்கான அஸ்திவாரங்கள். ஆக, அழகியல் கட்டுமானத்திலிருந்துதான் சுதந்திரமும் உருவாகிறது. படைப்பாற்றல் கொண்ட ஒரு வெளிப்பாடு கலாபூர்வமான ஒரு சிந்தனையை மறுக்கிறது என்றால் அழகியல் குறித்த ஆழமான புரிதலின் அடிப்படையிலேயே அவ்வாறு செய்கிறது. எனவே சுதந்திரம் என்பது இந்த அடிப்படைகளை மதிப்பதாக இருக்க வேண்டும்.

கலைஞனின் அக உலகம்

ஒரு கலைஞர் பங்களிக்கக்கூடிய படைப்பாற்றல் மிகுந்த மாற்றங்கள் அவரது அக ஆளுமையாலும் கலைஞரின் சுதந்திரம், பொறுப்பு ஆகியவை குறித்த அவரது அணுகுமுறை யாலும் தீர்மானிக்கப்படுகின்றன. படைப்பாற்றலில் சுதந்திரம் எல்லையற்றது. ஆனால் ஒரு கலைஞர் தான் தாக்கம்

செலுத்தவும் மாற்றவும் விரும்பும் உலகின் மீதான அவரது நேர்மையான ஈடுபாடு இதைக் கட்டுப்படுத்துகிறது. இதுதான் படைப்பாற்றலையும் அராஜகத்தையும் பிரித்துக் காட்டுகிறது.

கலைஞரின் தனிப்பட்ட கற்பனை, சுயபரிசோதனை, புரிதல், தற்கண வெளிப்பாடு ஆகியவற்றின் மூலம் படைப்பாற்றலாக மாறுகிறது. இதுதான் அவருக்கென்று பிரத்யேக அடையாளம் தரக்கூடிய படைப்பாளுமையையும் உண்மையான கலைத்திறனையும் வழங்குகிறது. ஆனால் இப்படிப்பட்ட ஒரு ஆளுமையைப் பெறுவதே கலைஞரின் இலக்காக ஆகிவிடக் கூடாது.

கற்பனை செய்தல், உருவாக்குதல், பழைய உலகைப் புதிய பார்வையுடன் அணுகுதல் ஆகிய அம்சங்கள்தான் கலைஞரின் அற்புதமான பயணத்தைச் சாத்தியமாக்குகின்றன. கலைஞர்கள் சிறப்பான அல்லது அலாதியான பிரிவைச் சேர்ந்தவர்கள் அல்ல. கலைஞராக இருப்பது அதன் சாரத்தில் மனிதனாக இருப்பதே ஆகும். கற்பனையின் துணையோடு வாழ்வுக்கு உயிரோட்டம் அளிப்பது, நமது எண்ணங்களில் அதைத் தழுவிக்கொள்வது, உடல் ரீதியாகவும் அதை வெளிப்படுத்துவது ஆகியவை நம் ஒவ்வொருவருக்குமானவை. நாம் அனைவருமே கலைஞர்கள்தாம்.

o

4

கர்னாடக இசைக் கச்சேரி – ஒரு விமர்சனம்

கர்னாடக இசைக் கச்சேரியை இசை நிகழ்த்துவதற்கான உத்தியாகவே நான் பார்க்கிறேன். இசை வடிவமும் அதை நிகழ்த்தும் விதமும் நெருங்கிய தொடர்புடையவை. எனவே வடிவத்தின் இயல்பைப் புரிந்துகொள்ள வழங்கும் முறையை நாம் பார்க்க வேண்டியது அவசியம். முதலில் முக்கியமான ஒரு தகவலைத் தெரிந்துகொள்ள வேண்டும். கர்னாடக இசையின் அழகியல் தொடங்கியபோது, அதன் முடிவு என்ன என்பது பற்றிய பார்வை எதுவும் இருந்திருக்கவில்லை. இசையை வழங்குதல் என்னும் எண்ணம் எதுவும் தொடக்கத்தில் இல்லை. கடந்த காலத்தில் பொது இடங்களில் வழங்கப்படவே இல்லை என்று இதற்குப் பொருள் அல்ல. வழங்கப்பட்டது. ஆனால் அதன் அழகியல் அடையாளம் தொடர்ந்து பரிணாம வளர்ச்சி பெற்றுவந்ததன் ஒரு பகுதியாகவே அது வழங்கப்பட்டது.

எல்லா இசை வடிவங்களும் உணர்ச்சியின் உள்ளார்ந்த ஆற்றலைக் கொண்டவை. கலாபூர்வ மான இசையின் ஆற்றல் அலாதியானது. தனது வரப்பிரசாதங்களான இனிமை, தாளலயம் ஆகியவற்றிலிருந்து அது மிகவும் தூய்மையான இசையின் சாரத்தை உருவாக்குகிறது. கர்னாடக இசை குறிப்பிட்டதொரு சமூக – அரசியல் சூழலில் இருந்துவருகிறது. நிகழ்த்துதல் அல்லது வழங்குதல் என்னும் நிலைக்கு அதை எடுத்துச் செல்லும்போது

தவிர்க்க முடியாமல் சில மாற்றங்கள் நிகழும். சமூக மாற்றங்களின் காரணமாக, இசை தனது முக்கியமான சில தன்மைகளைத் தன் ரசிகர்களுக்காகவும் அவ்வப்போதைய ரசிகர் சூழலுக்காகவும் விட்டுக்கொடுக்க வேண்டியிருக்கும். இசையை நிகழ்த்துதலின் தேவைகளைத் திருப்தி செய்வதற்காக அழகியலைச் சமரசம் செய்துகொள்ள வேண்டியிருக்கலாம். இந்தச் சூழலைத்தான் கர்னாடக இசையில் இன்று நாம் எதிர்கொள்கிறோம்.

கச்சேரியின் நோக்கமும் திசையும்

அடிப்படையான ஒரு கேள்வியை எழுப்பிக்கொள்வதன் மூலம் இந்தச் சூழலை நாம் ஆராயலாம். கச்சேரி, அதன் முழுமையான வடிவில் ஒருங்கிணைந்த அழகியல் அனுபவமாக இருக்கிறதா? அல்லது, கச்சேரியில் வழங்கப்படும் ஒவ்வொரு அம்சமும் அழகியல் அனுபவமாக இருக்கிறதா? இரண்டாவது கேள்விக்கு ‘ஆமாம்’ என்று பதில் சொன்னால் நாம் கச்சேரியின் ஒவ்வொரு அம்சத்தையும் அதனதன் அளவுகோலின்படியே அதன் அழகியலை வரையறுக்க வேண்டியிருக்கும். கச்சேரி என்பதே ஒவ்வொரு அம்சத்தின் அழகியல் அனுபவங்களின் கூட்டு அனுபவம் என்றும் கச்சேரிக்கென்று ஒட்டுமொத்தமாக அழகியல் நோக்கம் எதுவும் கிடையாது என்றும் நாம் முடிவுக்கு வர வேண்டியிருக்கும்.

இன்று கச்சேரி நடக்கும் விதத்தைப் பார்க்கும்போது ராகங்களின் தேர்வு, தாளங்கள், லயம், வாக்கேயக்காரர்கள், மொழிகள் ஆகிய அம்சங்களிடையே மேலோட்டமான தொடர்பே இருப்பதாகத் தோன்றுகிறது. கச்சேரியின் வடிவத்தின் மீதான விமர்சனமாக இதை நான் சொல்லவில்லை. கச்சேரி என்னும் முழுமையான வடிவத்திற்கென்று அழகியல் நோக்கும் திசையும் இருக்க வேண்டுமா என்பதுதான் இப்போது கேள்வி. இருக்க வேண்டும் என்று நான் நம்புகிறேன். கச்சேரிக்கான அழகியல் நோக்கமே இசையின் சாரமான ஆற்றலாக இருக்க வேண்டும். கோட்பாடுகளோ புறத்தில் இருக்கும் பிற விஷயங்களோ அல்ல.

கச்சேரியில் கூடும் உயிர்த் துடிப்பைப் பற்றித் தமிழ் ரசிகர்கள் இப்படிச் சொல்வார்கள்: “களை கட்டறது”. முதல் அரைமணி நேரத்திற்குள் நிகழும் குறிப்பிட்ட வேகம் அல்லது துடிப்பு, அந்த வேகம் ஏற்படுத்தும் உத்வேகத்தை அவர்கள் அப்படிக் குறிப்பிடுவார்கள். தொடக்கத்தில் வரும் இந்த வேகம் மாறக்கூடியது என்பதால் அது முக்கியமானதல்ல என்றும் வாதிடலாம். “களை கட்டறது” என்னும் சொல் கச்சேரிகளில் வெளிப்படும் விதத்தை நெருக்கமாக ஆராய்ந்து பார்த்தால்

அது தொடக்கத்தில் பாடப்படும் பாடல்களின் லயத்தோடு தொடர்புடையது என்று தெரிகிறது.

மத்யம கால அல்லது துரித காலத்தில் (அல்லது இரண்டிலும்) பாடும்போது இந்த உணர்வு ஏற்படுகிறது. இவை இரண்டும் ஏற்படுத்தும் தாக்கம் கேட்பவர்களின் பழக்கத்தி னால் வரும் விளைவு. குறிப்பிட்ட ஒரு வீச்சிற்குள் குறிப்பிட்ட வேகமெடுப்பதை நாம் விரும்புவதாகத் தெரிகிறது. அப்படி வேகமெடுத்த உடன் கச்சேரி நல்லபடியாகத் தொடங்கிவிட்டது என்னும் உணர்வு நமக்கு வந்துவிடுகிறது. மீதிக் கச்சேரியைக் கேட்கும் உற்சாகம் ஏற்பட்டுவிடுகிறது. ஆனால், நிகழ்த்துக் கலைகளைப் பொறுத்தவரை, கலைஞர்தான் ரசிகர்களைக் கட்டுப்படுத்துகிறாரே தவிர, ரசிகர்கள் கலைஞரைக் கட்டுப் படுத்துவதில்லை என்று நான் நினைக்கிறேன். இந்த நிலை கலைஞர்களையும் ரசிகர்களையும் கட்டுப்படுத்தி, கச்சேரியின் தொடக்கக் கட்டத்தில் தீவிரமான அழகியல் சார்ந்த இசையை வழங்கவிடாமல் செய்துவிடுகிறது.

முதல் வர்ணம் என்பது முன் தயாரிப்பைப் போல எடுத்துக் கொள்ளப்படுகிறது. முதல் கீர்த்தனை சில கல்பனா ஸ்வரங் களுடன் மத்யம காலத்தில் பாடப்படுகிறது. கச்சேரியின் தொடக்கக் கட்டம் இப்படிக் கட்டமைக்கப்பட்டுள்ளது. அதன் பிறகு தீவிரமான பகுதி வருகிறது. இதில் முதலாவதாக, ‘பிரதான’ பாடல். அடுத்தது ராகம், தானம், பல்லவி. கலாபூர்வ மான இசையின் ஒவ்வொரு நிகழ்வுமே முக்கியமானது, சமமான மதிப்புடன் உள்வாங்கப்பட வேண்டியது என்று நான் நம்புகிறேன். எனவே, இந்த இரு பகுதிகளை நோக்கிக் கச்சேரியைக் கொண்டுசெல்லத்தான் வேண்டுமா அல்லது இவற்றைத் தாண்டி மேலும் உன்னதமான, மேலும் முழுமையான இசை அனுபவங்களை நோக்கிச் செல்ல வேண்டுமா என்ற கேள்வியை நாம் எழுப்பிக்கொள்ள வேண்டும். இந்த இரு அம்சங்கள் கொண்ட அமைப்பினுள் செயல்படும் கலைஞர்கள் கச்சேரியின் இதர பகுதிகளைக் குறைத்து மதிப்பிடுகிறார்கள் என்று சொல்வதாக இந்தக் கேள்வியை எடுத்துக்கொள்ளக் கூடாது. அவர்கள் அப்படிச் செய்யவில்லை. ஆனால் பிரதான கீர்த்தனை, ராகம் – தானம் – பல்லவி ஆகிய இரு அம்சங்களுக்கு அதிக முக்கியத்துவம் கொடுக்க அவர்கள் நிர்ப்பந்தப்படுத்தப் படுகிறார்கள்.

ஒரு கலைஞர் ஒவ்வொரு பாடலையும் ஆத்மார்த்தமாகப் பாடினாலும் ஒட்டுமொத்த அழகியல் நோக்கம் நிறைவேறாமல் போகலாம். ராகம், தாளம் ஆகியவற்றின் சாத்தியக்கூறுகளைக்

காட்டிலும் கச்சேரியின் அமைப்புக்கே அதிக கவனம் கொடுப்பது துரதிருஷ்டவசமானது. இதனால் பிற கீர்த்தனைகளில் மனோதர்மத்திற்கு உள்ள வாய்ப்புகளைக் கலைஞர்கள் இழந்துவிடுகிறார்கள். இந்த முறையை மாற்றி அமைத்தால் ஒவ்வொரு பாடலையும் விசாலமான மனோதர்மத்துடன் பாட முடியும். முதல் பாட்டிலிருந்தே சவுக்க காலத்தில் பாடலாம். இதனால் பாடப்படும் பாடலின் எண்ணிக்கை குறையும். ஆனால் ஒவ்வொரு பாட்டுக்கும் அதற்குரிய மரியாதை கிடைக்கும். கலைஞருக்கும் ரசிகர்களுக்கும் 'களை கட்டுவது' என்னும் உணர்வு ஒவ்வொரு பாடலிலும் வெளிப்படும் இசையின் தரத்திலிருந்து உருவாக வேண்டுமே தவிர, வேகம் தொடர்பான கட்டமைக்கப்பட்ட உணர்விலிருந்து வரக் கூடாது.

பிரதான பாடல் அல்லது ராகத்துக்கு முன்பு சில கீர்த்தனைகள், ராகம் – தானம் – பல்லவிக்குப் பிறகு பல பாடல்கள் – இதுதான் கச்சேரியின் கட்டமைப்பு. இந்த அமைப்பு கீர்த்தனைகளைப் பாடுவதற்கு முக்கியத்துவம் அளிக்கிறது. பாடல் களின் உள்ளார்ந்த இசையின் சாரத்தை ஆராய்வதற்கு அல்ல.

கீர்த்தனைகள் தம்மளவிலேயே முக்கியமான அழகியல் படைப்புகள்தாம். ஆனால் மாத்து, தாத்து மற்றும் பிற உத்தி களின் வாயிலாக இசையை மேம்படுத்துவதற்கு உதவக்கூடிய சாதனமாகப் பயன்படுத்தக்கூடிய விதத்தில் கீர்த்தனைகள் வழங்கப்பட வேண்டும். இதற்குப் பதிலாக, கீர்த்தனைகள் ஒன்றன் பின் ஒன்றாகப் பாடப்படுகின்றன. இங்கே ஒரு கேள்வியை நாம் எழுப்பிக்கொள்ள வேண்டும். இசைப்பாடல்களை வேகமாகப் பாடிச் செல்வதுதான் நம் வேலையா? அல்லது அவற்றின் உள்ளார்ந்த அழகை வெளிப்படுத்துவதும் நம் வேலையா? பதில் என் மனதில் தெளிவாக இருக்கிறது. பல விதமான இசைப் பாடல்களுக்கு நியாயம் வழங்க வேண்டும் என்றால் அவற்றை நம் கவனத்தை ஈர்த்துக்கொள்ளும் அழகான படைப்புகளாக நாம் காண வேண்டும். இசை சார்ந்த கற்பனைகளின் வாயிலாக அவை தம்மைச் சுதந்திரமாக வெளிப்படுத்திக்கொள்ள அனுமதிக்க வேண்டும்.

இசைப்பாடலின் உயிர் மூச்சு அதன் வரிகளில் இல்லை. தாளக் கட்டுகளுக்குள் வரும் மாத்து, தாத்து போன்ற இடையீடுகளில் உள்ளது. இசைப் பாடல்களை இயற்றியவர்கள் அத்தகைய கலையம்சங்களை உருவாக்கியிருக்கிறார்கள். இசைக் கலைஞர்களான நாம் புதிய கோட்பாடுகளை ஆராய இந்தக் கலையம்சங்கள் நமக்கு உத்வேகம் அளிக்க வேண்டும். ஒரு கச்சேரியின் பிரதான பாகத்தில் பாடப்படும் பாடல்கள்

அனைத்திலுமே மனோதர்மத்திற்கு இடம் இருக்க வேண்டும் என்று நினைக்கிறேன். இதுவே வாக்கேயக்காரர்களுக்கான சிறந்த அஞ்சலியாக இருக்கும் எனக் கருதுகிறேன். இத்தகைய கச்சேரியில் ஒவ்வொரு படைப்புமே ராகத்தையும் தாளத்தையும் புதிய வகையில் அணுகவும் புதிய கோணத்தில் வழங்கவும் இசைக் கலைஞருக்கு வாய்ப்பளிக்கும். இந்த அணுகுமுறைக்கு இடம் தராத இசைப்பாடல்கள் கர்னாடக இசைக்கு ஏற்றவை அல்ல எனக் கருதப்பட வேண்டும்.

அதிக எண்ணிக்கையில் கீர்த்தனைகள் பாடப்படும் பல கச்சேரிகள் நாம சங்கீர்த்தன நிகழ்வுகளைப் போல இருக்கின்றன. இது கர்னாடக இசைக் கச்சேரியின் அழகியலின் சாரத்தையே சிறுமைப்படுத்துகிறது. கச்சேரியில் எக்கச்சக்கமான கீர்த்தனைகளைப் பாட நாம் அனுமதித்துவிட்டதால் தமது மனோதர்மத்தை வளர்த்துக்கொள்ளாத கலைஞர்கள் கச்சேரி வடிவத்தின் எல்லைகளை மேலும் குறுக்கிவிட்டார்கள். கர்னாடக இசையின் அடிப்படையான நோக்கத்தையே இது பாதிக்கிறது. கீர்த்தனைகளைக் கலாபூர்வமாக மேம்படுத்துவதுதான் மனோதர்மத்தின் பங்கு. இப்படி அதைப் பயன்படுத்தினோம் என்றால் மனோதர்மத்தில் படைப்பம்சமே இருக்காது. பயிற்சிசெய்து நிகழ்த்தும் உத்தியாக அது மாறிவிடும். கர்னாடக இசையில் இன்று இந்த நடைமுறை நிலவுகிறது. கச்சேரியில் கீர்த்தனைகளின் எண்ணிக்கை கூட அனுமதித்ததன் மூலம் கர்னாடக இசையின் தரத்தைத் தாழ்த்தியிருக்கிறோம்.

கர்னாடக இசையின் பாடல் வடிவங்கள்

கலாபூர்வமான கர்னாடக இசையில் ஏழு விதமான பாடல் வடிவங்கள் இருக்கின்றன. ஆனால் கச்சேரிகளில் கீர்த்தனைகளே பிரதானமாக இடம்பெறுகின்றன. பாடப்படும் கீர்த்தனையில் மாத்து, தாத்து ஆகியவை கச்சிதமான சமநிலையுடன் இணைவதைப் பொறுத்து செம்மையான இசையாக அது ஏற்றுக்கொள்ளப்படுகிறது. குறிப்பாக மும்மூர்த்திகளின் பல பாடல்களுக்கு இது கச்சிதமாகப் பொருந்தும். கச்சேரியில் கீர்த்தனை ஏன் பிரதான இடம் வகிக்கிறது என்பதற்கு ஆதரவாக இந்த வாதம் முன்வைக்கப்படுகிறது.

மாத்து, தாத்து இடையே கச்சிதமான சமநிலை தேவை என்னும் அனுமானம் விவாதத்திற்கு உரியது. கர்னாடக இசையில் மாத்து என்பது தாத்து என்னும் சாதனத்தின் பகுதி. தாட்டு மாத்துவின் பகுதி அல்ல. தவிர, கர்னாடக இசை என்பது அடிப்படையில் ராகமும் தாளமும் சம்பந்தப்பட்டதுதான்

என்பதால், மாத்துவுக்கு முக்கியத்துவம் அளிக்காத பாடல் வகைகளும் கீர்த்தனைகளுக்கு இணையாகக் கருதப்பட வேண்டும். உதாரணமாக, கச்சேரியில் தான வர்ணம் தொடக்க கட்டப் பாடல்களில் ஒன்றாகப் பயன்படுத்தப்படுகிறது. ஆனால் இது மகத்தான இசைப் பெறுமானம் கொண்ட கலாபூர்வமான இசைப்பாடல். இதில் சாகித்யம் குறைவாக இருக்கும். இசை சார்ந்த சிக்கலான இனிமை அம்சங்களை இணைப்பதற்கு சாகித்யம் பயன்படுத்தப்படும் முறை அற்புதமான இசையாகப் பரிமளிக்கிறது. ஆனால் சாகித்யத்திற்கு முக்கியத்துவம் தரும் அணுகுமுறையால் தான வர்ணத்தின் அழகு புறக்கணிக்கப்படுகிறது.

நாம் பாடும் பல கீர்த்தனைகளைவிடவும் முழுமையான கலை வடிவங்களாகப் பல வர்ணங்கள் உள்ளன. வர்ணத்தைக் கச்சேரியின் எந்தப் பகுதியில் வேண்டுமானாலும் அழகியல் படைப்பாக வழங்கலாம். ஆலாபனை, நிரவல், கல்பனா ஸ்வரம் ஆகியவற்றுடன் இதை வழங்க வேண்டும். நிரவலுடன் ஒரு வர்ணத்தை வழங்குவதில் இசைக் கலைஞர்களுக்குத் தங்கள் கலைத் திறனை வெளிப்படுத்தப் பெரும் வாய்ப்பு கிடைக்கிறது. ஒரு வரியில் இருக்கும் சொற்கள் மிகவும் குறைவு. இது நிரவலைப் பெருமளவு விஸ்தரிக்க இடம் தருகிறது. வர்ணத்தின் அமைப்பே நிரவலுக்கு வித்தியாசமான அழகியலைத் தருகிறது. வர்ணம் தரும் இந்த வாய்ப்பை நாம் உணருவதில்லை. பத வர்ணத்தையும் கலாபூர்வமான இசையில் முக்கியமான ஒன்றாகப் பயன்படுத்த முடியும்.

பதம் முக்கியமானதொரு இசை வடிவம். கச்சேரியில் இதற்கு அளிக்கப்பட்டிருக்கும் இடம் எனக்கு ஆச்சரியம் அளிக்கிறது. பதம் என்பது நகைகளில் செய்யப்படும் அதிநுட்பமான வேலைப்பாடுகளைப் போன்றது. ராகத்தின் சிக்கலானதும் கம்பீரமானதுமான வெளிப்பாடு. ஆனால் கச்சேரியின் பிரதான பகுதியில் இதற்கு இடம் இல்லை. பதங்களின் வரிகளில் பாலுணர்வு ததும்புவதுதான் இதற்குக் காரணமாக இருக்கும் என்று எனக்குத் தோன்றுகிறது. இத்தகைய வரிகளைக் கச்சேரியின் பிரதான பகுதியில் இடம் பெறச் செய்வதும் மனோதர்மத்திற்கு, குறிப்பாக நிரவலுக்கு இதைப் பயன்படுத்துவதும் தூய்மைவாதிகளுக்கு அசௌகரியமாக இருந்திருக்கும். பாலுணர்வு ததும்பும் கவித்துவ வரிகளை நிரவலில் திரும்பத் திரும்பப் பாட வேண்டியிருக்கும். பதத்தின் நிலையில் ஏற்பட்ட தாழ்வு, கலைஞர்கள் என்ற முறையில் தேவதாசிகளின் நிலை தாழ்வுற்றதுடன் தொடர்புகொண்டது எனச் சில அறிஞர்கள் கருதுகிறார்கள். மரபுரீதியாக தேவதாசிகளே பதங்களை அதிகம் பயன்படுத்திவந்தார்கள். பத வர்ணமும் பதமும்

பரதநாட்டியத்தில் முக்கிய இடம் வகிக்கின்றன என்பதுதான் சுவாரஸ்யம். இந்த வடிவங்கள் வளர்ந்து வந்த சமூகப் பின்புலம் இத்தகைய பார்வைகளுக்குக் காரணமாய் அமைந்தன. இது பற்றிப் பிறகு விரிவாகப் பேசுவேன். வர்ணங்களைப் போலவே பதங்களையும் முக்கியமான இசைப்பாடல் வடிவமாகக் கருத வேண்டும்.

முதல் வகையைச் சேர்ந்த ஸ்வர ஜதிக்கும் இது பொருந்தும். கலாபூர்வமான இசையின் இன்றியமையாத குணாம்சங்களைக் கொண்டிருக்கும் ஜதிஸ்வரம் (பரத நாட்டியத்தில் பயன்படுத்தப் படுவது) போன்ற இதர இசைப்பாடல் வகைகளைக் கச்சேரியில் ஏன் பயன்படுத்துவதில்லை என்பது வியப்பாக உள்ளது.

கச்சேரியில் பாடல்களின் வரிசை

கச்சேரியில் இசைப் பாடல்களை இப்படி ஒரு குறிப்பிட்ட வரிசையில் வழங்குவது கர்னாடக இசையின் அழகியலுக்கு எந்த விதத்திலும் பங்களிக்கவில்லை. வர்ணத்திலிருந்து தொடங்குவது, கீர்த்தனைகளை மட்டும் கொண்ட நடுப் பகுதி (இதுதான் பிரதானமான பகுதி), பிறகு பதம், ஜாவளி, தில்லானா.

இந்த வரிசை இசையின் வீச்சைக் குறுக்கிவிடுகிறது. ஒரு இசைப்பாடல் வகையானது கலாபூர்வமான இசையின் அழகியலுக்கும் பங்களிக்கிறது என்றால், கச்சேரியில் அதற்கு உரிய பங்களிக்கிறது என்றால், கச்சேரியில் அதற்கு உரிய இடம் அளிக்க வேண்டும். அப்படிச் செய்தால் கச்சேரியின் பாடல் வகைகள் ஒவ்வொரு முறையும் மாறலாம். ராகம், தாளம் ஆகியவற்றின் சாரத்தை வெளிப்படுத்துதல் என்பதும் அழகியல் நோக்கத்தின் மீது கவனம் செலுத்தப்பட வேண்டும் என்பதும்தான் முக்கியம். இதன் மூலம் ஒவ்வொரு கச்சேரியுமே தனது பாடல் வகைகளின் மூலம் அலாதியான தன்மையைக் கொண்டிருக்க முடியும். அதே சமயம் கச்சேரியின் முழுமையுடனும் இசைந்துபோக முடியும்.

இடநிரப்பிகளாகக் கீர்த்தனைகள்

கச்சேரியின் அமைப்பைப் பற்றி விவரிக்கும்போது கீர்த்தனைகள் 'இடநிரப்பி'களாக வழங்கப்படுவதாகச் சொன்னேன். அதை இப்படி வர்ணிப்பது எனக்கு வருத்தமாகத்தான் உள்ளது. ஆனால் கச்சேரியில் இரண்டு தீவிரமான அம்சங்களுக்கிடையே சிக்கிக்கொண்டுள்ள ஓர் இசை வடிவத்தை வேறு எப்படியும் சொல்ல முடியும் என்று தோன்றவில்லை. கச்சேரியில் விஸ்தாரமான ஒரு விஷயம்

முடிந்து கலாபூர்வமான இன்னொரு இசைப் பயணத்திற்குச் செல்வதற்கு முன் கலைஞரும் ரசிகர்களும் மன ரீதியாக ஆசுவாசம் கொள்வதற்காக இடையில் சிறிய பாடல்கள் சிலவற்றைப் பாட வேண்டியிருக்கிறது என்பதுதான் *இதற்குப் பின் உள்ள தர்க்கம்.* ஆனால் இது உண்மையிலேயே அவசியம்தானா? இடநிரப்பியாக வழங்கப்படும்போது கீர்த்தனைகள் அழகியல் ரீதியாக என்ன பங்களிப்பைச் செய்கின்றன?

கலாபூர்வமான இசைக் கச்சேரிகள் தீவிரமானதாகவும் குவிமையம் கொண்டதாகவும் இருக்க வேண்டும். மாபெரும் வெற்றி பெற்ற ஒரு பொழுதுபோக்குத் திரைப்படத்திற்கு இணையான அனுபவம் அல்ல அது. நான் பொழுதுபோக்குப் படங்களைக் குறைத்து மதிப்பிடவில்லை. இரு வேறு வடிவங்களை அதனதன் பின்னணியில் வைத்துப் பார்க்கிறேன். ரசிகர்களாகவும் கலைஞர்களாகவும் இதை நாம் புரிந்துகொண்டால் கச்சேரியில் இடநிரப்பிகளை நாம் நாட மாட்டோம். கீர்த்தனைகளை இடநிரப்பிகளாகப் பயன்படுத்துவது கீர்த்தனைகளுக்கோ கச்சேரிக்கோ அவமரியாதை செய்வதாக ஆகாது என்று சிலர் சொல்லலாம். ஆனால் அப்படிச் செய்கிறது என்பதுதான் உண்மை. ஆலாபனையைக் காட்டிலும் அல்லது அதற்கு முன்போ பின்போ விஸ்தாரமாகப் பாடப்படும் பாடலைக் காட்டிலும், இட நிரப்பியாகப் பாடப்படும் பாடலின் இசை சார்ந்த தீவிரம் குறைவு என்பது கலைஞர்களுக்கும் ரசிகர்களுக்கும் தெரியும்.

தவிர, இந்த இட நிரப்பிகள் பெரும்பாலும் வேகமாகப் பாடப்படுகின்றன. ஏனென்றால் இதற்கு முன்போ பின்போ பிரதானமாகப் பாடப்படும் கீர்த்தனையில் மனோதர்மம் இணைந்திருப்பதால் ஒப்பீட்டளவில் மெதுவாகப் பாடப்படும். வேகமாகப் பாடப்படும் பாடல்களில் மனோதர்மத்துக்கான இடம் குறைவுதான். இந்தப் பாடல்களைச் சிறுமைப்படுத்தும் போக்கையே இது பிரதிபலிக்கிறது.

கலாபூர்வமான தீவிரத்துடன் வழங்கப்படும் இரு பாடல்களுக்கிடையே இலகுவான ஓர் அம்சம் இருக்க வேண்டும் என்ற வாதம் சரியானதுபோலத் தோன்றலாம். கலாபூர்வமான வேறு எந்த இசை வடிவத்திலும் ஆசுவாசத்திற்காக எதுவும் சேர்க்கப்படுவதில்லை. சிறியதோ, பெரியதோ, ஒவ்வொரு கீர்த்தனையும் சமமான தீவிரத் தன்மையுடன் வழங்கப்பட வேண்டும். ஒரு பாடல் அழகியல் அனுபவத்தைத் தரவில்லை என்றால் அதைத் தவிர்த்துவிடும் துணிவு நமக்கு இருக்க வேண்டும்.

மனோதர்ம உத்திகளைப் பற்றி ஏற்கெனவே அலசினோம். தற்போது ஏற்றுக்கொள்ளப்பட்டுள்ள கச்சேரி அமைப்பில் மனோதர்மம் வெளிப்படுத்தப்படும் விதம், வேறு பல முக்கியமான பிரச்சினைகளை விவாதத்துக்குக் கொண்டுவருகிறது.

ஆலாபனை

கீர்த்தனைக்கு முன்னால் பாடகர் ஆலாபனை பாடுகிறார். அடுத்து வயலின் கலைஞர் வாசிக்கிறார். பிறகு இவர் அதே ராகத்திற்குத் தன்னுடைய ஆலாபனையைத் தருகிறார்.

வயலின் கலைஞர் வாய்ப்பாட்டுக்காரரின் நிழலாகத் தொடரத்தான் வேண்டுமா? இது ஆலாபனையின் அழகியலை அதிகரிக்கச் செய்கிறதா? அழகியல் தன்மையைக் கூட்டுகிறதா? அல்லது கூட்டுகிறது என நம்பும்படி நாம் பழக்கப்படுத்தப்பட்டிருக்கிறோமா? பின்தொடர்வதற்கு எதுவும் இல்லாமலேயே வயலின் ஆலாபனையைக் கேட்பதில் நமக்கு எந்தச் சிக்கலும் இல்லை என்பதைக் கருத்தில் கொண்டு பார்க்கும்போது இந்தக் கேள்வி முக்கியமானதாகிறது. பிரதான கலைஞர் புல்லாங்குழல் அல்லது வீணை இசைக் கலைஞராக இருக்கும்போது இந்தச் சிக்கல் இல்லை. வாய்ப்பாட்டுக்காரரின் ஆலாபனையை மட்டும் ஏன் வயலின் ஆலாபனை தொடர வேண்டும்?

இது ஏன் தேவைப்படுகிறது என்பதற்கான காரணம் எதுவும் எனக்குத் தெரியவில்லை. ஆலாபனை ஸ்வரங்களுக்கு நடுவில் வரும் இடைவெளிகள் அவற்றை உள்வாங்குவதற்குப் பயன்படக்கூடியவை. இந்த இடைவெளிகளில் வயலின் கலைஞர் அவற்றைத் திருப்பி வாசிக்க வேண்டியதில்லை. வாய்ப்பாட்டுக்காரர் பாடும் ஸ்வரங்களை அப்படியே திருப்பி வாசிப்பது வயலின் கலைஞருக்கு அனேகமாகச் சாத்தியமில்லை. அப்படிச் செய்ய முயல்வது ராகத்தின் இசைத் தன்மையில் மாற்றத்தை ஏற்படுத்திவிடும். மாற்றம் தனித்த அடையாளத்துடன் இருந்தால் ரசிகரின் மனதில் அது பதிந்துவிடும். ரசிகர் கவனிக்கும் அளவுக்கு இருக்கிறதோ, இல்லையோ, மிகச் சிறிய மாற்றம்கூடப் பாடகரின் படைப்பூக்கத்தின் பிரவாகத்தைப் பாதித்துவிடும். இரண்டு விதமான மனோதர்மங்கள் இணையாக வெளிப்படுவது இரண்டு கலைஞர்களுக்குமே நன்மை பயக்காது.

இந்த மாற்றத்தால் பாடகர் உத்வேகமும் பெறக்கூடும் என்று வாதிடலாம். ஆனால் கச்சேரிக்கு நடுவே பாடகர் பாடும் ஆலாபனையானது உத்வேகம் அளிப்பதற்கோ பெறுவதற்கோ

பாடப்படுவதல்ல. அது பாடகரின் தனி உரிமை. அவரது தனிப்பட்ட விருப்பம். ஆலாபனை என்பது பாடகரின் அந்தரங்க வெளிப்பாடு. அதை எந்தக் குறுக்கீடும் இன்றி முழுமையாக அனுபவிக்க வேண்டும். சில சமயம் கூருணர்வு அற்ற வயலின் கலைஞரின் வாசிப்பு பாடகரின் ஆலாபனை ஸ்வரங்களை முற்றிலுமாக மாற்றிவிடுகிறது அல்லது புறக்கணித்துவிடுகிறது. வயலின் கலைஞர் முற்றிலும் வேறொன்றை வாசித்துவிடுகிறார். ரசிகர்களாகிய நாம் துரதிருஷ்டவசமாக அதையும் இசையின் ஒரு பகுதியாகவே கருதிவிடும் நிலையை அடைந்துவிட்டோம். அழகியல் அனுபவத்திற்கு அது ஏற்படுத்தும் பிரச்சினைகளைப் பற்றிய பிரக்ஞை இல்லாமல் இருக்கிறோம். வாய்ப்பாட்டுக் கலைஞர் பாடும் ஸ்வரங்களை அப்படியே வாசிக்கக்கூடிய வயலின் கலைஞர்கள் மிகவும் குறைவாகவே இருக்கிறார்கள்.

ஆக, இசைப்பாடலுக்கு முன்பு பாடகர், வயலின் வாசிப்பவர்கள் என இருவரது ஆலாபனைகளை நாம் கேட்கிறோம். இவை இரண்டுக்குமிடையே தொடர்பு உள்ளதா? தொடர்பு இருக்க வேண்டுமா? கச்சேரியில் ஆலாபனையின் அழகியலைப் புரிந்துகொள்ள இவை இரண்டும் முக்கியமான கேள்விகள். இரண்டும் ஒரே ராகத்தில் அமைந்தவை என்பதனால் இரண்டும் தொடர்புள்ளவை என்னும் பதிலே உடனடியாக வரும். ஆனால் ஒரே ராகம் என்பது மட்டும் தொடர்பை வரையறுக்கப் போதுமானதுதானா?

ஒவ்வொரு ஆலாபனையும் பல்வேறு அம்சங்களின் கலவைதான். ராகத்தின் உணர்வுபூர்வமான சாரத்தால் உத்வேகம் பெற்ற இனிமையான வரிகள் பாடப்படுகின்றன. ஆலாபனை என்பது வெறும் ராகம் அல்ல. ராகத்திலிருந்து உருவாக்கப்படும் படைப்பும்கூட. வெவ்வேறு விதமான குவிமையம் கொண்ட வித்தியாசமான கற்பனைகளிலிருந்தும் நோக்கிலிருந்தும் பிறக்கும் இரண்டு ஆலாபனைகளுக்கிடையே இருப்பதாகச் சொல்லப்படும் தொடர்பு மிகவும் தெளிவற்றதாகிறது. அல்லது தொடர்பே இல்லாமலும் போகிறது. இரண்டு ஆலாபனைகளும் இசைத் தன்மையில் வெவ்வேறு அடையாளங்களைக் கொண்டவை. ராகங்கள் குறித்த மாறுபட்ட கோட்பாட்டைப் பிரதிபலிப்பவை. இந்நிலையில் ஏன் இரண்டு ஆலாபனைகளை வழங்க வேண்டும்? வாய்ப்பாட்டுக் கலைஞரின் ஆலாபனையில் அனுபவிக்கப்படும் கலையம்சத்தை (நோக்கை) நோக்கித் தனது ஆலாபனையை வயலின் கலைஞரால் செலுத்த முடியும் என்றால் கோட்பாட்டளவில் இந்த இரு ஆலாபனைகளுக்கும் தேவை இருக்கும். யதார்த்தத்தில் இது மிக அரிதாகவே நடக்கிறது. இரண்டு ஆலாபனைகளில் இரண்டு விதமான

இசை அணுகுமுறைகளை நாம் அனுபவிக்கிறோம். வயலின் கலைஞர் வழங்கும் ஆலாபனை வாய்ப்பாட்டுக்காரர் கட்டி எழுப்பிய அழகியல் கட்டுமானத்தைக் குலைப்பதாகவும் அமைந்துவிடக்கூடும். சில சமயம் அப்படி நேரத்தான் செய்கிறது. வயலின் கலைஞர்களில் சிலர் இதற்கு மகத்தான விதிவிலக்காக இருக்கிறார்கள். பாடகரின் மனோபாவத்தை நன்கு உள்வாங்கித் தன் சுய அடையாளத்தை வெளிப்படுத்தாமல் திறமையுடன் கூடிய விசுவாசத்தைச் செலுத்திப் பாடகரைப் பின்தொடர்வார்கள். சில சமயம் பாடகரின் போக்கை முன்கூட்டியே கணிக்கவும் செய்வார்கள். ஆனால் இந்த விதிவிலக்குகள் அரிதானவை. பாடகர் ஒரு ராகத்தில் ஆலாபனை வழங்குவது, வயலின் கலைஞர் வேறொரு ராகத்தில் ஆலாபனை வழங்குவது என்பது நல்ல தேர்வாக இருக்கும்.

ஒரே ராகத்திற்கு இரண்டு ஆலாபனைகள் வாசிப்பதில் இயல்பாகவே முரண்பாடு தோன்றிவிடக்கூடும் என்பதோடு, வேறொரு பிரச்சினையும் இதில் இருக்கிறது. ஆலாபனைக்கும் கீர்த்தனைக்கும் இடையிலான தொடர்பையும் இது கேள்விக்குள்ளாக்குகிறது. இவ்விஷயத்தில் பல கருத்துக்கள் இருக்கின்றன.

ஆலாபனை என்பது தேர்ந்தெடுக்கப்பட்ட கீர்த்தனை எந்த ராகத்தில் அமைந்துள்ளதோ அந்த ராகத்தின் விளக்கமாக இருக்க வேண்டும் என்று சில அறிஞர்கள் கருதுகிறார்கள். தேர்ந்தெடுக்கப்பட்ட ராகத்தின் பிரதிபலிப்பாக ஆலாபனை இருக்க வேண்டும் என்று சில அறிஞர்கள் கருதுகிறார்கள். ராகத்தை மட்டுமல்ல, அந்த ராகம் குறித்த வாக்கேயக்காரரின் பரந்துபட்ட கண்ணோட்டத்தையும் பிரதிபலிக்க வேண்டும் என்று வேறு சிலர் கருதுகிறார்கள். ஆலாபனையை வழங்குவதற்கு முன்பே கீர்த்தனை தெரிவு செய்யப்பட வேண்டும் என்பது சிலர் கருத்து. ஆலாபனைதான் கீர்த்தனையைத் தேர்வு செய்வதற்கான உந்துதலாக இருக்க வேண்டும் என்பது இன்னொரு தரப்பு. அதாவது, ஆலாபனைக்குப் பிறகே கீர்த்தனை தெரிவு செய்யப்பட வேண்டும் என்கிறார்கள். எப்படிப் பார்த்தாலும் ஆலாபனை விஷயத்தில், பாடகர், வயலின் கலைஞர் ஆகிய இருவரது அழகியல் நோக்கங்களுக்கிடையில் *முரண்* ஏற்பட்டால் ஆலாபனைக்கும் கீர்த்தனைக்கும் இடையில் நாம் காண விரும்பும் தொடர்பு அறுந்துபோகிறது. ஆலாபனைக்கும் கீர்த்தனைக்கும் இடையில் தொடர்பு இருக்க வேண்டிய அவசியம் இல்லை என்று சொல்பவர்களும் உண்டு. அப்படியானால் இரண்டையும் ஒன்றாக வழங்க வேண்டிய அவசியம்தான் என்ன ? ஆலாபனை

குறித்த இந்தத் தீவிரமான கேள்விகளைப் பற்றி ஆழமாகப் பரிசீலிக்க வேண்டியிருக்கிறது.

கீர்த்தனையின் முன்னோட்டமாகத்தான் ஆலாபனை பாடப்பட வேண்டுமா? ஆலாபனை என்பது ராகத்தினுள் ஆழமாகப் பயணம் செய்யக்கூடியது. தன்னளவில் முழுமையானதொரு அம்சம். அது மனோதர்மத்தின் பிரதிபலிப்பு. இயற்றப்பட்ட, இசையமைக்கப்பட்ட எந்த வடிவத்துடனும் தொடர்பு கொண்டிராத ஒரு வடிவம். பல்வேறு இசைப்பாடல்களிலிருந்து ஒரு கலைஞர் பெறும் எண்ணங்களில்தான் ஆலாபனைக்குத் தொடர்பு இருக்கிறது. ஆலாபனை என்பதே தெரிவுசெய்யப்பட்ட ராகத்தின முழுமையான பிரதிபலிப்புதான். இதில் பல்வேறு விதமான நகர்வுகள், இடைவெளிகள், வேகங்கள், ஏற்ற இறக்கங்கள் உள்ளன. இந்தக் கண்ணோட்டத்தின் அடிப்படையில் ஆலாபனை, தன்னளவில் தனித்து நிற்கும் ஒரு அம்சம் என்று நான் கருதுகிறேன். ஆலாபனையைத் தொடர்ந்து அதே ராகத்தில் ஒரு கீர்த்தனையைப் பாட வேண்டிய அவசியம் இல்லை. இந்நிலையில் கீர்த்தனையுடன் அழகியல் ரீதியாகத் தொடர்புகொண்டிருக்க வேண்டிய தேவையும் ஆலாபனைக்கு இல்லை என்றாகிறது.

என் அனுபவத்தில், ஆலாபனை பாடி முடித்ததும் தேர்ந்தெடுத்துக்கொண்ட ராகத்தை முழுமையாகப் பாடிவிட்ட உணர்வு சில சமயம் ஏற்பட்டிருக்கிறது. அதன் பிறகு அதே ராகத்தில் ஒரு பாடலைப் பாடுவதென்பது செய்ததையே திரும்பச் செய்வதுபோல ஆகிவிடுகிறது. இது போதாதென்று கீர்த்தனைக்கான நிரவலையும் கல்பனா ஸ்வரங்களையும் பாட வேண்டும் என்ற எதிர்பார்ப்பு மிகவும் ஆயாசமூட்டுவதாக உள்ளது.

நிரவல்

கச்சேரி அமைப்பில் புறக்கணிக்கப்பட்ட மனோதர்ம உத்தி இது. கல்பனா ஸ்வரங்களைப் பாடுவதற்கு முன்பு சிறிய அளவில் நிரவல் பாடப்படுகிறது. நிரவலை எப்படியெல்லாம் பாடலாம் என்பது அதிகம் ஆராயப்படாததாகவே உள்ளது. கீர்த்தனையின் ஒரு பகுதியான சங்கதிகளைப் போலவே இதுவும் ஆகிவிட்டது. இவ்விஷயத்தில் இரண்டு பிரச்சினைகள் விவாதிக்கப்பட வேண்டும். நிரவல் பாடும் போதெல்லாம் அதன் எல்லா விதமான உத்திகளும் கையாளப்பட வேண்டுமா? பிரதானப் பாடலுக்காக நிரவல் பாடப்படும்போது இந்தக்

கேள்வி மிகவும் பொருத்தமானதாகிறது. கீர்த்தனையின் ராகம், இனிமை, லயம், பாடும் பாணி ஆகியவற்றுக்குத் தொடர்பு இருக்கிறதோ இல்லையோ, அந்தக் கீர்த்தனைக்கு நிரவல் பாட வேண்டும் என்ற எதிர்பார்ப்பு பல கலைஞர்களை நெருக்கடிக்குள்ளாக்குகிறது. இங்கேயும் அழகியல் நோக்கு என்னும் கேள்வியை நான் எழுப்பியாக வேண்டும். பாடலின் பிரவாகத்தில் பல சமயம் மேல் காலத்தில் நிரவல் பாடப்பட வேண்டிய தேவை எழுவதில்லை. ஆனால் கச்சேரியின் கட்டமைப்பு அவ்வாறு செய்ய எங்களை நிர்ப்பந்திக்கிறது. நிரவலுக்காகத் தேர்ந்தெடுக்கப்படும் வரிகளும் நிரவல் பாடப்படும் விதமும் பாடலின் அழகியலால் தீர்மானிக்கப்பட வேண்டும். கச்சேரியின் கட்டமைப்பினாலோ கச்சேரிக்குள் பாடல் இடம்பெறும் இடத்தைப் பொருத்தோ தீர்மானிக்கப்படக் கூடாது.

வயலின் கலைஞர் நிரவல் பாடும் விதமும் ஆய்வுக்குரியது. வயலின் கலைஞர் நிரவலை வாசிக்கும்போது தேர்வுசெய்யப்படும் வரிக்குள் வரும் பல்வேறு இசைக் குறியீடுகளுக்கான இடம் எது என்பது பல சமயம் வலியுறுத்தப்படுவதில்லை. அதாவது, ராகத்தின் இனிமையான வரிகளை மட்டுமே வயலின் கலைஞர் இசைக்கிறார். அழகியல் கட்டமைப்புடன் அதற்குத் தொடர்பு ஏதும் இருப்பதில்லை. இது நிரவல் என்னும் வடிவத்தின் அடிப்படைக் கட்டமைப்பையே சிதைக்கிறது. மேல் காலத்தில் நிரவல் வாசிக்கப்படும்போது இந்தப் பிரச்சினை மேலும் அதிகரிக்கிறது. பாடலின் இனிமையின் இயக்கத்தில் ஒவ்வொரு ஸ்வரமும் அழுத்தம் பெறும்போது அசைவுகள் இறுக்கமாகிவிடுகின்றன. இந்நிலையில் நிரவல் இசை மேல் கால நிரவல் போல அல்லாமல் மேல் கால கல்பனா ஸ்வரங்கள் போல தொனிக்கிறது. இதன் பிறகு மேல் கால கல்பனா ஸ்வரங்கள் பாடப்படும்போது ஏற்கெனவே கேட்ட உணர்வு ஏற்பட்டுவிடுகிறது.

கல்பனா ஸ்வரங்கள்

மேல்-கால கல்பனா ஸ்வரங்கள் பாடப்படுவதைக் கச்சேரியின் உச்சக்கட்டம் என்று சொல்லலாம். ஸ்வரங்கள் தடையற்ற பிரவாகமாகப் பொழிவதைக் கேட்டு ரசிகர்கள் மிகுந்த உற்சாகம் அடைந்து பலத்த கரகோஷம் எழுப்புவார்கள். இசையின் முத்தாய்ப்பான இந்தக் கட்டத்தில் பக்க வாத்தியங்களும் இணைந்துகொள்ளும். கல்பனா ஸ்வரம் பாடும் பழக்கம் காலப்போக்கில் இசை வடிவத்தின் அடிப்படையான அழகியல் அம்சங்களைப் பாதித்திருக்கிறது.

ராகம், ஸ்வரம் பாடுதல், தாளம், லயம் ஆகியவற்றின் அழகியலாலும் இவை அனைத்தும் பாடலில் இணையும் புள்ளியாலும் கல்பனா ஸ்வரம் வழிநடத்தப்பட வேண்டும்.

ஆனால் கச்சேரியில் ராகங்களின் ஸ்வரங்களால் சாத்தியப் படும் கணக்குகள், கலவைகள் ஆகியவையும் கல்பனா ஸ்வரங்கள் ஏற்படுத்தும் உத்வேகமுமே கல்பனா ஸ்வரங்கள் மீது செல்வாக்கு செலுத்துகின்றன.

குறிப்பாக மேல் – கால கல்பனா ஸ்வரங்கள் விஷயத்தில் இப்படித்தான் நடக்கிறது. இதன் இன்னொரு விளைவாக, சம – கால கல்பனா ஸ்வரங்களுக்கு மிகவும் குறைவான முக்கியத்துவமே கிடைக்கிறது. ராகங்களின் ஸ்வரங்கள் பல விதமான வடிவங்களில் வெளிப்படுவதற்கான வாய்ப்பை இவை ஏற்படுத்தினாலும் இதற்கான முக்கியத்துவம் கிடைப்பதில்லை.

கடந்த அரை நூற்றாண்டுக் காலமாகக் கச்சேரியில் கல்பனா ஸ்வரங்கள் பாடப்படும் விதத்தில் இன்னொரு அம்சமும் இணைந்துள்ளது. சிக்கலான கணிதச் சமன்பாடுகள் இதில் வழங்கப்படுகின்றன. இதற்கென்று தனி வசீகரம் இருந்தாலும் கல்பனா ஸ்வரங்களின் அழகியல் தன்மையை எடுத்துவிட்டு அதில் கணிதச் சமன்பாடுகளை அளவுக்கதிகமாகப் புகுத்தியதன் விளைவாக ராகத்தின் அழகியல் அலட்சியப்படுத்தப்படுகிறது. இந்தக் கணக்குகளில் பல முன்னரே தீர்மானிக்கப்பட்டவை. எனவே ஓரளவு ஒத்திகை பார்க்கப்பட்டவை. கல்பனா ஸ்வரம் என்னும் மனோதர்ம உத்திக்கு அழகியல் பரிமாணத்தைக் கூட்டும் என்றால் இதை ஏற்றுக்கொள்ளலாம். துரதிருஷ்டவசமாக, சரளமாகப் பாடப்படும் கல்பனா ஸ்வரங்களுக்குப் பதிலாக, முன்னரே தீர்மானிக்கப்பட்ட கணிதச் சமன்பாடுகள் வழங்கப்படுகின்றன. கல்பனா ஸ்வரத்தை மேம்படுத்தி வழங்கும் கலையில் தேர்ச்சி பெறாத கலைஞர்கள் ஏற்கெனவே ஒத்திகை பார்க்கப்பட்ட கணிதச் சமன்பாடுகளைப் பாடிவிட்டுப் போவதற்குத்தான் இது வழிவகுத்திருக்கிறது.

தானம்

ஆலாபனையைப் பற்றிப் பேசும்போது விவாதிக்கப்பட்ட "பின்தொடர்தல்" என்பதை ஒட்டிய பிரச்சினைகள் இதற்கும் பொருந்தும். ராகம் – தானம் – பல்லவியோடு அல்லது ஆலாபனையோடு தொடர்புபடுத்தாமல் தானம் என்பதை மட்டும் தனியாக வழங்க முடியுமா என்னும் கேள்வியும் இருக்கிறது. தானம் என்பது ஆலாபனைக்குப் பின் வழங்கப்படுகிறது.

ஏனென்றால் அது தாளக்கட்டுக்குள் வராத மனோதர்மத்துக்கும் ஓரளவு தாளத்துடன் கூடிய வடிவத்திற்கும் இடைப்பட்ட அழகியல் வெளிப்பாடு. இதையடுத்து வரும் பல்லவி முறையான தாளக்கட்டு கொண்டது.

என்றாலும் தானம் என்பது தன்னளவில் முழுமையான இசை வடிவம். ஆலாபனைக்குப் பிறகோ பல்லவிக்கு முன்போதான் இது பாடப்பட வேண்டும் என்ற அவசியம் இல்லை. தாளக்கட்டுக்குள் அமையாத, ஆனால் தாள லயமும் இனிமையும் கொண்ட வரிகளின் வாயிலாகத் தானம் என்ற இசை வடிவம் ராகம் குறித்த அலாதியான பார்வையை வழங்க முடியும். ரசிகர்களுக்குக் குறிப்பான அழகியல் அனுபவத்தைத் தர முடியும். ஆலாபனையைக் காட்டிலும் தானத்திற்குப் பொருந்தக்கூடிய தாள கதிகளைக் *(Gait)*கொண்ட பாடல்கள் நிறைய உள்ளன.

வடிவத்தில் அழகியல் அம்சம் இருக்க வேண்டும் என்பதை இங்கே பரிசீலிக்க வேண்டும்.

தாள வாத்தியம்

தாள உத்திகள் கடந்த நூறு ஆண்டுகளில் கச்சேரியில் பிரமிக்கத்தக்க விதத்தில் தாக்கம் ஏற்படுத்தியுள்ளன. 1940களில் வழங்கப்பட்ட கச்சேரிகளின் பதிவுகளிலிருந்து இந்த மாற்றங்களை நம்மால் உணர முடிகிறது. பழைய முறைகள் எளிமையானவையாகத் தோன்றினாலும் இசைப்பாடல்களையும் மனோதர்மத்தையும் அடிப்படையாகக் கொண்டிருந்தமை தெளிவாகத் தெரிகிறது. அதாவது, இசையை வழிநடத்தும் அழகியலை அந்தந்தத் தாள முறைகள் அடிப்படையாகக் கொண்டிருந்தன. கடந்த நூற்றாண்டில் தாள இசையில் தனிப்பட்ட கலைஞரின் உத்தி, புத்திசாலித்தனம், திறமை ஆகியவை வளர்ந்திருக்கின்றன. ஆனால் வாய்ப்பாட்டு அல்லது வயலின் கலைஞர் வழங்கும் இசையின் அழகியலோடு தாள இசைக்கு அவ்வளவாகத் தொடர்பு இல்லை. இதனால் தாள இசைக்கான கண்ணோட்டத்துடனேயே இது பார்க்கப்படுகிறது. தாள இசை சார்ந்த கண்ணோட்டமானது தாளம் அல்லது லயம் குறித்த கண்ணோட்டத்தினின்றும் வேறுபட்டது. இசை என்பது ராகம், தாளம் ஆகியவற்றின் மீது கட்டமைக்கப்படுவது. வாய்ப்பாட்டு, வாத்திய இசை, பக்க வாத்தியம் எல்லாவற்றுக்கும் இது பொருந்தும். வழங்கப்படும் அல்லது கேட்கப்படும் இசை தாள இசையின் கண்ணோட்டத்தில் பார்க்கப்பட்டால் தனிப்பட்ட கலைஞரின் பாணி, உத்தி ஆகியவை மையம் கொள்கின்றன. கலைஞரின்

இருப்பு இவற்றைவிட முக்கியமானதாகிறது. இது இசையின் அழகியலின் மீது ஆழமான பாதிப்புகளை ஏற்படுத்திவிடுகிறது. அழகியல் பின்னுக்குப் போய்விடுகிறது. பல சமயங்களில் இசையின் இனிமை அம்சங்கள் – பாடலில் இருப்பவை அல்லது கலைஞரால் மெருகேற்றப்படுபவை – தாள வாத்தியக் கலைஞருக்கு வெறும் குறிப்புகளாக மாறிவிடுகின்றன. இந்த ஆதிக்கம் இசையின் அழகியலை பாதிக்கிறது. இங்கே அழகியல் என்பதை ஒரு கலைச் சொல்லாக நான் பயன்படுத்துகிறேன். தேர்வாக அல்ல. இசையை வழங்கும் வடிவத்தின் மீதும் அதன் நோக்கத்தின் மீதுமான கவனக் குவிப்புதான் தாள இசையை இப்படி வடிவமைத்திருக்கிறது.

மிருதங்கம்

கச்சேரியில் மிருதங்கத்தின் ஆதிக்கம் தேர்ந்தெடுக்கப் படும் இசைப்பாடல்களின் லயத்தை மாற்றியிருக்கிறது. இசைப்பாடலின் அழகியல் வடிவம் லயத்தின் தேர்வின் மீது தாக்கம் செலுத்தவில்லை. பதிலாக, மிருதங்கக் கலைஞர்கள் நிலைநாட்டியுள்ள பக்க வாத்திய உத்திகள் சில பாடல்களைக் குறிப்பிட்ட வேகத்தில் பாடுவதற்கான நிர்ப்பந்தத்தை ஏற்படுத்தி விட்டன. காலப்போக்கில் இது பாடலின் அழகியல் அம்சத்தை மாற்றிவிட்டது.

மாத்து, தாத்து ஆகியவற்றின் அடிப்படையில் அல்லாமல் தாள இசை வாசிக்கப்படும் விதத்தின் அடிப்படையில் கீர்த்தனையில் சங்கதிகள் சேர்க்கப்படுகின்றன. நிரவல், கல்பனா ஸ்வரம் ஆகியவற்றின் அழகியல் மீதும் மிருதங்க உத்திகள் தாக்கம் செலுத்துகின்றன.

கல்பனா ஸ்வரங்களில் கணிதச் சமன்பாடுகள் ஆதிக்கம் செலுத்துவது பக்க வாத்தியக்காரர்களின் நேரடி விளைவு. பாடகர்களும் வயலின் கலைஞர்களும் மிகவும் சிக்கலான கணிதச் சமன்பாடுகளை இன்று பயன்படுத்துகிறார்கள். இவை பக்க வாத்தியக்காரர்களின் கணக்குகளிலிருந்து உருவாகின்றன. கல்பனா ஸ்வரங்களின் அனுபவத்தையே இவை மாற்றி விடுகின்றன.

ஆலாபனை வழங்கப்படும் விதத்தையும் இவை மாற்றி யிருக்கின்றன. இன்றைய ஆலாபனை வரிகள் பாடகரின் கண்ணோட்டத்தில் வழங்கப்படும் இசை சார்ந்த வரிகள் மட்டும் அல்ல. குறிப்பிட்ட எண்ணிக்கையிலான ஸ்வரங்கள் சீரான இடைவெளியில் பாடப்படும் குறிப்பான வடிவமாக

இது உருப்பெற்றிருக்கிறது. இந்த உத்தி கல்பனா ஸ்வரம் தன் இயல்பான பிரவாகத்தை இழந்து, சிக்கலாகக் கட்டி எழுப்பப்பட்ட வகைகளாக மாற்றிவிடக்கூடும். இதனால் கல்பனா ஸ்வரம் சாரத்தை இழந்துவிடலாம். சில சமயம் ராகத்தின் அழகியலையே மாற்றும் வரிகளை இவை உருவாக்கி யிருக்கின்றன. இது அளவுக்கதிகமாகப் போகும்போது ராகத்தின் உள்ளார்ந்த தொடர்புகள் அற்றுப் போகின்றன. இந்நிலையில் ஆலாபனையானது, ஸ்வரக் கட்டுமானங்களின் கெட்டிதட்டிப்போன அமைப்பாகத் தோற்றமளிக்கிறது.

அடிப்படையான இந்தக் கேள்விகளும் பிரச்சினைகளும் ரசனை பற்றியவை அல்ல. மனோதர்ம உத்திகளின் அழகியல் மீது இந்த மாற்றங்கள் ஏற்படுத்தக்கூடிய விளைவுகள் பற்றியது. அழகியல் என்பது தொடர்ச்சியான ஒரு அம்சத்தின் பகுதி என்பதை நாம் அறிவோம். கர்னாடக இசையின் பரப்பிற்குள் அமைந்த பல்வேறு அம்சங்கள் இந்த அழகியலினூடே தமக்கான அடையாளத்தையும் நோக்கத்தையும் பெறுகின்றன. மிருதங்க இசை ராகம், லயம் ஆகிய அம்சங்களின் மீது இயல்பாகவே தாக்கம் செலுத்தும். இது இசையின் அழகியல் அடையாளத்தின் மீதான மரியாதையிலிருந்து வர வேண்டும். ஆனால், கச்சேரி என்னும் வடிவத்தின் நோக்கிலிருந்துதான் இந்தத் தாக்கங்கள் வருகின்றனவே தவிர இசையின் நோக்கிலிருந்து வரவில்லை என்பது வருந்தத்தக்கது. இது கர்னாடக இசையின் மீது ஆழமான விளைவுகளை ஏற்படுத்துகிறது.

தனி ஆவர்த்தனம்

'தனி' என்பது தனித்து நிற்கும் தன்மைகள் என்பதைக் குறிக்கும். தனி அல்லது பிரத்யேகம் என்பதை அல்ல. இந்தப் பொருளை மனதில் இருத்திக்கொள்வது நான் சொல்லவிருக்கும் விஷயங்களுக்கு முக்கியமானது.

கச்சேரி நிகழ்த்தும் விதம் குறித்த எதிர்பார்ப்புகளின் நிர்ப்பந்தத்தால் தனி ஆவர்த்தனமும் நிலை படிவத்துக்குள் விழுந்துவிட்டது. தனி ஆவர்த்தனத்திற்கென்று தீர்மானிக்கப்பட்ட ஒரு வழிமுறை இன்று உருவாகிவிட்டது. தனி ஆவர்த்தனத்தில் உத்வேகமூட்டும் அம்சம் இருக்க வேண்டும் என்ற எதிர்பார்ப்புதான் இதற்குக் காரணம். தனி ஆவர்த்தனம் உச்சத்தை அடைந்து கீர்த்தனையில் போய் முடிய வேண்டும் என்ற எதிர்பார்ப்பு. 'தனி'யில் தன்னளவில் முழுமையான பல பகுதிகள் உள்ளன. உச்சக்கட்ட தாக்கத்தை ஏற்படுத்துவதற்காக இவை அனைத்தும் படிப்படியாகக் கட்டமைக்கப்படுகின்றன.

தனி ஆவர்த்தனத்தின் கட்டமைப்பும் இசையின் அழகியலை அடிப்படையாகக் கொண்டிருக்கவில்லை என்பதுதான் பிரச்சினை. *தாளங்களின் பிரவாகத்திற்கு இடம் விட்டுப் பாடல் ஓய்வுபெறுகையில் தனி ஆவர்த்தனமானது,* பாடலின் லயம், தாளம் ஆகியவை உருவாக்கிய உணர்ச்சிகளிலிருந்து ஊக்கம் பெற்றுத் தன் மந்திர ஓசைகளால் நம்மைக் கட்டிப்போட வேண்டும். 'தனி' உச்சத்திற்குப் போகும்போது பாடல் தான் நின்ற இடத்திலிருந்து தொடங்குகிறது. இதன் மூலம் கச்சேரியில் இசையின் தொடர்ச்சி காப்பாற்றப்பட்டு வளமூட்டப்படுகிறது.

தனி ஆவர்த்தனம் இன்று மொத்த நிகழ்வின் தவிர்க்க முடியாத ஓர் அங்கமாக இல்லை. முன் தீர்மானிக்கப்பட்ட உத்வேகத்தை வழங்குவதற்கான வழிமுறையாகவே உள்ளது. தனி ஆவர்த்தனம் எழுப்பும் ஒவ்வொரு உணர்ச்சியும் உள்ளே யிருந்து எழுப்பப்படுபவையாக இருக்க வேண்டும். தீவிரமாக உருவாக்கப்பட்ட ஒரு இசை அமைப்பின் விளைவாகவே 'தனி' எழுப்பும் உத்வேகம் இருக்க வேண்டும். இசைக் கலைஞர் வழங்கும் இசையின் *அடிநாதமாக* விளங்கும் அழகியல் தன்மையை ஒட்டியதாக இருக்க வேண்டும். இசைக் கலைஞரிடமிருந்து வரும் படைப்பு ரசிகர்களை மட்டுமின்றி அவரையும் வியக்கச் செய்கிறது. வியப்பூட்டும் இந்த அம்சம் 'தனி'யில் அதன் கணக்குகள், *தாள வகைகள்,* த்வனி வேறுபாடுகள், தனி கட்டமைக்கப்படும் விதம் முதலானவையாக இருக்கலாம். இவற்றில் எதுவுமே கச்சேரியின் இசைத்தன்மையிலிருந்தும் குறிப்பிட்ட *இசைப்பாடலிலிருந்தும்* வேறானதாக இருக்க முடியாது. 'தனி'யின் உத்வேகத்தின் விளைவு பாடகரின் நோக்கம் அல்ல. அவர் ஆழ்ந்து ஈடுபடும் இசையின் தாள வடிவமைப்பு. ஆனால் இன்று, ரசிகர்கள் மனதில் எத்தகைய உணர்ச்சியை எழுப்ப வேண்டும் என்று ஏற்கெனவே தீர்மானிக்கப்பட்ட போக்கில் தாள வாத்தியக் கலைஞர்கள் வாசிக்கிறார்கள்.

தனி ஆவர்த்தனத்தில் மட்டுமல்ல, கச்சேரியின் பெரும்பாலான அம்சங்களிலும் இப்படித்தான் நடக்கிறது.

தனி ஆவர்த்தனத்திற்கும் அது இணைக்கப்பட்டுள்ள பாடலுக்கும் இடையே உள்ள தொடர்பு என்ன? தனி ஆவர்த்தனம் என்பது கீர்த்தனையின் நீட்சி என்று சில இசைக் கலைஞர்கள் கருதுகிறார்கள். அழகியல் ரீதியாக இதற்கு என்ன பொருள் என்பது தெளிவாக இல்லை. நீட்சி என்றால் அந்தத் தொடர்பு உணர்வுபூர்வமானதா, கட்டமைப்பு சார்ந்ததா அல்லது லயத்தோடு தொடர்புகொண்டதா? உணர்வுபூர்வமாகப் பார்த்தால் தனி ஆவர்த்தனத்தின் தொடக்க கட்ட த்வனியோடுதான் இந்தத்

தொடர்பு இருக்கிறது. பாடலானது மிகுந்த தீவிரத்தோடு பாடப்பட்டால் 'தனி' வலுவான த்வனியுடன் தொடங்கும். பாடகர் பாடலை மென்மையாகக் கையாண்டால் 'தனி' யும் நுட்பமான ஓசைகளுடன் மென்மையாகவே தொடங்கும். இந்தக் கட்டம் விரைவிலேயே முடிந்துவிடுகிறது. 'தனி' தன் இரண்டாம் கட்டத்தை நெருங்கும்போது பாடலுடன் உணர்வுபூர்வமான தொடர்பு இருப்பதில்லை. இதுவரை இருந்த உணர்வுபூர்வமான தொடர்பும் மேலோட்டமானதுதான். த்வனியைத் தாண்டி, தாள லயத்தின் கட்டமைப்பை நோக்கிச் செல்லும் உணர்வுபூர்வமான தொடர்பு என்னும் கோட்பாட்டை இது கணக்கில் எடுத்துக் கொள்வதில்லை. லயத்தைக் கட்டமைக்கும் விஷயத்தில் தனி ஆவர்த்தனம் கீர்த்தனையின் தேர்ந்தெடுக்கப்பட்ட வரியைப் பிரதிபலிப்பதில்லை. அப்படிச் செய்யும்போதும் முதல் சில வரிகளுக்கு மட்டுமே இது நடக்கிறது. விரைவிலேயே தனி ஆவர்த்தனம் தாளத்தோடு மட்டுமே தொடர்புகொண்டதாக மாறிவிடுகிறது.

எனவே இரண்டு மாறுபட்ட ஆதி தாளங்களில் (இரண்டாம் காலம்) அமைந்த பாடல்கள் ஒரே லயத்தில் வழங்கப்படும்போது அவற்றுக்கான தனி ஆவர்த்தனம் ஒரே மாதிரி இருக்கலாம்.

ஒவ்வொரு கீர்த்தனைக்குள்ளும் இருக்கும் லயத்திற்கும் தனி ஆவர்த்தனத்தோடு தொடர்புகொள்ளும் வரிக்கும் இடையே இருக்கும் சிக்கலான தொடர்பு தனி ஆவர்த்தனத்தின் தேடல்களில் ஒரு பகுதியாக இருக்க வேண்டும். ஆனால் அப்படி இருப்பதில்லை. இது ஒரு கேள்வியை எழுப்புகிறது. தனி ஆவர்த்தனத்திற்கும் கீர்த்தனைக்கும் (அல்லது குறிப்பிட்ட ஒரு வரிக்கும்) இடையே என்ன தொடர்பு இருக்கிறது? தொடர்பே இல்லாமலும் இருக்கலாம். தனி ஆவர்த்தனத்தைப் பிரத்யேகமான ஒரு அம்சமாகவும் வழங்கலாம். அது மட்டுமல்ல அது தனக்கான அடையாளத்துடன் தனித்து நிற்கலாம். அப்படியும் அது கச்சேரியின் ஒட்டுமொத்த அழகியல் சாரத்தோடு தொடர்புகொண்டிருக்கலாம். ஆனால் பாடலோடு அது தொடர்பு கொண்டிருந்தால், எத்தகைய தொடர்பை நாம் கோருகிறோம் என்ற கேள்வியை நாம் எழுப்பியாக வேண்டும்.

தன்னுடைய பல்வேறு அம்சங்களைப் பயன்படுத்திக் கொண்டு, கச்சேரியின் கட்டமைப்புக்குள் உள்ள தாள லய இயக்கத்தை அதிகரிக்கச் செய்வதிலும் தன்னளவில் முழுமையான சில சாத்தியக்கூறுகளை ஆராய்வதும்தான் தனி ஆவர்த்தனத்தின் பங்கு என்றால் அது தரும் அனுபவம் மிகவும் வித்தியாசமானதாக இருக்கும். இந்நிலையில், பாடப்படும் கீர்த்தனையும் ராகமும்

அதன் தன்மையின் மீது தாக்கம் செலுத்தும் என்பதால் 'தனி'யின் அமைப்பு தானாகவே உயிரோட்டமுள்ளதாக மாறிவிடும். இந்த அணுகுமுறையில் ஒவ்வொரு தாள வகையும் கணித வகையும் ஆழமாக ஆராயப்படும். இது உச்சத்தைச் சென்று அடையலாம் அல்லது அடையாமல் போகலாம். ஆனால் இத்தகைய தனி ஆவர்த்தனம் கச்சேரிக்கு வித்தியாசமானதொரு அழகியல் அம்சத்தை அளிக்கும். வடிவத்தின் அழகியலை நாடிய ஆழமான பயணத்தின் விளைவாக உத்வேகம் ஏற்பட வேண்டுமே தவிர, வாசிக்கும் விதத்தை வைத்து அல்ல. தனி ஆவர்த்தனம் பற்றிய என் விமர்சனத்திற்கு விதிவிலக்குகள் உள்ளன. ஆனால் அவை வெறும் விதிவிலக்குகளாக மட்டுமே உள்ளன.

துக்கடாக்களும் 'இலகுவான' பாடல்களும்

தனி ஆவர்த்தனத்திற்குப் பிறகு துக்கடாக்கள் எனக் குறிப்பிடப்படும் பல்வேறு பாடல்கள் பாடப்படுகின்றன. இந்தியாவின் வெவ்வேறு இசை மரபுகளைச் சேர்ந்த பாடல்கள் அதில் பாடப்படுகின்றன. ஜாவளி, திருப்புகழ், அபங், பஜனை முதலான பல வகைகள் இந்தப் பிரிவில் இடம்பெறுகின்றன. இந்தப் பிரிவின் உண்மையான பங்கு என்ன? இரண்டு மணி நேரத்துக்கும் மேல் கச்சேரி நடந்த பிறகு கொஞ்சம் 'இலகுவான' பாடல்களைப் பாடலாம் என்று கலைஞர்களும் ரசிகர்களும் நினைக்கிறார்கள். 'இலகுவான' என்றால் மனோதர்மத்தின் பங்கு குறைவாக இருக்கும்; ராகங்களில் கமகங்கள் அதிகம் இருக்காது; குறிப்பாக கனமான காம்பீத கமகம் இருக்காது என்று பொருள். கச்சேரி முடிந்து இலகுவான, ஆசுவாசமான மனதுடன் ரசிகர்கள் வீடு திரும்ப வேண்டும் என்பதே இதன் அடிப்படை.

என்னால் இதை ஏற்றுக்கொள்ள முடியவில்லை. சிக்கலான இசைப் பாடல் வகையான பதம் என்பதும் துக்கடா பிரிவில் இடம் பெற்றுவந்தது. தீவிரமான இசைப் படைப்புகளும் இந்தப் பிரிவில் இருந்ததன் அடையாளம் இது. பதங்கள் கச்சேரிகளில் அரிதாகவே பாடப்படுகின்றன. எல்லா விதமான பாடல்களையும் சமமான மரியாதையுடன் கையாள நமக்கு விருப்பம் இருந்தால் 'இலகுவான' என்று சொல்லப்படும் இந்தப் பாடல்கள் உள்ளிட்ட பல விதமான பாடல்களைப் பாடுவது நல்லதுதான், ஆனால் இந்தப் பாடல்களில் பல கலைப் படைப்புகளே அல்ல. கச்சேரியில் இவை இடம் பெறுவதால் கர்னாடக இசையின் அழகியலுக்கும் கச்சேரி ஏற்படுத்த வேண்டும் என்று தற்போது எதிர்பார்க்கப்படும் தாக்கத்திற்கும் இடையே தீவிரமான முரண்பாடு ஏற்படுகிறது.

கலை அம்சத்திற்குக் கச்சேரியில் எந்தப் பங்கும் இல்லையா? இத்தகைய இசையம்சங்களைத் தவிர்ப்பதன் மூலம் நாம் கலை வடிவத்தை போஷிக்கிறோம் என்று பலர் கருதுகிறார்கள். ஆனால் இவற்றைச் சேர்ப்பது கச்சேரியின் இசைப் பெறுமானத்திற்கு எந்த மதிப்பையும் கூட்டுவதில்லை. இத்தகைய பாடல்களின் இனிமை குறித்து எந்தக் கேள்வியும் இல்லை. ஆனால் அவற்றைச் சேர்ப்பதற்கு இந்தக் காரணம் மட்டும் போதாது. கர்னாடக இசைக் கச்சேரியில் இடம்பெறும் எந்த அம்சமாக இருந்தாலும் அது தூய கலை வடிவமாக இருக்க வேண்டும். அதன் ராகம், தாளம் ஆகியவற்றின் தன்மை பாடல் வரிகளைத் தாண்டிச் செல்வதாக இருக்க வேண்டும். இனிமையின் அழகும் நிர்ணயிக்கப்பட்ட தாளக் கட்டுமானமும் இருக்க வேண்டும். இதைப் புரிந்துகொள்வது எளிதாக இல்லாமல் இருக்கலாம். எல்லாப் பாடல்களுக்கும் இந்த இலக்கணம் பொருந்தாது என்றும் தோன்றலாம். சில பாடல்களில் தூய கலை வடிவத்திற்கான இழைகள் அமைந்திருக்கவில்லை என்பதுதான் உண்மை. தூய கலை ஆக்கங்கள்தாம் ரசிகர்கள், கலைஞர்களின் மனங்களில் இயல்பான இசைப் பிரவாகத்திற்கான வாசல்களைத் திறந்துவிட முடியும். *பிற பாடல்கள் இனிமைக்குப் பதிலாக இலகுவான தன்மையையும் அழகியல் சாரம் என்னும் தங்கத்திற்குப் பதில் ஓசையின் ஜிலுஜிலுப்பையும் கொண்டிருக்கின்றன. மொழிசார்ந்த பொருள், தாற்காலிக நினைவேக்கம், சமயம் சார்ந்த கட்டமைப்பு ஆகியவை கலாபூர்வமான இசையுடன் கொள்ளும் மலினமான உறவாகவே இவை உள்ளன.*

இலகுவான உதிரி அம்சங்களுக்குக் கலாபூர்வமான இசையில் எந்த இடமும் இல்லை. எனவே கச்சேரியின் முடிவில் பாடப்படும் இந்தப் பாடல்களைக் கூடுதலான விவேகத்துடன் தேர்வுசெய்ய வேண்டும். கர்னாடக இசைக் கச்சேரி தன்னளவிலேயே தீவிரத்தன்மை கொண்டதாக இருக்க வேண்டும். கச்சேரியின் எந்தக் கட்டத்திலும் இந்தத் தீவிரத்தன்மையைச் சிதைப்பது முறையல்ல. இசை வடிவின் அழகியலுக்குப் பொருத்தமானதாகக் கச்சேரி இருக்க வேண்டும் என்றால் மனநிலையில் மாற்றம் தேவை. கச்சேரியின் முடிவில் ரசிகர்களின் மனதை கனக்கச் செய்யக் கூடாது என்ற கருத்து கச்சேரியின் முடிவைக் குறித்த அலட்சியப் போக்கையே காட்டுகிறது. இந்த அணுகுமுறை தீவிரமான இசை அனுபவம் குறித்த ரசிகர்களின் மனப்போக்கையும் குறைத்து மதிப்பிடுகிறது. கச்சேரி என்பது பன்முக அம்சங்கள் கொண்ட கேளிக்கையோ சர்க்கஸ் நிகழ்ச்சியோ அல்ல.

காலப்போக்கில் துக்கடாக்களுக்கான நேரமும் அதிகரித்து விட்டது. துக்கடா பாடல்களின் வரிகளும் உணர்ச்சிகளும்

ரசிகர்களோடு எளிதில் உறவாடுவதால் கலைஞர்களும் இதைச் சாதகமாக எடுத்துக்கொள்கிறார்கள். தூய இசையை வழங்க இயலாமல் போவதை ஈடுகட்டுவதற்காகச் சில கலைஞர்கள் மனதைக் கவரும் துக்கடாக்களைப் பயன்படுத்திக்கொள்கிறார்கள். இதனால் துக்கடாக்கள் மீதான கவனம் அதிகரித்துவருகிறது.

ரசிகர்களின் ரசனை

ரசிகர்களின் ரசனையும் கச்சேரியின் முக்கியமான அம்சங்களில் ஒன்று. கச்சேரியின் பல்வேறு பிரச்சினைகளுக்கு ரசிகர்கள் மீது கலைஞர்கள் பழிபோடுவது மிகவும் எளிது. ஆனால் உண்மையான பிரச்சினை கலைஞர்களிடம்தான் உள்ளது. ரசிகர்களின் எதிர்பார்ப்பு அல்லது அவர்களை எதிர்பார்க்க வைப்பது கச்சேரி வழங்கப்படும் விதத்தில்தான் இருக்கிறது. கச்சேரிக்கான இப்போதைய நிலைபடிவம் நமது வெற்றிகரமான சூத்திரம். கச்சேரி குறித்த நமது பார்வையைத் திருப்திப்படுத்தும் விதமாகத் திறமைகளும் உத்திகளும் வளர்த்தெடுக்கப்படுகின்றன. இசைக் கண்ணோட்டத்தில் அல்லாமல் இசையை வழங்குவது குறித்த கண்ணோட்டத்தின் அடிப்படையிலேயே கச்சேரி குறித்த இந்தப் பார்வை உருவாகியிருக்கிறது. இதிலிருந்து விடுபடுவது கலைஞர்கள், ரசிகர்கள் ஆகியோரின் இசை குறித்த புரிதலை ஆழமாக்கும். கலைஞனாக இருப்பது குறித்த நமது கண்ணோட்டத்தையும் இது மாற்றும்.

மீண்டும் கச்சேரிக்கு

கச்சேரி குறித்த நமது கருத்துக்களையும் இசையை வழங்குவதில் நமக்குள்ள நோக்கங்களையும் நாம் கேள்விக்குட்படுத்த வேண்டியது அவசியம். ரசிகர்களின் கரகோஷம் கலைஞரின் வரம். அது ஒரு போதை. பல ஆண்டுக்கால அனுபவத்தில் கலைஞர்கள் ரசிகர்களின் கரகோஷங்களைப் பெறும் கலையில் தேறிவிட்டார்கள். இதை நோக்கி நாம் ரசிகர்களைப் பயிற்றுவித்திருக்கிறோம். நமது முன்னுரிமைகளை மாற்றி அமைத்து ரசிகர்களுக்கு இதை விடவும் மேலான இசை அனுபவத்தை நாம் வழங்க வேண்டும். கைத்தட்டல் வாங்குவதற்காக வடிவமைக்கப் பட்ட ஒவ்வொரு அம்சத்தையும் நாம் மறுபரிசீலனை செய்ய வேண்டும். ஆலாபனை பாடும் பாணி, கீர்த்தனைகளைப் பாடுதல், நிரவல், கல்பனா ஸ்வரங்கள், தனி ஆவர்த்தனம் ஆகியவை எப்படிக் கைத்தட்டல் வாங்குவது என்பதை வைத்துத் தீர்மானிக்கப்படக் கூடாது. கைத்தட்டலோ அல்லது வேறு விதமான பாராட்டுக்களோ இசையின் தன்மையைப் பொருத்து எழ வேண்டும். இசையை வழங்குவதில் உள்ள சமத்காரங்களால்

அல்ல, இசை வடிவத்தின் விளைவாகப் பாராட்டுக்கள் வரும். இதை அனுபவிக்கும் கலைஞர் இதைப் புரிந்துகொள்வார். நாங்கள் எப்போதும் ராகங்களையும் கீர்த்தனைகளையும் தான் பாடிக்கொண்டிருக்கிறோம் என்று இசைக் கலைஞர்கள் சொல்லக்கூடும். ஆம். அவர்கள் அதையெல்லாம் பாடத்தான் செய்கிறார்கள். நான் சொல்வது பழக்கத்தின் வழிப்பட்ட பயிற்சியை அல்ல. சுய பரிசோதனை சார்ந்த பரிசோதனையை.

இந்தச் சுயபரிசோதனை, கர்னாடக இசை இன்று இருக்கும் இடத்தில் ஏன் இருக்கிறது என்பதை நாம் புரிந்துகொள்ளத் தூண்ட வேண்டும். கடந்த காலத்தை வீசி எறிவதற்கோ அல்லது அதை அப்படியே ஏற்றுக்கொள்வதற்கோ அல்ல. கர்னாடக இசை என்னும் அலாதியான கலை வடிவம் நமக்குக் கொடுக்கப்பட்டிருக்கிறது என்பதை நாம் உணர வேண்டும். இதற்கு உண்மையாக இருக்க வேண்டுமென்றால் நாம் நமது தனிப்பட்ட முன் அனுமானங்களையும் சமூக ரீதியான முன்தீர்மானங்களையும் தாண்டிச் செல்ல வேண்டும்.

கச்சேரி கர்னாடக இசையைப் பிரதிநிதித்துவப்படுத்தவில்லை என்று சொன்னால் அது நியாயமான கூற்றாக இருக்காது. ஓரளவு பிரதிநிதித்துவப்படுத்தத்தான் செய்கிறது. ஆனால் கர்னாடக இசையின் பல்வேறு அம்சங்களின் அழகியலைக் கச்சேரி காலப்போக்கில் மாற்றிவிட்டது. இன்று இசை தன்னைத்தானே பிரதிநிதித்துவப்படுத்திக்கொள்ளவில்லை. கச்சேரியே இசையைப் பிரதிநிதித்துவப்படுத்துகிறது. 'இன்று' என நான் சொல்லும் போது கடந்த நூறு ஆண்டுகளைக் குறிப்பிடுகிறேன். இன்று என்பது நேற்றிலிருந்து தனிப்பட்டதல்ல. தற்போதைய கச்சேரிக் கட்டமைப்புக்கு நூறு வயதுக்கும் மேல் ஆகிறது.

சபாக்கள், பணம் கொடுத்து இசை கேட்கும் ரசிகர்கள் முதலானவற்றின் பின்னணியில், இசை வழங்குவதற்கான கட்டமைப்பு கடந்த நூறாண்டுகளுக்கும் மேல் பரிணாமம் (வளர்ச்சி) பெற்றுவருகிறது. இந்தக் கட்டமைப்புடன் கர்னாடக இசை மிக நெருக்கமாகத் தொடர்புகொண்டிருக்கிறது.

கச்சேரியின் கட்டமைப்பை நாம் மறுபரிசீலனை செய்தாக வேண்டிய தேவை உள்ளது. மனோதர்மம் புரிந்துகொள்ளப்படும் விதமும் கையாளப்படும் விதமும் மறுபரிசீலனை செய்யப்பட வேண்டும். இசையின் பல்வேறு அம்சங்கள் வழங்கப்படும் விதம், இசை, இசையை வழங்குவது ஆகியவை குறித்த கலைஞர்களின் மனப்போக்கு ஆகியவையும் மறுபரிசீலனைக்கு ஆளாக

வேண்டும். இங்கே குறிப்பிடப்பட்டிருக்கும் அம்சங்கள் சிறிய பிரச்சினைகள்தானே என்ற கேள்வி சிலருக்கு எழலாம். இந்த அம்சங்களையும் கர்னாடக இசையின் மீது இவை ஏற்படுத்தும் ஆழமான விளைவுகளையும் ஆராய்ந்து பார்த்தால் இவை மேலோட்டமான பிரச்சினைகள் அல்ல என்பது விளங்கும். நான் கோரும் மறுபரிசீலனை இசையை மாறுபட்ட வடிவங்களில் வழங்க வழி வகுக்கலாம். இத்தகைய மாற்றம் இசையின் அழகியலை அகவயப்படுத்திக்கொள்வதன் மூலம்தான் உருவாகும். புதுமையைத் தேடுவதன் மூலம் அல்ல. இந்த மாற்றம் உருவானால்தான் பரிணாமம் பெற்றுவரும் கர்னாடக இசையின் அழகியலுக்கு நம்மால் அர்த்தப்பூர்வமாகப் பங்களிக்க முடியும்.

○

5

நடனத்தில் ஒரு பாடல்

கர்னாடக இசையின் *தனிமொழி* அல்லது அதன் கூறுகள் நாம சங்கீர்த்தனம் போன்ற இதர பாடல் மரபுகளிலும், பாகவத மேளா போன்ற கலை மரபுகளிலும், கதகளி, மோகினியாட்டம், குச்சுப்புடி, மிக முக்கியமாக பரதநாட்டியம் போன்ற நடன வடிவங்களிலும், நெடுங்காலமாகவே பயன்படுத்தப்பட்டுவருகிறது. இந்த ஒவ்வொரு வடிவிலும் கர்னாடக இசை எந்த அளவுக்கு – முழுமையாகவோ, மாறுபட்ட வடிவிலோ – பயன்படுத்தப்படுகிறது என்பது அந்தந்த வடிவங் களின் அழகியல் தேவைகளைப் பொறுத்து மாறுபடுகிறது. உதாரணமாக, கதகளி நடனங்களில் இசை சோபனம் என அழைக்கப்படுகிறது. இந்த இசை கர்னாடக ராகங்கள் சிலவற்றைப் பயன்படுத்திக்கொள்கிறது. ஆனால், அந்தப் பகுதிக்கே உரித்தான, அந்த மண்ணுடன் ஆழமாகத் தொடர்புகொண்ட இசைக் கருவிகள், இசை முறைமைகள் ஆகியவற்றுடன் இணைத்தே இந்த ராகங்கள் கையாளப்படுகின்றன. என்றாலும், பரத நாட்டியம் கர்னாடக இசைக்கு மிகவும் நெருக்கமாக இருக்கிறது. இந்த வகையில் பார்க்கும்போது பரதநாட்டியத்தில் உள்ள இசையினின்றும் கதகளி நடனத்தின் சோபனம் என்னும் இசை மிகவும் மாறுபட்டது.

கர்னாடக இசையின் கூறுகள் முழுமையாகவோ பகுதியாகவோ இந்தக் கலை வடிவங்களில் பயன்படுத்தப்படுகின்றன என்பது உண்மைதான். ஒரு மட்டத்தில் இவை எல்லாமே கர்னாடக

இசைதான் என்று இசை அறிஞர்கள் சொல்லக்கூடும். என்னால் இதை ஏற்க இயலாது.

பிற கலை வடிவங்களில் பயன்படுத்தப்படும்போது கர்னாடக இசை மிக முக்கியமான மாறுதலுக்கு உள்ளாகிறது. அசாதாரணமான இந்த மாற்றம் ராகத்திலும் தாளத்திலும் நடப்பதல்ல. இசையின் ஆதாரமான நோக்கத்திலேயே மாற்றம் ஏற்படுகிறது. கலாபூர்வமான இசை என்னும் முறையில் கர்னாடக இசை நமது ஆழ்மனதில் தன்னிறைவு கொண்டதொரு சூழலை உருவாக்குகிறது. இந்தச் சூழலுக்குள் இசைக் கலைஞரும் விவரமறிந்த இசை நுகர்வோரும் இருக்கிறார்கள். ஒவ்வொருவரும் இசையுடன் தனிப்பட்ட முறையில் தன்னைத் தொடர்புபடுத்திக்கொள்கிறார். அதன் மூலம் பல தளங்களில் மனநிறைவைப் பெறுகிறார். இசையின் அழகியல் இதுபோன்ற நிறைவுகளை நாடுவதில்லை. அதுபோலவே கர்னாடக இசையின் தன்னிறைவு பெற்ற சூழலின் அனுபவத்தைத் *தர வேண்டிய* தேவை எதுவும் பிற கலை வடிவங்களுக்கு இல்லை.

பிற கலை வடிவமொன்றின் பகுதியாக மாறும்போது இசை தனது கலை நோக்கத்தை *மறுவரையறை செய்துகொள்கிறது*. பாகவத மேளாவில் பயன்படுத்தப்படும் கர்னாடக இசை, அந்தக் கலை வடிவின் அழகியலின் ஒரு பகுதியாக மாறுகிறது. இந்தச் சூழலில், பாகவத மேளா தன் வடிவம் சார்ந்த அழகியல் நோக்கத்தை எய்துவதற்கு இசைவாகக் கர்னாடக இசை தன்னை உருமாற்றிக்கொள்கிறது. இசை என்பது தனித்த கூறாக இங்கு இருப்பதில்லை. பாகவத மேளாவில் இணைவதன் மூலம் அது கலாபூர்வமான இசை என்னும் தன்மையை இழக்கிறது. தூய கலை என்னும் பொருளில் அதன் நோக்கம் மாறிவிடுகிறது. சொல்லப்போனால், அது தனது அழகியல் நோக்கத்தைத் துறக்கிறது. இசையின் உள்ளார்ந்த வேட்கையில் மட்டும் மாற்றம் நிகழ்வதாகத் தோன்றலாம். ஆனால் அதன் இசைத் தன்மை, தாள உள்ளடக்கம் என எல்லாமே மாறுகின்றன.

கர்னாடக இசையின் ஆதாரமான கூறுகள் புதிய சூழலில் மாறுபட்ட பொருளைக் கொள்கின்றன. பொருள் என்பதைச் சொற்களின் பொருளாக அல்லாமல் 'இசை வெளிப்பாட்டின் மூலம் கடத்தப்படும்' உணர்வு என்று இங்கே புரிந்துகொள்ள வேண்டும். வழங்கப்படும் கலையின் பின்புலம், கலையின் மூலம் வெளிப்படுத்தப்படும் இதர கூறுகள், இதனால் மறுக்கப்படும் அழகியலின் நோக்கமும் அடையாளமும் ஆகியவற்றைப் பொறுத்து இந்தப் பொருள் மாறும். பாகவத மேளாவில் பயன்படுத்தப்படும் கேதாரகௌள ராகம்

மோகினியாட்டத்தில் பயன்படுத்தப்படும்போது மாறுபட்ட பொருள் கொடுக்கும். இரண்டிலுமே அது கேதாரகௌளை என்றுதான் அறியப்படும் என்றாலும் மாறுபட்ட இரண்டு வடிவங்களின் மாறுபட்ட அழகியல் பின்புலங்களால் அதன் பொருளானது வடிவமைக்கப்படுகிறது. ஆகவே எல்லாக் கேதாரகௌளவும் ஒன்றல்ல. இந்த வித்தியாசம் முழுக்க முழுக்க அறிவார்த்தமானதுதானா? ஆம் என்றால் பாகவத மேளா, மோகினியாட்டம் ஆகிய இரண்டிலும் நாம் கேதாரகௌளை மூலம் பெறும் அழகியல் தாக்கம் ஒன்றாகவே இருக்கும். ஆனால் அது அப்படி இல்லை என்பதை நாம் அறிவோம். பொதுவான உணர்ச்சிகள் ஒன்றுபோல இருந்தாலும் இந்த ராகம் இரண்டு கலை வடிவங்களிலும் ஏற்படுத்தும் விளைவுகள் வேறானவை. எனவே ஒரே விதமான பாடல் வரிகளைக் கொண்டிருந்தாலும் கலாபூர்வமான இசையில் அதன் தன்மை ஒன்றாகவும் வேறு கலை வடிவங்களில் வேறாகவும் இருக்கிறது.

ராகத்தின் *வரி* அதன் கருத்து வடிவில் இல்லை; ஒலி வடிவில் இருக்கிறது. கேட்கப்படும்போதுதான் அது இசை. கருத்தளவில் அது ஒரு சாத்தியக்கூறு மட்டுமே. இசையாக மாறும்போது அது வேறு அடையாளத்தைக் கைக்கொள்கிறது. எனவே, ஒரு வரி பாடப்படும்போது அல்லது இசைக்கப்படும்போது அதில் 'இருந்த' கருத்து சார்ந்த பொருள் மாறுதலுக்கு உள்ளாகி, அது ராகமாக மாறிவிடுகிறது. இசைக் கலைஞரின் திறமை, சிந்தனை, உணர்ச்சி வெளிப்பாடு, அவர் தரும் பொருள், முக்கியமாக கலை நிகழ்த்துதலின் பரந்துபட்ட பின்புலத்தில் அதன் நோக்கம் எனப் பல காரணிகளை இது சார்ந்துள்ளது. இதை உணர்ந்துகொண்டால் ஒரு வரியை எல்லா இடங்களிலும் ஒரே பொருள் தருவதாக நாம் காண மாட்டோம். வெவ்வேறு கலை வடிவங்களின் அழகியல் மட்டத்தில் அது தரும் மாறுபட்ட பொருள்களை உணருவோம். கோதாரகௌளை ராகத்தில் அமைந்த பாடலின் வரி அது பயன்படுத்தப்படும் அழகியல் பின்னணி சார்ந்து அலாதியானதாக இருப்பதுடன் அது செவிப்புலன் சார்ந்த அனுபவமாகவும் இருக்கிறது.

இந்தச் செயல்முறையில் கேதாரகௌளை முதலில் கலாபூர்வ மான இசை என்ற தன் அடையாளத்தை இழக்கிறது. பிறகு ஒவ்வொரு கலை வடிவிலும் அந்தக் கலை வடிவின் அழகியலை விரிவுபடுத்தும் வேறொரு அடையாளத்தை மேற்கொள்கிறது. இதன் மூலம், ஒரு கலை வடிவின் ஒவ்வொரு அம்சமும் மற்றொன்றுடன் இணைந்து குறிப்பானதொரு அழகியல் நோக்கத்தை நிறைவேற்றுகிறது.

இன்னொரு கலை வடிவத்திற்குள் செல்லும் இசையை அணுக இந்தப் புரிதல் மிகவும் முக்கியமானது. இந்தப் பயணத்தின் மூலம் இசை இதர நிகழ்த்துக் கலைகளின் மரபில் கூடுதலான ஓர் அம்சமாகச் சேர்ந்துகொள்ளவில்லை. அந்த மரபோடு இணைந்த அழகியல் கூறாக மாறிவிடுகிறது. இத்தகைய சூழ்நிலையில் பிற கலை வடிவங்களில் கர்னாடக இசை இரவலாகப் பெறப்படுவதில்லை. அது அந்த வடிவத்தின் பகுதியாக, பிரிக்க முடியாத பகுதியாக மாறுகிறது. அபிநயம் எப்படி பரத நாட்டியத்தின் பகுதியாக உள்ளதோ அதே போல கர்னாடக இசையும் அதன் பகுதியாக உள்ளது. நடனக் கலைஞருக்கும் ரசிகருக்கும் நடனத்தின் அனுபவம் முழுமையாகக் கிடைக்க வேண்டுமென்பதற்காக பரத நாட்டியம் கர்னாடக இசையைப் பயன்படுத்திக்கொள்கிறது என்ற கருத்து மாற வேண்டும். நடனத்திற்கு நல்ல இசை அவசியம் என்று நடனக் கலையின் தேர்ந்த ரசிகர் நினைக்கிறார். ஆனால், இசையின் காதலரோ நடனத்தைப் பார்ப்பதுகூட இல்லை. இரண்டு நிலைகளிலும் நடனம் என்னும் பின்புலத்தில் இசை எப்படிப் பார்க்கப்படுகிறது என்பதுதான் பிரச்சினையின் வேர்.

கலாபூர்வமான இசை என்னும் தளத்திலிருந்து நீக்கப்பட்ட பிறகும் அது கர்னாடக இசையாகவே இருக்குமா என்னும் கேள்வியை இது எழுப்புகிறது. இதற்கு எளிதான பதில் எதுவும் இல்லை. இந்தக் கேள்வியை எதிர்கொள்வதற்கு முன்பு இசையின் அடையாளம் எங்கே இருக்கிறது என்பதை நாம் புரிந்துகொள்ள வேண்டும். வடிவம், உள்ளடக்கம் ஆகியவற்றால் அழகியல் உருவாக்கப்படுகிறதா அல்லது கலையின் நோக்கம் அதைத் தீர்மானிக்கிறதா? கர்னாடக இசையின் அடையாளம் இவை இரண்டிலும் வேர் கொண்டிருக்கிறது. கலையின் நோக்கத்தை அடைவதற்கான வேட்கையின் விளைவாகவே இசையின் அனைத்துப் பரிமாணங்களும் குறிப்பிட்ட விதத்தில் ஒன்றிணைகின்றன. இந்த நோக்கம் இல்லையென்றால் ராகம், தாளம், மனோதர்மம் ஆகியவை குறிப்பிட்ட ஒரு விதத்தில் ஒன்றிணைந்து கலாபூர்வமான கர்னாடக இசையை உருவாக்காது. இந்தக் 'குறிப்பிட்ட' என்பது நமது புரிதலுக்கு மிகவும் முக்கியமானது. ஒரு கீர்த்தனை இயற்றப்படும்போது ராகம், தாளம், லயம், சாகித்யம் ஆகியவை எந்த விதத்தில் ஒன்றிணைகின்றன என்பது குறித்து வாக்கேயக்காரர் விழிப்புடன் இருக்கிறார். அழகு குறித்த அவரது உணர்வு தன் முழுமையான படைப்பின் கலாபூர்வமான நோக்கம் குறித்த அவருடைய கற்பனையைச் சார்ந்திருக்கிறது. படைப்பாளி எதை அழகு என்று *நினைக்கிறார்* என்பது சாரமான கருத்து. ஆனால் அந்தக்

கருத்து கீர்த்தனையால்தான் உயிர்பெறுகிறது. இரண்டும் பிரிக்க முடியாதவை.

இசையை முழுக்க முழுக்க ஒலி சார்ந்த கண்ணோட்டத்தில் நாம் காண வேண்டும். இசையின் எல்லா அம்சங்களையும் தன்னுள் அடக்கிய 'ஓசை'யில் கர்னாடக இசைக்குத் தெளிவான அடையாளம் இருக்கிறது. இசையின் கூறுகள் இதர கலை வடிவங்களின் பகுதியாக மாறும்போது சுவாரஸ்யமான சவாலை நாம் எதிர்கொள்கிறோம். ஒரு மட்டத்தில் பரதநாட்டியக் கச்சேரியின்போது கர்னாடக இசையின் அதே ஒலியை நாம் கேட்கிறோம். பாடகரும் மிருதங்க வித்வானும் வெளிப்படுத்தும் ஒலிகள் கர்னாடக இசைக் கச்சேரியில் நாம் கேட்பதைப் போலவே உள்ளன. ஒலி அதேபோல இருக்கிறது என்று சொல்கிறோம். அதே சமயம் அது கலாபூர்வமான இசை அல்ல என்பதையும் அறிகிறோம். இந்த விழிப்புணர்வு எங்கிருந்து வருகிறது?

கலையின் நோக்கத்தில் ஏற்படும் மாற்றத்திலிருந்து வருகிறது. அழகியலின் ஒவ்வொரு கூறும் இதர கூறுகளுடன் ஊடாடும் விதத்திலும் இது குறிப்பான மாற்றங்களை ஏற்படுத்துகிறது. இந்த மாற்றம் இசையின் அழகியல் அனுபவத்தையும் மாற்றுகிறது. பரதநாட்டியத்தில் பாடகரின் பாடலும் மிருதங்கக் கலைஞரின் வாசிப்பும் பரதநாட்டியத்தின் அலாதியான அம்சங்கள் என்பதை நாம் அடையாளம் காண வேண்டும். முழுமையான பரத நாட்டிய அனுபவத்திற்கு வேறு அம்சங்களும் உள்ளன. கஞ்சிராவின் பயன்பாடும் அவற்றில் ஒன்று. இது பரத நாட்டியத்தின் ஒலிப் பரிமாணத்தில் முக்கியமான பங்களிப்பைச் செலுத்துகிறது. பாடலின் ஓசை கர்னாடக இசையிலும் பரதநாட்டியத்திலும் ஒன்றாகவே உள்ளது என்று நான் சொன்னபோது பெரும்பாலான வாசகர்கள் அதை ஒப்புக்கொண்டிருப்பார்கள். ஆனால் கஞ்சிராவின் ஒலியும் நடனக் கலைஞரின் பாதங்கள் எழுப்பும் ஒலியும் பரத நாட்டியத்தின் ஒலி அனுபவத்தின் பகுதிகளாக உள்ளன. பரத நாட்டியத்தின் ஒலி அனுபவம் கர்னாடக இசையின் ஒலி அனுபவத்தினின்றும் வேறானது. கர்னாடக இசையைக் கலாபூர்வமான இசையாகக் கேட்டுப் பழகிய நம் மனது பரத நாட்டியத்தின் இதர ஒலிக் கூறுகளை விலக்கிவிட்டுக் கர்னாடக இசையை அனுபவிக்கிறது.

இப்போது நம்மிடம் தெளிவான ஒரு பதில் இருக்கிறது: கர்னாடக இசையின் பின்புலமும் நோக்கமும் மாறும்போது அது கலாபூர்வமான இசை என்னும் தன்மையை இழக்கிறது.

பரத நாட்டியமும் கர்னாடக இசையும் ஒரே மரபின் வாயிலாகவே வாழ்ந்து பரிணமித்து வந்திருக்கின்றன.

இவை இரண்டுமே ஒரே சமூகத்தினரால் பயிலப்பட்டும் வளர்க்கப்பட்டும் வந்திருக்கின்றன. கர்னாடக இசையைப் பேணி வளர்த்த புரவலர்கள் பரத நாட்டியத்தையும் (இந்தப் பெயர் 20ஆம் நூற்றாண்டில் உருவானது என்றாலும்) பேணி வளர்த்தார்கள். இவை இரண்டின் சமூக வரலாறுகளில் இருக்கும் தொடர்பினால் இரண்டையும் இணைத்து விவாதிப்பது இயல்பானதே என்றாலும் அழகியல் ரீதியாக இவை இரண்டும் மாறுபட்டவை என்பதும் உண்மை. இவை இரண்டுக்கும் தனித்தனி இருப்புகள் உள்ளன. இவற்றை ரசிப்பவர்களும் இரு வேறு பிரிவினர். நடனத்தை ரசிப்பவர்கள் இசையின் ரசிகர்களினின்றும் வேறானவர்கள். இவை இரண்டும் தரும் அழகியல் அனுபவங்கள் மாறுபட்ட பார்வையாளர்களை உருவாக்குவது இதற்குக் காரணமாக இருக்கலாம். இந்த இரு கலை வடிவங்களும் ஒட்டிப் பிறந்த இரட்டையர்கள் போல வளர்ந்தாலும் நடனத்தில் அதற்கான அடிப்படையை வழங்கும் கூறாகவே இசை பார்க்கப்படுகிறது. இசை இல்லாமல் நடனம் இருக்க முடியாது என்பதை அனைவரும் ஒப்புக்கொள்கிறார்கள். நடனத்தில் இருக்கும் இசையை நடனத்திலிருந்து பிரித்துவிட்டால் அதற்கெனத் தனித்த இருப்பு கிடையாது என்பதையும் நாம் புரிந்துகொள்ள வேண்டும்.

பரத நாட்டியத்தின் ஒரு பகுதியாக இருந்துவரும் கர்னாடக இசையின் பல்வேறு தன்மைகளை விவாதிக்கும்போது, நான் கலாபூர்வமான இசையைப் பற்றிப் பேசவில்லை என்பதைத் தெளிவுபடுத்திக்கொள்ள வேண்டும்.

பரத நாட்டியத்திற்கான இசைக் கலைஞர்கள் கர்னாடக இசைக் கச்சேரி வழங்கும் கலைஞர்களைப் போலவே கர்னாடக இசையைப் பயிற்சி செய்கிறார்கள். அவர்கள் இசைக் கச்சேரி வழங்கும் துறையைத் தேர்ந்தெடுத்திருக்கலாம். ஆனால் நடனத்தின் ஒரு பகுதியாக இருக்க அவர்கள் முடிவுசெய்திருக்கிறார்கள். இந்தத் தேர்வின் காரணமாக இசை குறித்த மாறுபட்ட புரிதலை அவர்கள் பெற வேண்டியிருக்கிறது. பரத நாட்டியத்திற்குப் பாடும் வாய்ப்பாட்டுக் கலைஞர் நடனத்திற்கான இசைப்பாடலையோ பாடல் வரிகளையோ வழங்குபவராகத் தன்னைப் பார்த்துக் கொள்ள முடியாது. நடனத்தின் பின்புலத்தின் இசையையும் நடனமாகவே பார்க்க வேண்டும். இசைக்கான நடனம் ஆடப்படுவதில்லை. இசைதான் நடனம். நடனம்தான் இசை. இந்தச் சூழலில் பரத நாட்டியத்தில் பங்குபெறும் இசைக் கலைஞர்கள் தனித்தனியானவர்கள் அல்லர். அழகியல் முழுமையின் பகுதிகளாக அவர்கள் செயல்படுகிறார்கள். இதன் மூலம் பரஸ்பரம் தொடர்புகொள்கிறார்கள். மிருதங்கக் கலைஞர்

நடன, இசைப்பாடல் அசைவுகள் ஒவ்வொன்றிலும் அதன் பகுதியாக இருக்கிறார். அவர் அந்த அசைவுகளில் எதையும் புதிதாகச் சேர்க்கவில்லை. இந்த அசைவானது மிருதங்கத்துடன் இணைந்து ஒட்டுமொத்த வடிவத்துடன் சங்கமிக்கிறது. இது எல்லா இசைக் கலைஞர்களுக்கும் பொருந்தும். குறிப்பாக நட்டுவனாருக்கு. இவர் இசை, தாளம், பாவம் ஆகியவற்றைக் கச்சிதமாக ஒன்றுகூட்டி இணைக்கிறார். கையில் கஞ்சிராவை வைத்துக்கொண்டு இவை எல்லாவற்றையும் அவர் செய்கிறார்.

வாய்ப்பாட்டுக் கலைஞர் எவ்வாறு பரத நாட்டிய அனுபவத்தில் ஒரு பகுதியாகிறார் என்பதை விளக்கப் பத வர்ணத்தைப் பயன்படுத்திக்கொள்ள விரும்புகிறேன். பத வர்ணம் பரத நாட்டியக் கச்சேரியின் மையம். இதற்கு ஆடும் நடனக் கலைஞர் வர்ணத்தின் இசை, தாளம், பாடல் வரிகள் ஆகியவற்றைச் சுற்றிலும் ஒரு கட்டுமானத்தை உருவாக்குகிறார். நடனக் கலைஞரின் தரிசனம், நடனத்தின் எல்லாக் கூறுகளையும் பயன்படுத்திக்கொண்டு நடனத்தைப் பன்முக அடுக்குகள் கொண்டதாக விரிவுபடுத்துகிறது. இதன் மூலம் நடனக் கலைஞர் தனது படைப்புலகை உயிர்பெறச் செய்கிறார்.

பத வர்ணத்தைப் பாடும் கலைஞர் ஒவ்வொரு வரியையும் நடனத்தின் வெளிப்பாடாகவே வழங்குகிறார். இதில் இசைக் கலைஞர் 'நடனத்திற்குள்' இருக்கிறார் என்றும் நடனக் கலைஞர் 'பாட்டிற்குள்' இருக்கிறார் என்றும் சொல்லலாம். வர்ணத்தின் மொழிசார்ந்த பொருளை உணர்த்தும் விதத்தில் நடனக் கலைஞர் ஒவ்வொரு வரியின் மீதும் தன் நடனத்தைக் கட்டமைக்கிறார். இது முதல் படி. இதன் பிறகு அவர் வெவ்வேறு விளக்கங்களை விரித்துக்கொண்டு போகிறார். நேரடிப் பொருள், உணர்வுபூர்வமான, தத்துவார்த்தமான, புராணிகமான பொருள்களுக்கு இடம் மாறுகிறது. நடனக் கலைஞரின் பயணத்தில் ஏற்படும் மாறுதல்களின் பகுதியாக ஒவ்வொரு இசைக் கலைஞரும் இருக்க வேண்டும்.

இசைக் கலைஞர் எவ்விதத்தில் பங்கு பெறுகிறார்? இசைப்பாடலின் ஒரு வரிக்குப் பல அடுக்குகள் கொண்ட பொருள்களை நடனக் கலைஞர் தருவது சஞ்சாரி எனப்படுகிறது. இது நடக்கும்போது பாடகர் நிரவலை வழங்கலாம் என்று சொல்லப்படுகிறது. கச்சேரியில் வழங்கப்படும் நிரவலிலிருந்து இது மிகவும் வித்தியாசமானது. இங்கே இது தற்சார்பு உடையது அல்ல. சஞ்சாரியின் ஒரு பகுதி. காட்சி வடிவில் சஞ்சாரி எதைச் சொல்கிறதோ அதை இசை வடிவமாக இந்த நிரவல் வழங்க வேண்டும். ஒரு சஞ்சாரிக்குப் பன்முகப் பொருள்கள்

இருக்கலாம். ஒவ்வொரு சஞ்சாரியின் சாரத்தையும் இசை வழங்க வேண்டும். நடனக் கலைஞர் சஞ்சாரிகளை வழங்கும்போது ஒரு வரியை வெவ்வேறு இசைத் தன்மைகளுடன் திரும்பத் திரும்பப் பாடினால் அது நடனமும் இசையும் ஒன்றாகச் செயல்படுவது ஆகாது. நடனக் கலைஞரின் கண்கள், பாதங்கள், உடல், பாவங்கள், சைகைகள் ஆகியவற்றுடன் பாடகர் இயைந்துபோகிறார். நடனத்தின் ஒவ்வொரு அபிநயத்தையும் பாடகர் புரிந்துகொண்டாக வேண்டும் என்பதையும் இது உணர்த்துகிறது. இவை அனைத்தும் ஒன்றாகத் திரளும்போதுதான் நடனக் கலைஞரும் பாடகரும் ஒரே கலை உருவாக்கத்தின் பகுதிகளாக ஆகிறார்கள். கச்சேரி இசைக் கலைஞர்கள் பலர் இதிலுள்ள நுண்ணிய அம்சங்களைப் புரிந்துகொள்வதில்லை. ஒவ்வொரு வரியும் பலமுறை பாடப்பட வேண்டியிருப்பதால் இது ஆயாசப்படுத்தக்கூடிய நடைமுறை என்று நினைக்கிறார்கள். இதைச் செய்வதற்கு நடனக் கலைஞருடன் இணைந்து ஒத்திகை பார்க்க வேண்டும். யதார்த்தத்தில், நடனத்தில் உள்ள இசை என்பது சிக்கலான நுண்ணுணர்வு மிகுந்த அம்சமாகும்.

கர்னாடக இசையின் பகுதிகளாக நாம் கருதும் நடன இசைப்பாடல்களில் பெரும்பாலானவை தென்னிந்திய நடன மரபுகளிலிருந்து வந்தவை என்பது நம் கவனத்தை ஈர்க்கக்கூடிய தகவல். பதவர்ணம், ஸ்வரஜதி, தில்லானா, பதம், ஜாவளி உள்ளிட்ட பல வகைகள் இவற்றில் அடங்கும். நடனமாக வழங்கப்படுவதற்காக உருவாக்கப்பட்ட சில பாடல் வடிவங்கள் கலாபூர்வமான *இசை நிகழ்வின்* எல்லைக்குள் கலாபூர்வமான இசைப் புலத்தினுள் வந்திருக்கின்றன. தியாகராஜர், முத்துஸ்வாமி தீட்சிதர், சியாமா சாஸ்திரி ஆகியோரால் *நிலை நிறுத்தப்பட்ட* கீர்த்தனை பாணியும்கூடப் பதங்களின் வடிவினால் தாக்கம் பெற்றிருக்கலாம். இன்று, இந்தக் கீர்த்தனைகள் பரதநாட்டியத்தில் எடுத்துக்கொள்ளப்பட்டிருக்கின்றன. இவ்விரு கலை வடிவங்களுக்கிடையே இத்தகைய பரிமாற்றங்கள் தொடர்ந்து நடந்துவருகின்றன. ஒன்று மற்றொன்றின் அழகியல் சார்ந்த வளர்ச்சியின் மீது செல்வாக்கு செலுத்தியும் அதற்குப் பங்களித்தும் வந்திருக்கின்றன.

கலாபூர்வமான இசைக்காகவும் நடனத்திற்காகவும் (பிரத்யேகமாக) வடிவமைக்கப்பட்ட இசைப்பாடல்களின் அழகியல்களை வேறுபடுத்திப் பார்க்க வேண்டிய தேவை உள்ளது. இசைப்பாடல்களின் கட்டுமானம், அவற்றின் இசைத்தன்மையின் சலனங்கள் *தாள லய அமைப்பு*, வரிகளின் உள்ளடக்கம், அவற்றின் ஓட்டம் என எல்லாவற்றிலும் இந்த வித்தியாசம் உள்ளது. நடனத்திற்காக ஓர் இசைப்பாடல்

இயற்றப்பட்டால் பரத நாட்டியம் என்னும் கலை வடிவின் தேவையைப் பூர்த்திசெய்வதுதான் அதன் நோக்கம். பரத நாட்டியம் என்னும் கலை வடிவின் நோக்கத்தை நிறைவேற்றுவதற்காகவே நடனத்திற்கான இசைப்பாடல் இயற்றப்படுகிறது. பரத நாட்டியத்தில் இசையின் சாரம் கலாபூர்வமான இசையில் இசையின் சாரத்தினின்றும் மாறுபட்ட இயல்பைக் கொண்டது. எனவே அதற்கான இசை மாறுபட்ட விதத்திலேயே கட்டமைக்கப்படுகிறது. பரத நாட்டியத்திற்கான பாடலை இயற்றும் *வாக்கேயக்காரர்கள்* இசையை நடனமாகவே கண்டார்கள். தனது பாடலில் பரத நாட்டியத்தை அவரால் கற்பனை செய்ய இயல வேண்டும். அத்தகைய பாடல் நடனத்திற்கான பாடல் தொகுப்பில் இயல்பாக இணைந்துகொள்கிறது. கலாபூர்வமான இசையாக வழங்கப்படுவதற்காகவே இயற்றப்படும் இசைப்பாடல், இசைத்தன்மை, தாளக்கட்டு ஆகியவற்றில் மட்டுமே கவனம் செலுத்தும். அந்தப் பாடலை நடனத்திற்குள் கொண்டுவருவதற்கு நடனக் கலைஞர் பிரக்ஞைபூர்வமாக முயற்சி செய்ய வேண்டும். இந்த இரு இசைப்பாடல்களின் நோக்கங்களில் உள்ள வேறுபாட்டை பரத நாட்டியத்தின் அழகியல் அனுபவம் வெளிப்படுத்துகிறது.

கச்சேரியில் ஒரு இசைக் கலைஞர் இசைப்பாடலின் கட்டுமானம் குறித்த விழிப்புணர்வும் நுண்ணுணர்வும் கொண்டிருப்பதைப் போலவே நடனக் கலைஞரும் கொண்டிருக்கிறார். பரத நாட்டியத்தோடு தொடர்புகொண்ட ஒவ்வொரு இசைப்பாடல் வடிவமும் தனக்கென்று அலாதியான இசைத்தன்மையையும் காட்சி வடிவிலான வெளிப்பாட்டையும் கொண்டிருக்கும். பதம் தரும் அழகியல் உணர்வினின்றும் பத வர்ணம் தரும் அழகியல் உணர்வு மாறுபட்டது. நடனத்தின் வாயிலாக விதவிதமான காட்சி வடிவ அழகியலை உருவாக்குவது அவசியம் என்று வாக்கேயக்காரர் நினைப்பதுதான் இதற்குக் காரணம். நடனத்தின் தன்மையைத் தீர்மானிக்கும் பாடலின் வடிவத்தையும் உள்ளடக்கத்தையும் அடிப்படையாகக் கொண்ட இசைத் தன்மையும் மாறுபட்டதாகவே இருக்கும். இது குறித்த விழிப்புணர்வு கொண்டிருக்கும் நடனக் கலைஞர்கள் ஒவ்வொரு இசைப்பாடல் வடிவத்திலும் தனித்த மாறுபட்ட விளக்கங்களை உருவாக்குகிறார்கள். ஒரே இசைப்பாடல் இசைக்கும் மாத்து, தாத்து ஆகியவற்றிடையே நடக்கும் ஊடாட்டங்கள் நடனத்தின் வெளிப்பாட்டை மாற்றிவிடுகின்றன.

நடனக் கச்சேரி முழுவதும் பாடகர் நடனக் கலைஞரின் அழகியலோடு இயைந்திருக்க வேண்டும். சஞ்சாரியில்

மட்டுமல்லாது தில்லானா, ஜாவளி போன்றவற்றில் வரும் இசைப்பாடல் வரிகளை வழங்குவதும் பரத நாட்டியத்தின் அழகியலோடு தொடர்புகொண்டது. தொனி, வரிகளுக்காகக் கொடுக்கப்படும் அழுத்தம், இசைத்தன்மைக்கான அழுத்தம் ஆகியனவாக இது இருக்கலாம். நடனக் கச்சேரியில் நடனம் சாராத ஒரு கணம்கூட இசையில் இல்லை.

கடந்த சில பத்தாண்டுகளில் கலாபூர்வமான கர்னாடக இசைக்கும் பரத நாட்டியத்திற்கும் இடையில் சுவாரஸ்யமான பரிமாற்றங்கள் நடந்துவருகின்றன. முன்பெல்லாம் நடனத்திற்கான இசைப்பாடல்களும் கச்சேரிகளில் பயன்படுத்தப்படும் இசைப்பாடல்களும் முற்றிலும் வேறானவையாக இருக்கும். ஆனால் அந்த வித்தியாசம் இப்போது தெளிவாக இல்லை. இந்தப் பின்னணியில் தில்லானா, பத வர்ணம் ஆகிய இரண்டு பாடல் வடிவங்கள் விவாதத்திற்குள் *வந்துவிடுகின்றன*. தில்லானா பரத நாட்டியத்தோடு தொடர்புகொண்ட இசைப்பாடல் வகையாக இருந்தாலும் அது கலாபூர்வமான இசையின் கட்டுக்குள் கொண்டுவரப்பட்டுவிட்டது. 19ஆம் நூற்றாண்டிலும் 20ஆம் நூற்றாண்டின் தொடக்கத்திலும் இயற்றப்பட்ட தில்லானாக்கள் கச்சேரி இசை, நடனம் ஆகிய இரண்டிலும் மிகவும் பிரபலமாகின. காலப்போக்கில் இரண்டிலுமே இவை இணைந்துவிட்டன.

கடந்த நூற்றாண்டின் பிற்பகுதியில் சில வாக்கேயக்காரர்கள் தில்லானாவைக் கலாபூர்வமான இசை வடிவத்திற்கு ஏற்ற வடிவில் மறுவரையறை செய்ததில் அது தனது மரபார்ந்த வடிவத்தின் கூறுகளைத் துறந்தது. பாடல் வரிகளில் இதை உணர முடியும். முழுக்க முழுக்க இசை சார்ந்த அலாதியான கணித உருவகங்களையும் அவர்கள் சேர்த்தார்கள். இந்த வடிவில் தில்லானா மிக வித்தியாசமான இசைப் பாடலாக அமைந்திருக்கிறது. இது பரத நாட்டியத்தை மனதில் கொண்டு உருவாக்கப்பட்டதல்ல. கலாபூர்வமான கர்னாடக இசையாகவே உருவாக்கப்பட்டது. இந்தத் தில்லானாக்களும் இப்போது பரத நாட்டியத்தில் பயன்படுத்தப்படுகின்றன. இவற்றின் கலாபூர்வ இசை சார்ந்த கூறுகள் நடன வடிவத்திற்கேற்ப மாற்றப் பட்டுப் பயன்படுத்தப்படுகின்றன. இந்தத் தில்லானாக்களை நடனக் கலைஞர்கள் பயன்படுத்துவதில் சரி, தவறு என்று எதுவும் இல்லை. ஆனால் இந்தத் தில்லானாக்கள் நடனத்தில் பயன்படுத்தப்படும்போது அவற்றின் அழகியல் பாதிப்புக்குள் ளாகிறதா அல்லது நடனத்திற்கு இது புதிய பரிமாணத்தைச் சேர்க்கிறதா என்ற கேள்வியை நாம் எழுப்பிக்கொள்ள வேண்டும். பத வர்ணங்களுக்கும் இது *பொருந்தும்*.

கீர்த்தனை போன்ற கலாபூர்வமான இசைக்கான படைப்பு பரத நாட்டியத்தில் எடுத்துக்கொள்ளப்படும்போது அந்தப் படைப்பின் வடிவம் ஒரு சிக்கலை எதிர்கொள்கிறது. இசைப்பாடலை மாற்றக் கூடாது என்பதால் சாகித்யத்தின் மீதான கவனத்தைத்தான் மாற்றியாக வேண்டும். அதுதான் மாற்றப்படுகிறது. ஆனால் இங்கும் ஒரு சவால் இருக்கிறது. ஒரு பாடலின் ஒவ்வொரு சொல்லும் இசை வடிவில் விகசிப்பதால் சாகித்யம் எல்லா இடங்களிலும் முழுமையான சொற்களாகக் கேட்கப்படுவதில்லை. இந்தச் சொற்களின் நிலைகளை மாற்றினால் இசைத் தன்மையே மாறி இசைப்பாடலின் கட்டமைப்பு கலைந்துவிடும் என்பதால் இவை மாற்ற முடியாதவை. தூய கலாபூர்வமான இசைப்பாடலின் இசை சார்ந்த சலனங்கள் பரத நாட்டியத்திற்கு எல்லாச் சமயங்களிலும் பொருந்தாது. இது போன்ற பிரச்சினைகள் இவற்றை நடனத்தில் உள்வாங்கிக்கொள்வதில் *முரணிலையை* ஏற்படுத்துகின்றன. அது பரத நாட்டியத்தின் அழகியலை மாற்றுகிறதா? இதற்கு நடனக் கலைஞர்கள்தான் பதிலளிக்க முடியும். நடனத்திற்கு ஏற்பத் தகவமைக்கப்பட்ட இசைப் பாடலின் சாரத்தைக் (இதில் மாத்து, தாத்து ஆகியவையும் அடக்கம்) காட்சி வடிவிலும் உணர்ச்சி வடிவிலும் நடனக் கலைஞர் வெளிப்படுத்த முயல வேண்டும் என்பதுதான் முக்கியம். பரத நாட்டியத்தின் அழகியல் கட்டுமானத்திற்கேற்ப இசைப்பாடலின் நோக்கம் தானாகவே மாறிவிடுகிறது.

நடனத்துக்கான இசைப்பாடல் கர்னாடக இசைக்குள் வரும்போது உடனடியாக ஒரு மாற்றம் நிகழ்கிறது. இசையும் தாளமும் அதில் முக்கியத்துவம் பெறுகின்றன. பிரதி மாற்றப்படுவதில்லை. ஆனால் இசைத்தன்மையும் பிரதியும் இணைந்த கூட்டு அடையாளத்தைத் தனது இசைத் தேடலின் ஒரு பகுதியாக இசைக் கலைஞர் பயன்படுத்திக்கொள்கிறார். பாடல் அதேதான். ஆனால் கலாபூர்வமான இசைக்கு ஏற்ற விதத்தில் அது மறு விளக்கம் பெறுகிறது. இப்படிச் செய்வதற்கான இசைத்தன்மை அந்தப் பாடலுக்கு இருக்க வேண்டும். அது நடனத்திலிருந்து வருவதில் ஏற்படும் மாற்றத்தின் நுணுக்கங்கள் குறித்த நுண்ணுணர்வு இசைக் கலைஞருக்கு இருக்க வேண்டும். அப்போதுதான் இந்த உருமாற்றம் நிகழும் என்பதை நான் வலியுறுத்திச் சொல்லியாக வேண்டும். இது இல்லையேல் அது உதிரியான இசைப்பாடலாகவே தங்கிவிடும்.

இசையின் எந்த வடிவிலும் இயற்றப்பட்ட எந்தப் பாடலையும் பரத நாட்டியத்தில் உள்வாங்கிக்கொள்ள இயலுமா என்ற கேள்வி உடனடியாக எழும். இயலாது. 'பரத நாட்டியத்தின் அழகியல்'

என்னும் தொடரை நாம் பயன்படுத்தும்போது அந்த விவாதத்தில் நடனம் இடம்பெறுவதைப் போலவே நடனத்தினுள் இருக்கும் இசையும் இடம்பெறும். கர்னாடக இசையின் கூறுகள் பரத நாட்டியத்தில் ஆழமாக வேரூன்றியுள்ளதுடன் அதன் அலாதியான அடையாளத்திற்கும் பங்களிக்கின்றன. கர்னாடக இசையைப் போலவே பரத நாட்டியத்திலும் மாற்றம் ஏற்பட்டுள்ளது. ஆனால் குறிப்பிட்ட சில முக்கியமான அம்சங்களில் தொடர்ச்சி உள்ளது. அவை மாறாமல் உறுதியாக உள்ளன. நடனத்தினுள் தன் நோக்கத்தைக் கரைத்துக்கொண்டுவிட்ட கர்னாடக இசையும் இந்தக் கூறுகளில் இடம்பெற்றுள்ளது.

பரத நாட்டியத்தில் மிருதங்கக் கலைஞரின் பங்கு அலாதியானது. நடனக் கலைஞர், பாடகர், நட்டுவனார் ஆகியோர் குறித்து மிகுந்த விழிப்புணர்வு அவருக்கு இருக்க வேண்டும். அதாவது, நடனம், இசை, தாளம் ஆகியவை குறித்த தீவிரமான விழிப்புணர்வு. இவற்றை இணைப்பதன் மூலம் கச்சேரிக்கு ஒத்திசைவு கொண்ட ஒற்றை அழகியலை அவர் கொண்டுவருகிறார். கர்னாடக இசைக் கச்சேரியில் இசைப்பாடலின் மாத்து, தாத்து, தாளம், லயம், இசைக் கலைஞரின் மனோதர்மம் ஆகியவற்றுக்கு மிருதங்கக் கலைஞர் எதிர்வினை ஆற்றுகிறார். பரத நாட்டியத்தில் அவரது பங்கு மேலும் சிக்கலானது. நடனக் கலைஞர் நிருத்தத்துக்கான அசைவுகளை வழங்கும்போது அவரது கால் அசைவுகள் உருவாக்கும் தாளக் கட்டுமானங்கள் மிருதங்கத்தில் எதிரொலிக்கப்படுகின்றன. நிருத்தம் பாத அசைவுகளுடன் உடலின் பிற பாகங்களின் அசைவுகளுடனும் சம்பந்தப்பட்டது. கால் அசைவுகளின் சிக்கல்கள் அனைத்துக்குமான வரையறையையும் ஸ்திரத் தன்மையையும் மிருதங்கக் கலைஞர் வழங்குகிறார். அபிநயம் செய்யப்படும்போது மிருதங்கக் கலைஞர் நடனக் கலைஞரின் பாவனைகளுக்கும் சைகைகளுக்குமான முக்கியமான அம்சங்களை அளிக்கிறார். தொனி மாறுபாடுகள், குறுகிய கால வாசிப்பு வகைமைகள், மௌனமான கணங்கள், ஒலி ஏற்ற இறக்கங்கள் ஆகியவற்றின் மூலம் இந்த முக்கிய அம்சங்கள் வழங்கப்படுகின்றன. பார்வையாளர்களைப் பொருத்தவரை நடனக் கலைஞர் வெளிப்படுத்தும் உணர்வின் அனுபவத்தில் கூடுதலான அம்சங்களை இது சேர்க்கிறது. இசைப்பாடல் வரிகளை நடனக் கலைஞர் உள்ளது உள்ளபடி வழங்கும்போது மிருதங்கக் கலைஞர் லயத்தை நிர்ணயிப்பதுடன் இசைப்பாடல் வரியையும் கட்டமைக்கிறார்.

மிருதங்கக் கலைஞர் கச்சேரி முழுவதும் பாடகருடனும் தன்னைத் தொடர்புபடுத்திக்கொள்கிறார். இசைப்பாடல் வரி

ஒன்றை நடனக் கலைஞர் விரிவுபடுத்தாமல் வழங்கும்போது மிருதங்கக் கலைஞர், அந்த வரியின் இசைத் தன்மையின் கட்டமைப்புக்கு இசைவாகத் தன் வாசிப்பு (உத்தி) இருப்பதை உறுதிசெய்ய வேண்டும். நடனக் கலைஞருக்காக இதை அவர் தியாகம் செய்துவிட முடியாது. நடனக் கலைஞர், பாடகர் ஆகிய இருவருக்கும் ஒரே சமயத்தில் துணைபுரிவதற்கான வழியை மிருதங்கக் கலைஞர் கண்டாக வேண்டும். சஞ்சாரியில் நடனக் கலைஞர் ஒரு வரியை விஸ்தரித்துக்கொண்டுபோக அபிநயத்தைப் பயன்படுத்துவார். அவரது அசைவுகளுக்கேற்ப வாசிக்கும் மிருதங்கக் கலைஞர் பாடகரின் *இசை வேறுபாடுகளைக்* குறித்து கவனத்துடன் இருப்பார். பாடகரும் நடனக் கலைஞருடன் தொடர்புகொண்டிருப்பது நமக்குத் தெரியும். ஒரே சமயத்தில் இசைக்கும் நடனத்துக்குமான உணர்வுபூர்வமான அடுக்குகளைக் கொண்ட பகுதிகள் வழங்கப்படும்போது, இந்த இசைப்பாடல்கள் இசை சார்ந்த மிக மிக *நுட்பமான* அம்சங்களைக் கொண்டவை என்பது குறித்த விழிப்புணர்வு மிருதங்கக் கலைஞருக்கு இருக்க வேண்டும். அதே சமயத்தில் அபிநயங்களுக்குத் துணையாகவும் வாசிக்க வேண்டும். இசையும் நடனமும் இரண்டறக் கலப்பதை உறுதிசெய்யும் அருமையான சமநிலை இது.

நட்டுவனார் கச்சேரியை நடத்திச் செல்கிறார். லயத்தை அவர்தான் கட்டுப்படுத்துகிறார். நடனக் கலைஞர், பாடகர், மிருதங்கக் கலைஞர் ஆகியோரை அவர் இணைக்கிறார். எனவே, மிருதங்கக் கலைஞர் நட்டுவனாருடனும் இசைந்து செயல்பட வேண்டும். நிருத்தம் ஆடப்படும்போது நட்டுவனார் ஜதிகளைச் சொல்லுவார். இந்த ஜதிகளின் கட்டமைப்புக்குள் நடன அசைவுகள் அமைந்திருக்கின்றன. பாத அசைவுகளைப் பிரதிபலிக்கும் விதமாக நட்டுவனார் கஞ்சிராவை வாசிப்பார். இந்தப் பாத அசைவுகள் ஜதிகளால் கட்டமைக்கப்பட்டவை என்றாலும் இரண்டும் ஒன்றல்ல. இந்நிலையில் மிருதங்கக் கலைஞர், நடனக் கலைஞர், நட்டுவனார் ஆகியோரிடையே முழுமையான ஒருங்கிணைப்பு கூடுகிறது.

மரபார்ந்த நடன, இசைக் குடும்பங்களைச் சேர்ந்த நட்டுவனார்களே நிருத்தத்திற்கான ஜதிகளையும் இயற்றி வந்தார்கள். துரதிருஷ்டவசமாக, கடந்த நூற்றாண்டில் இந்த நட்டுவனார்களின் வாரிசுகள் வேறு பணிகளுக்குச் சென்றுவிட்ட நிலையில் புகழ்பெற்ற நட்டுவனார்கள் பெரும்பாலானோரை நாம் இழந்துவிட்டோம். இந்த நட்டுவனார்கள் இயற்றிய தாளக் கட்டுமானங்கள் *பரத நாட்டியத்தின் அழகியலால்* வழிநடத்தப்பட்டவை. இவை கச்சேரி இசையின் கணிதச் சமன்பாடுகளை அடிப்படையாகக் கொண்டவை அல்ல. கணிதச்

சமன்பாடுகள் இல்லாவிட்டாலும் வேறொரு பொருளில் இவை கச்சிதமானவை. கர்னாடக இசை, பரத நாட்டியம் ஆகிய இரண்டின் அழகியல் அணுகுமுறைகளையும் உள்வாங்கிய இந்த நட்டுவனார்கள், ஜதிகளை இயற்றும்போது பரத நாட்டியத்தின் அழகியல் வெளிப்பாடுகளாலேயே வழிநடத்தப்பட்டார்கள். சரளமான இந்த ஜதிகளாலேயே நடனம் சரளமான காட்சி வடிவமாக வெளிப்பட்டது. நடன வடிவத்தை எதிர்மறையாகப் பாதிக்காத வகையில் *கச்சேரி* அடிப்படையிலான கணிதச் சமன்பாடுகள் நடனத்திற்குள் உள்வாங்கப்படலாம். அப்படி உள்வாங்கப்படத்தான் வேண்டும். ஆனால் பெரும்பாலான சமயங்களில் ஜதிக் கட்டுமானங்களில் உள்ள அதீதமான *கணித அணுகுமுறை* நடனத்தின் அழகியல் உள்ளடக்கத்தில் குறுக்கீடு செய்கிறது. அப்படியானால் நிருத்த வடிவங்களின் கட்டுமானங்களே மாறிவிட்டனவா என்பதைப் பற்றியும், இதனால் பரத நாட்டியத்தில் நிருத்தங்கள் வழங்கப்படும் விதம் மாறியிருக்கிறதா என்பது பற்றியும் நாம் *ஆழமாக ஆராய வேண்டும்.*

பரத நாட்டியத்தில் வயலின், வீணை, புல்லாங்குழல் கலைஞர்களின் பங்கைப் பற்றி நான் இங்கு விவாதிக்க வில்லை. ஏனென்றால் இவர்கள் பாடகருக்கான துணையை மட்டுமே வழங்குகிறார்க்ள. சஞ்சாரியின்போது இசை சார்ந்த இடையீடுகளையும் நடனத்தின் ஒவ்வொரு பகுதி தொடங்குவதற்கு முந்தைய ஆலாபனைகளையும் இவர்கள் வழங்குகிறார்கள்.

பரத நாட்டியத்தினுள் இடம்பெறும் கர்னாடக இசை நடன வடிவத்துக்குச் சொந்தமானது. பரத நாட்டியத்தின் உண்மையான அழகை ரசிக்க வேண்டுமென்றால் நாட்டியத்தின் பகுதியாக அதன் இசையை நாம் கருத வேண்டியது அவசியம். தங்களது கலையின் முழுமையைப் புரிந்துகொள்ள பரத நாட்டிய அழகியலைக் கண்டறிய வேண்டியது அவசியம் என்பதைக் கர்னாடக இசைக் கலைஞர்கள் உணருவதில்லை. இந்த இரு கலை வடிவங்களின் வரலாற்று ரீதியான உறவையும் ஊடாட்டத்தையும் புறக்கணிக்க முடியாது. இசைக் கலைஞர்கள் அனுபவிக்க வேண்டிய அம்சம் இது. பரத நாட்டியத்தினுள் வெளிப்படும் கர்னாடக இசையின் இன்னொரு பரிமாணத்தை அவர்கள் உணர வேண்டும். இதன் மூலம், கர்னாடக இசையின் வசீகரமான நெகிழ்வுத்தன்மையைக் காண அவர்கள் முன்வர வேண்டும்.

6

தூரத்துச் சொந்தம்

கர்னாடக, ஹிந்துஸ்தானி இசைப் பாரம்பரியங்களுக்கு ஒன்றுடன் இன்று இணைந்த ஒரு வரலாறு உண்டு. பண்டைய இசைப் பாரம்பரியத்தில் இரண்டுக்கும் பொதுவான வேர்கள் உள்ளன. கர்னாடக, ஹிந்துஸ்தானி இசையின் பழமையை விவரிக்கையில் 'நாட்டிய சாஸ்திரம்' (கி.மு. 2ஆம் நூற்றாண்டு, கி.பி. 3ஆம் நூற்றாண்டுக்கு இடையில்), 'ப்ரஹத்தேஷி' (கி.பி. 9ஆம் நூற்றாண்டு), 'சங்கீத ரத்னாகரம்' (கி.பி. 12ஆம் நூற்றாண்டு) போன்ற வார்த்தைகள் பயன்படுத்தப்படுகின்றன. தென்னிந்தியாவில் சிலப்பதிகாரம் (கி.பி. 2ஆம் நூற்றாண்டு), பஞ்ச மரபு போன்ற தமிழ்க் காவியங்கள் அந்தந்தக் காலங்களில் தமிழிசையின் நிலவரம் பற்றிய தகவல்களை நமக்கு அளிக்கின்றன.

பண்டைய இசை மரபில் இவற்றின் வேர்கள் இருந்தாலும், அக்கால இசையின் தொடர்ச்சியாக கர்னாடக, ஹிந்துஸ்தானி இசைகளைக் குறிப்பிட முடியாது. இரண்டுக்கும் பொதுவான சில நெறிமுறை களும் கருத்துக்களும் இருப்பது என்னவோ உண்மைதான். காலங்கள் செல்லச் செல்ல, மேற்சொன்ன அனைத்துச் சொற்றொடர்களும் பிரதேசங்கள், காலத்திற்கேற்ப முற்றிலும் வேறுபட்ட முறைகளில் பயன்படுத்தப்பட்டு, புரிந்து கொள்ளப்பட்டு வந்துள்ளன. எனவே, இன்று பயன்படுத்தப்படும் ஒரு வார்த்தை பல்லாயிரம் ஆண்டுகளுக்கு முன்னரே இருந்திருந்தாலும், அது உருவான காலத்தில் வேறு அர்த்தத்தைக்

குறிப்பதாக இருந்திருக்கும். இந்தியாவின் இரு பெரும் சிறப்பான இசை மரபுகளைப் பற்றிய எந்த விவாதமாக இருந்தாலும் இக்கருத்தை ஒப்புக்கொண்டுதான் தொடங்கப்பட வேண்டும். இரு மரபுகளுக்கும் இடையே இணைப்பு இருக்கலாம் என்ற நமது கருத்து தவறு என்ற முடிவுக்கு வருவதற்கான சாத்தியக்கூறு இருக்கிறது என்பதையும் நாம் ஒப்புக்கொள்ள வேண்டும். இந்த இரு இசை மரபுகளும் நமது நாட்டின் பல்வேறு பகுதிகளிலிருந்தும் வெளிநாடுகளிலிருந்தும் பெற்ற தாக்கங்கள், படைப்பூக்கத்தின் சிக்கலான ஊடுபாவுகள் கொண்ட கலவையால் உருவானவையே.

கடந்த 500 ஆண்டுகளாக இந்த இணைப்பைத் தேடும் இசையறிஞர்கள் நமது புரிதலைச் சிக்கலானதாக்கியிருக்கிறார்கள். பண்டைய இசை பற்றிய எழுத்துபூர்வமான ஆதாரங்களை அவர்கள் மேற்கோள் காட்டுகிறார்கள். ஆனால், அவர்கள் குறிப்பிடும் பண்டைய இசைக்கும், அவர்கள் ஆராயும் இசை மரபுக்கும் துளியும் சம்பந்தம் இல்லை. மரபின் மீதான மரியாதையின் காரணமாக அவர்கள் அதைச் சுட்டிக்காட்டினார்கள். அதன் துல்லியத்தன்மை காரணமாக அல்ல. பண்டைய மரபை மேற்கோள் காட்டுவது அவர்களது ஆய்விற்கு கௌரவமான மதிப்பைக் கொடுத்துள்ளது. இன்றளவும் பல சான்றோர்களால் பின்பற்றப்பட்டுவரும் இம்முறைதான் இருவகை இசை மரபுகள் பற்றிய நமது புரிதல்களின் மீது குழப்பத்தைப் படரவிடுகிறது. பண்டைய ஆவணங்களைப் பார்த்து, அவற்றில் குறிப்பிடப் படும் இசை பற்றித் தெரிந்துகொள்ளும்போதுதான் – அதாவது 2,000 ஆண்டு பழமையான இசை மரபின் தொடர்ச்சியே கர்னாடக, ஹிந்துஸ்தானி இசை மரபுகள் என்பது தவறு என்று புரிந்துகொள்ளும்போதுதான் – தெளிவு பிறக்கிறது. பண்டைய இசை மரபு பற்றித் தெரிந்துகொள்ள வேண்டியவை இன்னும் நிறைய உள்ளன. இந்தியாவின் பண்டைய இசை மரபுகளுடன் கிரேக்க, ரோமானிய இசை மரபுகளை ஒப்பிடுவதன் மூலம் மேலும் தெளிவு பிறக்கலாம். இரு நாட்டு நாகரிகங்களுடனான இந்தியத் தொடர்புகளை ஆராய்ந்தால் புரியாத பல முக்கியமான அம்சங்களைத் தெரிந்துகொள்ளலாம்.

ராகம், தாளம் ஆகியவை குறித்துக் கடந்த 500 ஆண்டுகளுக்கு மேல் நிலவிவந்த கருத்துகளின் அடிப்படையில் அவற்றின் தற்போதைய நிலை உருவாகியிருக்கலாமென இவ்விரு இசை மரபுகளின் பரிணாம வளர்ச்சி பற்றிய ஆய்வுகள் தெரிவிக்கின்றன; ஈர்க்கக்கூடிய தன்மை கொண்ட தனித்த அடையாளங்களை இவ்விரு மரபுகளும் கொண்டிருந்தன. வடிவம், கலை, செயல்பாட்டு நிலைகளைத் தாண்டி, தமது இசை தரும் சப்தங்களில் இவை மாறுபடுகின்றன. ஒரே

ஒரு வரி பாடினாலும் அதன் தனித்துவமான அடையாளம் சட்டென்று புலப்பட்டுவிடுகிறது. கர்னாடக, ஹிந்துஸ்தானி இசை மரபுகள் கலாபூர்வமானவை. கலாபூர்வமான இசை பற்றி முந்தைய அத்தியாயங்களில் நாம் இதுகாறும் விவாதித்துவந்த அனைத்தும் இவ்விரு இசை மரபுகளுக்கும் பொருந்தும். ஆயினும், இவற்றின் நோக்கம் ஒன்றாக இருந்தாலும், இரண்டும் தத்தமது தேடலை முன்னெடுத்துச் செல்லத் தனித்தனிப் பாதைகளில் பயணிக்கின்றன. இந்தத் தேடல் இசையினின்றும் மாறுபட்டதல்ல.

இந்தப் பின்னணியில் பொதுவாக நிலவும் கற்றுக்குட்டித் தனமான கருத்தைப் பற்றிப் பேச வேண்டியது மிக அவசியம்: இந்தியாவில் ஒரே இசை மரபு இருந்தது, அது முகலாயர் ஆக்கிரமிப்புக்குப் பின் இரண்டாகப் பிரிந்தது. 'ஹிந்துஸ்தானி இசை' என்பதே 'துருபத்', 'கயால்', 'தும்ரி' ஆகிய வடிவங்களை உள்ளடக்கிய பொதுவான சொல்தான். இவற்றில் 'த்ருபத' வடிவம் மிகவும் தொன்மையானதாகக் கருதப்படுகிறது; இந்தியாவின் மிகப் பழமையான செவ்வியல் இசை வடிவம் இது என்று சொல்லப்படுகிறது.

'பிரிந்துவிட்டது' என்பதை நம்பும் சில இசைக் கலைஞர்கள், இந்திய இசை மரபு இவ்வாறு இரண்டாகப் பிரிந்த காலத்திற்கும் முந்தைய காலத்தைச் சேர்ந்தது 'துருபத் வடிவம்' என்று கூறுகின்றனர். 'துருபத்' வடிவத்தின் பழைமை பற்றிய கருத்துக்கள் உண்மையாகவே இருந்தாலும், இதற்கு முன் ஏதுமில்லை என்பதோ, இதிலிருந்து பிரிந்து வேறு வடிவங்கள் தோன்றின என்பதோ மிகவும் எளிமைப்படுத்தப்பட்ட கூற்று. பண்டைக் காலத்திலும் இந்தியத் துணைக்கண்டம் பண்பாட்டு ரீதியாகப் பன்முகத் தன்மை கொண்டதாகவே இருந்தது; அக்கால ஓவியங்கள், சிற்பங்கள், கட்டடக் கலை, நடன வடிவங்கள் ஆகியவற்றில் இது வெளிப்படுகிறது. இந்நிலையில், கர்னாடக, ஹிந்துஸ்தானி இசை மரபுகளுக்குப் பொதுவான ஒரு இசை மரபு இருந்திருக்க வேண்டும் என்று நாம் நினைப்பது பொருத்தம்தானா?

இசை குறித்த எழுத்துக்கள், கலை வடிவங்களிலும் கவிதைகளிலும் காணப்படும் சித்தரிப்புகள் ஆகியவை, துணைக் கண்டத்தின் பல்வேறு பகுதிகளில் பலவிதமான இசைப் பாரம்பரியங்கள் நிலவின என்பதைத்தான் நமக்கு உணர்த்துகின்றன. அவை எப்போதும் ஒன்றோடொன்று தொடர்பு கொண்டு வந்தன என்பதும் உண்மையே. முகலாயர்களின் ஆக்கிரமிப்புக்கு முன்பிருந்தே இது நிகழ்ந்துவந்தது. பன்முகப் பண்பாட்டுப் பரிமாற்றங்களின் விளைவாகவே ஹிந்துஸ்தானி, கர்னாடக இசை மரபுகள் பரிணமித்தன. ஆரம்பகால

முகலாய ஆட்சியில் 'த்ருபத வடிவம்' ஆதிக்கம் செலுத்தியது என்பதிலும், பின்னாளில் 'க்யால்' ஆதிக்கம் செலுத்தியது என்பதிலும் சந்தேகம் இல்லை. இவற்றில் 'க்யால்' வடிவம், 'த்ருபத' வடிவத்துக்கு முன்பே தோன்றியிருக்கக்கூடும். தற்போது நம்மால் கொண்டாடப்பட்டுவரும் இசை வடிவங்கள் யாவும் வெவ்வேறு மரபுகளின் தாக்கத்தினால் உண்டானவையே. இவை மாறுபட்ட, நுண்ணிய பண்பாட்டு, சமூகத் தாக்கங்களின் பாதிப்புக்கு ஆளானவை. கர்னாடக, த்ருபத வடிவங்களின் சில பொதுவான அம்சங்கள் இத்தகைய பன்முக ரீதியிலான தாக்கங்களின் விளைவே.

முகலாயர் காலத்திற்கு முன்பிருந்தே தொடர்ந்து நிகழ்ந்துவந்த மாற்றங்களின் விளைவே 18ஆம் நூற்றாண்டில் தோன்றிய, தென்னிந்தியாவில் இன்று நாம் காணும் கர்னாடக இசை. இரு இசை மரபுகளும் தோன்றிய விதம் சிக்கலானது, உயிரோட்டமுள்ளது. பல்வேறு பிராந்தியங்களிலிருந்து இங்கு வந்து, துணைக்கண்டத்தின் வெவ்வேறு பகுதிகளில் குடியேறிவிட்ட பயணிகளும் பல இடங்களிலிருந்து வந்த வெவ்வேறு சமூகத்தினரும் தத்தமது பண்பாட்டு மரபுகளைக் கொண்டுவந்தனர். இவை அனைத்தும் இணைந்தே இவ்விரு இசை மரபுகளும் உருவாயின. தமிழ், மராத்தி, கன்னடம், தெலுங்கு மொழி பேசும் அறிஞர்களிடமிருந்தும் கலைஞர்களிடமிருந்தும் கர்னாடக இசை பெற்றுக்கொண்ட அம்சங்களிலிருந்தே இது தெளிவாகிறது. காஷ்மீர் உள்ளிட்ட வட இந்தியாவின் பிற பகுதிகளிலிருந்தும் இவ்விசை மரபின் நடைமுறை சார்ந்த சில வழிமுறைகள் தோன்றியிருக்கலாம். கருத்துக்கள், கலை வடிவங்கள், சமூகப் பழக்க வழக்கங்கள் ஆகியவற்றில் தொடர்ந்து பரிமாற்றம் நிகழ்ந்ததால் இரண்டடுக்கு இசை மரபுகள் உருவாயின. இதுபோன்ற சூழ்நிலைகளின் சங்கமத்தினாலேயே இவ்விரு அற்புதமான இசை மரபுகளும் இந்தியாவில் உருவெடுத்தன.

கர்னாடக இசையே உலகின் ஆகப் பழமையான இசை மரபு என்ற நம்பிக்கை கர்னாடக இசைக் கலைஞர்கள், அறிஞர்கள் மத்தியில் பரவலாக உள்ளது. முகலாயர்களின் ஆதிக்கத்தால் தென்னிந்தியா அவ்வளவாக நேரடியாகப் பாதிக்கப்படாததால் ஹிந்துஸ்தானி இசையை விடவும் கர்னாடக இசையே பழங்கால இசையை அப்படியே பிரதிபலிப்பதாக அவர்கள் கூறுகின்றனர். கர்னாடக இசை தன் அழகியலில் 'இந்தியத்தன்மை'யைத் தக்கவைத்துக்கொண்டிருக்கிறது என்று கர்னாடக இசைக் கலைஞர்கள் கூறிக்கொள்கிறார்கள். இஸ்லாம் அல்லாத இசைத் தன்மையை இந்தக் கூற்று வலியுறுத்துகிறது. என்னால் இதை ஏற்க முடியவில்லை.

முகலாயர் ஆட்சி, அவர்களது பாரம்பரியம் ஆகியவை தென்னிந்திய இசை மரபுகளின் வளர்ச்சியில் எந்த அளவு பாதிப்பு ஏற்படுத்தியிருக்கின்றன எனபது தெளிவாகத் தெரியவில்லை; ஆனால் அவர்கள் தாக்கத்தை ஏற்படுத்தினார்கள் என்பதில் ஐயமில்லை. 17ஆவது நூற்றாண்டில் தஞ்சை அரண்மனைகளில் ஆடப்பட்டுவந்த 'சதுர்தண்டி' வகை நடனத்தை அலாவுதீன் கில்ஜியின் (1296–1316) அரசவையில் இருந்த கோபால நாயக்கர் அமைத்ததாக நம்பப்படுகிறது. 16ஆம் நூற்றாண்டைச் சேர்ந்த பண்டரீக வித்தாலகர்கள் போன்ற தென்னிந்திய அறிஞர்கள் வடக்கிலிருந்த அரண்மனைகளுக்கு விஜயம் செய்தனர். கர்னாடக இசையின் 'மேளகர்த்தா' ராகம் என்னும் அமைப்பு முகலாய, பாரசீக, துருக்கிய இசை மரபுகளிலிருந்து தோன்றியிருக்கலாம் என்று ஓர் அறிஞர் குறிப்பிட்டிருக்கிறார். கர்னாடக இசையின் பிரிக்க முடியாத அங்கமான தம்புராவும் பாரசீகத்திலிருந்துதான் வந்திருக்க வேண்டும். 'தம்புரா' என்னும் சொல் பாரசீக மொழியில் வேர் கொண்டது. பாடல்களில் பயன்படுத்தப்படும் சில சொற்கள், வெவ்வேறு பகுதிகளிலிருந்து உள்வாங்கப்பட்ட ராகங்கள் ஆகியவை நாம் நினைத்த அளவுக்கு இசை ரீதியாகத் தென்னிந்திய இசை தனிமைப்பட்டுவிடவில்லை என்பதைச் சுட்டுகின்றன. அவ்வாறிருந்தால், (பிற இசை மரபுகளின்) இசைக் கலைஞர்களின் உணர்வுகளில் கலந்துவிட்ட இசையின் நடைமுறைகள், வடிவங்கள் ஆகியவை உருவாகியிருந்திருக்காது.

ஆனால், முக்கியமான கேள்வி இதுதான்: 'இந்தியத் தன்மை' என்பது என்ன? இக்கேள்வியைக் கவனமாக ஆராய்ந்து, மறுபரிசீலனை செய்ய வேண்டும். பண்பாட்டுரீதியான மாற்றங்கள் 'நம்மவர்', 'பிறர்' என்பதைத் தாண்டியவை; இத்தகைய வித்தியாசங்கள் சமூகத்தின் சவ்வூடு பரவலில் காணப்படுவதில்லை. இவை ஆபத்தான அரசியல், சமூக நிலைப்பாடுகள். இவற்றை வரலாற்றின் மீதோ, கலை மீதோ அது குறித்த ஆய்வுகள் மீதோ திணிக்கக் கூடாது. பல்வேறு பிராந்தியங்களிடையே கருத்துப் பரிமாற்றம் தொடர்ச்சியாக இருந்துவந்திருப்பதை ஆவணங்கள் காட்டுகின்றன. இதனால், ஒரு குறிப்பிட்ட வகையின் தொன்மை, மாறாத தன்மை ஆகியவை அடிபட்டுப்போகின்றன. இன்று தமிழ்நாடு, கர்நாடகம், மகாராஷ்டிரம், ஆந்திரப் பிரதேசம், கேரளம் என அறியப்படும் பல்வேறு பிராந்தியங்களில் நிலவிய பாரம்பரியங்களினால் பெரும் தாக்கத்துக்குள்ளானது கர்னாடக இசை. சமூகத்தின் இசைசார் உள்ளுணர்வுகள் பலதரப்பட்டவை; அவை ஒரே ஒரு பிராந்தியத்திற்கோ, மண்டலத்திற்கோ சொந்தமானவை அல்ல. அவ்விழைகளைத் தனித்தனியாகப் பிரித்து அவற்றின்

மூலாதாரத்தை ஆராய்ந்தால் தொடக்கம் என்று எதையும் அறிய முடியாது. நம்மால் அடையாளம் காண முடிவதெல்லாம் புரிந்துகொள்ளக்கூடிய நடைமுறைகள் தோன்றிய விதம்தான். பல தலைமுறைகளாகத் தொடர்ந்து காப்பாற்றப்பட்டுவரும் பண்டைய இந்தியாவின் இசை அல்ல கர்னாடக இசை; பல்வேறுபட்ட கலாசாரத் தொடர்புகளால் ஒருங்கிணைந்த கருத்துக்களாலேயே இது உருவானது.

நம்மை ஆண்ட பிரெஞ்சுக்காரர்களோ அல்லது போர்த்துக்கீசியர்களோ நம் மீது எவ்விதமான தாக்கத்தை ஏற்படுத்தினார்கள் என்று நமக்குத் தெரியாது; ஆனால், கர்னாடக இசையின் மீது ஆங்கிலேயர்கள் தாக்கம் செலுத்தியதை அறிவோம். வயலினையும் இசைக்குறிப்புகள் எழுதுவதையும் அறிமுகம் செய்ததோடு அவர்களது தாக்கம் நின்றுவிடவில்லை; நவீன யுகத்தில் இந்தியப் பாரம்பரிய இசையின் கோட்பாட்டு ஆதாரங்களை ஆய்வு செய்யத் தூண்டியதும் அவர்கள்தான். இந்த வரலாற்று உண்மை தெரிந்தால்தான், ஹிந்துஸ்தானி இசையைப் போன்றே கர்னாடக இசையும் உள்ளூர் மரபுகள், பிற கலாசாரங்களின் தாக்கத்திற்குள்ளானது என்பதும் தெளிவாகத் தெரியும். கர்னாடக இசையின் பழமை, பாரம்பரியம் பற்றி நாம் இதுவரை கொண்டிருந்த கருத்துக்கள் இக்காரணிகளால் கடுமையாக அடிவாங்குகின்றன.

மேற்சொன்ன இரு வகை இசை மரபுகளையும் குறிப்பிட்ட வரலாற்றுப் பின்னணியில் வைத்துப் பார்க்கும் இந்தப் பின்னணியில், ஹிந்துஸ்தானி இசை வல்லுநர்களிடம் கர்னாடக இசை பற்றி இருக்கும் சில தவறான கருத்துக்கள் பற்றி இப்போது நான் பேச விரும்புகிறேன்.

இத்தகைய தவறான கருத்துக்கள் கர்னாடக இசை வல்லுநர்களிடமும் காணப்படுவதுதான் ஆச்சரியம். ரசிகர்களின் மனதில் இவை தொடர்ந்து சில குறுக்கீடுகளை ஏற்படுத்திக் கொண்டிருப்பதால் இவற்றைப் பற்றி விவாதிக்க வேண்டியது அவசியமாகிறது.

இந்தக் கருத்துக்களைப் பின்வருமாறு குறிப்பிடலாம்:

- பொதுவாகவே கர்னாடக வாய்ப்பாட்டுக் கலைஞர்களுக்கு 'ஸ்ருதி' பற்றிய ஞானம் குறைவு;
- கர்னாடக வாய்ப்பாட்டுக் கலைஞர்களிடம் குரல் வளம் குறைவு;
- கர்னாடக இசைக் கச்சேரிகளில் பாடல்கள் மிக அதிகம்;

- அதனால், 'மனோதர்மம்' என்பதற்குப் போதிய நேரம் இருப்பதில்லை;
- கர்நாடக இசை 'ஆலாபனைகள்' மிகச் சிறியதாக இருப்பதால் ராகமாக மாறுவதற்கான வாய்ப்புகள் சொற்பமே;
- கர்நாடக இசை தாள வாத்தியங்களை அதிகம் சார்ந்துள்ளது;

இவற்றை ஒவ்வொன்றாக ஆராய்வோம்.

கர்னாடக வாய்ப்பாட்டுக் கலைஞர்களுக்கு 'ஸ்ருதி' ஞானம் குறைவு

அடிக்கடி சொல்லப்படும் விமர்சனம் இதுவாகத்தான் இருக்கும். ராகத்தை ஒட்டிய பாடல் வரிகள் – மனோதர்மம் பிரிவிலும் பாடல்களுக்குள்ளும் – பாடப்படும்போது கர்னாடக இசைப் பாடகர்கள் இருவிதத் தவறுகள் புரிகின்றனர். முதல் தவறு, அவர்கள் தேர்வு செய்துகொள்ளும் ஸ்ருதியில், ஸ்வரங்கள் அவற்றுக்கான நிலைகளில் பாடப்படுவதில்லை. பின்னணியில் தம்புரா இசைக்கப்படும் நிலையிலும் கர்னாடக இசைப் பாடகர்கள் ஸ்ருதியுடன் இணைந்து பாடத் தவறுகிறார்கள். இரண்டாவதாக, 'ஸ' (இயல்பான குரலில்) அல்லது 'ப' ஸ்வரத்தைப் பாடும்போது (பெரும்பாலும் இது கமகம் இல்லாமல் பாடப்படுகிறது) அந்த ஸ்வரம் ஸ்ருதியோடு சேருவதில்லை. கர்னாடக இசைப் பாடகர்கள் ஸ்ருதி தவறிப் பாடுகிறார்கள் என்றுதான் இதற்கு அர்த்தம். இதில் ஓரளவு உண்மை உண்டு; ஆனால், இந்த விமர்சனத்தின் அடிப்படைக் கருத்தில் ஒரு பிழை இருக்கிறது. அதை முதலில் பார்ப்போம்.

கர்னாடக இசை அழுத்தமான பாவங்களைக் கொண்டது **(very expressive)** என்பதை நாம் அறிவோம். கமகங்களின் பல்வேறு சாத்தியக்கூறுகளினால் ஒவ்வொரு ஸ்வரமும் பலவித பாவங்களில் வெளிப்படும். (கமகங்களில்) ஒரு கமகம் அல்லது காம்பிதம் கர்னாடக இசை ஒலியின் அடையாளமாக விளங்குகிறது. குறிப்பிட்ட இந்த கமகத்தின் தனித்துவம் வாய்ந்த அம்சம் என்னவெனில் ராகத்துக்குள் இதன் அசைவு நிகழும்போது ஸ்வரம் தன்னை எந்த ஒரு இடத்திலும் பொருத்திக்கொள்வதில்லை அல்லது குறிப்பிட்ட ஸ்வர ஸ்தானத்துக்கு அருகில் நிற்பதில்லை. இரண்டிற்கும் நடுவில் அது எங்கேயோ இயக்கத்தில் இருக்கலாம். அந்த இடத்தில்தான் ஸ்வரத்தின் அடையாளமே இருக்கிறது.

பயிற்சியற்ற ரசிகருக்கு இவ்வியக்கம் 'ஸ்ருதி' தப்பியதாகத் தெரியும்; ஏனெனில் ராகத்தின் நிர்ணயிக்கப்பட்ட எந்த ஸ்வர ஸ்தானத்தின் ஓசையும் அவருக்குக் கேட்பதில்லை. தம்புராவிலிருந்து 'ஸ', 'ப' ஒலி கேட்டாலும், நான்கு கம்பிகளால் எழுப்பப்படும் இசையால் வேறுசில ஸ்வர ஒலிகளும் கேட்கும்; இதனால் கமகம் பாடப்படும்போது கேட்போருக்கு அசவுகரியமாக இருக்கும். இந்நிலையில் கமகங்கள் ஸ்ருதி தப்பியதாகத் தெரியும். ஆனால், இது உண்மையல்ல. கம்பித கமகம் ஒவ்வொன்றின் செயல்பாடும் தெளிவாக வரையறுக்கப் பட்டவை. ஹிந்துஸ்தானி இசையின் அடிப்படையிலான தவறான கருத்தால் கர்னாடக இசையின் இந்த அழகான, முக்கியமான அம்சமானது கிட்டத்தட்ட *இழக்கப்பட்டுவிட்டது.*

தவறானதாகத் தெரிந்த மற்றொரு விஷயம் என்னவெனில் இயங்கும் ஒரு ஸ்வரம் அசையும்போது – குறிப்பாக கம்பித கமகங்களுடன் பாடப்படும்போது – குறிப்பிட்ட அதே இசைத்தன்மையின் பின்புலத்தில் நிலையான ஸ்தாயியில் பாடப்படும் இன்னொரு ஸ்வரத்துடன் *இணையும்போதும்* அபஸ்வரமாகத் தோன்றுகிறது. சில சமயம் கம்பித கமகங்களுடன் ஸ்வரம் பாடப்பட்ட பிறகு ஸ்வரமானது நிலையான ஸ்வர ஸ்தானங்களுக்கிடையே மாட்டிக்கொண்டு தொங்குகிறது. ஊசலாடும் ஸ்வரம் ஒரு ஒலியாக உணரப்படுகிறதே தவிர இசையின் ஒரு புள்ளியாக நிலைபெறுவதில்லை. ஊசலாடும் நிலையிலிருந்து வேறொரு ஸ்வரத்துக்கான நிலைக்கு நகருவது இசையின் பிரக்ஞைபூர்வமான பயணம். திக்குத் தெரியாத தத்தளிப்பு அல்ல.

ஹிந்துஸ்தானி இசையில் ஒவ்வொரு ஸ்வரமும் உணர்ச்சிமய மானது என்றாலும் அவை பெரும்பாலும் நிலையான ஸ்ருதியையே கொண்டிருக்கின்றன. கமகத்துடன் கூடிய ஸ்வரத்தின் அசைவுகள் (ஹிந்துஸ்தானி இசையில் வருவது போன்று) நிலையான ஸ்ருதியைத் தொடும். இது கேட்போருக்கு வித்தியாசமான அனுபவத்தைத் தருகிறது. ஸ்வரத்தின் அசைவுகள் நிலையான ஸ்ருதியில் இருக்கும்போது, அவை ஸ்ருதி விலகாமல் இருப்பதுபோலத் தோன்றும். ஆனால் உண்மையில் அப்படி அல்ல. நிலையான ஒரு ஸ்ருதியிலிருந்து நிலையான இன்னொரு ஸ்ருதிக்குச் செல்வது காதுகளுக்கு இனிமையாக இருக்கிறது. இதனால்தான் கேட்பதில் பல வித்தியாசமான அனுபவங்கள் சாத்தியமாகின்றன. இதுதான் 'ஸ்ருதி' தப்பியது போன்ற தவறான கருத்தையும் ஏற்படுத்துகிறது.

இசையைக் கேட்டுப் பழக்கமில்லாதவர்களுக்குக் கர்னாடக இசையின் உணர்வுபூர்வமான தன்மை காதுக்குக் கடினமாக இருக்கலாம். இது இசையின் தவறு அல்ல; குறிப்பான, சிக்கலான அம்சம் இது. இத்தகைய இசையைப் புரிந்துகொள்வதற்கு, முன்முடிவுகளின் அடிப்படையிலான கேட்கும் முறையைத் துறந்துவிட வேண்டும்.

கர்னாடக இசையின் அழகியல்தான் 'ஸ்ருதி பிசகல்' என்னும் உணர்வை ஏற்படுத்துவதற்குக் காரணம் என்று நான் சொன்னாலும் இந்தப் பிரச்சினைக்கு ஒரு வகையில் காரணமே கர்னாடக இசைக் கலைஞர்களும்தான் என்பதையும் நான் கூறியாக வேண்டும். ஒரு கச்சேரியின்போது, அக்கச்சேரி முடியும்போதுதான் தம்புராவின் ஒலி அரங்கை நிறைத்துக் கொள்வது பற்றி நான் குறிப்பிட்டேன். இதுதான் நிகழ்ச்சியில் பெரும்பாலும் நிகழ வேண்டும்; ஆனால் எப்போதும் நிகழ்வதில்லை. தம்புராவிலிருந்து எழும் 'ஸ்ருதிக்கு' கர்னாடக இசைக்கலைஞர் அவ்வளவாக முக்கியத்துவம் தருவதில்லை. நிகழ்ச்சியினூடே தம்புராவின் ஒலி கேட்கிறதா இல்லையா என்பது பற்றியெல்லாம் அவர் கவலைப்படுவதே இல்லை. தம்புராவின் ஒலி கேட்காததால் ரசிகர்களால் ஸ்வரத்தை உள்வாங்கிக்கொள்ள முடியாது. இதனால், இசைக் கலைஞரின் ஸ்வரத்தில் தவறு நேரும் வாய்ப்புள்ளது.

மின் தம்புராவினால் வேறொரு பிரச்சினையும் எழலாம். நான்கு தந்திகளும் *ஸ்ருதி கூட்டப்பட்ட* பின்னரும் அதிலிருந்து வர வேண்டிய இணக்கமான ஒலி வெளிவராத காரணத்தால் தம்புரா தவறான கருவிதான் என்று ஒலியியல் நிபுணர்கள் சொல்கின்றனர். கறாரான தொழில்நுட்ப அணுகுமுறையில் இது சரியாகவே இருந்தாலும், இசைக் கலைஞர் தம்புராவின் ஒலியைக் கவனிக்க வேண்டுமே தவிர, அதன் கணிதரீதியான விஷயங்களை அல்ல. பல்லாண்டு பயிற்சியின் காரணமாக, தம்புராவின் ஒலியை மனிதனின் காதுகளுக்கு ஏற்றவாறு சீரமைக்க அனுபவமிக்க இசைக் கலைஞர்களால் முடியும். நாம் எதிர்பார்க்கும் முழுமையும் இதுவே. இதைத் தம்புராவினால் தர முடியாதபோது, அதை முறையாகச் சுருதி கூட்டிப் பயன்படுத்தாதபோது ஸ்ருதி தவறுதல் குறித்த எண்ணத்தை இதன் குறைகள் பெரிதுபடுத்திவிடுகின்றன.

அறிவியல் ரீதியாக ஸ்ருதி கூட்டப்படும் மின்சாரத் தம்புரா ஸ்ருதி தொடர்பான மனித உணர்வுகளைத் திருப்திப்படுத்துமா என்ற கேள்வி எழலாம். *திருப்திப்படுத்தவில்லை* என்பதே பதில். ஏன்? ஒலி மின்சாரத் தம்புராவிற்குள் டிஜிடல்மயமாகும்போது

அது கேட்பவர்களின் காதுகளில் வேறு விதமாகச் சென்றடை கிறது. இதனால் கேட்பவர், இசைக் கலைஞர் ஆகிய இரு தரப்பினரின் ஸ்ருதி பற்றிய உணர்வு பாதிக்கப்படுகிறது. மின்சாரத் தம்புராவுடன் 30 நிமிடங்கள் இசைக் கலைஞரைப் பாடவைத்து, பின் சாதாரணத் தம்புராவுடன் பாடவைத்தால் இவையிரண்டிற்கும் இடையே உள்ள வித்தியாசத்தைத் தெளிவாக உணரலாம். பயிற்சியின்போதும் மேடைக் கச்சேரியிலும் மின்சாரத் தம்புராவைப் பயன்படுத்துவது ஸ்ருதிக்குப் பாதகமாகவே இருக்கும். இது போன்றவற்றால்தான் கர்னாடக இசை ஸ்ருதி பிசகியது என்ற கருத்து வலுவாகிவிட்டது.

கர்னாடக வாய்ப்பாட்டுக் கலைஞர்களிடம் குரல் வளம் குறைவு

இந்த விமர்சனத்தை வெளியில் இருப்பவர்களைவிடவும் கர்னாடக இசையுலகைச் சார்ந்தவர்களே அதிகம் சொல்கிறார்கள். ஹிந்துஸ்தானி இசை, கர்னாடக இசைக் கலைஞர்களின் குரல் பயிற்சி பற்றிய ஒப்பீடு எப்போதும் நடந்துவருகிறது. பாடகர், இசை ஆகிய இரண்டையும் பற்றிய சரியான புரிதல் இருந்தால் மட்டுமே குரல் மிகச் சிறப்பான முறையில் வெளியே வரும். குரல் வளம் என்பது ஒவ்வொரு தனிமனிதனுக்கும் ஒவ்வொரு வகையான இசைக்கும் பொருந்தக்கூடிய பொதுவான அம்சமல்ல. கற்கும் இசையைப் பொறுத்து, ஒவ்வொரு மாணவனையும் தனித்தனியே குறிப்பாகக் கவனிக்க வேண்டும். போதுமான அளவு குரல் வளப் பயிற்சி முறை கர்னாடக இசையில் இல்லை என்று நினைப்பது முற்றிலும் தவறு. பயிற்சி முறைகளை நன்றாக ஆராய்ந்தால், குரல் வளத்தின் ஒவ்வொரு அம்சமும் அதில் பொதிந்துள்ளது என்பது தெரியவரும். கர்னாடக இசையைக் கற்கும்போது குரல் வளத்திற்கென இருக்கும் பல்வேறு பயிற்சி முறைகளையும் ஒருவர் நன்கு கற்றால் 'இக்குறை' இருக்காது. இப்பயிற்சிகள் கர்னாடக இசைக்கான குரலை உருவாக்க இருக்கின்றனவே தவிர பொதுமைப்படுத்தப்பட்ட 'நல்ல' குரலை ஏற்படுத்த அல்ல. ஸ்வரப் பயிற்சிகள், குரல் பயிற்சிகள், மூச்சுப் பயிற்சி, உச்சரிப்பு, ஸ்தாயிப் பயிற்சி ஆகியவற்றை ஒட்டியே இப்பாடங்கள் அமைந்துள்ளன.

அதே நேரம், மாணவர்களின் குரல் வளத்தை மேம்படுத்தும் பல்வேறு பயிற்சி வழிமுறைகளைப் பெரும்பாலான ஆசிரியர்கள் அலட்சியம் செய்வதையும் நான் குறிப்பிட்டாக வேண்டும். குரல் வளம் தொடர்பான பயிற்சிக் குறைவினால் இசையின் பல்வேறு அம்சங்களான சுதந்திரமான வெளிப்பாடு, பாவம், உச்சரிப்பு, நெகிழ்வு, துல்லியம், ஸ்ருதி சுத்தம், தொனி ஆகியவை பாதிக்கப்பட்டுள்ளன. அவர்களது குரல்களுடன் சேர்ந்து

இசையின் தரமும் பாதிக்கப்பட்டுள்ளது. மிகத் திறமையான ஆனால் குரல் தொடர்பான பிரச்சினைகளுடைய பல வாய்ப்பாட்டுக் கலைஞர்கள் இன்று நம்மிடையே உள்ளனர். குரல் பயிற்சி பற்றிய அலட்சியமான அணுகுமுறை ஸ்ருதி ஞானத்தையும் பாதித்துள்ளது; இது பயிற்சிமுறையின் குறைபாடு அல்ல. கலைஞர்கள், ஆசிரியர்கள், மாணவர்கள் ஆகியோரின் குறைபாடு. பிரச்சினையைத் தீர்க்கக் கர்னாடக இசையுலகம் மும்முரமான முழு முயற்சி மேற்கொண்டால், இதற்கு எளிதாகத் தீர்வு காணலாம்.

கர்னாடக இசைக் கலைஞர்கள் குரல் வளத்தைப் பேணுவதற்கான சரியான பாதையை எம்.எஸ். சுப்புலட்சுமி (1916–2004), டி.கே. பட்டம்மாள் (1919–2009), டி. பிருந்தா (1912–1996), கே.வி. நாராயணசாமி (1923–2002), டி.வி. சங்கரநாராயணன் (பிறப்பு: 1945) ஆகியோர் காட்டியுள்ளனர். இவர்கள் அனைவரும் ஸ்ருதி தப்பாமல் குரலை அருமையாகப் பயன்படுத்தியவர்கள். குரல் வளம், ஸ்ருதி ஆகியவை கர்னாடக இசையின் பிரிக்க முடியாத இரு அம்சங்களாகும். இதுபற்றி நிலவும் தவறான ஒரு கருத்தைப் போக்குவது கர்னாடக இசைக் கலைஞர்களின் கடமையாகும்.

கர்னாடக இசைக் கச்சேரிகளில் பாடல்கள் மிக அதிகம்; அதனால், மனோதர்மம் என்பதற்கு நேரமே இருப்பதில்லை

'மனோதர்மம்' பற்றிய பிரசினைகளை நாம் தனியாக ஆராய்வோம்; ஆனால் இந்த விமரிசனத்தை நான் முழுமையாக ஒப்புக்கொள்கிறேன். கடந்த நூறு ஆண்டுகளாகவே கர்னாடக இசைக் கச்சேரிகள் கீர்த்தனைகள் அதிகம் நிறைந்த, பல்வேறு விதமான மனோதர்மங்கள் கொண்ட இசைத் தொகுப்புகளாக இருந்து வருவதால்தான் இத்தகைய விமரிசனங்கள் முன்வைக்கப் பட்டுள்ளன.

கர்னாடக இசையைப் போலன்றி ஹிந்துஸ்தானி இசையில் இத்தகைய இசைத் தொகுப்புக்கள் இல்லாத காரணத்தால்தான் ஹிந்துஸ்தானி இசை வல்லுநர்கள்தான் இத்தகைய விமரிசனத்தைச் சொல்வதாகச் சிலர் வாதம் செய்யலாம். இது உண்மையாக இருந்தாலும், கர்னாடக இசைக் கச்சேரிகள் வெறும் இசைத் தொகுப்புக்களின் சங்கமமாக மட்டுமே இருக்க வேண்டிய அவசியமில்லை. ஒரு கலைஞர் தன்னிச்சையான மன எழுச்சியுடன் தன் இசையை வெளிப்படுத்துவதற்கான வழியை ஏற்படுத்தித்தருவதே ஒரு பாடலைக் கொண்டாடும் சரியான வழி. மாபெரும் இசைக் கலைஞர்களான நமது

முன்னோர்கள் நமக்குத் தந்திருக்கும் வாய்ப்பு இதுதான். பின் ஏன் நாம் இதைப் பயன்படுத்துவதில்லை? ஹிந்துஸ்தானி இசைக் கச்சேரியைப் பார்த்துத்தான் நாம் கற்றுக்கொள்ள வேண்டுமென்று நான் கருதவில்லை; ஆனால், நமது கற்பனைத் திறனை வெளிப்படுத்த இசை மேதைகளால் நமக்குத் தரப்பட்ட வாய்ப்பாகக் கருதி ஒவ்வொரு பாடலையும் ஆராய வேண்டும். நமது கவனத்தின் குவிமையத்தை மாற்றினால்தான் கர்னாடக இசையின் படைப்பூக்கத்தைத் தக்கவைத்துக் கொள்ள முடியும். கச்சேரியில், இயற்றப்பட்ட பாடலுக்கும் அதைக் கற்பனை வளத்தோடு வழங்குவதற்கும் இடையேயான சமநிலையைப் பேண வேண்டும். தற்போது நாம் இயற்றப்பட்ட பாடலையே பெரிதும் நம்பியிருக்கிறோம். கச்சேரியில் பாடல்கள் குறைவாக இருந்தால்தான் கலாபூர்வமான இசை பரிமளிக்கும். கர்னாடக இசையாக இருந்தாலும் சரி, ஹிந்துஸ்தானி இசையாக இருந்தாலும் சரி; இசையின் தரம் இசைக் கலைஞர்களின் திறனைப் பொறுத்தே இருக்கும்.

கர்னாடக இசை ஆலாபனைகள் மிகச் சிறியதாக இருப்பதால் ராகத்துக்குள் ஆழமாகப் பயணிப்பது சாத்தியமல்ல

விரிவான, நீளமான ஆலாபனை இருந்தால் மட்டுமே ராகத்தின் சாரம் வெளிப்படுமா? ஒவ்வொரு ஹிந்துஸ்தானி இசைக் கலைஞரும் ஆழ்ந்து சிந்திக்க வேண்டிய ஒரு கேள்வி இது. அரைமணி நேர ஆலாபனைக்குப் பின்னரும் ராகம் வெளிப்படாத இசையையும் நாம் கேட்டுள்ளோம். ஒவ்வொரு இசைக் கலைஞருக்கும் இத்தகைய ஒரு நிலை ஏற்படலாம். ஒரு ஆலாபனையின் நீளம் அதன் தரத்துக்கான அளவுகோலாக இருக்க முடியாது. அதன் ஆழம், எளிதில் பிடிபடாத ஆனால் குறிப்பிட்ட தரம் ஆகியவை இசை ஞானத்துடன் கேட்போருக்குத் தெளிவாக ராகத்தைப் புரியவைக்கின்றன. சரியாகப் பாடப்பட்ட ஒற்றை வரி தொடக்கூடிய ஆழத்தை மிகவும் நீளமான ஆலாபனையால் எட்ட முடியாமல் போகலாம். ஆலாபனை நீளமானதா, குறுகியதா என்பதற்கும் இசையின் தரத்துக்கும் எந்தத் தொடர்பும் இல்லை.

'சிறிது' என்பது காலத்தைப் பற்றிய உணர்வே தவிர காலத்தின் அலகு அல்ல. கர்னாடக இசையில் 'சிறிது' என்பது ஒவ்வொரு ராகத்திலும் வேறுபடும். ராகத்தின் தன்மையும், அதை விரிவுபடுத்துவதற்கு அதன் இசைக் கூறுகள் தரும் வாய்ப்புக்களும்தான் ஒரு ராகத்தின் ஆலாபனை நீளமாக அல்லது சிறியதாக இருப்பதை முடிவு செய்கின்றன. ராகம் அபிவிருத்தி செய்ய அதிக அளவு வாய்ப்புத் தராத பட்சத்தில்

சிறிய ஆலாபனை தேவைப்படலாம். அப்படியென்றால், அந்த ராகத்தில் ஏன் ஆலாபனை செய்ய வேண்டும்? ஒரு ராகத்தின் விஸ்தார சாத்தியத்தை ஆராய்வதுதான் ஆலாபனை பாடப்படுவதன் நோக்கமே தவிர ராகம் எந்த அளவுவரை ஆராயப்படலாம் என்பதை ஆராய்வதற்கு அல்ல. எனவே, ஒவ்வொரு ராகத்திலும் அதற்கே உரிய சாத்தியக்கூறுகள் உள்ளன. இவற்றை ஆராய இசைக் கலைஞர் அதற்குள் பயணிக்க வேண்டும்.

கற்பனை வளத்தோடு விரித்துக்கொண்டு செல்வதற்கான அளப்பரிய வாய்ப்புக்கள் தரும் ராகத்தின் சிறிய ஆலாபனை பற்றி என்ன சொல்வது? இது சற்றுக் குழப்பமானது. சில வரிகளுக்குப் பின்னர் கச்சேரியே முடிவடைந்தது போல் உணர்வு தோன்றியதாகவும், அதற்குப் பின் ராகத்தை ஆராயத் தோன்றவில்லை என்றும் பல இசைக் கலைஞர்கள் சொல்லக் கேட்டிருக்கிறேன். இது ஒரு விதமான தெய்வீக நிலை. இதை எட்டிய பிறகு அதற்கு *மேலும் ராகத்தை நீட்டித்துக்கொண்டு* போவது தேவையற்றது. இந்த நிலையை எட்டுவது சாத்தியம்தான். இதை ஆலாபனை அனுபவத்தின் மிக முக்கியமான பங்காகவே நான் பார்க்கிறேன்.

சிறிய ஆலாபனை இசைக் கலைஞரின் போதாமையை மறைப்பதற்கான வழியாக இருக்கக் கூடாது. இதன் அடிப்படையில் இவ்விமர்சனத்தை நான் முழுமையாக ஒப்புக்கொள்கிறேன். சிறிய ஆலாபனை முழுமையான திருப்தியின் விளைவாக இருக்கும்போது கேட்பவர்களாலும் அதன் ஆழத்தை உணர முடியும்.

நீளமான ஆலாபனைகள் பொதுவாகப் பிரதான பாட்டிற்கு முன்பு, அந்தப் பாட்டுக்கான ராகம்–தானம்–பல்லவிக்கு முன் இடம் பெறுபவை; எனினும், ஹிந்துஸ்தானி ஆலாபனை அளவுக்கு இவை நீளமாக இருக்காது. ஹிந்துஸ்தானி இசைக் கலைஞர்களும், வல்லுநர்களும் நீளமான கர்னாடக இசை ஆலாபனைகளை அங்கீகரிப்பதில்லை. கர்னாடக இசை ஆலாபனையின் பொதுவான 'லயம்' ஹிந்துஸ்தானி இசை ஆலாபனையைவிட வேகமானது; இதனால் அது சிறியதாக, அல்லது சீக்கிரமாக முடிந்துவிடுவதாகத் தோன்றுகிறது. மேலும், ஆலாபனைக்குப் பின்னர் வரும் இசைத் தொகுப்புக்கள் சிக்கலானதாகவும் நுட்பமானதாகவும் இருப்பதால் ஹிந்துஸ்தானி ரசிகர்கள் அதற்கு முன்னால் நீளமாக, தீவிரமாகப் பாடப்பட்ட ஆலாபனையை மறந்துவிடுகிறார்கள். கர்னாடக இசைக் கச்சேரியில் தேர்ந்தெடுக்கப்படும் பாடலின் நீளத்திற்கும்

வகைக்கும் ஏற்ப ஆலாபனையின் நீளத்தை அமைத்துக்கொள்ள முயற்சிசெய்வார்கள். இதனால் ஆலாபனைகளின் அளவுகள் மாறுகின்றன.

'மனோதர்மத்தின்' தரத்தை ஆலாபனையின் நீளத்தை வைத்து அளவிட முடியும் என்று நான் நினைக்கவில்லை. மேம்படுத்துவதில் இருக்கும் முனைப்பும் தீவிரமுமே தரத்தைத் தீர்மானிக்கின்றன. துரதிருஷ்டவசமாக, கச்சேரியில் பாடல்களின் எண்ணிக்கை அதிகரித்தால் ஆலாபனை பாதிக்கப்படும் என்பதும் உண்மைதான். இதனால் பயிற்சி குறைந்த இசைக் கலைஞர்கள் குறுகிய ஆலாபனைகளைப் பாடுவது அதிகரித்துவிட்டது; கர்னாடக இசை ஆலாபனைகளைப் பற்றிய கோணலான கருத்து வளர இதுவும் ஒரு முக்கியக் காரணம்.

கர்னாடக இசை தாள வாத்தியங்களை அதிகம் சார்ந்துள்ளது

மற்ற விமர்சனங்களைப் போன்றே இக்கருத்திலும் சில உண்மைகளும் சில தவறுகளும் உள்ளன. தாளத்தைப் பற்றிய கருத்தும், இருவித இசை மரபுகளிலும் அது பயன்படுத்தப்படும் விதமும் மிகவும் வித்தியாசமானவை. 12 பிரிவுகள் கொண்ட தாளத்தை எடுத்துக்கொள்வோம். இது இரு இசை மரபுகளுக்கும் பொதுவானது. ஆனால் இதன் உட்பிரிவுகள் இரண்டு மரபுகளிலும் மாறுபட்டவை. உட்பிரிவுகளில் இருக்கும் வித்தியாசங்களை விட, இசைப்பாடல் தரும் இசையுணர்வின் ஒரு பகுதியாக வெளிப்படும் விதத்தில்தான் அழகியலில் வித்தியாசத்தை உணர்கிறோம். உட்பிரிவுகள் இருந்தாலும் ஹிந்துஸ்தானி இசை மரபில் 12 பிரிவுகளை ஒரே அலகாகக் கருதுகிறார்கள். அதாவது, தொடர்ச்சியான தாள இசைக் கட்டுமானமாகக் கருதப்படுகிறது. பாடலின் இசைத்தன்மை முதல் *கொட்டிலேயே* தாளத்தின் அழுத்தம் 12 கொட்டுகள் முடிந்த பின்னரே வெளிப்படும். தாளங்கள் பிரிந்திருந்தாலும் அவை பிரியாத தொகுப்பாகவே தோற்றமளிக்கின்றன. இசை குறித்த இந்த அணுகுமுறையின் அடிப்படையில்தான் ஹிந்துஸ்தானி இசைப் பாடல்கள் உருவாகின்றன. 'க்யால்' நிலையைப் பற்றித்தான் இங்கு நான் குறிப்பிடுகிறேன். பாடல்கள் சில சமயம் மிக மெதுவானதாக இருக்கும்; அப்போதும், ஒரு வரி முடிவதுவரையிலும் இசையின் இயக்கங்கள் தாளத்தின் ஒவ்வொரு பிரிவின்மீதும் பரவுகின்றன. தாள சுழற்சியின் முதல் கொட்டுக்கு அழுத்தம் தருவதற்காகவே இப்படிக் கட்டமைக்கப்பட்டுள்ளது (ஹிந்துஸ்தானி இசையில் 'சாம்' என்றும், கர்னாடக இசையில் 'சம' என்றும் இது வழங்கப்படுகிறது). பாடல் வரி தாளத்தின் இரண்டு சுழற்சிகள் வரை விரிவடையலாம். தாளத்தின் பிரிவுகளுக்குள் இசை

சார்ந்த அழுத்தம் இல்லாத நிலையில், தாளத்தின் பிரவாகத்தைத் தக்கவைத்து, 'சாம்' சரியாக வெளிவருவதை உறுதி செய்வது தபேலா கலைஞரின் பொறுப்பாகும். ஆக, தாளத்தின் முழு வடிவமும் தக்கவைக்கப்படுகிறது. தாளத்தின் பிரிவுகளுக்கு அழுத்தம் தராமல் தாளத்தின் பிரவாகத்துடன் இயைந்தபடி இசையினூடே தபலா கலைஞர் பயணிக்க வேண்டும். இவ்வாறு நிகழ்கையில் எந்தத் தடையுமின்றித் தாளம் பிரவகிக்கிறது. தாளத்தின் ஓசை, பின்னணியில் வாசிக்கும் தபலா கலைஞரின் இசை ஆகியவை 'சாம்' என்பதற்கு மட்டும் முக்கியத்துவம் தருவதுபோல் தோன்ற, இசை சரளமாக வெளிப்படுகிறது. தபேலாவின் தனி ஆவர்த்தனத்தின்போது தாளகதியில் பல்வேறு வகைகள் ஒன்றாகி 'சாம்' ஒலியில் சங்கமிக்கும்போது, இத்தாள ஒலியின் விரிவாக்கம் உணரப்படுகிறது.

கர்னாடக இசையில் இந்த அனுபவம் நேர்மாறாக உள்ளது. குறிப்பிட்ட வகையில் (5+2+5) பிரிக்கப்பட்ட 12 கொட்டுகள் கொண்ட தாளம் இக்குறிப்பிட்ட பிரிவின் முழுமையான அம்சமாகக் கருதப்படுகிறது. பாடல்களின் இசைக் கட்டுமானம் இந்தப் பிரிவுகளைத் தெளிவாக எடுத்துக் காட்டுகின்றன. பல இடங்களில் குறியீடுகள் மற்றும் ராகத்தின் வடிவம் **(syllabic and melodic form)** அழுத்தம் பெறும் வகையில் தாளத்தின் இசைப் பிரவாகம் அமைந்துள்ளது. கமகத்தை அதிகமாகப் பயன்படுத்தும் கர்னாடக இசையின் தன்மை, இத்தகைய இசைக் கோவைகளை உருவாக்கும். தாளத்தின் ஒவ்வொரு கொட்டும் மிகத் தெளிவாகப் பிரிக்கப்பட்டிருப்பது இந்த அழகியலுக்கு அவசியம். 'க்யால்' வகை இசையில் இருப்பதைப் போலன்றிக் கர்னாடக இசையின் தாளம் நேரடியானது. இசைக் கலைஞர் ஒவ்வொரு தாளத்தையும் தெளிவாக வெளிப்படுத்துகிறார். இதனால் தாளம் அழகியல் அனுபவத்தின் தெளிவான ஒரு அங்கமாகிறது. இந்த அனுபவத்தில் ஒவ்வொரு கொட்டும் தனித்துவம் வாய்ந்ததாக இருப்பதுடன் தாளம் பிரிக்கப்படுவது காதுகளுக்குக் கேட்பதுடன், தெளிவாகத் தெரியவும் செய்கிறது. அதிகம் பழக்கப்படாத ரசிகருக்கு இது ஒரு நேரான, இறுக்கமான அனுபவமாக இருக்கலாம். இவ்வாறு தெளிவாகப் பிரிக்கப்படுவதுதான் இந்த இசையின் பிரிக்க முடியாத அங்கம். இசையின் பிரவாகத்தை நிறுத்தும் தடைகளாக இவை இருப்பதில்லை. இது முக்கியமானது. இவ்விசையைக் கேட்டிராத காதுகளுக்குத் தபலாவின் கொட்டுகள், இசைக்கான முக்கியத்துவம், பிரிக்கப்பட்ட தபலாவின் கொட்டுகளுக்கிடையிலான முக்கியத்துவம் ஆகியவை இசையின் பிரவாகத்தைத் தடுக்கும் பல்வேறு அங்கங்களாகத் தோன்றும்; ஆனால், இது உண்மை அல்ல. இசையின் தடையற்ற

பிரவாகம் குறித்த கருத்து கர்னாடக இசையிலும் ஹிந்துஸ்தானி இசையிலும் மாறுபட்டவையாக இருக்கிறது என்பதே உண்மை.

தாளப் பிரிவுகள், வடிவங்கள் மீதான முக்கியத்துவத்தால் ஹிந்துஸ்தானி இசையைக் காட்டிலும் கர்னாடக இசையில் மிருதங்கத்தின் பங்கு மேலும் கூர்மையானது. மிருதங்கக் கலைஞரைப் பொறுத்தவரை, ஒவ்வொரு மெல்லிசைக் கீற்றும் மெல்லிசையின் மொத்த ஓட்டத்திற்கு நிகரான முக்கியத்துவம் வாய்ந்ததாகும். ஒவ்வொரு ஆவர்த்தனத்திற்குள்ளும் பல்வேறு ஒலிகளை உருவாக்கி, மெல்லிசைக் கட்டமைப்பையும் தாளத்தின் உட்பிரிவுகளையும் தெளிவாக வெளிக்கொணர்வது மிருதங்கக் கலைஞரின் கடமை. இத்தகைய அணுகுமுறையின் வெளிப்பாடாகத்தான் ஹிந்துஸ்தானி இசையுடன் ஒப்பிடுகையில் கர்னாடக இசையின் மெல்லிசை பிரிக்கப்பட்டதுபோல் தோன்றுகிறது. ஒவ்வொரு கொட்டும், தாள உட்பிரிவுகளும் கணக்கிடப்பட்டுப் பயன்படுத்தப்படும் தனி ஆவர்த்தனத்திலும் தாளத்திற்கான இந்த அணுகுமுறை தெரிகிறது. தனி ஆவர்த்தனத்தில் தாளத்தின் ஒவ்வொரு கொட்டும் ஒவ்வொரு பகுதியும் தாள வகைமைகளுக்காகவும் தாளக் கணக்குகளுக்காகவும் பயன்படுத்தப்படுகின்றன. முழுமையாக அல்லாமல், பிரிவுகள் கொண்ட முழுமையாகத் தாளத்தைப் பயன்படுத்துவதன் விளைவாகவே கர்னாடக இசையில் பரிணமித்துள்ள கணிதச் சமன்பாடுகளின் ஒட்டுமொத்த அமைப்பும் உருவானது.

இத்தனைக்கும் பிறகு எப்போதுமே 'ஆனால்' என்ற ஒரு வார்த்தை இருக்கும். தாளத்தின் பிளவுபட்ட – முழுமையான அணுகுமுறையின் விளைவாக, மிருதங்கக் கலைஞர்கள் இசையின் கட்டமைக்குள் நின்று இயங்காமல், தாளத்தின் கட்டமைப்புக்குள் செயல்படுகிறார்கள். கச்சேரியைப் பற்றிய விமர்சனத்தில் இந்தப் பிரச்சினைகளில் சிலவற்றைப் பற்றி ஏற்கெனவே பேசியிருக்கிறேன். மிருதங்கக் கலைஞர்களின் மாற்றப்பட்ட அணுகுமுறையானது இசையின் பிரவாகத்தை மட்டுமன்றி இசையின் மனோதர்மத்தையும் பாதித்துள்ளது. மிருதங்கம் மனோதர்மத்தைத் தீர்மானிக்கும் அளவுக்கு இந்தத் திரிபு போய்விட்டது. அதே போல், ஒரு இசைப் பாடலின் ஒவ்வொரு பகுதிக்கும் முக்கியத்துவம் அளிக்கும் முயற்சி தீவிரமடையும்போது பக்க வாத்தியத்தின் ஓசை ஒட்டுமொத்த இசைத் தன்மையின் மீது ஆதிக்கம் செலுத்துகிறது. மிருதங்கத்தின் ஒலியும் இப்போது அதிகமாகி, இசையின் ஒட்டுமொத்த ஓசையிலும் தாள வாத்தியத் தன்மை அதிகரிக்கிறது. இது பக்க வாத்தியக்காரர்களின் பாணியின் மீதான விமர்சனம் அல்ல. பக்க வாத்தியம் மிகவும்

தேவையானது. இது கர்னாடக இசையின் அழகியலின் ஒரு பகுதி. அழகியல் தேவைக்காக வழங்கப்படும் எதற்குமே ஒரு கட்டுப்பாடு இருந்தால்தான் ஒட்டுமொத்த இசையின் கட்டுக்கோப்பைத் தக்கவைக்க முடியும். இது இல்லாதபோதுதான், இசையின் அழகியல் சோபை இழந்துபோகிறது.

ஒவ்வொரு விஷயத்துக்கும் இரு பக்கங்கள் இருக்கின்றன; அதுபோல்தான் கர்னாடக இசையைப் பற்றி ஹிந்துஸ்தானி இசைக் கலைஞர்கள், வல்லுநர்களின் விமர்சனங்களும் அப்படித்தான். ஹிந்துஸ்தானி இசையைப் பற்றியும் கர்னாடக இசையுலகில் எண்ணற்ற விமர்சனங்கள் உண்டு. இரண்டுக்கும் எதிர்வாதம் செய்யலாம். சில சமயங்கள் அவை எடுபடலாம்; சில சமயம் எடுபடாமல்போகலாம். இசை வல்லுநர்களின் விழிப்புணர்வற்ற நிலை, இசையுலகில் இருக்கும் அக்கறையற்ற நிலை ஆகிய இரண்டின் கலவைதான் மேற்குறிப்பிட்ட தவறான கருத்துக்கள் உலவக் காரணமாகும். அழகியலை விரும்பும் ஒவ்வொருவரும் இசை குறித்த முன் தீர்மானங்களை ஒதுக்கிவைத்தால்தான் வேறொரு இசை வடிவிற்குள் நுழைய முடியும். ஒருதலைப்பட்சமான மனநிலையுடன் இசையைக் கேட்பதைவிடக் கேட்காமலேயே இருப்பது நல்லது. கர்னாடக இசையின் அழகியலை உணர விரும்பும் ஹிந்துஸ்தானிக் கலைஞர்கள், வல்லுநர்களுக்கு இத்தகைய ஒரு அணுகுமுறை தேவை. ஒவ்வொரு இசை வடிவமும் தரும் அனுபவங்கள் வேறுவேறானவை. எனவே, ஒப்பீடுகள் வெறும் காலத்தை வீணடிக்கும் பயிற்சிகளே. அதே நேரத்தில், குறிப்பிட்ட ஒரு விமரிசனம் மதிக்கத் தக்கதாக இருந்தால், அதைத் தீவிரமாகப் பரிசீலிக்க வேண்டிய பொறுப்பு இசைச் சமூகத்துக்கு இருக்கிறது. இது குறித்துக் கர்னாடக இசைக் கலைஞர்கள் ஆழமாகச் சிந்தித்துச் சுய பரிசோதனை செய்துகொள்ள வேண்டும்.

○

7

இசைகளின் சங்கமம்

எதையும் எப்போதும் அணுகக்கூடிய காலத்தில் நாம் வாழ்கிறோம். நாம் எங்கே இருந்தாலும் மேஃபேர் வயலட் பூக்களின் மணத்தையோ அல்லது மயிலாப்பூரின் மல்லிகை மணத்தையோ நுகர முடியும். நவீன வாழ்வின் வரப்பிரசாதம் இது. உலகின் எந்தப் பகுதியோடும் நாம் தொடர்புகொள்ளலாம். இந்த வசதி நம்மைச் சுற்றியுள்ள உலகத்துடனான நமது அனுபவத்தின் தன்மையையும் மாற்றியிருக்கிறது.

வயலட் என்பது வெறும் பூ அல்ல. அதன் வாழ்வு, அது முளைக்கும் மண், பருவங்கள், தேனீக்கள் இங்கிலாந்து மக்கள் ஆகிய அம்சங்களோடு நெருங்கிய தொடர்பு உடையது. அதன் இயல்பான பின்னணியில் வைத்துப் பார்க்கும்போது அது அது என்னவாக இருக்கிறது என்பதற்காக மட்டும் நாம் அதைப் பார்ப்பதில்லை. அது எப்படி ஏன் அப்படி இருக்கிறது என்பதற்காகப் பார்க்கிறோம். அதன் இருப்பின் முழுமை குறித்த பிரக்ஞை நமக்கு இருக்கிறது. வயலட் மும்பைக்கு வரும்போதும் அது மலர்தான். அதன் வண்ணங்களை, வடிவங் களை நாம் பார்க்கத்தான் செய்கிறோம். அதன் வாசனையைக்கூட ஓரளவு நுகர்கிறோம். ஆனால் அது தன் சொந்த வீட்டில் எப்படி இருந்ததோ அதை அப்படியே இங்கே கொண்டுவர முடியுமா?

வயலட் பூ இன்னொரு சூழலின் பகுதியாக ஆக முடியுமா? வேறு இடத்தில் வளர்ந்து, தன் வாழ்வை அங்குள்ள மக்களுடன் பகிர்ந்துகொண்ட, அந்த இடத்தின் மண், காற்று, மழை, பனி, வெயில்

ஆகியவற்றை உள்வாங்கிக்கொண்டு வாழ முடியுமா? முடியும் என்பது நமக்குத் தெரியும். புதிய சூழலில் அது ஒரு படைப்பாக உயிர் பெற முடியும். ஆனால் இங்கிலாந்தில் இருக்கும் அதே வயலட் பூவாக அது இருக்க முடியுமா? முடியும் என்றும் முடியாது என்றும் பதில் சொல்லலாம். அதன் புறத் தன்மைகளில் மாற்றம் இருக்காது. ஆனால் மாறுபட்ட மண், தேனீக்கள், அதை வளர்க்கும் மக்கள் ஆகியவற்றால் அது இன்னொரு உயிர்ச் சூழலின் பகுதியாகிவிடுகிறது. இங்கே நான் அறிவியல் சார்ந்து பேசவில்லை. அந்த மலரை நாம் எப்படி அனுபவிக்கிறோம் என்பது பற்றிப் பேசுகிறேன்.

நமது தோட்டத்திலிருந்து பறிக்கப்படும் மலரும் அதன் சுயத்திலிருந்து விலக்கப்படுகிறது. பூச்சாடியில் நாம் காணும் பூவை விடவும் இயற்கையின் ஒரு பகுதியாக இருக்கும்போது அதன் அழகு கூடுதலாக நம்மைக் கவர்கிறது என்பதை நம்மில் பலர் ஒப்புக்கொள்வோம். பூச்சாடியில் இருக்கும் மலரின் சூழலும் நம் சூழலும் ஒன்று என்பதால் பூச்சாடியைத் தாண்டியும் நம்மால் பார்க்க முடியும். நம் கற்பனை விரியும். இந்த விழிப்புணர்வுதான் தோட்டத்துப் பூவுடனான உறவுக்கும் இடையே பெரும் வித்தியாசத்தை உருவாக்குகிறது.

சில வகையான செடிகளை ஒரு நிலவியல் சூழலிலிருந்து இன்னொன்றுக்குக் கொண்டுவருவது உள்ளூர்த் தாவரச் சூழலுக்கு அச்சுறுத்தலை ஏற்படுத்தக்கூடும் என்று சுற்றுச் சூழலியலாளர்கள் வாதிடக்கூடும். இயற்கையின் படைப்புகளுக்கென இயல்பான இல்லம் இருக்க வேண்டியதன் முக்கியத்துவத்தை அவர்களது ஐயம் சுட்டிக்காட்டுகிறது. இந்தக் கண்ணோட்டம் வெவ்வேறு சூழல்களில் நிலவும் பன்மைத்துவத்தைக் கேள்வி எழுப்பவில்லை. சூழலுக்குள் நிலவும் பன்மைத்துவத்தின் மீது கவனம் செலுத்துகிறது. இது எந்த அளவுக்குச் சூழியல் சார்ந்த சிந்தனையோ அந்த அளவுக்கு அழகியல் சார்ந்த சிந்தனையும் ஆகும்.

Fusion – அதாவது இணைப்பு என்பது வசீகரமான வார்த்தை. 'உருகுதல்' அல்லது கரைதல் எனப் பொருள்படும் *'fusion'* என்னும் சொல்லிலிருந்து பிறந்த இந்தச் சொல் பலவகைப்பட்ட அம்சங்களைச் சூடுபடுத்தி ஒன்று சேர்ப்பதைக் குறிக்கிறது. இந்தச் சொல் நெகிழ்வுத்தன்மையையும் குறிக்கிறது. இசையிலும் இரு வேறுபட்ட கூறுகளை ஒன்றாகச் சேர்ப்பதையே ஃப்யூஷன் என்னும் சொல் குறிக்கிறது. இங்கே இரு வகை இசைகளையும் இணைக்கும் செயலே உஷ்ணமாகப் பயன்படுகிறது. இதன் விளைவாக இணக்கமான இசைக் கோட்பாடு ஒன்று பரிணமிக்கிறது. செயலூக்கம் மிகுந்த மனங்களின் விளைவாக

இணையும் மாறுபட்ட இசைக் கூறுகள் புதிய கோட்பாடு, வடிவம், விளக்கம் ஆகியவை உருவாக வழிவகுக்கின்றன. இணைப்பின் விளைவாக நெகிழ்வுத்தன்மை உருவாகும்போது புதிய, வித்தியாசமானதொரு வகைமை நமக்குக் கிடைக்கிறது. இந்தக் கட்டத்தில் இசை மாறுபட்ட இருப்பாக ஆகிறது.

'கலவை' என்னும் சொல்லை இங்கே வேண்டுமென்றே நான் தவிர்க்கிறேன். கலவை என்பது மாறுபட்ட கூறுகளை ஒன்றாகச் சேர்ப்பது. ஒன்றுடன் ஒன்று இணைவது அல்ல (Fusing). ஒன்று கரையும்போது அது இன்னொன்றிடம் தன்னுடைய தனித்தன்மையை விட்டுக்கொடுக்கிறது. வெவ்வேறு கூறுகள் கலக்கப்படும்போது ஒவ்வொரு கூறும் தன் தனி அடையாளத்தைத் தெளிவாகத் தக்கவைத்துக்கொள்கிறது. இணைவில் அப்படி அல்ல. ஒன்று அல்லது அதற்கு மேற்பட்ட கருத்துக்கள் புதியதொரு சட்டகத்தினுள் தம்மைக் கரைத்துக்கொள்வதன் மூலம் இசையில் சங்கமம் ஏற்படுகிறது. இவை தனித்த இசை வெளிப்பாடாக உருமாறுகின்றன.

இசையில் கரைதல் என்பது மிகவும் அழகானது. இசை பரிணமிப்பதை மட்டுமல்ல. அதை உள்வாங்குவதையும் அது குறிக்கிறது. இசையின் கூறுகள் உருகிக் கரையும்போது அங்கே மோதல் இல்லை. மாறாக அடையாளங்கள் உருமாறுகின்றன. இந்த இணைவு தன்னளவில் முழுமையானது. இந்தப் புதிய வடிவம் தனது ஆதார வடிவுடன் தன்னைத் தொடர்புபடுத்திக்கொள்ள வேண்டியதில்லை. அதுபோலவே தேர்ந்த ரசிகர் இசையில் மூழ்கிவிடும்போது அவரது மனமும் இசையில் கரைகிறது. இந்த நிலையில் கலைஞர், ரசிகர் ஆகியோரது மனங்கள் இணைவதால் உருவாகும் வித்தியாசமான பிரக்ஞையில் ஒரு விதமான இணைவு உணரப்படுகிறது.

கோட்பாடு என்ற அளவில் ஒவ்வொரு இசை வடிவத்திலும் இணைவு இருக்கிறது. இசை மொழியின் ஒவ்வொரு அம்சமும் ஒன்றுடன் ஒன்று கலந்தால்தான் இசைக்கு ஒற்றை அடையாளம் கிடைக்கும். இசை ஒரே அடையாளத்தைப் பெற வேண்டுமென்றால் இசை மொழியின் ஒவ்வொரு அம்சமும் ஒன்றுடன் ஒன்று கலக்க வேண்டும். இசையின் கடந்த கால, தற்போதைய பயணங்களை உள்ளடக்கிய இசையின் அழகியல் தனது கூறுகளின் சங்கமத்தை வழிநடத்துகிறது. இதர இசை மரபுகளைப் போலவே கர்னாடக இசையும் தனித்த இருப்பாக இணைகிறது. இயற்றப்பட்ட பாடல், தற்கண வழிபாடு ஆகியவை உள்ளிட்ட அதன் ஒவ்வொரு அம்சத்தையும் உள்ளடக்கியதாக அந்த இணைப்பு இருக்கும்.

கர்னாடக இசையில் இணைப்புக்குப் பல உதாரணங்கள் உள்ளன. இசைக் கருவிகள், ராகங்கள், இசைப்பாடல் வகைகள் ஆகியவை தொடர்ந்து பரிணமித்துவரும் இசை மொழியில் சங்கமிக்கின்றன.

வயலின் இசைக்கருவி இணைவிற்கான அற்புதமான உதாரணங்களில் ஒன்று. தென்னிந்திய இசையில் ரோமானிய அல்லது போர்ச்சுக்கீசிய செல்வாக்கு பற்றி நமக்குத் தெளிவாகத் தெரியவில்லை. ஆனால் கர்னாடக இசையில் வயலின் சேர்ந்துகொண்டது ஆங்கிலேயர்களின் செல்வாக்கின் நேரடி விளைவு என்று நிச்சயமாகச் சொல்லலாம். அளவு, வடிவம், தந்திக் கம்பிகள், வில் ஆகியவற்றைப் பொறுத்தவரை கர்னாடக இசையிலும் மேற்கத்தியச் செவ்வியல் இசையிலும் பயன்படுத்தப்படும் வயலின்களில் எந்த வித்தியாசமும் இல்லை. இரண்டும் ஒன்றுதான். கர்னாடக இசையில் வாசிக்கும் வயலின் கலைஞர்கள் ஐரோப்பிய வயலினையே பயன்படுத்துகிறார்கள். ஆனால் இவை இரண்டும் உருவாக்கும் இசை உள்ளிட்ட அனைத்தும் மாறுபட்டவை. கர்னாடக இசைக்கான வயலினில் பயன்படுத்தப்படும் கம்பிகள், சுருதி கூட்டுதல், வைத்துக்கொள்ளப்படும் விதம், வாசிப்பதற்கான உத்திகள், உருவாகும் இசை என எல்லாமே வேறு. வயலின் கர்னாடக இசையின் ஓசையோடு முற்றாகக் கலந்துவிட்டது. எனவே அது மேற்கத்தியச் செவ்வியல் வயலின் அல்ல. கர்னாடக இசையின் வயலின் இசைக்கருவியானது ஒரு மனிதர் எடுத்து வாசிக்கும்வரை மரத்தால் செய்யப்பட்ட ஒரு பொருள். அவ்வளவுதான். கருவிக்கும் அதைக் கையாள்பவருக்கும் இடையில் இருக்கும் உறவுதான் கருவியின் தன்மையை வரையறுக்கிறது. வாசிக்கப்படும் இசையே இசைக்கருவியின் சாரம். இசைக்கருவி, வாசிப்பவர், இசை ஆகியவற்றுக்கிடையேயான உறவின் அடிப்படையில்தான் வயலின் கர்னாடக இசையுடன் இணைகிறது.

கர்னாடக இசை பன்னெடுங்காலமாக இந்திய, நாட்டுப்புற இசை மரபுகளை உள்வாங்கிக்கொண்டிருக்கிறது. இந்த இசை வகைகள் கர்னாடக இசையுடன் இணைந்து தங்களுக்கான கர்னாடக இசை சார்ந்த ஓசையைக் கண்டறிகின்றன. இசைக் கலைஞர்கள்தான் இந்த இணைப்பையும் கண்டறிதலையும் சாத்தியப்படுத்துகிறார்கள். இசையின் அழகியலால் உந்தப்பட்டு இந்த ராகங்கள் கர்னாடக இசைப் பரப்பின் பிரிக்க முடியாத பகுதிகளாக மாறிவிட்டன. அதுபோலவே, இதர இசை மரபு களின் இசைப்பாடல் வடிவங்களும் கர்னாடக இசையில் சங்கமித்திருக்கின்றன. தில்லானா என்னும் வகை ஹிந்துஸ்தானி இசையிலிருந்து உள்வாங்கப்பட்டது. தில்லானா என்பது

சாகித்யத்தை அல்லாமல் தாளகதியை அடிப்படையாகக் கொண்ட இனிமையான இசைப்பாடல். தென்னிந்தியத் தாள கதியிலும் நடன மரபிலும் உள்ள ஜதி வகைகளைப் பயன்படுத்திக்கொண்டு கர்னாடக இசையில் தில்லானா தனக்கான உருவத்தைப் பெற்றது. கடந்த நூற்றாண்டில் தில்லானா அடைந்த உருமாற்றங்கள் அனைத்தும் கர்னாடக இசைக்குள்ளேயே நிகழ்ந்தன. இது இசைப்பாடல் வகையிலான சங்கமம்.

ஒரு கருவி, ஒரு ராகம் அல்லது ஒரு இசைப்பாடல் ஏற்கெனவே உள்ள இசை அமைப்பில் சங்கமிப்பதையே மேற்கண்ட உதாரணங்கள் காட்டுகின்றன என்று வாதிடலாம். ஒரே ஒரு அம்சம்தான் இசை அமைப்பிற்குள் நுழைந்து கரைகிறது என்று சொல்லலாம். இது ஓரளவு உண்மைதான். ஆனால் இந்த இணைவு ஏற்படுகையில் புதிதாக வரும் அம்சத்தை ஏற்பதற்காக இசை அமைப்பு தனது அழகியல் கூறுகளில் மாற்றம் செய்துகொள்கிறது. புதிய ராகத்தைத் தன்னுள் ஏற்றுக்கொள்ளும் கர்னாடக இசை, புதிய பரிமாணத்தை ஏற்கிறது. அதன் மூலம் தன்னை மறுகண்டுபிடிப்பு செய்துகொள்கிறது.

கர்னாடக, ஹிந்துஸ்தானி இசைக் கலைஞர்கள் ஒன்றாக இணைந்து வழங்கும் கச்சேரியைக் குறிப்பதற்கு ஜுகல் பந்தி என்னும் சொல் பயன்படுகிறது. ஆனால் இந்த இரு வகைகளோடு இது நின்றுவிடுவதில்லை. ஒரே இசை வகையைச் சேர்ந்த இரு கலைஞர்கள் இணைந்து வழங்கும் கச்சேரிகளும் ஜுகல் பந்தி என அழைக்கப்படுகின்றன. ஜுகல் பந்தி என்றால் இரண்டு வெவ்வேறு அம்சங்கள் ஒன்றாக இணைவது என்று பொருள். மாறுபட்ட இரண்டு இசைக் கருத்தியல்கள் இரு வேறு இசைக் கலைஞர்களின் மூலம் ஒன்றாக இணைவதே ஜுகல்பந்தி. ரசிகர்கள் அனுபவிக்கும் உறவில்தான் இந்தத் தொடர்பு உருவாகிறது.

இரு வேறு வகைகளிடையே தொடர்புப் புள்ளிகளை பிரக்ஞைபூர்வமாக உருவாக்குவதற்காகவே மாறுபட்ட பரிமாணங்கள் அல்லது வகைகளை ஜுகல்பந்தி ஒன்றிணைக்கிறது.

இரண்டு இசை மரபுகளையும் மனதில் கொண்டவாறே இசையை மேலும் ஆழமாக ஆராய இந்தத் தொடர்புகள் பயன்படுகின்றன. பொதுவான ஆகிவந்த உருவகங்களிலிருந்து விலகிச் செல்ல இது இயல்பாகவே வழிவகுக்கிறது.

ஒரே இசை வகையைச் சேர்நத இரண்டு கலைஞர்கள் ஒன்றிணையும்போது பொதுத்தன்மைகளைக் கண்டறிவதும் இசை சார்ந்த ஒரே நோக்கத்திற்காக மாறுபட்ட பாணிகளை

வழங்குவதும் அதன் நோக்கங்களாகின்றன. கலைஞர்கள் பரஸ்பரம் எதிர்வினை ஆற்றுகிறார்கள். அவர்களது தனித்த பாணிகள் முன்வைக்கப்படுகின்றன. பாணிகள் ஓரளவு கலக்கவும் செய்கின்றன. இருவரது இசையின் அழகியலும் பொதுவானது என்பதால் அழகு குறித்த இருவரது பரந்துபட்ட உணர்வுகளும் ஒன்றாக உள்ளன. இத்தகைய ஜுகல்பந்தி இயல்பானது. இதற்கு இசையின் சட்டகத்தில் எந்த மாற்றமும் தேவை இல்லை. கலைஞர் தனது சொந்த பாணியின் அடிப்படையில் மற்றவரின் இசைக்கு எதிர்வினை ஆற்றுவார். இருவரது அடையாளங்களும் இசையும் அப்படியே தக்கவைக்கப்படுகின்றன.

கர்னாடக, ஹிந்துஸ்தானி கலைஞர்கள் இணைந்து ஜுகல்பந்தி வழங்கும்போது இது சிக்கலாகிவிடுகிறது. இங்கே ஒவ்வொரு இசை வடிவத்திற்குமான அழகியல் அந்தந்தக் கலைஞருக்கான இசை வெளிப்பாட்டுக்கான சட்டகத்தைத் தெளிவாக உருவாக்கிவிடுகிறது. இந்த அழகியலைப் பத்திர மாகக் காப்பாற்றிக்கொண்டபடியே இன்னொரு வகையைச் சேர்ந்த கலைஞருடனான பொது அம்சங்களைக் கண்டுபிடிப்பது கடினமான சவால். இரு வகைமைகளுக்கும் இடையே பொது அம்சங்கள் உள்ளன. ஆனால் இந்தப் பொது அம்சங்கள் வெளிப்படுத்தப்படும் விதங்கள் மிகவும் மாறுபட்டவை என்பதால் இரண்டையும் ஒன்றாகக் கொண்டுவருவது மிகவும் கடினமானது. இத்தகைய ஜுகல்பந்திகளில் என்ன நடக்கிறது என்றால் ராகம் அல்லது தாளத்தின் தேர்வைத் தவிர இரண்டு இசை வகைகளும் பெருமளவில் தனித்தனியாகவே இருக்கின்றன. அடிப்படையான ராகம் அல்லது தாளத்தின் தொடர்பில்தான் இணைவு எய்தப்படுகிறது. மிக அடிப்படையான தளத்தில் ராகம் ஒன்றாக இருக்கலாம். ஆனால் ஒவ்வொரு வகையினுள்ளும் அந்த ராகம் பெறும் அடையாளம்தான் அதை உண்மையில் வரையறுக்கிறது. ஜுகல்பந்தி இந்த அம்சங்களை நமக்கு எடுத்துக்காட்டுவதுடன் வரலாற்று ரீதியான பகிர்தலையும் நினைவுபடுத்துகிறது.

இத்தகைய ஜுகல்பந்திகளில் நிலைநிறுத்தப்படும் இசை சார்ந்த தொடர்புகள் அந்தக் கச்சேரியுடனேயே நின்றுவிடுகின்றன. கூட்டுக் கச்சேரியின் அழகியல் நோக்கமும் வரையறுக்கக் கடினமானதாக ஆகிவிடுகிறது. இரண்டு இசை மரபுகளின் அழகியல்களும் அந்தந்த இசைக் கலைஞரை மாறுபட்ட இசைகளை நோக்கிச் செலுத்தும் நிலையில் இரு கலைஞர்களாலும் பொதுத் தன்மையை எப்படிக் கண்டறிய முடியும்? ராகம், தாளம், ஆகியவற்றின் அடிப்படை அம்சங்களைத் தாண்டிப் பொது அம்சங்களை நாடாதிருப்பதே சிறந்த வழியாக இருக்கும்.

கலைஞர்கள் இந்த அடிப்படை அம்சத்தைப் பத்திரமாகக் காப்பாற்றிக்கொண்டு தங்களால் முடிந்த வரையிலும் சிறப்பாகத் தத்தமது இசையை வழங்க வேண்டும். ஒன்றுபோல் அமைந்த அஸ்திவாரங்களைக் கொண்ட வேறு இசை வகைகள் அழகின் மாறுபட்ட வடிவங்களை, கருத்தியல்களை எப்படி உருவாக்கு கின்றன என்பதை உணரும் வாய்ப்பை ரசிகர்கள் பெறுகிறார்கள். எனவே இந்தக் கச்சேரி ஜுகல்பந்தி என்ற பெயர் குறிப்பிடும் சங்கமமாக அமையாமல் போகலாம். ஆனால் மதிப்பு வாய்ந்த அனுபவமாக இருக்கக்கூடும். இணைவதற்கான நோக்கம் கலைஞர்களை இணைக்கிறது. ஆனால் இசை அவர்களைத் தனித்தனியாக நிறுத்துகிறது.

கர்னாடக – ஹிந்துஸ்தானி ஜுகல்பந்திகள் தங்கள் எல்லைகளைத் தாண்டிச் சென்று பாணிகளிலும் அழகியலிலும் பொதுத்தன்மைகளைக் காண முயன்றால் அங்கே ஒரு பக்கச் சார்பு உருவாகிவிடக்கூடும். வழங்கப்படும் இசை ஒரே வகைமையைச் சேர்ந்ததாக மாறிவிடுகிறது. இணைப்பு என்பதன் ஆதார நோக்கத்தையே இது சிதைக்கிறது. இசைத்தன்மையைப் பொறுத்தவரை கர்னாடக இசைக் கலைஞர்கள் ஹிந்துஸ்தானி சாயலில் ராகங்களை வழங்க முயல்கிறார்கள். ஹிந்துஸ்தானி கலைஞரோ தன் மரபுக்கு உண்மையாக இருக்க முயல்கிறார். பக்கவாத்தியக் கலைஞர்கள் கர்னாடக மரபையே அடியொற்றிச் செல்கிறார்கள். இது இரண்டு வகைமைகளின் அழகியலையும் சிதைக்கிறது. கலைஞர்கள் பரஸ்பரம் பிறரது இசையை வழங்க முயலும்போது இசையை உண்மையாக வழங்க முடியாது. ஏனென்றால் அவரவரது அழகியல் நுண்ணுணர்வுகள் அவரவரது இசையினுள்தான் இருக்கின்றன. இதனால் பிற வகையை வழங்கும் முயற்சி பலவீனமாக வெளிப்படுகிறது. இதன் விளைவாக, அழகியல் குழப்பம் ஏற்படுகிறது. கலைஞர்கள் தரும் கலை அனுபவங்கள் பிளவுபடுகின்றன. ரசிகர்கள் உள்வாங்கும் இசையும் அப்படியே ஆகிறது. அழகியல் சார்ந்த பகுத்துணர்வு இருவராலும் சுத்தமாகக் கைவிடப்படுகிறது.

சமகாலப் பொருளின்படி இணைவு என்பதில் இரு வேறு இசை வகைகள் அல்லது கருத்தியல்கள் ஒன்றிணைந்து ஒரு 'புதிய' அடையாளத்தை உருவாக்குகின்றன. தற்போது உள்ள வகைமைகளிலிருந்து புதிய இசைக் கருத்தியலை, வேறொரு அழகுணர்ச்சியைப் பரிணமிக்கச் செய்யும் நம்பிக்கையுடன் கலைஞர்கள் ஒன்றிணைகிறார்கள். இசையின் புதிய மொழி முன்னுதாரணம், கோட்பாடு, ஓசை ஆகியவற்றைப் பரிணமிக்கச் செய்வது மிக மிகக் கடினமானது. ஏனென்றால் இதற்காக ஒவ்வொரு வகைமையையும் சார்ந்த இசைக் கருத்தியல்களில்

சிலவற்றைத் தக்க வைத்துக்கொள்ள வேண்டும்; சிலவற்றைக் கைவிட வேண்டும். ஓரளவு வரையிலும் இசையைக் கட்டுடைக்கவும் வேண்டியிருக்கும். இது முற்றிலும் புதியதொரு கட்டமைப்பையும் உருவாக்கக்கூடும். இது சாத்தியம்தானா? சாத்தியம் என்றால், இன்றைய இசைச் சங்கமம் இதைச் செய்கிறதா?

இந்தப் பிரச்சினையைக் கர்னாடக இசையின் கோணத்திலிருந்து நான் அணுக விரும்புகிறேன். இணைப்பிசைக்குக் கர்னாடக இசையின் கூறுகளை எப்படிப் பயன்படுத்திக்கொள்ள முனைகிறார்கள் என்பதையும் பார்க்கலாம். இசைச் சங்கமத்தில் பல்வேறு தடைகள் உள்ளன. அவற்றை ஆராய்வதன் மூலம் கர்னாடக இசைச் சங்கமம் என்னும் உலகில் என்ன நடந்து கொண்டிருக்கிறது என்பதை நாம் அறியலாம்.

கர்னாடக இசை மரபில் உள்ள ஒரு கலைஞர் ஏன் கர்னாடக இசையைப் பயன்படுத்தி இசைச் சங்கமத்தில் தேடலை மேற்கொள்ள வேண்டும்? ஒரு செயல் அதைச் செய்பவரை எந்த திசையை நோக்கிப் பயணிக்கவைக்கிறது என்பது அந்தச் செயலுக்குப் பின்னால் இருக்கும் நோக்கத்தைப் பொறுத்தது. எதற்காக என்பதற்குக் கலைஞர்கள் அளிக்கும் பதில்களில் சில:

கர்னாடக இசையின் எல்லையைத் தாண்டித் தேடுதலை மேற்கொள்ளுதல்

இசையால் திணிக்கப்பட்ட தடைகளை அகற்றுதல்.

கர்னாடக இசைக்கான ரசிகர் வட்டத்தை விரிவுபடுத்துதல்

கர்னாடக இசையின் பொதுத்தன்மையை வெளிப்படுத்துதல்

கர்னாடக இசை கட்டுப்படுத்தும் தன்மைகொண்டதுதான் என்றாலும் அதை எந்த இசைச் சூழலுக்கும் ஏற்பத் தகவமைக்கலாம்; இதனால் கர்னாடக இசையை ரசிப்பவர்கள் பெருகுவார்கள் என்பதைத்தான் இந்த பதில்கள் சுட்டுகின்றன. கர்னாடக இசையின் தடைகளை உடைக்கக் கலைஞர்கள் விரும்புகிறார்கள். ஆனால் எந்தச் சூழ்நிலைக்கும் பொருந்திப் போகக்கூடிய அதன் தன்மையைப் பயன்படுத்திக்கொண்டு இசைக்குப் பங்களிக்க முயல்கிறார்கள். இந்தச் சிந்தனை முழுவதுமே பிழையானது.

கர்னாடக இசையின் எல்லையைத் தாண்டுதல்

கருத்து என்ற அளவில் இது சிறந்த கருத்துதான். ஆனால் இது ஏன் கர்னாடக இசையைத் தொடர்புபடுத்துவதாக

இருக்க வேண்டும்? ஒவ்வொரு கலைஞரும் உலகின் பல்வேறு வகையான இசை வடிவங்களையும் கற்றுக்கொண்டு உள்வாங்கிக் கொள்ளலாம். இதற்காகக் கர்னாடக இசையின் அழகியல் அமைப்பை வளைக்க வேண்டிய அவசியம் இல்லை. தங்களது இசைத் திறனின் வீச்சை அதிகரிக்கச் செய்யும் முயற்சிக்குக் கர்னாடக இசையைப் பலியாக்க வேண்டியதில்லை என்பதைக் கலைஞர்கள் புரிந்துகொள்ள வேண்டும். ஒரு இசையின் வரலாறும் அழகியலும் கோரும் அணுகுமுறையை அந்த இசைக்கு அளிக்க வேண்டும். ஒரு கலைஞர் பிற வகைகளை ஆராய அல்லது கற்க விரும்புகிறாரா இல்லையா என்பதைப் பொறுத்ததல்ல இது.

இசை சார்ந்த லட்சிய நோக்கை கர்னாடக இசை வழங்குகிறது. ஆனால் அதன் அழகை நமது தனிப்பட்ட முன்னேற்றத்திற் காகத் தவறாகப் பயன்படுத்திக்கொள்ளும் உரிமையை அது வழங்கவில்லை. நாம் இசையை மதிக்க வேண்டும். அதைத் தாண்டி நம் பார்வையைச் செலுத்த விரும்பினால் அதன் லட்சிய நோக்கைப் பயன்படுத்திக்கொள்ள வேண்டும்.

இசை ஏற்படுத்திய தளைகளை அகற்றுதல்

ஒரு இசை வடிவத்தின் அழகியல் கட்டமைப்பு, தன்னைக் கட்டுப்படுத்துவதாக ஒருவர் கருதினால் அவரது புரிதலில் தீவிரமான பிரச்சினை இருக்கிறது என்று பொருள். கட்டுப்பாடுகள் என்பவை 'தடைக்கற்கள்' அல்ல; வழிகாட்டிகள். கர்னாடக இசையின் ஒழுங்கைத் தக்கவைத்துக்கொள்வதற்கான திசையை உணர்த்தும் வழிகாட்டிகளாக அவை செயல்படுகின்றன. இவற்றைத் தடைகளாகக் காணும் ஒரு கலைஞர், மேலும் மேலும் ஆழமாகச் செல்வதற்கான முழுமையான சுதந்திரத்தை உணரும் வகையில் இசை வடிவின் அழகியலை அகவயப்படுத்திக்கொள்ள வில்லை என்று சொல்லலாம். இந்த வழிகாட்டிகள் நாம் போக வேண்டிய திசையைக் காட்டும் பங்கை மட்டுமே ஆற்றுகின்றன. இவற்றை அகற்றிவிட்டால் இசை தன் அடையாளத்தை இழந்து விடும். இந்த திசைகாட்டிகளிலும் கர்னாடக இசை இருக்கிறது. அவை தடைகள் அல்ல. அவற்றை அகற்ற வேண்டிய தேவை எப்படி வந்தது? இசையின் அனைத்தையும் தழுவும் அழகியலில் ஒரு கலைஞர் முற்றிலுமாக மூழ்கிவிடும்போது தடைகளாகக் கருதப்படும் இந்த அம்சங்கள் இசையின் பரிணாமத்திற்கும் விரிவாக்கத்திற்கும் பங்களிப்பவை என்பது தெளிவாகும். இசைக்குள் வாழாமல் அதன் அழகியல் கூறுகளை வெறும் கருவிகளாகப் பயன்படுத்துபவர்களைத்தான் கர்னாடக இசை மூச்சு முட்டச் செய்யும்.

கர்னாடக இசையின் ரசிகர் கூட்டத்தை விரிவுபடுத்த

கலாபூர்வமான ஒரு இசை வடிவத்தின் ரசிகர் கூட்டத்தை இன்னொரு இசை வடிவத்தின் ரசிகர்களோடு ஒப்பிட முடியாது. கர்னாடக இசையில் ஈடுபாடு கொண்ட ஒரு ரசிகர் தீவிரமான அளவில் அதனுடன் உறவுகொள்ள வேண்டும். இதற்கு இசை குறித்து ஓரளவேனும் புரிதல் இருக்க வேண்டும். வெகுமக்கள் இசை வடிவத்தின் ரசிகர்களின் எண்ணிக்கையோடு கர்னாடக இசை அல்லது கலாபூர்வமான எந்த இசையின் ரசிகர்களின் எண்ணிக்கையையும் ஒப்பிட முடியாது. வெகுமக்கள் இசை வடிவின் ரசிகர்கள் அந்த அளவுக்கு இசை வடிவோடு ஒன்றிப்போக வேண்டியதில்லை. 'கர்னாடக இசையின் ரசிகர் வட்டத்தை விரிவுபடுத்த' விரும்புகிறோம் என்று நாம் சொல்லும்போது அதற்காக அதன் அழகியல் அமைப்பை மாற்ற வேண்டும் என்றும் சொல்கிறோம். சில அம்சங்களை எளிமைப்படுத்துவது, வெகுமக்கள் இசை வடிவங்களிலிருந்து சில கருவிகளைப் பயன்படுத்துவது முதலானவையாக இந்த மாற்றம் இருக்கலாம். ரசிகர் வட்டம் என்பதை அணுக இதுவா முறையான வழி? சிறிய வயதிலிருந்தே கர்னாடக இசையின் நுணுக்கங்களைக் கற்றுக்கொடுப்பதன் மூலம் கர்னாடக இசைக்கான இளம் ரசிகர்களை வளர்த்தெடுக்க முடியும் என்று நான் நம்புகிறேன். இது எண்ணிக்கையில் மட்டுமல்லாமல் விழிப்புணர்வின் அடிப்படையிலும் ஆரோக்கியமான ரசிகர்களை உருவாக்கும்.

இணைப்பிசையின் ரசிகர்கள் மெல்ல மெல்லக் கர்னாடக இசையின் நுணுக்கங்களைப் புரிந்துகொள்வார்கள் என்று நம்பப்படுகிறது. இப்படித்தான் நாங்கள் கர்னாடக இசையின் மீது ஆர்வத்தை வளர்த்துக்கொண்டோம் என்று பலரும் சொல்கிறார்கள். இசை குறித்து ஒருதலைப்பட்சமான கருத்துதான் பலருக்கு இருக்கிறது என்பது இந்தக் கூற்றினுள் பொதிந்திருக்கிறது. இசையின் அழகியல் கட்டுமானத்தைப் புரிந்துகொள்ளாததன் விளைவு இது. இணைப்பிசைக் கலைஞர்கள் பிற இசை வடிவங்களின் தன்மைகளைக் கர்னாடக இசைக்குள் கொண்டுவந்து அதன் மூலம் கர்னாடக இசையின் அழகியலை மாற்றுகிறார்கள். இது அபாயகரமானது. இந்த மாற்றங்களால் கர்னாடக இசை, தனது இயல்பின் ஒரு பகுதியான தன்னுடைய சிக்கலான கட்டுமானத்தையும் உள்ளடக்கத்தையும் இழந்து வெகுமக்கள் இசைபோல ஒலிக்கிறது. கர்னாடக இசையின் ஆதாரமான தன்மையைத் தங்கள் விருப்பத்துக்கு வளைப்பதன் மூலம் அதைப் பலருக்கும் எட்டச் செய்யலாம் என்னும் நோக்கத்துடன் இந்தக் கலைஞர்கள் இவ்வாறு செய்கிறார்கள்.

டி.எம். கிருஷ்ணா

கர்னாடக இசையை நாடுபவர்களுக்கு அதைப் பெறுவதில் எந்தச் சிக்கலும் இல்லை. கலைஞர்கள், கற்பிப்பவர்கள் என்னும் முறையில் கற்றுக்கொள்வதற்கான வாய்ப்பை ஒவ்வொருவருக்கும் வழங்குவதே நமது பங்கு. இசையின் அழகியலைத் தக்கவைத்துக்கொண்டு மிகுந்த நேர்மையோடு அதை வழங்கினால்தான் மக்களால் அதை ரசிக்க முடியும். இணைப்பிசையின் கூறுகளைக் கொண்டு கர்னாடக இசையில் மாற்றங்கள் கொண்டுவந்தால்தான் அதன் ரசிகர் வட்டம் விரிவடையும் என்று நினைப்பது மிகையான கற்பனை மட்டுமல்ல. அபத்தமானதும்கூட.

இசையின் உலகப் பொதுத்தன்மையை வெளிப்படுத்துவதற்காக

எந்த இசை வடிவமும் உலகம் முழுமைக்கும் பொதுவானதல்ல. பல்வேறு இசைச் சூழல்களைப் புரிந்துகொள்ளும் திறனைக் கர்னாடக இசை ஒரு இசைக் கலைஞருக்கு வழங்குகிறது என்பதில் ஐயமில்லை. இதனாலேயே கர்னாடக இசை உலகப் பொதுத்தன்மை கொண்டது என்று அர்த்தமில்லை. கலாபூர்வமான இசை வடிவங்கள் அனைத்துமே எந்த இசை வடிவத்தின் அழகியல் கட்டுமானத்தையும் புரிந்துகொள்ளும் திறனைக் கலைஞர்களுக்கு வழங்குகின்றன. இதைக் கொண்டு, எல்லா வகையான இசை வடிவங்களையும் விளங்கிக்கொள்வது ஒரு கலைஞருக்குச் சாத்தியம்தான். உலகம் முழுவதும் ஏற்றுக்கொள்ளும் வகையில் கர்னாடக இசையை வழங்க வேண்டும் என்பதற்காக அதன் இயல்பை மாற்ற வேண்டும் என்றும் நாம் கருதுகிறோம். இயல்பை மாற்றிவிட்டால் பிறகு அது கர்னாடக இசையே அல்ல. எந்த இசை வடிவமும் உதிரியான சில கூறுகளை ஒன்றாகத் திரட்டி உருவாக்கப்பட்டதல்ல. கர்னாடக இசை வலுவானதொரு மையத்தைச் சுற்றிக் கச்சிதமாகக் கட்டமைக்கப்பட்ட கட்டுக்கோப்பான அமைப்பு.

கர்னாடக இசையில் தங்களுக்கு வசதிப்பட்ட மாற்றங்களைச் செய்துகொள்வது என்னும் செயல்பாட்டை நோக்கியே இங்கே விவாதிக்கப்பட்ட கருத்துக்கள் அனைத்தும் முன்வைக்கப்படுகின்றன. மேலும் ஜனரஞ்சகமான ஓசையை உருவாக்கி வழங்குவதைச் சாத்தியப்படுத்தும் கருத்துக்களாகவே இவை இருக்கின்றன.

இசைக் கருத்துக்களின் சங்கமத்தை நோக்கிய எந்தப் பயணத்தின் நோக்கமும் இசையின் அடிப்படையில் மட்டுமே அமைய வேண்டும். கர்னாடக இசையில் தீவிரமாக ஈடுபட்டுவரும் ஒரு கலைஞர் பிற இசை வகைகளையும் திறந்த மனதுடன்

அணுகும்பட்சத்தில், அவரால் தன் இசையின் ஓசைகளை மாறுபட்ட பின்புலத்திற்கு எடுத்துச் செல்ல முடியலாம். இணைப்பிசைக்கான தூண்டுதல் முழுக்க முழுக்க இசையின் அடிப்படையில் அமையும்போது அங்கே அற்புதம் உருவாகும். இங்கே இசைக் கலைஞர் இசையின் கூறுகளை மட்டும் எடுத்துக் கொண்டு புதிய வடிவத்தை வழங்கவில்லை. ஒரு இசைக் கோட்பாடு இன்னொன்றுடன் அனாயாசமாகக் கரைந்துபோகும் அளவுக்கு அவர் அந்தக் கூறுகளை அகவயப்படுத்திக்கொள்கிறார். அழகியலைத் தேடுபவரின் இசைப் பயணம்தான் இங்கே நோக்கமாக இருக்கிறது. கலைஞர் தனக்காக ஒரு புதிய இசை வடிவத்தை உருவாக்க முனையவில்லை. இசையின் மீதான அவரது தீவிரமான ஈடுபாட்டின் அடிப்படையில் இந்தத் திசையை நோக்கி அவரது படைப்பூக்கம் செலுத்தப்படுகிறது. இது மிக அரிதானதும் கடினமானதுமாகும் என்று நான் சொல்லியாக வேண்டும். இதனால்தான் இசையின் புதிய வகைகள் அடிக்கடி உருப்பெறுவதில்லை.

உண்மையான இணைப்பிசையை உருவாக்க வேண்டுமென்றால் கர்னாடக இசைக் கலைஞர் இசையில் தன்னை மூழ்கடித்துக்கொள்ள வேண்டும். அப்போதுதான் அவர் இசையின் நோக்கத்தை மதிப்பார். இசையில் அற்பமானது, மேலோட்டமானது, பொருத்தமற்றது எனச் சொல்லத்தக்கது என்று எதுவும் இல்லை என்பதை அவர் உணர்வார். கோட்பாட்டுப் புரிதலைப் பின்புலமாகக் கொண்ட நடைமுறை அறிவையும் உயர் மட்டத்திலான திறமையையும் அவர் பெறுவார். இசையின் சமூக, பண்பாட்டுப் பின்புலங்களையும் அவர் புரிந்துகொள்வார். இப்படிப்பட்ட ஒரு கலைஞர் இணைப்பிசையில் ஈடுபடும்போது அவரது இசை புதிய பங்களிப்பு என்னும் மதிப்பைப் பெற இயலும்.

இணைப்பிசையில் ஈடுபடும் கர்னாடக இசைக் கலைஞர்கள் தாங்கள் ஈடுபடும் இசை வடிவங்களை நன்கு புரிந்துகொள்ள வேண்டும். 'நான் இந்த இசையைக் கொண்டுவருகிறேன், நீ அந்த இசையைக் கொண்டுவா' என்பதுபோல இது இருக்க முடியாது. இணைப்பிசை என்பது பண்டமாற்று முறையோ கொடுக்கல் வாங்கல் பேரமோ அல்ல. இணைப்பிசையை உருவாக்க முயலும் கலைஞர்கள் இணைப்பிசையாக உருவாகக்கூடிய சாத்தியக் கூறுகளை உணரக்கூடிய உள்ளுணர்வைப் பெற்றவர்களாக இருக்க வேண்டும். உருவாக்கப்படும் இசையின் பகுதிகளாக இருக்கும் அனைத்து வகை இசை வடிவங்களின் கருத்தியலையும் அவர்கள் புரிந்துகொண்டால்தான் இது சாத்தியமாகும்.

இத்தகைய ஈடுபாட்டுடன் உருவாக்கப்படும் இணைப்பிசையின் விளைவாகப் பல்வேறு கருத்தியல்கள் பரஸ்பரம் இலகுவாகக் கலந்து வருகின்றன. இந்தச் சூழலில் இடம்பெறும் கலைஞர், இந்தப் பாதை இன்னொரு இசை வடிவத்தை நோக்கித் தன்னை அழைத்துச்செல்லும் என்பதுடன் இதன் மூலம் கர்னாடக இசையிலிருந்து தான் விலகிச் செல்வோம் என்பதையும் அறிந்திருப்பார். கர்னாடக இசையிலிருந்து ஊக்கம் பெற்ற, ஆனால், கர்னாடக இசை அல்லாத ஒரு இசை வகைக்கு வடிவம் கொடுக்கும் முயற்சியில் இசைக் கலைஞர்கள் தீவிரமாக ஈடுபடும் பட்சத்தில் புதியதொரு இசையின் கருத்தியல் காலப்போக்கில் பரிணமிக்கிறது. இந்த வடிவம், கர்னாடக இசையின் சில கூறுகளை மாற்றுவதன் மூலம் பெறப்படுவதல்ல. இசைக் கலைஞர்கள் தமது பயணத்தில் கண்டடையும் மாறுபட்ட அழகியல் ஒலியிலிருந்து பிறப்பது. இந்தக் கண்டடைதலின் ஒரு பகுதியாக இருக்கக்கூடிய கர்னாட இசை மற்றும் இதர இசை வடிவின் கூறுகள், ஒலியின் அசலான அனுபவத்திலிருந்து தற்செயலாக உருவாகுபவை. ஒலி என்னும் சொல்லை நான் பல முறை பயன்படுத்தியிருக்கிறேன். இந்த ஒலிதான் எந்த இசை வடிவத்திற்கும் ஒருங்கமைவைக் கொடுக்கிறது.

இன்றைய இணைப்பிசை மிகவும் வித்தியாசமானது. மேற்கத்திய இசைக் கருவிகள் அல்லது ஆப்பிரிக்க, மத்தியக் கிழக்கு நாடுகளின் தாள இசைக் கருவிகள் இசைக்கப்படும் இணைப்பிசைக் குழுக்களில் கர்னாடக இசைக் கலைஞர்கள் பங்குபெறுகிறார்கள். மேற்கத்திய ஹார்மனி இசைக் கோவை அல்லது பின்னணி இசையுடன் அவர்கள் கர்னாடக இசைப் பாடல்களைப் பாடுகிறார்கள். இந்தப் பாடல்களின் அழகியலுக்குச் சற்றும் தொடர்பில்லாத பக்க வாத்தியங்களை வழங்கும் வேறு விதமான டிரம்ஸ் இசையுடன் இணைந்து பாடுகிறார்கள். பாடல் என்னமோ கர்னாடக இசையில் பாடப்படுவதுபோலத்தான் வழங்கப்படுகிறது. 'கர்னாடக இசையின் தன்மை'யை இப்படித்தான் தக்கவைத்துக்கொள்ள முடியும் என்று கலைஞர்கள் சொல்கிறார்கள். கர்னாடக இசைப் பாடல் என்பது ஒரு குறிப்பிட்ட ராகத்திலும் தாளத்திலும் வாக்கேயக்காரரால் இயற்றப்பட்ட பல்லவி, அனுபல்லவி, சரணம் மட்டுமல்ல. அது முழுமையான இசைத்தன்மை, தாளப் பிரவாகத்தின் அழகியல். இந்தப் பாடலில் எதைச் சேர்த்தாலும் அது பாடலைச் சிதைத்துவிடக்கூடும். கேட்பதற்கு எளிதாக இருந்தாலும் இந்தக் கருத்தை உள்வாங்கிக்கொள்வது கடினம்.

சில கலைஞர்கள் இணைப்பிசைக்கென்று சிறப்பான பாடல்களை இயற்றுகிறார்கள். இவை அளவுகளை அடிப்படையாகக்

கொண்ட ராகங்களில் அமைந்தவை. இவை கலைஞர்கள் வழங்கும் பாடல்களுக்கான ஸ்வரக் கலவைகளாகப் பயன்படுத்தப்படுகின்றன. இத்தகைய குழுக்களில் இசைக்கு வித்தியாசமான பரிமாணத்தைக் கூட்டுவதற்காக கிடார் கலைஞர் ஒருவரும் இடம்பெறுகிறார். இத்தகைய முயற்சிகளில் இசைப்பாடல் என்பது மிகவும் மலினமான பொருளில் பயன்படுத்தப்படுகிறது. இசைப்பாடல் உருவாக்கப்படுவதற்குப் பின்னால் அதற்கென்று ஒரு நோக்கம், வடிவம், உள்ளடக்கம் ஆகியவை இருக்க வேண்டும். பல்வேறு இசை வடிவங்களின் வெவ்வேறு இசைப் பாடல்களின் கூறுகளை நகல் செய்து உருவாக்கப்பட்டதாக இருக்க முடியாது. இசைக்கான நோக்கம் இருந்தால்தான் இசைப் பாடலும் இருக்க முடியும். அனேகமாக எந்த இணைப்பிசைக் குழுவும் தாங்கள் உருவாக்கும் இசைக்கான நோக்கம் என்ன என்பதைப் புரிந்துகொள்வதே இல்லை. கர்னாடக இசையை அடிப்படையாக வைத்து வெகுமக்களைக் கவரக்கூடிய ஓசைகளை உருவாக்க அவர்கள் விரும்புகிறார்கள். இவர்களது முயற்சி எதிலும் இசை சார்ந்த ஆழமான கண்ணோட்டம் இல்லை.

இணைப்பிசைப் பரிசோதனைகளில் ஈடுபடும் இளம் கலைஞர்களில் பலர் இன்னமும் இசையின் ஆழத்தைப் புரிந்துகொள்ளாதவர்கள் எனபதுதான் கவலை தரும் போக்கு. அவர்களுடைய கர்னாடக இசை அறிவு மேலோட்டமானது. இத்தகைய பரிசோதனைகள் அவர்களுடைய கர்னாடக இசைத் திறனைப் பாதிக்கும். தீவிரமான கலைஞர்களாக வளர்வதை அது தடுத்துவிடும். இத்தகைய முயற்சிகளில் ஈடுபடும் கலைஞர்கள் சிலர், எத்தகைய இசைக்கும் ஏற்பத் தகவமைத்துக்கொள்ளும் திறன் தங்களுக்கு இருப்பதை வெளிப்படுத்துகிறார்கள். கர்னாடக இசையில் பெற்ற பயிற்சி இவர்களுக்கு உதவுகிறது. இவர்கள் மாபெரும் திறன் படைத்த கலைஞர்கள் என்பதில் சந்தேகமில்லை. ஆனால் இந்தத் திறன் இசையைப் புரிந்துகொள்வதற்கான முதல் அடி மட்டுமே. ஒரு கலைஞர் இசையை அணுகும் விதம் அவர் திறமையோடு முடங்கிவிடும் என்றால் புதிய சூழலுக்கு அவர் செலுத்தக்கூடிய பங்களிப்பும் திறமை என்பதற்கு மேல் இருக்காது.

இன்றைய இணைப்பிசை என்பது ஒரு தனி இசை வகையோ அல்லது சில வகைமைகளின் தொகுப்போ தெளிவான கருத்தியலோ அல்ல. நிலைபெற்ற குறிப்பிட்ட ஒரு வகைமையைப் போல ஒலிக்காத, அதேசமயம் அடையாளம் காணத்தக்க வகையில் அதன் அம்சங்களைக் கொண்டிருக்கும் இசை இது. இப்படிப்பட்ட உள்ளீடற்ற வரையறை கொண்ட ஒரு இசையில் தீவிரமான படைப்பு ஏதாவது சாத்தியமா?

பரிசோதனை என்னும் சொல் இணைப்பிசையில் அடிக்கடி பயன்படுத்தப்படுகிறது. இந்தச் சொல்லே இணைப்பு என்னும் கருத்தின் மதிப்பைக் குறைக்கிறது. இசையில் இணைப்பு என்பது தற்செயலாக எட்டக்கூடியதல்ல. பிரக்ஞைபூர்வமான, தீவிரமான, விழிப்புணர்வு கொண்ட மனதில்தான் அது நிகழும். இணைப்பிசைக் குழுக்கள் தாங்கள் கலந்து கொடுக்கும் அம்சங்களை மட்டுமே புரிந்துகொண்டிருக்கிறார்கள். இணைப்பு என்பதை அல்ல. இணைப்பிசை என்னும் கருத்தியல் உருவாக்கத்தில் தொடர்ச்சியான ஒரு செயல்பாடு இல்லை. வெகுமக்கள் இசை, நாட்டுப்புற இசை, கலாபூர்வமான இசை என்று எந்த வகையாக இருந்தாலும் இசையின் அழகியல், பரிணாமம் பெற்றுத் தெளிவான வரையறையைப் பெற்றுள்ளது. நீண்ட காலமாக, பல தலைமுறைகளினூடே மேற்கொள்ளப்படும் முயற்சிகளால் இது நிகழ்கிறது. தெளிவான ஒரு நோக்கம் இல்லாமல் இது நிகழாது.

வயலட் பூக்களை மீண்டும் நினைவுகூரலாம். நமது பேராசை, ஒரு விஷயத்தின் பின்புலம் குறித்த மரியாதையே இல்லாமல் எதை வேண்டுமானாலும் செய்துவிடுவதிலும் எல்லாவற்றையும் அனுபவிப்பதிலும் நமக்கு இருக்கும் ஆவல், ஆகியவையே இன்று புரிந்துகொள்ளப்படும் நவீன இணைப்பிசை உருவாவதற்கான காரணங்கள். இசையின் அகத்தில் உறைந்திருப்பதன் தீவிரத்தை நாம் காண்பதில்லை. உள்ளார்ந்து இருப்பது என்ன என்பதை உணர்வதுதான் அதைத் தாண்டி என்ன இருக்கிறது என்பதை அறிவதற்கான பார்வையைத் தரும்.

8

திரைப்படத்தின் ஒலி

இந்தியத் திரைப்படத்தை உலக அரங்கில் வரையறுக்கும் அளவுக்குப் பாட்டும் நடனமும் இந்தியத் திரையுலகில் ஆழமாகக் கலந்திருக்கின்றன. இது சமகாலத்தின் கூறு அல்ல. இங்கு திரைப்படம் பிறப்பதற்கு முன்பே நாடகக் கலையுடன் இசை பின்னிப் பிணைந்திருந்தது. நாடகத்தில் உரையாடல் என்பது நாணயம் போன்றது. அதன் ஒருபுறம் வசனம், மறுபுறம் பாடல். இதுதான் இங்கே இருந்த வழக்கம். வலுவான உணர்ச்சிகளை ஏற்றி மானுட வாழ்வின் சூழல்களைத் துலங்கச் செய்வதே இதன் பின்னுள்ள நோக்கம். இசைக் கருவிகளில் வாசிக்கப்படும் மெட்டுக்களும் பாடல் வரிகளைக் கொண்ட பாட்டுக்களும் அழுத்தமான செய்திகளைக் கொண்டவை. கதையாடலில் திருப்பங்களை ஏற்படுத்துபவை. நிகழ்வின் முடிவில் வலுவான இசைக் கோலம் இருப்பது வழக்கம். இந்திய நாடகங்களில் இசைக் குழு என்பது துணை அமைப்பு அல்ல. அதன் ஒருங்கிணைந்த பகுதி.

திரைப்படம், குறிப்பாகப் பேசும்படம் இங்கே வந்தபோது நடிகர்களும் பார்வையாளர்களும் நாடகத்தின் வசீகரமான நீட்சியாக அதைப் பார்த்தது இயல்பானதே. நடிகர்கள் தங்கள் திறமைகளையும், பார்வையாளர்கள் தங்கள் எதிர்பார்ப்புகளையும் மேடையிலிருந்து திரைக்கு எளிதாக மாற்றிக்கொண்டார்கள். கலை வடிவம் மாறினாலும் அடிப்படைக் கருத்து மாறவில்லை.

ஆனால் புதிய ஊடகமான திரைப்படத்தில் எப்படிப்பட்ட இசை பயன்படுத்தப்பட்டது?

1930களில் சென்னை கர்னாடக இசையின் மையமாக விளங்கியது. தென்னகத்தின் மிக முக்கிய நகரமாகவும் அது இருந்தது. எனவே அது தமிழ் சினிமாவின் *தொட்டிலாக* ஆனது. தமிழ்ப் படங்கள் பரிணமித்த விதத்திலேயே கன்னட, தெலுங்கு, மலையாளப் படங்களும் சிற்சில மாற்றங்களுடன் பரிணமித்தன.

கர்னாடக இசையும் நாட்டுப்புறப் பாடல்களும் அந்தக் காலகட்டத்தில் ஆதிக்கம் செலுத்திய இசை வடிவங்கள். மரபார்ந்த நடன வடிவங்களைப் போலவே யக்ஷகானம், பாகவத மேளா போன்ற மரபார்ந்த மேடை நிகழ்த்துக் கலைகளும் கர்னாடக இசையைப் பயன்படுத்திக்கொண்டன. அதேசமயத்தில் கதாகாலட்சேபம் போன்ற கதை சொல்லும் மரபுகளும் மிகவும் பிரபலமாக இருந்தன – குறிப்பாக பிராமண சமூகத்தில். கதாகாலட்சேபத்தில் தேர்ந்த பலர் பயிற்சிபெற்ற கர்னாடக இசைக் கலைஞர்கள். இவர்கள் பல்வேறு கீர்த்தனைகளையும் காலட்சேபத்தில் பயன்படுத்தினார்கள்.

கர்னாடக இசையுடன் தொடர்பு கொண்டிராத *மேடை* மரபுகள் திரை இசையில் முக்கியப் பங்காற்றியதாகத் தெரியவில்லை. திரையுலகின் தொடக்க காலத்தில் உயர் சாதியினரின் ஆதிக்கம் அங்கே இருந்தது இதற்குக் காரணமாக இருக்கலாம். அந்தக் காலத்தில், குறிப்பாக 20ஆம் நூற்றாண்டின் தொடக்கத்தில், *சமூகத்தில் ஆதிக்கம் செலுத்திய* நாடகீயக் கலை மரபுகள் தமது இசைக்குக் கர்னாடக இசையையே பெரிதும் பயன்படுத்தினார்கள். எனவே நடிகர்கள் கர்னாடக இசையில் நன்கு பயிற்சி பெற்றவர்களாக இருக்க வேண்டிய அவசியம் இருந்தது. *நாடகத்தின் காட்சிகளில்* தேவைப்படும் பாடல்களை அவர்களே பாடினார்கள். தென்னிந்தியப் பேசும்படம் இப்படியாக, இசைமயமான சூழலில் பிறந்தது.

தொடக்க காலத் திரைப்படங்களில் இடம்பெற்ற இசை கர்னாடக இசையையே அடிப்படையாகக் கொண்டிருந்தது. ராகம், தாளம், இசைக் கட்டுமானம் ஆகிய அனைத்தும் கர்னாடக இசையிலிருந்து பெற்றுக்கொள்ளப்பட்டன. இதே பாடல்கள் திரைக்கு வெளியே இசைக்கப்பட்டால் அவை தூய கர்னாடக இசையாகவே கருதப்படும். அந்த அளவுக்குத் திரை இசை கர்னாடக இசையுடன் நெருக்கம் கொண்டிருந்தது. அபாரமான கர்னாடக இசைக் கலைஞர் பாபனாசம் சிவன் (1890–1973) திரை இசையின் முன்னோடியாகவும் திகழ்ந்தார். திரைப்படங்களுக்கு அவர் அமைத்த இசை, படத்தின் கதைக்குப் பொருத்தமான கர்னாடக இசையாகவே இருந்தது. ஜி.என். பாலசுப்பிரமணியம் (1910–65) எம்.எஸ்.சுப்புலட்சுமி (1916–2003)

முசிறி சுப்பிரமணிய அய்யர் (1899-1975) முதலான பல கர்னாடக இசைக் கலைஞர்கள் திரைப்படங்களில் நடித்தார்கள்.

திரை இசை அடிப்படையில் கர்னாடக இசையாகவே இருந்ததால் நடிகர்கள் இசையில் ஆழமான புலமை பெற்றவர்களாக இருக்க வேண்டியிருந்தது. நடிப்புத் திறனைக் காட்டிலும் இசைத் திறமையே நடிகர்களின் வாய்ப்புகளைத் தீர்மானித்தது. அவர்கள் வெற்றியையும் அதுவே தீர்மானித்தது. கர்னாடக இசையில் தேர்ச்சி பெற்றிருந்தும் 'மைய நீரோட்ட' கர்னாடக இசை உலகைச் சேராத பலரும் திரை இசைக்குப் பங்களித்திருக்கிறார்கள். எஸ்.வி. வெங்கட்ராமன், சி.ஆர். சுப்பராமன், எஸ்.என். சுப்பய்யா நாயுடு, ஜி.ராமநாதன் ஆகியோர் இதற்கு உதாரணங்கள். திரைப்படங்கள் பெரும்பாலும் புராணங்கள், சமயம் சார்ந்த கருத்துக்களைக் கொண்டிருந்தன. சமூகப் பிரச்சினைகள் கிளைக் கதைகளாகவே இடம்பெற்றன. புராணங்களிலும் சமய உணர்விலும் ஆழமாக ஊறியிருக்கும் கர்னாடக இசை திரைப்படங்களுக்கு மிகவும் வசதியாக அமைந்துவிட்டது. திரைப்படங்களில் இசைக்குப் பெரிதும் முக்கியத்துவம் இருந்தது. சில படங்களில் 40 பாடல்கள் வரையிலும் இடம்பெற்றன. கர்னாடக இசையிலிருந்து பாடல்களைத் திரைப்படங்கள் எடுத்துக்கொண்டதைப் போலவே படங்களுக்காக இயற்றப்பட்ட பாடல்கள் பின்னாளில் கர்னாடக இசைக் கச்சேரிகளில் பாடப்பட்டது சுவாரஸ்யமான திருப்பம்.

நாடக அரங்கிலிருந்தும் பல நடிகர்கள் திரைப்படங்களுக்கு வந்தார்கள். இவர்களும் கர்னாடக இசையில் *பயிற்சி பெற்றவர்கள்தாம்* என்றாலும் அவர்கள் மிகவும் வித்தியாசமான இசைத் தன்மையைக் கொண்டுவந்தார்கள். எம்.கே. தியாகராஜ பாகவதர், என்.எஸ்.கிருஷ்ணன், பி.யு. சின்னப்பா, டி.ஆர். மகாலிங்கம் (இதே பெயர் கொண்ட புல்லாங்குழல் இசைக் கலைஞர் ஒருவரும் இருந்தார்) ஆகியோரை இதற்கு உதாரணங்களாகச் சொல்லலாம்.

இந்த இரு பிரிவினருக்குமிடையேயான வித்தியாசம் மிகவும் முக்கியமானது. காலம் மாற மாறத் திரை இசையும் மாறியது. கர்னாடக இசை அல்லாத இசை வகை திரை இசை என்னும் தனித்த அடையாளமாகப் பரிணமித்தது.

திரை இசையும் சமூக மாற்றமும்

திரைப்படங்களில் பயன்படுத்தப்பட்ட மொழியும் இசையும் சமூக வேற்றுமைகளைப் பிரதிபலித்தன. சமூகத்தின் மேல் அடுக்குகளைச் சேர்ந்த பாத்திரங்கள் தூய உரைநடை

வழக்கில் பேசினார்கள். சாமானிய மனிதர்களின் பாத்திரங்கள் கொச்சை வழக்கில் பேசினார்கள். இசையிலும் இந்த வேறுபாடு காணப்பட்டது. சமூகத்தின் மேல் தட்டுகளைச் சேர்ந்த பாத்திரங்கள் பாடிய பாடல்கள் கர்னாடக இசையைச் சேர்ந்தவை. சாமானிய மனிதர்கள் பாடியவை நாட்டுப்புற இசையைச் சார்ந்தவை. இது மிகவும் முக்கியமான அம்சம். ஏனென்றால், என்னைப் பொறுத்தவரையில், இது திரை இசை கர்னாடக இசையினின்றும் விலகி ஜனநாயகப்படுத்தப்படுவதற்குக் காரணமாக அமைந்தது.

தொடக்க காலத்தில் முழுக்க முழுக்க இசையை அடிப்படை யாகக் கொண்ட படங்கள் வந்தன. பிறகு திரை இசை பாதை மாறிப் பல திசைகளில் பயணம் செய்தது. இசைத் திறமைக்காக அல்லாமல் நடிப்புத் திறனுக்காக ஒருவர் வாய்ப்புப் பெறுவதைத் தொழில்நுட்ப வளர்ச்சி சாத்தியப்படுத்தியது. அதுவரையில் இல்லாத பின்னணிக் குரல்/பின்னணிப் பாடல் என்னும் புதிய சொல் இசையில் புதிதாகப் பிறந்தது. பின்னணி இசை பாடுவதற்காகப் பாடர்கள் பயன்படுத்தப்பட்டார்கள். இசை ஒலிப்பதிவு அரங்கில் பதிவுசெய்யப்படும். நடிகர் அந்தப் பாடலுக்கு ஏற்ப உதடுகளை அசைத்தால் போதும். இதனால் தரமான நடிகர்கள் திரைப்படத்திற்குள் வருவது அதிகரித்தது. பாடும் திறமை அற்ற எம்.ஜி. ராமச்சந்திரன், சிவாஜி கணேசன் போன்ற நடிகர்கள் திரையுலகிற்குள் வந்தார்கள். செவ்வியல் இசையில் பயிற்சி பெற்ற கண்டசாலா, சீர்காழி கோவிந்தராஜன், டி.எம். சவுந்தர்ராஜன், பி. லீலா, எம்.எல். வசந்தகுமாரி ஆகியோரும் அப்போது திரையுலகில் இருந்தார்கள், பின்னணிப் பாடகர்களாக. ஆனால் இதுவும் விரைவில் மாறியது.

தென்னிந்தியத் திரை இசை இந்தித் திரை இசை, கஜல் பாடல்கள், மேற்குலகின் வெகுஜன இசை முதலான பல்வேறு போக்குகளால் தாக்கம் பெறத் தொடங்கியது. மேற்கின் தாக்கம் மும்பை வழியாக வந்ததால் இந்தித் திரை இசையின் தாக்கம் மிகவும் வலுவானது. இவை அனைத்தும் சேர்ந்து தென்னிந்தியத் திரை இசையில் 'கர்னாடக' அம்சத்தை இயல்பாகவே குறைத்துவிட்டன.

1950களில் இந்தியாவின் அனைத்துப் பிரிவினரையும் கவரும் மிகப் பிரபலமான வெகுமக்கள் கேளிக்கை சாதனமாகத் திரைப்படம் உருப்பெற்றது. 1950கள் 1960கள் ஆகியவை கொந்தளிப்பான காலகட்டங்கள். குறிப்பாகத் தமிழகத்தில் சமூகத்தின் ஆகிவந்த நெறிகளையும் பிராமணச் சமூகத்தின் ஆதிக்கத்தையும் கேள்விக்குட்படுத்திய சமூகப் புரட்சிகளால்

அரசியல் அரங்கில் மாற்றம் ஏற்பட்டது. திரைப்படங்களின் மீதும் இது தீவிரமான விளைவுகளை ஏற்படுத்தியது. வெகுஜன கேளிக்கைச் சாதனமாக இருந்த திரைப்படம், அரசியல் சமூக மாற்றத்துக்கான கருவியாகப் பார்க்கப்பட்டதில் வியப்பில்லை. நடிகர்களும் திரைக்கதை ஆசிரியர்களும் அரசியல் கட்சிகளில் சேர்ந்தார்கள். அரசியலில் இருந்தவர்களும் திரைப்படத் துறையில் நுழைந்தார்கள்.

சமூக அரசியல் சார்ந்த கருவிகள் திரையுலகை ஆக்கிரமித்ததில் கதைகள் மாறின. திரை இசையின் இயல்பும் மாறியது. உயர் தட்டு மக்களின் ஆதிக்கம் நிரம்பிய கர்னாடக இசையின் தாக்கத்திலிருந்து திரையுலகம் விலக ஆரம்பித்தது. திரையுலகினுள் இருந்த சாதிச் சமன்பாடுகளும் மாறத் தொடங்கின.

கர்னாடக இசையின் வலுவான தாக்கத்தில் இருந்த இசையிலிருந்து விலகி, அலாதியானதொரு ஒலியைக் கொண்ட இசைக்கு மாறிய திரை இசையமைப்பாளர்கள் பலர் அந்தக் காலகட்டத்தில் இருந்தார்கள்.

முன்னணி இசையமைப்பாளராக இருந்த கே.வி. மகாதேவனிடம் கர்னாடக இசையின் தாக்கம் அதிகமாக இருந்தது. அற்புதமான இசையமைப்பாளர்களான எம்.எஸ். விஸ்வநாதன், டி.கே. ராமமூர்த்தி ஆகிய இணையர்கள் கர்னாடக இசையிலிருந்து விலகி வந்தார்கள். ஆனால் இதே காலகட்டத்தில் புராணக் கதைகளை அடிப்படையாகக் கொண்ட படங்களில் கர்னாடக இசையின் தாக்கம் இருந்தது. இந்தப் போக்கு அண்மைக் காலம் வரை தொடர்ந்தது. இப்போதெல்லாம் புராணப் படங்கள் எடுக்கப்படுவதில்லை என்பதால் அது பற்றிப் பேச இயலாது. கர்னாடக இசையின் தாக்கம் இல்லாத புராணப் படமே தமிழில் வந்ததில்லை என்று சொல்லலாம். இதில் தீவிரமான சமய, பண்பாட்டு, சமூகப் *பரிமாணங்கள்* உள்ளன. அவை தனியே விவாதிக்கப்பட வேண்டியவை.

திரைப்படங்களின் தொடக்கக் காலத்தில் பயன்படுத்தப்பட்ட இசை, மொழி ஆகியவற்றின் பிரத்யேகத்தன்மையின் பின்னணியில் இந்த மாற்றங்களைப் பார்க்கும்போது கர்னாடக இசையிலிருந்து திரையிசை மெல்ல மெல்ல விலகி வந்தது ஏன் தவிர்க்க முடியாததாயிற்று என்பதைப் புரிந்துகொள்ள முடியும்.

அதே சமயத்தில், திரையிசை குறிப்பிட்ட ஒரு இசை வடிவமாகப் பரிணமிக்கவில்லை என்பதைப் புரிந்துகொள்ள வேண்டியதும் அவசியம். திரையிசை என்பது கதையின்

சலனங்களைப் பொறுத்தது என்பதால் குறிப்பிட்ட வடிவத்தைச் சார்ந்திருக்க வேண்டிய தேவையும் அதற்கு இல்லை. கால மாற்றத்திற்கேற்பக் கதைக்களமும் பின்புலங்களும் மாறுகின்றன. எனவே, திரையிசை குறிப்பிட்ட ஒரு வடிவத்தைத் தக்க வைத்துக்கொள்ள வேண்டியதில்லை. திரையில் தோன்றும் காட்சிகளுக்கு ஏற்ற இசையை அமைப்பதற்காக உலகம் எங்கிலுமிருந்து புதிய உத்திகளையும் தாக்கங்களையும் வரித்துக் கொள்வது திரையிசைக்குத் தவிர்க்க இயலாததாகிறது.

இதன் விளைவாக, பாடகர்கள், இசையமைப்பாளர்களின் இயல்பும் மாறியது. அவர்கள் கர்னாடக இசையில் பயிற்சி பெற்றவர்களாக இருக்க வேண்டும் என்று அவசியமில்லை என்ற நிலை மெல்ல மெல்ல உருவாகியது. இசையின் மீதான இயல்பான ஆர்வம் கொண்டவர்கள், தங்களைச் சுற்றிலும் உள்ள பல்வேறு மாற்றங்கள், தூண்டுதல்களிலிருந்து இசைக் கருத்துக்களை உள்வாங்கிக்கொள்ளும் திறன் கொண்டவர்கள், திரையிசைப் பாடகர்களாகவும் இசையமைப்பாளர்களாகவும் உருவெடுத்தார்கள். நாட்டார் இசைப் பின்னணியிலிருந்து வந்த சிலர் திரையுலகிற்கு வந்த பிறகு பன்முக கலைஞர்களாகப் பரிணமித்தார்கள். இவர்கள் 1940கள், 50களில் இருந்த இசையமைப்பாளர்களைப் போலச் செவ்வியல் இசையில் பயிற்சி பெற்ற கர்னாடக இசைக் கலைஞர்கள் அல்லர். இதனால் அவர்கள் இசையின் அழகு குறைந்துவிடவும் இல்லை. திரையிசை கர்னாடக இசையிலிருந்து மேலும் விலகி வந்தது என்பதையே இது காட்டுகிறது.

இளையராஜா என்னும் நிகழ்வு

1970களில் நிகழ்ந்த இளையராஜாவின் பிரவேசம் இந்தியத் திரையிசைக்கும் கர்னாடக இசைக்கும் இடையிலான சிக்கலான உறவின் இன்னொரு சுவாரஸ்யமான கூறு. தென்னிந்தியத் திரையுலகிற்கு நாட்டுப்புற இசையைக் கொண்டுவந்தவராகவே அவர் தொடக்கத்தில் கருதப்பட்டார். ஆனால் மேற்கத்தியச் செவ்வியல், வெகுஜன இசை குறித்த தனது புரிந்துணர்வின் மூலம், இசையை அமைக்கும் விதத்தையும் திரைப்படங்களில் இசைக் கருவிகளின் பங்கையும் மாற்றியமைத்தார்.

கர்னாடக இசை ராகங்களை அடிப்படையாகக் கொண்ட மெட்டுக்களை உருவாக்கிய அவர் அவற்றுடன் சிக்கலான மேற்கத்திய ஹார்மனி இசைக்கோலங்களை இணைத்தார். இதுதான் கர்னாட இசையின் கண்ணோட்டத்தில் இளையராஜாவை சுவாரஸ்யமான ஆளுமையாக ஆக்குகிறது.

பூங்கதவே (நிழல்கள் 1980), கூந்தலிலே (பாலநாகம்மா 1982) ஆனந்த ராகம் (பன்னீர் புஷ்பங்கள் 1981) ஆகியவை இதற்கான உதாரணங்கள். இந்திய இசையில் அதுவரை மேற்கொள்ளப்படாத முயற்சி இது. எம்.எஸ். விஸ்வநாதன், டி.கே. ராமமூர்த்தி ஆகியோர் 1960களில் கர்னாடக ராகங்களின் அடிப்படையில் மெல்லிசையை வழங்கியிருந்தாலும் அவர்களுடைய வாத்திய இசையில் மேற்கத்தியச் செவ்வியல் இசை சார்ந்த அணுகுமுறை இல்லை. மாறுபட்ட இசை மரபுகளின் கூறுகளை ஒன்றாகக் கொண்டுவருவதில் இளையராஜா பெருமளவில் வெற்றி அடைந்தார்.

ரஹ்மான் விளைவு

இளையராஜாவுக்குப் பிந்தைய காலகட்டத்தில் ஏ.ஆர். ரஹ்மானின் ஆதிக்கம் நிலவுகிறது. குரல், கருவி இசை என இரண்டிலும் முற்றிலும் புதிய ஒலிகளைக் கொண்டுவந்ததுதான் ரஹ்மான் ஏற்படுத்திய முதலாவது பெரிய மாற்றம். தொழில் நுட்ப ரீதியாகப் பெரும் பாய்ச்சல் நிகழ்ந்த சமயத்தில் அவரது வருகையும் நிகழ்ந்தது. தொழில்நுட்ப மாற்றங்கள் திரையிசை உருவாக்கப்படும், அனுபவிக்கப்படும் விதத்தை முற்றிலுமாக மாற்றிவிட்டன. ரஹ்மானின் இசையை அலசுவது இந்தக் கட்டுரையின் வரையெல்லைக்கு அப்பாற்பட்டது என்பதால் அதில் நான் இறங்கப்போவதில்லை. தென்னிந்திய இசையின் மீது மட்டுமின்றி இந்திய இசையின் மீதும் ரஹ்மானின் விளைவு ஆதிக்கம் செலுத்திவருகிறது என்பதை மட்டும் இங்கு குறிப்பிட விரும்புகிறேன்.

இவை எல்லாவற்றையும் மீறி தென்னிந்திய இசையின் வரலாறு நெடுகிலும் கர்னாடக இசை இடம்பெற்றுவந்தது. இப்போதும் அது தொடர்கிறது. ரஹ்மானும் அவருக்குப் பிறகு வந்தவர்களும் சில சமயம் தங்களது பாடல்களுக்கான மேலோட்டமான ஆதாரங்களாகக் கர்னாடக ராகங்களைப் பயன்படுத்திக்கொள்கிறார்கள்.

மிக அண்மைக் காலம் வரையிலும் கர்னாடக இசையுடன் அலாதியான தொடர்பைக் கொண்டிருந்த மலையாளத் திரையிசையில் கர்னாடக இசைக் கூறுகள் இடம்பெறும் விதம் மாறினாலும் கர்னாடக ஒலியின் ஆதிக்கம் மாறவே இல்ல.

திரை – கர்னாடக இசையின் உதயம்

தென்னிந்தியத் திரையுலகின் வரலாற்று ரீதியான அம்சங் களைத் தொகுத்தளிப்பது என் நோக்கமல்ல. இசைக் கலைஞர்

டி.எம். கிருஷ்ணா

என்னும் முறையில் திரையிசையின் மாற்றங்களைப் பதிவு செய்ய விரும்புகிறேன்.

பல சமயங்களில் மிகவும் தொலைவில் இருந்தாலும் கர்னாடக இசை தமிழ் சினிமாவிற்கு முக்கியமான உத்வேகமாக இருந்துவந்திருக்கிறது. கடந்த இரண்டு அல்லது மூன்று தசாப்தங்களில் நிகழ்ந்திருக்கும் சில முக்கியமான *பார்வை மாற்றங்கள்* என் ஆவலைத் தூண்டுகின்றன. இந்த ஊடாட்டங்கள், கர்னாடக இசை, கர்னாடக இசைக் கலைஞர்கள், ரசிகர்கள் ஆகியோரையும் பாதித்திருக்கின்றன என நான் நம்புகிறேன்.

ஒரு சில ஆண்டுகள் இடைவெளிக்குள் வந்த இரண்டு படங்கள் ஆர்வத்தைத் தூண்டுகின்றன. இரண்டுமே கர்னாடக இசையைக் கையாளும் படங்கள். ஒன்று சங்கராபரணம் (தெலுங்கு 1979). இது பல்வேறு மொழிகளிலும் வெளியாகிப் பெரும் வெற்றியை அடைந்தது. புகழ்பெற்ற இசையமைப்பாளர் கே.வி. மகாதேவன் இதற்கு இசையமைத்தார். கர்னாடக இசையின் கோட்டைக்கு வெளியே அது குறித்த ஆர்வத்தை இந்தப் படம் புதுப்பித்ததாகக் கருதப்படுகிறது. இதன் பிறகு கர்னாடக இசையின் கூறுகளைப் பயன்படுத்திய தெலுங்குப் படங்கள் நிறைய வந்தன.

இந்தப் படத்தில் உள்ள இசை எந்த அளவுக்குக் 'கர்னாடக' தன்மை கொண்டிருக்கிறது? இந்தப் படம் குறித்து எழுப்பப்பட்டிருக்கக்கூடிய கேள்வி இது. இது தேவையற்ற கேள்வியாகவும் தோன்றுகிறது. கர்னாடக ராகத்தைத் தலைப்பாகக் கொண்டிருப்பதாலேயே ஒரு படம் அதற்கு முழுமையாக விசுவாசமாக இருக்க வேண்டும் என்பதில்லை. படத்தின் கதைப்படி கர்னாடக இசைக் கலைஞர் ஒருவரை கௌரவமாகச் சித்தரிக்க வேண்டிய அவசியம் இருந்தது. பாடல்கள் பெரும்பாலும் கர்னாடக ராகங்களையும் தாளங்களையும் அடிப்படையாகக் கொண்டிருந்தாலும் பாடல்களைப் பாடியவர்கள் யாரும் கர்னாடக இசைக் கலைஞர்கள் அல்ல. இது, பாடல்களுக்கு சினி – கர்னாடகத் தன்மையைக் கொடுத்தது.

கர்னாடக இசையின் இந்தத் தன்மை திரை இசையில் இதற்கு முன்பும் இருந்தது. கர்னாடக இசைக் கலைஞரைப் பற்றிய இந்தப் படத்தில் அது கூர்மையான மாற்றத்திற்கு உள்ளானது. கலாபூர்வமான இசை என்பதன் உண்மையான பொருளில் இல்லாவிட்டாலும் கர்னாடக இசை குறித்த கருத்தாக்கம் திரைப்படங்களில் தெளிவாக நிலை பெற்றுவிட்டிருந்த காலம் அது.

இதை விளக்குவது கடினம் என்றாலும் முயல்கிறேன். நமது பேச்சு வழக்கு நமது மொழியையும் நாம் வசிக்கும் பகுதியையும் சார்ந்திருப்பது போலவே இசை வடிவம் ஒவ்வொன்றுக்கும் பிரத்யேகமான பாடும் முறை ஒன்று உள்ளது. இசையின் அழகியலே இதை வரையறுக்கிறது.

கர்னாடக இசை பற்றிப் பொதுவாகப் பயன்படுத்தப்படும் வார்த்தை, 'கனம்'. கனம் என்னும் உணர்வு இந்த இசையுடன் தொடர்புகொண்டுள்ளது. குரலைப் பயன்படுத்தும் விதம், அழுத்தம், உச்சரிப்பு, அதன் தவிர்க்க முடியாத இயல்பாக அமைந்த இசைத் தன்மை கொண்ட இயக்கங்கள் ஆகியவற்றிலிருந்து இந்த உணர்வு எழுகிறது. சினி – கர்னாடக இசை என்று நான் குறிப்பிடும் இசையில் இந்த கனம் நீர்த்துப்போகச் செய்யப்பட வேண்டியிருக்கிறது.

ஒரு சில வரிகள் பாடப்படும்போது அவற்றுக்கான வரையறையையும் ஸ்திரத்தன்மையையும் தருவதற்கு ஒரு விதமான அழுத்தம் தேவைப்படுகிறது என்பதை நாம் மனதில் கொள்ள வேண்டும். திரைப்படத்தில் இது தவிர்க்கப்படுகிறது அல்லது குறைக்கப்படுகிறது. மெல்லிசையில் குரலைப் பயன்படுத்தும் விதம் மிகவும் வித்தியாசமானது. அதில் 'மென்மை'யும் 'இனிய தன்மை'யும் முக்கியமானவையாக கருதப்படுகின்றன. குறிப்பாக, 'இனிமையான' பாடல்களில். இவை அனைத்தையும் ஒன்றாகச் சேர்த்தால் சினி – கர்னாடக இசை நமக்குக் கிடைக்கும். 'பாதி – கர்னாடக' என்னும் சொல்லை நான் வேண்டுமென்றே தவிர்க்கிறேன். 'பாதி' / 'பகுதி' என்பது 'போலித்தனமான' என்பதுபோலப் பொருள் தருகிறது. இங்கே எதிர்மறையான பொருளைத் தர நான் விரும்பவில்லை. ஆனால், இதை உணர்ந்துகொள்வது கர்னாடக இசையின் 'ஒலி' திரையிசையின் அமெச்சூர்தன்மைக்கு எப்படிப்பட்ட பொருளைத் தரும் என்பதைப் புரிந்துகொள்வதற்கும் முக்கியமானது.

கர்னாடக இசை மாணவர் ஒவ்வொருவரும் திரையிசையைக் கேட்கிறார். எனவே அதன் தன்மையை உணர்வதில் அவரால் துடிப்பான பங்காற்ற முடியும். கலாபூர்வமான இசையில் சினி – கர்னாடிக் தன்மையை ஓரளவு கொண்டுவர இந்தச் சூழல் வழிவகுக்கிறது.

இத்தகைய செல்வாக்கு விரும்பி நிகழ்த்தப்படாமல் இருக்கலாம். ஆனால் அது இருக்கத்தான் செய்கிறது. இசையின் பரிணாம வளர்ச்சியின் அடிப்படையில் இசை என்பது என்ன, அது எங்கிருந்து வருகிறது, அதன் பொருள் என்ன என்பன

டி.எம். கிருஷ்ணா

போன்ற கேள்விகளின் பின்னணியில் ஒவ்வொரு தாக்கத்தையும் நாம் அலச வேண்டும். சினி கர்னாடிக் இசை இந்தச் சோதனையில் தேறவில்லை. ஆகவே, கர்னாடக இசையின் வளர்ச்சிப் போக்கில் அதற்குப் பங்கில்லை என நான் கருதுகிறேன். இசையின் ஒலி புறத் தாக்கத்தின் அடிப்படையில் மாற்றத்திற்கு உள்ளாகும்போது அதன் உள்ளார்ந்த அழகியல் தொந்தரவுக்குள்ளாகிறது. கர்னாடக இசையை அதன் தற்போதைய வெளிப்பாட்டின் பின்னணியில் நாம் அலச வேண்டும். அதில் சினிமாவின் தாக்கத்திற்கு ஏதேனும் இடம் இருக்கிறதா எனப் பார்க்க வேண்டும். எந்தத் தாக்கத்தை வேண்டுமானாலும் பரந்துபட்ட பரிணாம மாற்றங்களின் பகுதியாகக் கண்ணை மூடிக்கொண்டு ஏற்க இயலாது. அப்படி ஏற்பது கர்னாடக இசையின் அடிப்படை இயங்கியலை மறுப்பதாகும்.

இந்த விவாதத்தில் இடம்பெற்றுள்ள இரண்டாவது படம் சிந்து பைரவி (1985). மாபெரும் வெற்றிபெற்ற இந்தப் படம் கர்னாடக இசைக் கூறுகளைப் பிரதானமாகப் பயன்படுத்திக் கொண்டது. இதுவும் கர்னாடக இசைக் கலைஞரைப் பற்றிய படம்தான். தனித்தன்மை வாய்ந்த இசையமைப்பாளரான இளையராஜா தியாகராஜரின் கீர்த்தனையான 'மரி மரி நின்னே' என்னும் இசைப்பாடலை சாரமதி ராகத்தில் அமைத்தார். தியாகராஜர் காம்போதி ராகத்தில் அப்பாடலை இயற்றியிருந்தார். அந்தப் பாடலின் பாடப்பெற்ற வடிவமும் இருக்கிறது. ஆக, இளையராஜா விரும்பியிருந்தால் அந்தப் பாடலைக் கர்னாடக இசையில் வழங்கப்படும் விதத்திலேயே பயன்படுத்தியிருக்க முடியும். அவர் ஏன் அப்படிச் செய்யவில்லை என்பது எனக்குப் புரியவில்லை. பாடல் வரிகளின் பொருளும் படத்தின் பின்புலமும் இப்பாடலுக்கு வேறொரு ராகத்தையும் இசைத்தன்மையையும் கோருகின்றன என அவர் நினைத்தாரோ? அவருக்குத்தான் தெரியும். அவர்தான் சொல்ல முடியும்.

ஆனால், நாம் இந்தக் கேள்வியை எழுப்பலாம்; எழுப்ப வேண்டும்; இந்த சாகித்யத்தை அதன் அசலான ராகத்திலிருந்து இன்னொரு ராகத்துக்கு மாற்றுவதால் இந்தக் கீர்த்தனைக்கு நேருவது என்ன? உண்மையில் இதன் தாக்கம் மிகவும் பெரியது. கீர்த்தனையின் இருப்பின் சாரம் சிதறுண்டுபோகிறது. கீர்த்தனையின் திரைப்பட வடிவம் அழகாக இல்லை என்று நான் சொல்லவரவில்லை. திரை வடிவம் இந்தக் கீர்த்தனையின் ஒழுங்கமைவுக்கு என்ன செய்தது என்பதை நான் ஆராய்கிறேன். மேலே நான் குறிப்பிட்டுள்ளபடி, இது அதன் ஒருங்கமைவைக் குலைத்துவிட்டது. திரை வடிவத்தை என்னால் ஏற்றுக்கொள்ள இயலாது.

கர்னாடக இசைச் சமூகம் இதற்கு எதிர்வினை ஆற்றாமல் இருந்தது ஆச்சரியமானது. இந்த அசட்டை பிராபல்யம் குறித்த அச்சத்தினை உணர்த்தியது. இதைவிட முக்கியமாக, இசையின் மீதான நம்பிக்கையில் நிலவும் போதாமையையும் அது சுட்டிக்காட்டியது. இந்தப் படம் தியாகராஜரின் கீர்த்தனையைப் பயன்படுத்தியதால் கேள்விகள் எழுப்பப்பட்டிருக்க வேண்டும் என்று நான் நினைத்தேன். திரை இசையமைப்பாளர்களால் அல்லாமல் கர்னாடக இசைக் கலைஞர்களால் இசைப்பாடல்களில் மேற்கொள்ளப்படும் பலவிதமான மாற்றங்களைப் பற்றிய தீவிரமான கேள்விகளை இது எழுப்பியிருக்கக்கூடும். கர்னாடக இசைக் கலைஞர்கள் செய்யாததை ஒன்றும் இளையராஜா செய்துவிடவில்லை.

இதே கீர்த்தனையின் அடிப்படையில் வேறொரு விவாதத்தையும் இந்தப் படம் எழுப்பியது. ஏன் தமிழர்களுக்குப் புரியாத மொழிகளில் மட்டுமே பாடுகிறீர்கள் என்று பாடகரின் ரசிகை ஒருவர் கேள்வி எழுப்புகிறார். அதோடு நில்லாமல், பாடகரின் சவாலை எற்று மேடைக்கு வரும் அந்தப் பெண், அதே ராகத்தில் ஒரு தமிழ்ப் பாடலைக் கல்பனா ஸ்வரங்களுடன் பாடுகிறார். இதன் பிறகு அந்தப் பாடகர் தன் கச்சேரிகளில் தமிழ்ப் பாடல்களையும் சேர்த்துக்கொள்கிறார். 20ஆம் நூற்றாண்டின் தொடக்கத்தில் இசையில் மொழியின் இடம் குறித்த சர்ச்சை எழுந்தது. இந்தக் காட்சி அந்தச் சர்ச்சையை மீண்டும் எழுப்பியது. கலாபூர்வமான இசையில் மொழியின் பங்கைப் பாடல் வரிகளின் பொருள் என்னும் எல்லையைத் தாண்டி யாரும் புரிந்துகொள்ளவில்லை என்பதை இது தெளிவாகக் காட்டிவிட்டது.

கர்னாடக இசைச் சூழலுக்கு வெளியே இருப்பவர்கள் கர்னாடக இசையில் மொழி குறித்த பிரச்சினையை விவாதித்தார்கள் என்பதுதான் இதில் மிகவும் வசீகரமான அம்சம். சிக்கலான ஒரு பிரச்சினை குறித்துப் பொதுவான கருத்து என்ன என்பதைப் புரிந்துகொள்வதற்கான அரிய வாய்ப்பை இது வழங்கியது. மொழி, அதன் வரிகளின் பொருள் ஆகியவை குறித்த வலுவான கருத்துக்கள் கர்னாடக இசை உலகினுள்ளும் நிலவிவந்ததும் இதன் மூலம் தெரியவந்தது. இந்தக் கருத்துக்கள் இவர்களால் வெளி உலகிற்குத் தெரிவிக்கவும்பட்டன. இசைக் கலைஞர் ஒருவர் தியாகராஜர் கீர்த்தனை ஒன்றைப் பாடும்போது அந்தப் பாடல் வரிகளின் பாவங்களை அவர் வெளிப்படுத்த வேண்டும் என்ற எண்ணம் நம் சமூகத்தில் இருந்தது; இன்னமும் இருக்கிறது. இது குறித்துத் தனி அத்தியாயம் ஒன்றில் (சொல்லின் பொருள்) நான் விரிவாக அலசியிருக்கிறேன். இசைப் பாடல்களில்

சொல்லின் பொருளுக்கு இருக்கும் இடம் குறித்த விரிவான பார்வையின்மை என்பது கர்னாடக இசை உலகினுள்ளும் அதற்கு வெளியிலும் இன்னமும் நிலவுகிறது. இது ஒருபோதும் மறையாமலும் இருக்கக்கூடும்.

இளையராஜா இதோடு நிற்கவில்லை. கர்னாடக இசை உலகம் என்னும் இன்னொரு பிரதேசத்திலும் அவர் பிரக்ஞைபூர்வமாகப் பிரவேசித்திருக்கிறார். வாக்கேயக்காரரின் பங்கை வரித்துக்கொள்ளும் அவர் *புதிய அலகுகளை உருவாக்கி*, கீர்த்தனை வடிவில் ஒரு பாடலை இயற்றினார். மகத்தான திரை இசையமைப்பாளர் ஒருவர் இந்த சாகசத்தில் இறங்கியது துரதிர்ஷ்டவசமானது என நான் கருதுகிறேன். அவருக்கும் கர்னாடக இசைக்கும் துரதிர்ஷ்டம். அவர் உருவாக்கிய இசைப்பாடல்களும் பயன்படுத்திய ராகங்களும் பன்முகத்தன்மை கொண்ட கர்னாடக இசைப் படைப்புக்களின் தரத்தில் இல்லை. ஆனால் இவ்விஷயத்தில் இளையராஜாவை மட்டும் குறைசொல்வது தவறு. கர்னாடக இசை குறித்து, கர்னாடக இசைச் சமூகமே ஏற்றுக்கொண்டுவிட்ட மேலோட்டமான *புரிதலையே அவர் பிரதிபலித்தார்*. ராகம் என்பது அளவீடு மட்டுமே; அதை நாம் நம் விருப்பப்படி மாற்றி அமைத்துக்கொள்ளலாம்; இசைப்பாடல் என்பது பாடல் வரிகள், தாளம், ராகம் ஆகியவற்றின் கூட்டுதான் என்பதே அந்தப் புரிதல். எளிமைப்படுத்தப்பட்ட இந்தப் புரிதல், ராகம் என்பதை எளிதாகக் கையாளலாம் என்னும் எண்ணத்தைக் கர்னாடக இசைக் கலைஞர்களுக்குக் கொடுத்தது. இளையராஜாவும் இதைத்தான் செய்தார். அவருடைய இசைப்பாடல்கள் கலாபூர்வமான கர்னாடக இசைக்குள் இன்னமும் ஏற்றுக்கொள்ளப்படவில்லை என்றாலும் இந்தப் போக்கு விவாதிக்கப்பட வேண்டியது. கர்னாடக இசைக் கலைஞர்கள் ராகம் குறித்து உருவாக்கிய கருத்து இளையராஜாவிடம் இருப்பதை இது வெளிப்படுத்துகிறது.

1980களில் தொடங்கிய இன்னொரு போக்கு இங்கு குறிப்பிடத்தகுந்தது. திரைப்படங்களில் பயன்படுத்தப்படும் ராகங்களை விவரித்து, அவற்றை கர்னாடக இசைப் பாடல்களுடன் தொடர்புபடுத்தும் தொடர் சொற்பொழிவுகளும் நிகழ்ச்சிகளும் வெகுஜன தளத்தில் நடைபெற்றன. கர்னாடக இசைப் பின்புலத்திலிருந்து ஒரு ராகத்தைப் பிரித்துவிட்டால் அது அதன் பிறகு கர்னாடக ராகமாக இருக்காது என்பதை நினைவில் கொள்ள வேண்டியது முக்கியமானது. திரைப்படம் உள்படப் பல கலை வடிவங்கள் கர்னாடக ராகங்களின் இசைத் தன்மையைப் பயன்படுத்திக்கொண்டு தமது *அடையாளத்துடன்* பாடல்களை உருவாக்குகின்றன. தமது எல்லைக்குள் பாடல்களை

உருவாக்குவதற்காகக் கர்னாடக ராகங்களின் இசைத்தன்மையைப் பயன்படுத்திக்கொள்கின்றன.

ஆனால் பொதுப்புத்தியின் கண்ணோட்டம் இப்படி இல்லை. ராகம் என்பது அதன் அளவீடுகள்தாம் என்று பெரும்பாலான மக்கள் நம்புகிறார்கள். அளவீடு என்பது குறைந்தபட்சப் பொதுத்தன்மை. இந்த அளவீட்டுடன் தங்களுக்கு நன்கு அறிமுகமான சில பாடல் வரிகளையும் திரை இசைமைப்பாளர்கள் பயன்படுத்திக்கொள்கிறார்கள். ராகம் என்பது இதோடு முடிவடைந்துவிடுவதல்ல. ஆனால் திரை இசையமைப்பாளர் யாரும் படத்தில் ராகத்தின் அடையாளத்தை நிலைநாட்ட வேண்டிய அவசியம் இல்லை. ராகம் என்பது குறித்த கருத்துக்கு உண்மையாக இருக்க வேண்டிய அவசியமும் அவருக்கு இல்லை. படத்தின் பின்புலத்திற்கு உண்மையாக இருந்தால் போதும். கர்னாடக ராகங்களின் அடிப்படையில் திரையுலகுடன் தீவிரமான தொடர்பை ஏற்படுத்திக்கொள்வதன் வாயிலாகக் கர்னாடக இசைச் சமூகம் தனக்கான அங்கீகாரத்தை *யும் பெற முயல்வதாகத் தோன்றுகிறது. திரையிசை ராகங்கள் குறித்துக் கர்னாடக இசைச் சமூகம் தரும் இத்தகைய விளக்கங்கள் கர்னாடக இசையை வேறு எதையும்விட அதிகமாக மதிப்பிழக்கச் செய்கிறது.* திரை இசையமைப்பாளர்கள் கர்னாடக இசைக் கலைஞர்கள் அல்ல. அப்படி ஆக முயல்பவர்களும் அல்ல. அவர்களைப் பொறுத்தவரை, ஜாஸ், ஆஃப்பி, டாப், அராபிய இசை முதலானவற்றைப் போலக் கர்னாடக இசையும் அவர்களுக்கான இன்னொரு வள ஆதாரம். திரைப்படத்துக்குத் தேவையெனில் இவை பயன்படுத்தப்படும்.

திரையிசையுடனான ஒப்பீடு, கர்னாடக இசைச் சூழலுக்குள் பலரைக் கொண்டுவருவதற்கான ஒரு வழி என்று சிலர் வாதிடுகிறார்கள். இந்த வாதத்தில் சாரம் இருப்பதாகப் பல ஆண்டுக் காலம் நான் நினைத்திருந்தேன். ஆனால் இது குறித்து ஆழமாகச் சிந்தித்த பிறகு இதை நான் ஏற்கவில்லை. திரைப் பாடல்களைக் கர்னாடக ராகங்களுடன் தொடர்புபடுத்தும் உரைகளைக் கேட்பதன் மூலம் கர்னாடகச் சூழலுக்குள் வருபவர்களுடைய இசை குறித்த புரிதல் குழப்பமாகவே *இருக்கிறது.* இப்படிப்பட்ட அறிமுகத்தின் மூலம் அவர்களுடைய மனதில் விதைக்கப்படும் கருத்துக்கள் அவர்களே அறியாமல் கர்னாடக இசையுடனான அவர்களது *அனுபவத்தில் ஊடுருவித் தங்கிவிடுகின்றன.* கர்னாடக இசையில் ஈடுபாடு கொண்ட பிறகு இந்தப் புரிதல் மாறாதா? பெரும்பாலும் மாறுவதில்லை என்றே நான் நினைக்கிறேன். இந்தச் சுமை ஒருவருடைய *ஆழ்மனதில்* ஆழப் பதிந்து கர்னாடக இசையை அவர் உள்வாங்கும் விதத்தின்

மீது தாக்கத்தைச் செலுத்துகிறது. கர்னாடக இசையுடன் இத்தகைய அணுகுமுறையைக் கொண்டவர்கள் பெருகப் பெருக, ரசிகர்கள் மத்தியில் இசை குறித்த சரியான விழிப்புணர்வு அற்ற நிலையே *அதிகரிக்கும்.* இதற்கு எதிராகப் பலர் வாதிடக்கூடும். திரை இசையின் வழியாகத்தான் நான் கர்னாடக இசைக்குள் வந்தேன் என்று அவர்கள் சொல்லலாம். திரை இசையின் மூலம் கர்னாடக இசைக் கூறுகளுக்கு அறிமுகமாகி, கர்னாடக இசை என்னும் கலை வடிவை மேலும் ஆழமாக அறியத் தலைப்படுபவர் குறித்து எனக்கு எந்தப் பிரச்சினையும் இல்லை. கர்னாடக இசைக் கலைஞர்களே திரை இசையின் கூறுகள் கர்னாடக இசையை ஒத்திருக்கின்றன என்று பேசுவதுதான் எனக்குப் பிரச்சினை. இந்த ஒப்பீடு அபாயகரமானது. இத்தகைய நேரடியான ஒப்பீடுகள் மூலம் கர்னாடக இசைக் கலைஞர்கள் கர்னாடக இசை குறித்த கருத்துக்களின் மீது புகைமூட்டம் படரச் செய்கிறார்கள். புதிதாக வருபவர்களின் சிந்தனைகளை யும் *குலைக்கிறார்கள்.*

திரை இசையின் பிராபல்யத்தை எதிர்கொள்ள வேண்டிய தேவை இருப்பதாகக் கர்னாடக இசைச் சமூகம் கருதக்கூடும். இது தேவையற்றது என்பதுடன், கர்னாடக இசைக் கட்டமைப்பையே குலைத்துவிடக்கூடியது. ஒவ்வொரு இசை வடிவத்திற்குமான உள்ளார்ந்த இயல்பை நாம் முதலில் ஒப்புக்கொள்ள வேண்டும். இந்த இயல்புதான் அதை அணுகும் விதத்தை வரையறுக் கிறது. இசையை அணுகும் விதம் என நான் வலியுறுத்திச் சொல்ல விரும்புகிறேன். சமூக, பொருளாதார ரீதியிலான அணுகலை அல்ல. இசை வடிவத்தின் அழகியலையும் அந்த இசை தொடர்பான தரப்புகளின் தேவைகளையும் நாம் மதித்தால் அந்த இசையின்பால் ஈடுபாடு கொண்டவர்கள் மத்தியில் அவ்விசை எத்தகைய இடத்தைப் பெறுகிறது என்பது தீர்மானிக்கப்படும். இந்நிலையில் இசையை அதற்கான ரசிகர்கள் அணுகச் செய்வது குறித்த நமது கண்ணோட்டம் முற்றிலும் மாறிவிடும். கர்னாடக இசை மேலும் அதிகமான மக்களைச் சென்றடையத்தான் வேண்டும். ஆனால், அந்த இசை வடிவத்தை நீர்த்துப்போகச் செய்வதன் மூலம் அது நடக்கக் கூடாது.

திரையிசை பிரபலமாக இருக்கிறது. அதில் எந்தத் தவறும் இல்லை. கர்னாடக இசைக்குத் திரையிசையுடன் எந்தப் போட்டியும் இல்லை. வாழ்வின் ஒவ்வொரு அம்சத்திற்கும் அது என்னவாக இருக்கிறது என்பதைப் பொறுத்து குறிப்பிட்ட ஓர் இடம் இருக்கிறது. அது என்னவாக இருக்க வேண்டும் என நாம் விரும்புகிறோம் என்பதைப் பொறுத்து அல்ல. கர்னாடக இசையை அதன் அசல் வடிவில் மக்களுக்கு அறிமுகப்படுத்தும்

திட்டங்கள் நமக்கு வேண்டும். இளைஞர்கள், பெரியவர்கள், பல்வேறு சமூக, பொருளாதாரப் பிரிவினர் ஆகியோரைச் சென்றடையக்கூடிய திட்டங்கள் வேண்டும். இது, இசைக் கலைஞர்கள், கச்சேரி அமைப்பாளர்கள், ரசிகர்கள் ஆகிய அனைவரின் பொறுப்பு. ஆயிரக்கணக்கானவர்களை நாம் இப்படித் தொடர்புகொண்டால் காலப்போக்கில் நூற்றுக்கணக்கானவர்கள் கலாபூர்வமான இசையுடன் உறவு கொள்வார்கள். இதில் குறை கூற ஏதுமில்லை. கர்னாடக இசையின் இயல்பு இது. கர்னாடக இசை குறித்து மேலும் பலரை அறியச் செய்யும் எந்த முயற்சியும் அந்த இசையையும் அதன் அழகியலையும் ஏற்றுக்கொண்டதன் அடிப்படையிலேயே அமைய வேண்டும். திரையிசையோ இணைப்பிசையோ கர்னாடக இசைக்கு எந்தப் பங்களிப்பும் செலுத்தாது. கலைஞராகவோ, ரசிகராகவோ கர்னாடக இசைக்குள் இருப்பதன் மூலம்தான் உங்களால் அதன் வளர்ச்சிக்குப் பங்களிப்பு செலுத்த முடியும்.

வருங்காலம்

கடந்த பதினைந்து ஆண்டுகளில் கர்னாடக இசைக் கலைஞர்கள் பலர் திரைப்படப் பின்னணிப் பாடகர்களாகி யிருக்கிறார்கள். இது கர்னாடக இசையை பாதித்திருக்கிறதா, திரைப்படங்களுக்குப் பாடுவதில் கோட்பாடு சார்ந்த பிழை ஏதேனும் இருக்கிறதா என்னும் கேள்விகள் எழுகின்றன. இது ஒன்றும் புதிய போக்கு அல்ல என்று சொல்பவர்கள், முன்பெல்லாம் திரை இசை மேலதிகமான 'கர்னாடக'த் தன்மை கொண்டிருந்தது என வாதிடுகிறார்கள். உண்மைதான். ஆனால், திரைப்படத்திற்காகப் பாடும் கர்னாடக இசைக் கலைஞருக்கு இது படத்திற்கான பாடல் என்பது தெரிந்தே இருந்தது. தென்னிந்தியத் திரையிசை ஒரு காலத்தில் இருந்தது போன்ற கர்னாடகத் தன்மையை இன்று கொண்டிருக்கவில்லை. செவ்வியல் இசையில் முறையாகப் பயிற்சி பெற்ற ஒரு கலைஞரால் திரை இசையின் தேவைக்கு எற்பத் தன்னைத் தகவமைத்துக் கொள்ள முடியாது என்று இதற்கு அர்த்தமல்ல.

செவ்வியல் இசைப் பயிற்சி பல வகையான இசைகளையும் புரிந்துகொள்வதற்கான கண்ணோட்டத்தை அளிக்கிறது. திரைப்பாடலை எளிதாகப் பாடிவிட முடியும் என்பது இதன் பொருள் அல்ல. திரைப் பாடலுக்குத் தேவையான தாக்கத்தை ஏற்படுத்துவதற்குப் பெரிய முயற்சியும் ஈடுபாடும் வித்தியாசமான உத்தியும் தேவை. கர்னாடக இசைக் கலைஞர்கள் வெற்றிகரமான பின்னணிப் பாடகர்களாக விளங்க வேண்டும் என்றால் திரை இசை சார்ந்த தனித்த திறமைகளை வளர்த்துக்கொள்ள வேண்டும்.

இப்படி வளர்த்துக்கொள்வதைப் பாராட்ட வேண்டுமே தவிர, குறைகாணக் கூடாது. கர்னாடக இசைக்கான மொழியில் ஆழமாக ஊறிய ஒரு கலைஞர் இன்னொரு வகைமையில் பாடுவதால் அவரது கர்னாடக *இயல்பு* குறைந்துவிடாது. கர்னாடக இசையுணர்வில் போதிய *வளர்ச்சி* அற்றவர்கள் இணைப்பிசையில் ஈடுபடுவதால் ஏற்படும் பிரச்சினையைப் போலவே இத்தகையவர்கள் திரை இசையில் ஈடுபடும்போதும் எற்படும். இத்தகையவர்கள் திரை இசைக்காகக் கர்னாடக இசை குறித்த தங்களது உணர்வை மாற்றிக்கொள்கிறார்கள். இது அவர்களுடைய கர்னாடக இசையையும் பாதிக்கிறது.

திரையிசையில் நிலைபெற்ற பின்னணிப் பாடகர்களாகவும் இருக்கும் கர்னாடக இசைக் கலைஞர்கள் கர்னாடக இசைக்கு மிக முக்கியமானதொரு பங்கை ஆற்றுகிறார்கள். திரையிசை ரசிகர்களை அவர்கள் கர்னாடக இசையுலகுக்கு அழைத்து வருகிறார்கள். அதுவரையிலும் கச்சேரி அரங்கிற்குள் எட்டிப் பார்த்திராதவர்கள்கூட இநதப் பாடகருக்காகக் கச்சேரிக்கு வருகிறார்கள். புதிய ரசிகர்களை இது அழைத்து வருகிறது. ராகங்களை அடிப்படையாகக் கொண்ட பாடல்களைத் திரைப்படங்களில் பாடுவதன் மூலம் பரவலான மக்களைக் கர்னாடக இசைக்கு அறிமுகப்படுத்துவதாக கர்னாடக இசைக் கலைஞர்கள் கூறிக்கொள்வதை நான் *அழுத்தமாக* மறுக்கிறேன். இரு துறைகளிலும் அவர்கள் இருப்பதால் கர்னாடக இசை குறித்த விழிப்புணர்வு அதிகரிக்கிறது. கே.ஜே. யேசுதாஸ் (பி.1990) பி. உண்ணிகிருஷ்ணன் (பி.1940) ஆகியோரின் மூலம் பல புதிய ரசிகர்கள் கர்னாடக இசையுலகினுள் வந்ததை நாம் மறுக்க முடியாது. இத்தகைய கலைஞர்கள் இரு வகை இசைகளுக்கு மிடையே தெளிவான வேறுபாட்டினைப் பேணுவது முக்கியம். *அப்போது இரு வகை இசைகளுக்குமான தனித்தன்மை பேணப்படும் என்பதை ரசிகர்களும் கலைஞர்களும் உணர முடியும்.*

பின்னணிப் பாடகர்களின் வாயிலாகவோ திரை இசையில் கர்னாடக இசையின் கூறுகளைக் கேட்டதால் எழுந்த ஆர்வத்தினாலோ கர்னாடக இசையுலகிற்குள் வரும் திரையிசை ரசிகர்கள் தீவிரமான கர்னாடக இசை ரசிகர்களாக உருவெடுக்கலாம். *இது இயல்பானதொரு நடைமுறை. இதைக் கெடுக்கக் கூடாது.*

'இசை என்பது பிரபஞ்சம் தழுவியது' என்று அடிக்கடி சொல்லப்படுகிறது. எல்லா விதமான இசை வடிவங்களும் ஒன்றுதான் என்ற பொருள்படும் விதத்தில் இது சொல்லப்படுகிறது.

ஒலிகளின் தொகுப்பு அழகியல் தாக்கத்தை ஏற்படுத்துகிறது என்ற வகையில் இசை வகைகள் அனைத்துக்கும் இடையே அடிப்படையான ஒற்றுமை இருக்கிறது. ஆனால் ‘அழகியல்’ என்ற சொல் பயன்படுத்தப்பட்டதும் நாம் வடிவம், உள்ளடக்கம் நோக்கம் ஆகிய பிரதேசங்களுக்குள் செல்ல வேண்டும். இவை அனைத்தையும் சமூகப் பண்பாட்டுப் பின்புலங்களுக்குள் வைத்துப் பார்க்க வேண்டும். ஒரு கருத்து என்ற அளவில் உலகளாவிய தன்மை கொண்டதுதான். ஆனால் ஒரு தனிநபர் அதனுடன் கொள்ளும் உறவு அத்தகையது அல்ல. இசை ரசனைக்குள் குழுப் பண்பாடு இருக்கலாம். அதை வைத்துக்கொண்டு அதை உலகப் பொதுவானது எனச் சொல்ல முடியாது. இசை வடிவம் ஒவ்வொன்றும் அலாதியானது. ஒவ்வொன்றையும் அதற்கே உரிய பின்புலத்தில் வைத்து *ரசிக்க* வேண்டும். கர்னாடக இசை கற்கும் வெளிநாட்டவர் ஒருவர் இசையை மட்டும் கற்கவில்லை. அதன் பண்பாட்டையும் சேர்த்தே கற்கிறார். இந்தச் சமுகப் பின்புலம் ஒரு தனிநபர் இசையுடன் கொள்ளும் ஈடுபாட்டின் அளவைத் தீர்மானிக்கிறது.

ஆக, இசை என்பது ஒரு கருத்து. அதே சமயம் அது குறிப்பான பின்புலம் கொண்ட அனுபவமாகவும் இருக்கிறது. குறிப்பான இந்த அனுபவத்தில் உலகளாவிய தன்மை இல்லை. அதை நாம் அங்கே தேடவும் கூடாது. உலகளாவிய தன்மையைத் தேடுவதற்கான உளவியல் தேவை என்பது பெரிய பிரச்சினை. கர்னாடக இசை வெகு மக்களிடையே பிரபலமாக இல்லாததால் அது சிறுபான்மை இசையாக இருப்பதான உணர்வு ஏற்படுகிறது. இதனால்தான் இங்கே நாம் விவாதித்த பல பிரச்சினைகள் எழுகின்றன.

○

9

சொல்லின் பொருள்

இசையைக் கட்டமைப்பதற்கான கூறுகளின் இயல்பும், அவற்றின் கோட்பாட்டு வரையறைக்குள் இருக்கும் சிக்கலான அமைப்புகளும் இந்த அழகியல் கட்டுமானங்கள் எவ்வாறு செயல்படுகின்றன என்பதை நாம் புரிந்துகொள்ள வேண்டியதை அவசியமாக்குகின்றன. ஒரு இசை வடிவத்தின் நிலைத்த, மாறக்கூடிய தன்மைகளைப் புரிந்து கொள்ளாமலேயே அந்த இசையை நாம் கேட்டு 'மகிழலாம்'. ஆனால் இசைக் கூறுகளின் முழுமை நாம் அதன் பொருளை அறிந்திருக்க வேண்டும் எனக் கோருகிறது. அப்படி அறிய வேண்டுமென்றால் 'பொருள்' என்பதன் பொருள் என்ன என்பதை நாம் புரிந்துகொள்ள வேண்டும்.

இசை குறித்த தனது புரிதலை ஒவ்வொருவரும் இரண்டு பகுதிகளாகப் பிரித்துக்கொள்கிறார். ஒரு பகுதி ராகம், தாளம், இசைப்பாடல், அதற்கான வெளிப்பாடு, வழங்கும் முறை, பாணி முதலான வற்றைப் புரிந்துகொள்வது. இன்னொரு பகுதி இசை பயன்படுத்தும் மொழி, அதிலுள்ள சொற்களின் பயன்பாடு, மொழி சார்ந்த பொருள் ஆகியவை தொடர்பானது. புதிய ரசிகர்களுக்கு இவை இரண்டும் மாறுபட்ட சவால்கள். முன்னது அழகியல் சார்ந்தது. பின்னது மொழி சார்ந்தது.

கர்னாடக இசைக் கச்சேரியின் பாதி இடத்தை இசைப்பாடல்கள் எடுத்துக்கொள்வதை வைத்துப் பார்க்கும்போது பாடல்களில் உள்ள சொற்களின் பொருளைப் புரிந்துகொள்வது அவசியம் எனத் தோன்றுகிறது. பாடல்கள் சமஸ்கிருதம், தெலுங்கு,

தமிழ், கன்னடம் ஆகிய மொழிகளில் உள்ளன. சில பாடல்கள் மலையாளத்திலும் உள்ளன. துக்கடா பிரிவில் வேறு சில மொழிப் பாடல்களும் இடம்பெறுகின்றன.

சொற்களைப் பயன்படுத்தும் பிற கலை வடிவங்கள் பெரும்பாலானவற்றில் நாம் அவற்றின் மொழி சார்ந்த பொருளைத் தேடுகிறோம். அத்தகைய புரிதலைக் கர்னாடக இசையிலும் நாடுவது இயல்பானதுதான். ரசிகர்கள் மட்டுமின்றி இசைக் கலைஞர்களும் இதை முக்கியமானதாகக் கருதுகிறார்கள். உணர்ச்சிகளைக் கடத்த வேண்டுமென்றால் சிந்தனைகளின் அர்த்தத்தைப் புரிந்துகொள்வது அவசியம் என்று வாய்ப்பாட்டுக் கலைஞர்கள் கூறுகிறார்கள். சொற்களின் பொருளை இசைத் தன்மையாக மாற்றி, அந்தப் பொருளைத் தங்கள் வாசிப்பில் கொண்டுவர வேண்டும் என்று வாத்திய இசைக் கலைஞர்களும் கருதுகிறார்கள். எனவே, மொழி சார்ந்த பொருளை நாடுவது அவசியத் தேவை என்பது ஒப்புக்கொள்ளப்பட்டிருக்கிறது. இந்த அணுகுமுறையின் நீட்சியாக, தெலுங்கைத் தாய்மொழியாகக் கொண்டவர் தமிழ்க் கீர்த்தனையையும் பாடும்போது இசையின் தன்மையில் உயர்மட்ட உணர்ச்சியின் அனுபவம் கிடைக்க வேண்டும் என ரசிகர்கள் எதிர்பார்க்கிறார்கள்.

ஆனால் பாடலின் சொற்களின் பொருளைக் கடத்த வேண்டிய தேவை கர்னாடக இசைக்கு இருக்கிறதா என்ற கேள்வியை இங்கு எழுப்பியாக வேண்டும். ஒவ்வொரு இசை வடிவத்துக்கும் அதற்கென்று ஒரு பயணம் இருக்கிறது. சமூக ரீதியாகவோ இசை ரீதியாகவோ இந்தப் பயணத்தை நாம் ஆராய்ந்து அறியலாம்.

சமூக, அரசியல் நிர்ப்பந்தங்களை மீறி இசை வடிவங்கள் தமது பரிணாம வளர்ச்சியை சாத்தியப்படுத்திய அடிப்படைக் கூறுகளைத் தமது சாரத்தில் தக்கவைத்துக்கொண்டிருக்கின்றன. உணர்ச்சிவசப்படாத பார்வையால் மட்டுமே இதை உள்வாங்கிக் கொள்ள முடியும். கர்னாடக இசைக்குள் மொழி என்னும் கருத்தை நாம் மறுஆய்வு செய்து பார்த்தால் நாம் இசையியல், சமூகவியல், வரலாறு ஆகிய பிரதேசங்களுக்குள் பயணிக்க வேண்டியிருக்கும்.

கர்னாடக இசையில் பயன்படுத்தப்படும் பாடல் வரிகளின் பொருளுக்கு என்ன பொருத்தம் இருக்கிறது என்னும் ஆராய்ச்சியைப் பொருள் என்னும் சொல்லிலிருந்தே தொடங்குவோம். நமது வாழ்வின் சாரமான உண்மையைத் தன்னுள் சுமந்துகொண்டிருக்கும் அழகான வார்த்தை இது. ஒவ்வொன்றும் எதைக் குறிக்கிறதோ அதுவே அதன் பொருள்.

மொழி விஷயத்தில் சொற்கள், தொடர்கள், வாக்கியங்கள் ஆகியவை எதைச் சொல்ல விழைகின்றனவோ அதுவே அவற்றின் பொருள். அதனால் மொழி சார்ந்த அர்த்தத்தைத் தாண்டியே நாம் இந்தச் சொல்லைப் பயன்படுத்துகிறோம். உதாரணமாக, 'வாழ்வின் பொருள் என்ன' என்ற கேள்வியை நாம் எழுப்பும்போது நாம் 'பொருள்' என்பதன் மொழி சார்ந்த பொருளைக் கடந்து வருகிறோம். மொழியால் தனது சொற்கள் தரும் பொருள்களைத் தாண்டி எதையேனும் சொல்ல முடியுமா என்னும் முக்கியமான கேள்வியிலும் நாம் ஆழமாகச் செல்வதில்லை. இது 'பொருள்' என்னும் சொல்லுக்கான மொழி சார்ந்த புரிந்துணர்வு அல்லது உணர்வுபூர்வமான எதிர்வினை குறித்த விஷயம் அல்ல. மொழியில் பொருளைத் தாண்டிய பொருள் என்பது மொழியை அதன் தளைகளிலிருந்து பிரித்துவிடும் அனுபவத்தைத் தருகிறது. ஸ்தூலமாக உணரவியலாத பல்வேறு அனுபவங்களின் உதவியோடு கர்னாடக இசையின் 'பொருளின்' அடையாளத்தை நாம் அறிய முற்படுகிறோம். மாபெரும் கற்பனை, படைப்பூக்கம், பகுத்துப் பார்க்கும் அறிவு, அழகியல் குறித்த சிந்தனை ஆகியவை கர்னாடக இசையின் மொழிக்கு உயிர் தருகின்றன. இங்கே மொழியின் பொருளானது சொல்லினை உள்ளடக்கியும் அதற்கு அப்பாலும் செல்கிறது.

பாடல் வரிகளின் பொருளைப் புரிந்துகொள்ளாமல் இசைப்பாடல்களை உணர்ச்சிகரமாக வெளிப்படுத்த இயலாது என்னும் நிலைப்பாட்டையே ஒட்டுமொத்த கர்னாடக இசை உலகமும் எடுக்கும். இசையின் அசைவுகள் சாகித்தியத்தின் அடிப்படையிலேயே உணர்ச்சிகளைப் பெறுகின்றன என்பதே இதற்குப் பின்னால் உள்ள சிந்தனை. சாகித்ய பாவம், சங்கீத பாவம் என்றும் சொற்களை இசைக் கலைஞர்கள் பயன்படுத்துகிறார்கள். முதலாவது சாகித்தியத்தின் உணர்ச்சிகளையும் இரண்டாவது பாடலினூடே வெளிப்படும் உணர்ச்சிகளையும் குறிக்கின்றன. இரண்டும் இணைந்த அனுபவமே இசையில் நாடப்படுகிறது. என்னைப் பொறுத்தவரை இது இசைப்பாடல் பற்றிய கற்றுக்குட்டித் தனமான, எளிமைப்படுத்தப்பட்ட புரிதல். இசைப்பாடலை, பாடல் வரிகளைச் சொல்வதற்கான ஊடகமாக அல்லாமல் மெய்யான அசல் கலை வடிவமாக நாம் பார்க்கிறோம் என்றால் இந்தப் புரிதலை நாம் கேள்விக்குட்படுத்த வேண்டும். இந்த நிலைப்பாடு கர்னாடக இசையின் ஒட்டுமொத்த நோக்கத்தைக் கணக்கில் எடுத்துக்கொள்ளவில்லை. சாகித்யத்தைப் பற்றிய இத்தகைய புரிதல் இந்தக் கலை வடிவத்தின் மூலம் நாம் எதை அனுபவிக்க முனைகிறோம் என்பதுடன் ஒத்துப்போகிறதா என்பதைப் பற்றியும் இந்தப் பார்வை கவலைப்படவில்லை.

இந்தக் கேள்விகள் எழுப்பப்பட்டால் சாகித்யத்தின் நேரடிப் பொருளை நாடுவது பொருத்தமற்றது என்பதை நாம் அனேகமாகக் கண்டுபிடித்துவிடக்கூடும்.

பாடலின் ஒவ்வொரு ஒலியும் – அதற்கு மொழிசார்ந்த பொருள் இருக்கிறதோ இல்லையோ – இசையின் ஒரு பகுதிதான். உதாரணமாக 'ஷர' என்னும் ஒலி வெவ்வேறு ஸ்வரங்களில் திரும்பத் திரும்ப இசைக்கப்படும்போது 'ஷர' என்னும் ஒலியை நான் திரும்பத் திரும்ப சொல்லுவதாலேயே ஒவ்வொரு முறையும் அது பெறும் தொனி, அதன் இழைவு, இசைத்தன்மை ஆகிய வற்றைப் புறக்கணித்துவிட முடியாது. ஒவ்வொரு 'ஷர'வும் வெவ்வேறு உணர்வலைகளை எழுப்புகிறது. இந்த ஒவ்வொரு பகுதியும் அந்தக் குறிப்பிட்ட வரியின் அழகியலுக்கும் இசைப்பாடல் தரும் ஒட்டுமொத்த இசை அனுபவத்திற்கும் பங்களிக்கிறது. இந்த ஒலி தரும் அழகியல் அனுபவம், இசை சார்ந்த ஓசையினாலேயே உருவாகிறது.

இந்த 'ஒலி'க்கு ஏதேனும் பொருள் இருக்கிறதா? மொழிசார்ந்த புரிதல் மட்டுமே இருக்கும் என்றால் இத்தகைய ஒலி – இசைத் துணுக்குகளுக்கு எந்தப் பொருளும் இருக்காது. மொழிகளின் உலகில் ஒலிகள் ஒன்றிணைந்து சொற்களாக உருவாகும்போதுதான் அவை அர்த்தம் பெறுகின்றன. பல்வேறு இசை வடிவங்களில் கண்டிப்பாகக் கர்னாடக இசையில், இது அப்படியே நேர் எதிராக நடக்கிறது. ஒலிகளை வெளிப்படுத்தும் இசையின் அசைவுகள் அந்த ஒலிகளுக்குத் தனித்த இசை அடையாளங்களை உருவாக்குவதன் மூலம் அர்த்தத்தைக் கொடுக்கின்றன. சொற்களை உருவாக்குகின்றன. ஒலிகள் மொழி சார்ந்து இயக்கம் பெறாமல் இசை சார்ந்து பெறுகின்றன. ஒவ்வொரு ஒலிக்கும் தனி அழகியல் பொருளைக் கொடுப்பதன் மூலம் இவை மொழியின் வடிவத்தில் இல்லாத 'சொற்கள்' உருவாக்கப்படுகின்றன. இந்தச் சொற்களின் பொருளை மொழியின் எல்லைகளைத் தாண்டி நாம் கொண்டு சென்றால் ஒவ்வொரு *ஒலி – இசைத் துணுக்கிற்கும்* ஒரு தனிப் பொருள் இருக்கும். இசையும் ஒலிகளும் இணைந்து உருவாக்கும் *ஆற்றலே* இந்தப் பொருள். ஒவ்வொரு ஒலித் துணுக்கும் அது பெறும் இசைத்தன்மையால் *பொருள்* பெறுகிறது. இசையின் பல்வேறு இழைகளை ஒன்றிணைக்கும் இதர ஒலித் துணுக்குகளுடன் இணைந்து ஒட்டுமொத்த அழகியல் அடையாளத்தையும் இது உருவாக்குகிறது.

இத்தகைய இசை அனுபவத்தில் மொழி என்பது ஒலி என்னும் அளவில்தான் முக்கியத்துவம் பெறுகிறதே அன்றி மொழி

சார்ந்த அதன் பொருளின் மூலம் அல்ல. சொற்சேர்க்கைகள் குறியீட்டு ஓசைகளை ஒன்று சேர்க்கின்றன. ராக அழகியல் இசைப் பிரவாகத்தை உருவாக்க, குறியீட்டு ஓசைகள் அதனூடே பாய்கின்றன. இப்படி இரு வேறு செயல் முறைகள் இணைவதன் விளைவாகவே இசை அனுபவம் ஏற்படுகிறது. ஒவ்வொரு ஒலித் துணுக்கும் வெளிப்படும்போது ஸ்திரத்தன்மையும் வடிவமும் கொண்ட இசையை வழங்குகிறது. இசையின் அசைவுகளுக்குள் இசை சார்ந்த இடநிர்ணயம் கொண்ட இந்த ஒலித் துணுக்குகள் இசைக்கு ஒரு வடிவத்தை வழங்குகிறது. அந்தச் சொற்களுக்கான மொழி சார்ந்த மதிப்பை அல்ல. பாடலின் கவித்துவமான கட்டமைப்பின் அழகு இசையின் சூழலுக்குள் மறுகண்டுபிடிப்பு செய்யப்படுகிறது. கர்னாடக இசைச் சூழலினுள் கவித்துவம் பற்றி ஆய்வு செய்யப்பட்டுள்ளது. ஆனால் ஒலிக்கும் இசைத் தன்மைக்கும் இடையிலான உறவு, இசையின் மீது அதன் தாக்கம் ஆகியவை முழுமையாகப் புரிந்துகொள்ளப்படவில்லை. ஒலிகள் தனிப்பட்ட முறையில் இசையுடன் நெருக்கமாக ஊடாடுவதோடு மட்டுமின்றி, கூட்டாகவும் உறவுகொள்கின்றன. இது இசைப்பாடலின் அனுபவத்தைக் கூட்டுகிறது. இது, ஒலி – இசை சார்ந்த படைப்பின் சாரத்தை ஒருங்கமைக்கப்பட்ட தாளக் கட்டுமானத்திற்குள் ராகம், இசைத்தன்மை ஆகியவற்றின் சாரத்தைக் கடத்துகிறது. இந்தச் சாரத்தில்தான் இசைப்பாடலின் பொருள் அடங்கியிருக்கிறது.

கவித்துவம் இசை வடிவில் வெளிப்படும்போது ஒவ்வொரு சொல்லும் இசையின் பகுதியாக மாறிவிடுகிறது. சொல்லின் ஓசை இசைமயமாகிவிடுகிறது. இந்த வடிவில் அது இசைத்தன்மை, ராகம், தாளம் ஆகியவற்றின் தேவைகளுக்கேற்பத் தன்னைத் தகவமைத்துக்கொள்ள வேண்டியிருக்கிறது.

இசைத்தன்மை பெற்ற கவிதையின் சொற்கள், இசைத்தன்மை பெறாமல் வாசிக்கப்படும் சொற்களினின்றும் மாறுபட்டு நிற்கின்றன. ஒவ்வொரு இசைக் கலைஞரும் இசைப்பாடலை இசை சார்ந்த படைப்பாகவே கற்கிறார். இசைத் தன்மைக்கேற்ப சாகித்யத்தைப் பயன்படுத்த வேண்டிய தேவையை இது உருவாக்குகிறது. சாகித்யம் வெளிப்படுத்தப்படும் விதம் இசையின் அசைவுகளுக்கேற்ப மாறலாம்; மாறுகிறது. நுட்பமான இந்த மாற்றங்கள் மனிதக் குரலின் சாத்தியங்களுக்கு உட்பட்டு இசைப் பிரவாகத்தோடு தொடர்புகொள்கின்றன. சொற்களின் உச்சரிப்பைச் சிதைக்கலாம் அல்லது சில சொற்களைப் புறக்கணிக்கலாம் என்று இதற்கு அர்த்தம் அல்ல. எழுதப்பட்ட சொற்கள் குறிப்பான இசை அடையாளத்தைப் பெறுகின்றன. இந்த வடிவில் சொற்கள் சொற்களாகவே இருந்தபடி இசைத்தன்மை

பெற்றவையாகவும் விளங்கும். ஆகவே, கலாபூர்வமான இசையில் சொற்கள் / ஓசைகளின் பொருள் பற்றி நான் பேசும்போது, இசையில் சாகித்யத்தின் பங்கையோ தெளிவாக உச்சரிப்புக்கான அவசியத்தையோ நான் புறக்கணிக்கவில்லை. பாடப்படும் சொற்களை இசை வடிவமாகப் பார்க்க வேண்டுமே அன்றிக் கவிதை வடிவமாகப் பார்க்கக் கூடாது என்றுதான் சொல்கிறேன். இந்த அணுகுமுறை இல்லாவிட்டால் இசைக்கும் மொழிக்கும் இடையில் இருப்பதாகக் கருதப்படும் வேறுபாடு மறையாது.

பொருளும் ஓசையும்

மாத்து, தாத்து ஆகிய கோட்பாடுகள் ஒன்றாகப் பரிணமித்து, தமக்குள் உறவை உருவாக்கிக்கொண்டிருக்கின்றன. இசைத் தொடரில் பிரதியின் ஓசைக்கான இடம் எது என்பதை இந்த உறவு தீர்மானிக்கிறது. ஒவ்வொரு மொழியின் ஒலிச் சேர்க்கைகள் அழகியல் கட்டுமானத்திற்கு மாறுபட்ட தன்மையைச் சேர்க்கின்றன. சில சமயம் இவை ராகத்தின் அசைவுகளுக்குத் தடையாக அமைந்து விடக்கூடும். இது அழகியலில் மோதலை உருவாக்கிவிடுகிறது. ராகத்தின் அசைவுகள் சில மொழி களில் உள்ள சில ஒலிச் சேர்க்கைகளுடன் இயல்பாக இணைந்து கொள்வதில்லை. இதனால், இசையின் அழுத்தத்திலும் கமகங்களிலும் மாற்றம் ஏற்படக்கூடும். அந்த ஓசையின் இசை சார்ந்த வெளிப்பாட்டையும் பாதிக்கக்கூடும். நான் கர்னாடக இசையை மிகச் சில மொழிகளில் மட்டுமே கேட்டிருக்கிறேன், என் கருத்துக்கள் அந்த எல்லைக்கு உட்பட்டே இருக்கும். தஞ்சாவூர் அரசவையின் ஆஸ்தான வாக்கேயக்காரர்கள் மராத்தி மொழியிலும் பாடல்களை இயற்றியிருக்கிறார்கள் என்பதை அறிவேன். கர்னாடக இசையில் இன்னொரு மொழியைப் பயன்படுத்தவும் அதன் ஓசையிலிருந்து இன்னொரு அழகியலை உருவாக்கவும் சாத்தியக்கூறுகள் இருக்கின்றன. கர்னாடக இசையின் அழகியல் அந்தப் புதிய மொழிக்குள் செலுத்தப்பட்டு அதற்கே உரித்தான இசை ஒலி தரப்பட வேண்டும்.

கர்னாடக இசையில் மொழி சார்ந்த பொருள் தேவையற்றது என்று நான் சொல்லவில்லை. அதன் முக்கியத்துவம் இரண்டாம் பட்சமானது என்று சொல்கிறேன். இசையின் அழகியல் வடிவத்திற்கே முதலிடம்.

இப்போது ஒரு கேள்வி எழுகிறது: சாகித்யத்தைப் புரிந்துகொள்வது கலைஞருக்கும் ரசிகருக்கும் முக்கியமான உணர்வுபூர்வமான அனுபத்தைத் தரும் அல்லவா?

இது முக்கியமான கேள்வி. சொற்களுக்குப் பொருள் உண்டு. பொருளுக்குப் பின்புலம் உண்டு. இந்த உறவைப் புரிந்துகொள்வதில்

உணர்ச்சி இருக்கிறது. இதை நாம் புறக்கணிக்க வேண்டுமா? இசைக் கலைஞர் பாடல் வரிகளைப் புரிந்துகொள்வதால் அவருக்குள் தீவிரமான உணர்வுபூர்வமான தாக்கம் ஏற்படும் என்பதை மறக்க முடியாது. ஒவ்வொரு சொல்லும் ஒரு தனி நபருக்கு, குறிப்பிட்ட சமூகப் பின்புலத்தினுள் உணர்வுபூர்வ மான அர்த்தங்களை, குறியீட்டுப் பொருள்களை உருவாக்குகிறது. இசைப்பாடலை ஒரு பின்புலத்தினுள் பொருத்தவும் அதற்குத் தேவையான உணர்ச்சியை வழங்கவும் அந்தப் பாடல் வரிகளைப் புரிந்துகொள்வது அவசியம் எனப் பொதுவாகக் கருதப்படுகிறது. இது இசைக்கு என்ன செய்கிறது என்பதுதான் பிரச்சினை. இது கர்னாடக இசையின் அழகியலுக்கு வலு சேர்க்கிறதா அல்லது அழகியல் அனுபவத்தின் தரத்தைக் குறைக்கிறதா? இந்தக் கேள்வியை உணர்வுபூர்வமாக அல்லாமல் தத்துவார்தமாக முன்வைக்கிறேன்.

சொற்கள் உருவாக்கும் உணர்ச்சியைப் புரிந்துகொள்வதால் இசைக்குத் தேவையான தன்மை இயல்பாகவே கடத்தப்படும் என்று சிலர் சொல்லக்கூடும். இது தவறு என்று நான் கருதுகிறேன். இசைக் கலைஞர் இசைப்பாடலின் இசை அம்சங்களுக்கு அர்த்தம் தருவதற்கான தனது நோக்கத்தை வெளிப்படுத்தவே செய்கிறார். ஆனால் இந்த வெளிப்பாடு பாடலை வழங்குவதில் கூடுதல் வெளிப்பாடாகவே இருக்கிறது. இசையை சாகித்யத்துடன் இணைப்பதில் கலைஞருக்குள்ள அதீத மனச்சாய்வு இசைப்பாடலுக்குள் கலைஞரின் முன்னுரிமைகளை மாற்றியமைப்பதற்குக் காரணமாகிவிடுகிறது என்பது மிகவும் முக்கியமானது. பொருளை எப்படி வழங்குகின்றன என்னும் கண்ணோட்டத்தில்தான் ராகமும் தாளமும் அணுகப்படுகின்றன. மொத்தப் பாடலும் சாகித்யத்தை மையப்படுத்தியதாகவே மாறிவிடுகிறது.

இந்த அணுகுமுறை கர்னாடக இசையின் நோக்கத்திற்கு எந்த வகையில் விசுவாசமாக இருக்கிறது? இசைப்பாடலை நிர்ணயிக்கும் அழகியலை முன்னிட்டே கலைஞரின் கலாபூர்வமான இயக்கம் அமைய வேண்டும். என்னுடைய பார்வையில், இந்த அழகியல் சொற்களின் நேரடிப் பொருளை உள்ளடக்கியதல்ல. இந்த நிலைப்பாட்டுக்கு நான் வருவதற்கு மிக எளிமையான காரணம் இருக்கிறது. கர்னாடக இசையில் ராகம், தாளம், மாத்து, தாத்து ஆகியவை ஒன்றுபட்ட அங்கங்களாகச் செயல்படுகின்றன. இவை அனைத்தும் பரஸ்பரம் பங்களித்துக்கொள்கின்றன. இப்படித்தான் ஒரு கலைஞரின் அழகியல் கூறு அமைகிறது. இந்தக் கூறுகளில் எந்த ஒன்றும் அழகியல் வெளிப்பாட்டின் மீது தனிப்பட்ட முறையில் சொந்தம் பாராட்டுவதில்லை. இசைப்பாடலைச்

சொற்களின் பொருள் சார்ந்த கண்ணோட்டத்தில் நாம் பார்க்கத் தொடங்கினால் மொத்தப் பாடலும் மொழிசார்ந்த பொருளின் வெளிப்பாடாகவே ஆகிவிடும். இது இசைப்பாடலின் கட்டுமானத்தைச் சிதைத்துவிடும்.

ஒரு இசைப்பாடலானது கர்னாடக இசைக்குள் அரூபமான அழகியலைக் கொண்டிருக்கிறது. பாடலின் இசை சார்ந்த நோக்கமே இந்த அழகியலை உருவாக்குகிறது. பாடல் வரிகளின் மீது கவனக் குவிப்பு இருந்தால் இந்த அரூபமான தேடல், சொற்களின் விளக்கமாக மாறிவிடும். இது பாடலை சாகித்யத்தின் கைதியாக மாற்றிவிடும். மாத்து, தாத்து, தாளம் ஆகியவை மொழி சார்ந்த நோக்கத்தை நிறைவேற்றுவது வரையில்தான் கவனம் பெறும். அதன் பிறகு, தமது இசை வடிவத்திலிருந்து பெற்ற அடையாளத்தை அவை இழந்துவிடும். இசை சார்ந்த உருவகங்களை மொழி சார்ந்த பொருளின் நீட்சியாகவே கலைஞர் வெளிப்படுத்துவார். தனித்த அடையாளம் கொண்ட இசை வெளிப்பாடாக அல்ல. இந்நிலையில் இசை கலாபூர்வமான இசையாக இராது என்பதுதான் வருத்தத்திற்குரியது. இசைத் தன்மையிலிருந்து மொழி சார்ந்த அர்த்தத்திற்கு கவனம் திசைமாறும்போது இசைப்பாடல் சார்ந்த ரசிக அனுபவமும் ஆழமாகப் பாதிக்கப்படுகிறது. என்னுடைய அகராதியில் ‘காமாட்சி’ என்பது இசைக் கோட்பாடுதான். மொழிக் கோட்பாடு அல்ல.

கர்னாடக இசையுடன் உறவுகொள்ள, சாகித்யத்தைப் புரிந்துகொள்வதற்கான மனநிலையுடன் ரசிகர்கள் பாடலைக் கேட்டால் அவர்களும் பாடகரைப் போன்றே தவறு இழைக்கிறார்கள். கலைத் தன்மை மாயம் நிகழ்த்தவிடாமல் தடுத்து விடுகிறார்கள். இசையின் மூலம் ரசிகர்கள் கவிதையைத்தான் ரசிக்கிறார்கள். இதுவும் ஆழமாக ஒருவரைப் பாதிக்கக்கூடிய அனுபவம்தான் என்றாலும் இசையின் அரூப *சாரத்துடன்* ரசிகர் தொடர்புகொள்ளவிடாமல் இது தடுத்துவிடுகிறது. அவர்கள் கேட்கும் இசை, சமயம், அரசியல் அல்லது சமூகம் சார்ந்த இசையாக மாறிவிடுகிறது.

சாகித்யத்தை முதன்மையாகக் கொண்ட இசை தரக்கூடிய அனுபவத்தை நான் குறைத்து மதிப்பிடவில்லை. ஆனால் கர்னாடக இசைக்குள் அத்தகைய அனுபவத்திற்கான தேவை என்ன என்பதை நான் நிச்சயமாகக் கேள்விக்குட்படுத்துகிறேன். பஜனை, கதாகாலட்சேபம் ஆகியவற்றில் சாகித்யத்தின் முக்கியத்துவம் அவசியமானது. இவற்றில் அழகியல் அனுபவத்தைக் காட்டிலும் மொழி சார்ந்த அனுபவம் முக்கியமானது. கீர்த்தனைகளை

பஜனை அல்லது காலட்சேப வடிவிலும் வழங்க முடியும் என்பதை நான் அறிந்திருக்கிறேன். இந்த வடிவங்களில் இசையின் வகைமைகள் குறைவு. மொழி சார்ந்த வெளிப்பாடுகள் சொற்களின் அசல் பொருளுக்கு நெருக்கமாக உள்ளன. ஆனால் இந்தக் கீர்த்தனைகள் தமக்கான நோக்கங்களுக்கேற்ப மாறுபட்ட தனித்த வடிவைக் கொண்டவை.

இசைப் பாடல்களின் வரிகளிலிருந்து நம்மை விலக்கிக் கொள்வதில் உள்ள சவால் வேறொரு கேள்வியை எழுப்புகிறது. அப்படியானால் மகத்தான அந்த வாக்கேயக்காரர்கள் தத்துவார்த்தமான, சமூக, சமயச் சிந்தனைகளைக் கொண்ட அழகான இசைப்பாடல்களை ஏன் இயற்றினார்கள்? பாடலை இயற்றியவர் மொழி சார்ந்த பொருளைத் தம் பாடலுக்குள் வைத்திருக்கும்போது அந்தப் பாடல் வரிகளிலிருந்து நாம் ஏன் விலகியிருக்க வேண்டும்? இது அந்தப் பாடலுக்கு இழைக்கப்படும் அநீதி அல்லவா?

இரு துறை மேதைகள்

இந்தக் கேள்விகளுக்கு விடை காண நாம் வாக்கேயக்காரரின் பங்கு என்ன என்பது குறித்துச் சிந்திக்க வேண்டும். இந்தச் சொல்லைப் பதம் பிரித்துப் பார்த்தால் வாக் (சொல்) + கேய (பாடகர்) + காரர் (நபர்) என்று வரும். வாக்கேயக்காரர் சமயம், நம்பிக்கை, வாழ்வு, சமூகம் ஆகியவை குறித்த தன் கருத்துகளைச் சொல்வதற்கான கருவியாகத் தன் இசைப்பாடல்களைப் பயன்படுத்த நினைக்கிறாரா? அப்படி அவர் நினைத்திருக்காவிட்டால் சாதாரண சொற்களை அல்லவா பயன்படுத்தியிருப்பார்? இது எளிமைப்படுத்தப்பட்ட சிந்தனை என்றே நான் சொல்வேன். வாக்கேயக்காரர் ஒரு கவிஞரோ, புலவரோ, பாடகரோ அல்ல. பன்முகத் திறமைகள் கொண்ட படைப்பாளுமை. மொழியின் அறிவார்த்தமான தாக்கம், அதன் அமைப்பு, இசையின் அசைவுகளுடன் அதற்கு இருக்கும் நெருங்கிய உறவு ஆகியவற்றை அறிந்தவர். ஒவ்வொரு வாக்கேயக்காரரும் இந்தப் புரிதலுடன்தான் இசையின் அசைவுகளை ஆராய்ந்து, விரிவுபடுத்தி, அவற்றில் புதுமைகளைச் சேர்த்து வடிவமைக்கிறார். இசை வடிவங்களுக்குள் உள்வாங்கப்பட்டு, அவற்றுக்கேற்பப் பொருள்படுத்தப்பட்ட கவித்துவக் கட்டுமானமும் இதற்குள் உருவாக்கப்பட்டிருக்கிறது. மொழி சார்ந்த வெற்றிடத்தைக் கொண்ட இசைப் பாடல்களும் பொருளற்ற ஓசைகளைக் கொண்டிருப்பதில்லை. தாள லயம் கொண்ட ஓசை வடிவங்களின் சொல் வடிவங்கள் அல்லது ஸ்வரங்களைப் பாடல் வரிகளாகக் கொண்டிருக்கின்றன. இந்த இரண்டு விதங்களிலும் இசை

சார்ந்த ஓசைகளுக்கும் இசைக் கலைஞருக்கும் இடையே மிக முக்கியமான அறிவார்த்தமான உறவு ஏற்படுகிறது. தேர்ந்த ரசிகருக்கும் இப்படிப்பட்ட அனுபவம் ஏற்படக்கூடும்.

சாகித்தியத்தின் பங்கு அதிகமாக உள்ள இசைப்பாடல்கள் பல கர்னாடக இசையில் உள்ளன என்பது குறித்து நாம் மீண்டும் பார்ப்போம். இசைப்பாடல்கள் என்னும்போது மிகுதியும் கீர்த்தனைகளைப் பற்றியே குறிப்பிடுகிறோம். குறிப்பாக நவீன கர்னாடக இசைக்கு வடிவம் கொடுத்த "சங்கீத மும்மூர்த்திகள்" எனப் போற்றப்படும் தியாகராஜர், முத்துஸ்வாமி தீட்சிதர், சியாமா சாஸ்திரிகள் ஆகியோரின் கீர்த்தனைகள். மும்மூர்த்திகளின் கீர்த்தனைகளின் பிரதி சார்ந்த பொருள், இசை சார்ந்த பொருள் ஆகியவற்றை விவாதிப்பதற்கு முன் கலாபூர்வமான இசையில் வரலாற்று ரீதியாக அவர்களுடைய இடம் எது என்பதைப் பார்த்துவிடுவோம்.

நமக்குக் கிடைக்கும் பிரதிகளையும் இதர சான்றுகளையும் வைத்துப் பார்க்கும்போது மும்மூர்த்திகளுக்குச் சுமார் 150 ஆண்டுகளுக்கு முன்பு நிலவிவந்த சதுர்தண்டி இசை மரபின்படி கலாபூர்வமான இசை நிகழ்த்தப்பட்டுவந்ததாகத் தெரிகிறது. விஜயநகரப் பேரரசு, தஞ்சாவூர், மதுரை, செஞ்சி ஆகிய இடங்களில் ஆட்சி செய்ய நாயக்கர்களை நியமித்திருந்தது. இவர்களுடைய ஆட்சிக் காலத்தில்தான் இந்த மரபு இந்த ஊர்களுக்குக் கொண்டுவரப்பட்டது என்று தெரிகிறது. இந்தக் காலகட்டத்தில் பல்வேறு அறிஞர்களும் இசைக் கலைஞர்களும் கலாபூர்வமான இசை குறித்துப் பல நூல்களை எழுதினார்கள். இதுபற்றி வேறொரு இடத்தில் விரிவாக எழுதியிருக்கிறேன். இந்த மரபில் பிரபந்தம், கீதம் ஆகிய இரு இசைப்பாடல் வகைகளில் பாடல்கள் இயற்றப்பட்டன; ஆலாபா, தாயா ஆகிய இரு தற்கண வெளிப்பாட்டு வகைகள் புழக்கத்தில் இருந்தன என்னும் தகவல்கள் மட்டும் இந்த இடத்திற்குப் போதுமானவை.

கலாபூர்வமான இசை அதன் சாராம்சத்தில் முழுமையான, தன்னளவில் நிறைவு கொண்ட ஒரு வடிவம் என்ற முறையில், இந்த மரபின் உருவமாக இருந்தது. அதே சமயத்தில் சடங்குகள், நடனம், சமயம் சார்ந்த இசை ஆகிய பின்புலங்களிலும் பதங்கள், கீர்த்தனைகள் ஆகியவை இசைக்கப்பட்டன. யட்சகானம், குறவஞ்சி, பாகவத மேளா முதலான கலை வடிவங்களுக்கான நாடகீயப் பாடல்களும் குழு இசைப் பாடல்களும் கிட்டத்தட்ட இதே காலகட்டத்தில் இந்த இடங்களில் இயற்றப்பட்டன. ஒரே வாக்கேயக்காரர் சில சமயங்களில் வெவ்வேறு கலை வடிவங்களுக்கான பாடல்களை

இயற்றியிருக்கிறார். இசைக் கலைஞர்கள் ராகம், தாளம் ஆகியவற்றைக் குறித்த கோட்பாடுகளைப் பயன்படுத்திப் பல்வேறு இசை வடிவங்களைக் கையாண்டிருக்கிறார்கள் என்பதை இதன் மூலம் அறியலாம். தங்களது இசைப்பாடல் மரபின் விற்பன்னர்களாக இருந்த அவர்கள் பன்முகத் திறமைகளும் வெவ்வேறு வடிவங்களுக்கேற்பத் தங்களைத் தகவமைத்துக்கொள்ளும் திறனும் பெற்றிருந்தார்கள். ஒரே விதமான இசையின் கூறுகளைப் பல்வேறு கலை வடிவங்களுக்குப் பயன்படுத்திய இந்த அணுகுமுறைதான் கர்னாடக இசை தன் அடையாளத்திற்குள் பல்வேறு இசைப்பாடல் வடிவங்களை உள்வாங்கியிருப்பதற்கான காரணமாக இருந்திருக்கக்கூடும். பிரபந்தங்களையும் கீதங்களையும் மட்டுமே கொண்டிருந்த கலாபூர்வமான இசை என்னும் கருத்தியல், இவற்றை இயற்றிய அதே கலைஞர்கள் சடங்குகள், பக்தி மற்றும் நடனத்திற்கான இசை ஆகியவற்றுக்காக இயற்றிய பாடல் வகைமைகளையும் தன்னுள் உள்வாங்கிக்கொள்ளும் விதத்தில் மாற்றமடைந்தது.

இந்தக் காலகட்டத்திற்குப் பிறகு இசை மும்மூர்த்திகள் தோன்றினார்கள். கீர்த்தனைகளைச் சிக்கலான கலாபூர்வமான இசைப் படைப்பாக மாற்றிய பெருமை இவர்களைச் சாரும். அன்னமாச்சார்யா (1425–1503), புரந்தரதாசர் (1484–1564) போன்ற பலர் கலாபூர்வமான இசையைக் காட்டிலும் பக்தி இசையின் மீதே அதிக நாட்டம் செலுத்தினார்கள். அவர்களுடைய இசைப்பாடல்களின் தாத்துவை நாம் இழந்துவிட்ட காரணத்தால், பாடல் வரிகளின் கட்டுமானம், சமகாலத்தில் பெறும் இசை சார்ந்த பொருள் ஆகியவற்றின் அடிப்படையிலேயே கருத்தை முன்வைக்கிறேன் என்பதை நான் ஒப்புக்கொண்டாக வேண்டும். கலாபூர்வமான இசையில் இடம்பெறும் கீர்த்தனையையும் பக்தி இசையில் இடம்பெறும் கீர்த்தனையையும் வித்தியாசப்படுத்த சில அறிஞர்கள் முன்னதை கிருதி என்று குறிப்பிடுகிறார்கள். ஆனால் இந்த வகைப்பாட்டிற்கு இசையியல் சார்ந்த அடிப்படை எதுவும் இருப்பதாகத் தெரியவில்லை.

இந்தப் பின்னணியில் மும்மூர்த்திகளின் கீர்த்தனைகளில் என்ன இருக்கிறது என்பதைக் கறாராக நாம் புரிந்துகொள்ள வேண்டும். இவற்றைக் கலாபூர்வமான இசை வடிவங்களாக அவர்கள் இயற்றினார்களா அல்லது தூய பக்தி இசையாக இயற்றினார்களா? மும்மூர்த்திகள் பிரதானமாகக் கலாபூர்வமான இசை வடிவைச் சார்ந்த கலைஞர்களாக இருந்தாலும், தங்களுக்கு முன்பு இருந்த வாக்கேயக்காரர்களைப் போலவே பல்வேறு கலைப் பின்புலங்களுக்கேற்ற பாடல்களை இயற்றத் தங்கள் இசையைப் பயன்படுத்தினார்கள். அவர்களுடைய

இசைப்பாடல்கள் குறித்த அலசல் அவர்கள் முதன்மையாகக் கலாபூர்வமான இசைக்கான பாடல்களையே இயற்றினார்கள் என்ற முடிவுக்கே நம்மைக் கொண்டு செல்கிறது. அவர்களுடைய பெரும்பாலான பாடல்களின் மொழி, சொற்களின் அமைப்பு, இசைக் கட்டுமானம் ஆகியவற்றைப் பார்க்கும்போது கலாபூர்வ மான இசையில் மட்டுமே காணப்படும் கலையின் சாரத்தை உணர முடிகிறது.

தியாகராஜரின் பாடல் வரிகள் எளிமையானவை. சில இடங்களில் கொச்சை வழக்கும் உள்ளது. பாடலின் இசைத் தன்மையை வெளிப்படுத்தும் விதத்தில் மொழியை கவனமாகப் பயன்படுத்தியிருக்கிறாரே தவிர, மொழி சார்ந்த தாக்கத்திற்காக அல்ல. தியாகராஜரின் பாடல்களில் உள்ள வரிகள் நேரடியானவை; பன்முகத்தன்மை கொண்டவை. கடவுளிடம் கோரிக்கை விடுப்பது, கடவுளைப் பற்றிய வர்ணனை, சமூகப் பழக்க வழக்கங்கள் குறித்த கருத்துக்கள், தத்துவார்த்தமான சிந்தனைகள் முதலானவை இப்பாடல்களில் இருக்கின்றன. ராகம், இசையின் விகாசம் ஆகியவற்றில் தியாகராஜரின் தீவிரமான அணுகுமுறை அவரது கீர்த்தனைகளின் கட்டமைப்பில் மிகவும் கவனம் ஈர்க்கும் அம்சமாக உள்ளது. ஒரே ராகத்தில் பல பாடல்களை அவர் இயற்றியுள்ளார். ஒவ்வொன்றும் அந்த ராகத்தை முற்றிலும் புதிய வகையில் வெளிப்படுத்துகிறது. கலாபூர்வமான இசைக்கான பாடல்களை இயற்றினால் மட்டுமே இது சாத்தியமாகும். பாடல் வரிகளின் மூலம் பக்தி சார்ந்த பொருளை வெளிப்படுத்த வேண்டும் என்று அவர் நினைத்திருந்தால் ஒரே ராகத்தில் அமைந்த பாடல்கள் மக்களை எளிதில் சென்றடையும் வகையில் ஒரே விதமான இசைத் தன்மையைப் பயன்படுத்தியிருப்பார்.

சியாமா சாஸ்திரியின் படைப்புகளில் பல வரிகள் திரும்பத் திரும்ப வருகின்றன. அவருடைய இசைப்பாடல்களில் கிட்டத்தட்ட எல்லாப் பாடல்களுமே கடவுளர்களிடம் பிரார்த்தனை செய்பவைதான். உணர்ச்சிகரமான அவரது வரிகளைப் பார்க்கும்போது அவரது பாடல்களின் தாளக் கட்டுமானங்கள் அந்த உணர்ச்சியைப் பாதிக்காத வகையில் எளிமையாக இருக்கும் என்ற எதிர்பார்ப்பு எழக்கூடும். ஆனால் சியாமா சாஸ்திரி அப்படிச் செய்யவில்லை. இசையின் அசைவுகளுக்குள் தாள உருவங்களைப் பயன்படுத்தியிருக்கிறார். இசையின் லயப் பிரவாகத்தைத் தாளத்திற்கு எதிரிடையாக அமைத்துத் தாள அமைப்புகளின் வித்தியாசமான புள்ளிகளில் அழுத்தத்தை உருவாக்கியிருக்கிறார். இது பல்வேறு தாளங்களுக்குள் மாறுபட்ட

தாள சாத்தியப்பாடுகள் கொண்ட மாத்து – தாத்து உறவிற்குக் கவனம் அளிப்பதாகத் தோன்றுகிறது.

முத்துஸ்வாமி தீட்சிதரின் பாடல்கள் மொழி சார்ந்து அலாதியான பாணியைக் கொண்டவை. உள்ளடக்கத்தைப் பொறுத்தவரை பல்வேறு தெய்வங்கள், கோவில்கள், சடங்குகள் ஆகியவை குறித்த வர்ணனைகளே முதன்மையாக இருக்கின்றன. ஸ்ரீவித்யா உபாசகர் என்ற முறையிலான அவரது உணர்வுகளும் கலந்துள்ளன. ஆனால் பாடல்களின் கட்டுமானங்களில் சொற்கள், இசை, லயம், தாளம் ஆகியவற்றுக்கிடையில் அவர் உருவாக்கும் உறவில் இசைக்கான குவிமையம் இருப்பது தெளிவாகத் தெரிகிறது. கலாபூர்வமான இசை சார்ந்த முனைப்பையே இவை அனைத்தும் குறிக்கின்றன. ஓசை – இசை அடையாளங்களைப் பயன்படுத்தி அவர் உருவாக்கியிருக்கும் ஆக்கங்களைப் பார்க்கும்போது தெய்வீகத்தை வர்ணிப்பதைத் தாண்டி அவர் செயல்பட்டிருப்பது தெரிகிறது. கீர்த்தனையில் இசையின் அசைவுகளுக்கான அவரது அணுகுமுறை ராகத்தை நிதானமாகவும் விரிவாகவும் வெளிப்படுத்தும் வகையில் உள்ளது. கீர்த்தனை வடிவத்திலும் பாடலுக்குள் இருக்கும் லய மாற்றங்களிலும் பல புதுமைகளையும் அவர் செய்திருக்கிறார்.

தியாகராஜர் பல புதிய ராகங்களை உருவாக்கியிருக்கிறார். தீட்சிதர், 17ஆம் நூற்றாண்டின் இசை அறிஞர் வேங்கடமகி என்பவரால் முன்னெடுக்கப்பட்ட முற்றிலும் புதிய ராக வகைப்பாடுகளுக்கு உயிர் கொடுத்தார். சியாமா சாஸ்திரி பாரம்பரியமாகப் புழக்கத்தில் இருந்த ராகங்களை மட்டுமே பயன்படுத்தினார். பழைய கருத்தியல் பிரதிகளை ஏற்றுக் கொண்டார். இவற்றின் மூலம் தீவிரமான கலாபூர்வமான இசை சார்ந்த தன்னுடைய முனைப்பை வெளிப்படுத்தினார். இது, இசைக்கலைஞரின் இசையியல் குறித்த வரலாற்று ரீதியான தெளிவான கண்ணோட்டத்தை நமக்கு அளிக்கிறது. சிந்தாமணி என்ற புதிய ராகத்தை சியாமா சாஸ்திரி உருவாக்கியதையும் நாம் அறிவோம். இதுவும் இதர அறிகுறிகளும் இந்தப் பாடல்கள் பக்திப் பாடல்கள் என்ற எல்லையைத் தாண்டி இருக்கின்றன என்பதை நமக்கு உணர்த்துகின்றன. இவை தீவிரமான கலாபூர்வமான இசையின் கூறுகள்.

மும்மூர்த்திகளின் பெரும்பாலான பாடல்களை அலசி ஆராய்ந்தால் ஒவ்வொரு ராகத்திலும் இருக்கும் இசை ரீதியான சாத்தியப்பாடுகளை இசைக் கலைஞர்களுக்கு அவை உணர்த்துகின்றன என்பதை அறியலாம். கலைஞர்கள் தங்களது சொந்த ஆய்வை மேற்கொள்வதற்கான படைப்பு

ரீதியான உள்ளீடுகளையும் இவை வழங்குகின்றன. இத்தகைய பாடல்களின் கட்டுமானம், தற்கண வெளிப்பாட்டுக்கான பல்வேறு சாத்தியக்கூறுகளை ஏற்படுத்துகிறது.

இவர்கள் மூவருமே, தெய்வீகம், பக்தி, சமய உணர்வு ஆகியவற்றுடன் பிரிக்க முடியாத வகையில் தொடர்பு கொண்டவர்கள். அவர்களுடைய பாடல்கள் வழிபடுபவர்களுக்கான நம்பிக்கையையும் தருகின்றன. ஆனால் அவர்களுடைய படைப்புகளை உணர்ச்சி வசப்படாமல் கருத்தியல், அழகியல், தொழில்நுட்பம் ஆகிய அம்சங்களுடன் கூடிய அவற்றின் முழுமையில் காணும்போது, தெய்வீகத்தைத் தாண்டி இந்த மூன்று மேதைகளிடமும் பொதுவாக இன்னொரு 'தெய்வீகத் தன்மை' இருக்கிறது என்று நான் சொல்வேன். அது கலாபூர்வமான இசையின் சாரம். மிகவும் தூய்மையான இசையின் சாரத்தைக் கண்டடைவதற்கான தாகத்தினை நிறைவுசெய்யும் தன்மை என்றும் இதைக் குறிப்பிடுவேன்.

இப்படிச் சொல்வதால் மும்மூர்த்திகளுக்கு முன்னும் பின்னும் வந்த வாக்கேயக்காரர்கள் கலாபூர்வமான இசைக் கலைஞர்கள் அல்லர் என்று அர்த்தமல்ல. இந்த மூவரை மையமாகக் கொண்டு நான் விவாதிப்பதற்கு முக்கியமான இரண்டு காரணங்கள் உள்ளன. ஒன்று, இன்றைய கர்னாடக இசையில் இவர்களுடைய படைப்புகளே ஆதிக்கம் செலுத்து கின்றன. இரண்டு, இசைக்கலைஞர்கள் சமூகம் பொதுவாக இவர்களுடைய பாடல்களைக் கலாபூர்வமான இசையாக மட்டுமே புரிந்துகொள்ள சிரமப்படுகிறது. இந்த அணுகுமுறையில் மாற்றம் தேவை.

நாம் நம்முடைய கேள்விக்குத் திரும்புவோம்: சாகித்யத்தின் பொருளை நாம் புறக்கணிக்கிறோமா?

சாகித்யம் பாடலை எழுதியவரின் கண்ணோட்டத்தைத் தெரிவிக்கிறது. வேறு எதை அது தெரிவிக்கும்? எந்த வாக்கேயக்காரரும் தன்னுடைய கருத்துகள், அபிலாஷைகள், ஏமாற்றங்கள், நோக்கங்கள் ஆகியவற்றை வெளிப்படுத்தும் சாகித்யத்தையே எழுதுவார். அந்தக் காலகட்டத்தில் சமூகத்திலும் அவர்கள் வீடுகளிலும் சமய உணர்வு நிரம்பியிருந்தது. இந்தச் சூழல், சமய, தத்துவ, தார்மிகக் கருத்துகளை எழுத மும்மூர்த்திகளை இயல்பாகவே தூண்டியிருக்கும். தங்கள் பாடல்கள் மூலம் சமூகத்தின் மீது சமயரீதியில் மாபெரும் தாக்கத்தைச் செலுத்த வேண்டும் என்பதோ புதிய சமயப் போக்குகளை முன்னெடுக்க வேண்டும் என்பதோ அவர்கள் நோக்கமாக இருந்தது என்று சொல்லிவிட முடியாது.

அத்தகைய நோக்கம் இருந்திருந்தால் அவர்கள் அனைவரும் பாடும் வகையில் பிரபலமான ராகம், தாளம் ஆகியவற்றில் அமைந்த எளிமையான பாடல்களை இயற்றியிருப்பார்கள். அந்த மேதைகள் மகத்தான இசையைப் படைத்திருக்கிறார்கள். அவர்களது நம்பிக்கைகள் அந்தப் படைப்புகளில் உள்ளன. இசையை வெளிப்படுத்துவதற்கான வழியாக சாகித்யத்தைப் பயன்படுத்தியிருக்கிறார்கள். சாகித்யத்தின் பொருள் அவர்கள் பாடலில் குவிமையம் பெறவில்லை. ஒரு தனி மனிதன் என்ற முறையில் பெற்ற அனுபவங்களிலிருந்து இயல்பாக வெளிப்பட்ட உள்ளடக்கம் அது. இவர்களது பாடல்கள் பண்டைய காலத்தில் பாடப்பட்ட விதங்களை அலசி ஆராய்ந்த பிறகு மும்மூர்த்திகள் பற்றிய இந்தக் கருத்துக்கள் முன்வைக்கப்படுகின்றன.

ஆனால், இங்கே ஒரு நகைமுரணும் பிரச்சினையும் உள்ளன. நாம் மும்மூர்த்திகளை வழிபடத் தொடங்கிவிட்டோம். மகத்தான இசைக் கலைஞர்களைச் சிறு தெய்வங்களாக மாற்றிவிட்டோம். இதனால் ஒரு பிரச்சினை எழுந்தது. இசைக் கலைஞர்களால் உருவாக்கப்பட்ட பிரச்சினை இது. மும்மூர்த்திகளை நாம் வழிபடுவதால் அவர்களுடைய பல்வேறு படைப்புகளை விமர்சனபூர்வமாக அலசும் திறனையும் அவர்களுடைய கலாபூர்வமான படைப்புகளை இதர பாடல்களினின்றும் வேறுபடுத்திப் பார்க்கும் தன்மையையும் நாம் இழந்துவிட்டோம். மும்மூர்த்திகளுக்கு முன்பும் பின்பும் வந்த வாக்கேயக்காரர்கள் பல்வேறு கலை வடிவங்களுக்கான பாடல்களை இயற்றத் தங்கள் இசையறிவைப் பயன்படுத்தியிருக்கிறார்கள். நவீன கால உதாரணமாக டாக்டர் பாலமுரளிகிருஷ்ணாவை எடுத்துக் கொள்ளலாம். அவர் கலாபூர்வமான இசை, பரதநாட்டியம், குழு நடனம், பக்திப் பாடல்கள் ஆகியவற்றுக்கான இசைப் பாடல்களை இயற்றியிருக்கிறார். இவை அனைத்தையும் ஒரே கண்கொண்டு நாம் பார்க்க முடியாது. தத்தமது வடிவத்திற்குள் ஒவ்வொரு பாடலும் வெவ்வேறு நோக்கங்களைக் கொண்டிருக்கிறது.

இந்த அம்சத்தை அங்கீகரிக்காததுதான் மும்மூர்த்திகள் விஷயத்தில் நாம் செய்த தவறு. அதன் பிறகு மும்மூர்த்திகளுக்கு முந்தைய, பிந்தைய வாக்கேயக்காரர்கள் அனைவர் விஷயத் திலும் நாம் இந்தத் தவறைச் செய்துவருகிறோம். உதாரணமாக, தியாகராஜரின் உத்சவ சம்பிரதாய கீர்த்தனைகள் அல்லது தீட்சிதரின் நொட்டுஸ்வர சாகித்யங்கள் ஆகியவை கலாபூர்வமான இசைக்கான படைப்புகள் அல்ல. ஆனால் இவற்றையும் கர்னாடக இசையின் பாடல் தொகுப்புக்குள் சேர்த்திருப்பது தீவிரமானதொரு பிரச்சினை. உத்சவ சம்பிரதாய கீர்த்தனைகள் எளிய கட்டுமானமும் ஒரே விதமான இசைப்

படிமங்களும் கொண்ட பக்திப் பாடல்கள். இவற்றின் இசை அடையாளத்திலிருந்து உணர்ச்சியை உள்வாங்குவதற்கு வழி வகுக்கக்கூடிய தன்மைகள் இவற்றில் இல்லை. இவை பக்தி இசையின் ஒரு பகுதி. கலாபூர்வமான இசைக்கான பாடல்களுக்கு அருகில் இவற்றை வைத்துவிட்டு அந்தப் பாடல்களிலும் பக்திக் கண்ணோட்டத்தில் 'அர்த்தம்' தேடத் தொடங்குகிறோம். இந்த இரு வகைகளுக்குமிடையே உள்ள முக்கியமான வித்தியாசத்தை இது அழித்துவிடுகிறது. உத்சவ சம்பிரதாய கீர்த்தனைகளுக்குக் கலாபூர்வமான கர்னாடக இசையில் இடம் இல்லை என்று நான் நம்புகிறேன்.

முத்துஸ்வாமி தீட்சிதரின் நோட்டுஸ்வரங்கள் மேற்கத்தியக் குழு இசை மெட்டுக்களை வைத்து உருவாக்கப்பட்டவை. இவை நிச்சயமாகக் கலாபூர்வமான இசைப் படைப்புகள் அல்ல. இந்த வாக்கேயக்காரர்கள் பல பரிமாணங்கள் கொண்டவர்கள். தங்களது படைப்பாற்றலின் வெவ்வேறு முகங்கள் அலாதி யான வழியில் வெளிப்படுவதற்குத் தங்கள் மேதமையைப் பயன்படுத்தினார்கள். இதனால்தான் தியாகராஜரால் சிக்கலான கீர்த்தனை வடிவம், எளிமையான உத்சவ சம்பிரதாயப் பாடல், நௌகா சரித்திரம் என்னும் குழு இசைப் பாடல் ஆகியவற்றை இயற்ற முடிந்தது. இந்த மூவரில் சியாமா சாஸ்திரி மட்டுமே கலாபூர்வமான இசையைத் தவிர வேறு எந்த வகைமையிலும் பாடல் இயற்றவில்லை.

மும்மூர்த்திகள் மட்டுமல்லாது எந்த வாக்கேயக்காரரின் கலாபூர்வமான இசைக்கான பாடல்களையும் கலாபூர்வமான இசையாகக் கையாள வேண்டுமே தவிர வேறு வகையில் அல்ல என்பது என் திண்ணமான கருத்து. அதுபோலவே கலாபூர்வமான இசையாகப் பயன்படுத்தக்கூடிய தன்மையைக் கொண்டிராத இசைப்பாடல்களைக் கர்னாடக இசையில் பயன்படுத்தக் கூடாது என்றும் கருதுகிறேன். இந்தத் தன்மை இருப்பதால்தான் நடனத்திற்கான பாடல் தொகுப்பில் உள்ள வர்ணம், பதம் முதலான எண்ணற்ற இசைப்பாடல்கள் கர்னாடக இசையில் உள்வாங்கப்பட்டன. இந்தத் தன்மை இல்லாத இசைப்பாடல்கள் கலாபூர்வமான இசைக்கானவை அல்ல.

பொருள் என்பதில் இன்னொரு அம்சமும் உள்ளது. இசைக் கலைஞர்கள் தரும் பொருள். இசைக் கலைஞர்கள் பல தலைமுறைகளாகச் சங்கதிகளைச் சேர்த்துவருகிறார்கள். ஒரு குறிப்பிட்ட வரியின் இசைப் படிமத்தின் அடிப்படையில் மட்டுமல்லாமல் அதன் சொற்கள் சார்ந்த பொருளின் அடிப்படையிலும் இந்தச் சங்கதிகள் சேர்க்கப்படுகின்றன.

வரியின் பொருளின் அடிப்படையில் அந்த வரியின் இசைத் தன்மைக்குப் புதிய விளக்கத்தைக் கலைஞர்கள் அளிக்கிறார்கள் என்று இதற்குப் பொருள். அந்த வரியைத் தன் குருவிடமிருந்து வேறு விதமாகக் கற்றிருந்தபோதிலும் ஒரு கலைஞர் அதை மாற்றுகிறார். 'தியாகராஜர் இப்படி எழுதியிருக்க மாட்டார்; இப்படி இருந்தால் அர்த்தமே புரியாது' என்று இசைக் கலைஞர்கள் சொல்வதைக் கேட்டிருக்கிறேன். இப்படி மறுவிளக்கம் அளிப்பதால் அந்தப் பாடலின் காலம், இடம் ஆகிய பின்புலங்களை இழந்துவிடுகிறோம்.

பாடலின் பின்புலத்தைப் புறக்கணிக்கும் இசைக் கலைஞர்கள் சங்கதிகளைச் சேர்த்து, ஒவ்வொரு சங்கதிக்கும் உணர்ச்சிகரமான தன்மையை ஏற்றிவிடுகிறார்கள். ஒரே வரியின் உணர்வுபூர்வமான தொனியில் செய்யப்படும் மாற்றத்துடன் ஒவ்வொரு சங்கதியையும் இணைத்துவிடுகிறார்கள். சாகித்யத்தின் முழுமையை வெளிப்படுத்துவதற்காக விடப்படும் செயற்கையான இடைவெளி பாடல் வரியின் இசைப் பிரவாகத்தையும் அடுத்த வரியுடனான அதன் தொடர்பையும் பாதிக்காத வகையில் அமைவதையும் நாம் உறுதிசெய்ய வேண்டும். இந்தத் தேவைகளையெல்லாம் நம்மால் பூர்த்திசெய்ய இயலுமானால் சொற்களை உடைக்காமல் முழுமையாகச் சொல்வதில் எந்தப் பிரச்சினையும் இல்லை. இசைக் கலைஞர் சொற்களைச் சரியாக வெளிப்படுத்துவதற்காக அழகியல் படைப்பைத் தியாகம் செய்துவிடக் கூடாது. துரதிர்ஷ்டவசமாக, சொல்லுக்கான பொருள் மீது கவனம் இருக்கும்போது, மாத்துவுக்கும் தாத்துவுக்கும் இடையேயான இதர உறவுகள் புறக்கணிக்கப்படுகின்றன. இதன் மூலம் பாடலின் இசைக் கட்டுமானம் பாதிக்கப்படுகிறது.

சாகித்யத்திற்கும் அதன் பொருளுக்கும் தரப்படும் கவனம் கடந்த பல ஆண்டுகளில் வாக்கேயக்காரர்களின் ஆன்மிக, சமய, தத்துவ உள்ளடக்கம் பற்றிய எண்ணற்ற உரை – விளக்க நிகழ்ச்சிகளுக்கும் கருத்தரங்க விவாதங்களுக்கும் வழி வகுத்திருக்கிறது. கர்னாடக இசையில் சாகித்யத்தின் பொருள் தவிர்க்க முடியாதது என்பதை நிரூபிக்கப் பல்வேறு விளக்கங்கள், மாந்திரீக, ஆன்மிக ஒப்பாய்வுகள், தாந்திரீக வியாக்கியானங்கள் ஆகியவை மேற்கொள்ளப்படுகின்றன. வாக்கேயக்காரர்களிடமிருந்து பெறப்படும் இந்தக் கருத்துகள் எல்லாமே சரியானவையாக இருக்கலாம். என்றாலும், கலாபூர்வமான இசைக்கான மகத்தான படைப்புகளை உருவாக்கும் பணியில் முதன்மையாக ஈடுபட்டிருந்த தனி நபர்களின் சிந்தனைகளாகவே நாம் இவற்றைப் பார்க்க வேண்டும். தங்களது பாடல்களில் ஆழமான சிந்தனைகளையும் கருத்துகளையும்

அவர்கள் வெளிப்படுத்தியிருப்பது இயல்பானதுதான். ஆனால் இந்த விளக்கங்களில் பெரும்பாலானவை நமது கண்டுபிடிப்புகள்தாம் என்பதை நாம் நினைவில் கொள்வது நல்லது. இந்து சமய நூல்களிலிருந்து பலவற்றைப் பெற்றிருப்பதால், சாகித்யங்களின் பல்வேறு அம்சங்களுக்கும் இந்து நம்பிக்கைகள், நடைமுறைகள் ஆகியவற்றுக்கும் இடையிலான தொடர்பைத் தேடுவது சாத்தியம்தான்.

நமது வாக்கேயக்காரர்களின் சமய அல்லது பக்திச் சிந்தனைகள் குறித்து நடைபெறும் எண்ணற்ற விவாதங்களைப் பார்க்கும்போது, எனக்கு ஒரு வியப்பு தோன்றுவதுண்டு. பதம், ஜாவளி ஆகியவற்றை இசை சார்ந்து கர்னாடக இசைக்குள் நாம் ஏற்றுக்கொண்டிருக்கிறோம். ஆனால் அவற்றின் பாலுணர்வுக் கவிதைகளின் நேரடிப் பொருள்களைப் பற்றிய உரை விளக்கங்களையோ விவாதங்களையோ நாம் ஏன் மேற்கொள்வதில்லை என்று எனக்குத் தோன்றும். ஜாவளிகளில் உள்ள சொற்களின் நேரடிப் பொருளுக்கான உணர்ச்சியைத் தத்ரூபமாக வெளிப்படுத்தும்படி இசைக் கலைஞரிடம் நாம் எதிர்பார்ப்பதும் இல்லை. அந்தச் சொற்களில் உள்ள வெளிப்படையான பாலுணர்வுத் தன்மை நம்மை அசௌகரியப்படுத்துகிறது. இந்த அம்சங்கள் அனைத்தும் கர்னாடக இசையில் சமயத்தின் பங்கு என்பது குறித்த விவாதத்தோடு நெருங்கிய தொடர்புகொண்டது. இதை நாம் தனியாக அலசுவோம். சில பாடல்களில் சொற்களின் நேரடிப்பொருளைப் பார்க்க மாட்டோம், சில பாடல்களில் மட்டும் பார்ப்போம் என்பது முக்கியமானது. இந்த விவாதங்களில் சமய, சாதியப் பிரச்சினைகள் துணைப் பிரதிகளாக உள்ளன. கர்னாடக இசை உலகினரிடையே உள்ள கலாச்சார ரீதியான ஒவ்வாமைகளும் இவற்றில் உள்ளன.

இசைக் கலைஞர்கள் பல ஆண்டுகளாகப் பல்வேறு கவித்துவமான பாடல்களைக் கர்னாடக இசைக்குள் கொண்டு வந்திருக்கிறார்கள். இவற்றில் சில கலாபூர்வமான இசைக்கான பாடல்களாகப் படைக்கப்பட்டிருக்கின்றன. இவற்றை இசையின் சாரத்திற்கேற்ற தீவிரத்தன்மையுடன் இசைக் கலைஞர்கள் வழங்கியிருக்கிறார்கள். பல பாடல்கள் பக்திப் பாடல்களாகக் கொண்டுவரப்பட்டுள்ளன. இதன் விளைவாக, பாடல் வரிகளின் பொருள் இசைக் கலைஞர்களுக்கும் ரசிகர்களுக்கும் தவிர்க்க முடியாததாகிவிட்டது. இத்தகைய இசை பெருகிவருவது ரசிர்களைக் குழப்புகிறது. கலாபூர்வமான இசைக்கான பல்வேறு பாடல்கள், தற்கண வெளிப்பாட்டு வடிவங்களுக்கும் அவற்றின்

வடிவங்களுக்கும் தெய்வ பக்தி, தேசபக்திப் பாடல்கள் முதலான பாடல்களுக்கும் அவற்றின் குவிமையத்துக்கும் இடையே உள்ள மாறுபட்ட இயல்புகளைப் புரிந்துகொள்ளாததால் இசைக் கலைஞரின் மனதில் ஏற்கெனவே குழப்பம் இருக்கிறது.

20ஆம் நூற்றாண்டின் தொடக்கத்தில் உருப்பெற்ற தமிழிசை இயக்கத்தை ஒட்டி நடந்த விவாதத்தைப் பற்றிப் பேசாமல் கர்னாடக இசையில் இசை, சாகித்யம், பொருள் ஆகியவற்றின் பங்கு குறித்த விவாதம் முழுமைபெறாது. இந்த விவாதங்கள் மிகுதியும் சாதி தொடர்பானவையாக இருந்தாலும் இவற்றில் வெளிப்பட்ட மொழி தொடர்பான வாதங்களை மட்டுமே இங்கே விவாதிக்கப்போகிறேன்.

கர்னாடக இசை சென்னை நகரத்தைத் தனது புதிய இருப்பிடமாகக் கொள்ள ஆரம்பித்த சமயம் அது. அப்போது பல விதங்களிலும் சமூகத்தின் செல்வாக்கு மிகுந்த பிரிவினராக விளங்கிய பிராமண சமுதாயம் மும்மூர்த்திகளின் இசையை மையமாகக் கொண்ட கச்சேரி வடிவத்தையும் இசையை வழங்குவதற்கான கட்டுமானத்தையும் உருவாக்கியது. கர்னாடக ஒழுங்கு, கட்டுமானம், முறையான உச்சரிப்பு எனத் தாங்கள் கருதிய விதத்தில் இசையை வழங்குவதற்கான மதராஸ் மியூஸிக் அகாடமி என்னும் அமைப்பையும் அவர்கள் தோற்றுவித்தார்கள். கர்னாடக இசைக்குச் 'செவ்வியல்' அடையாளத்தை உருவாக்குவதற்கான தெளிவான முயற்சி இது. இத்தகைய அமைப்புகள் பற்றி நான் கேள்வி எழுப்பிவருகிறேன். மும்மூர்த்திகளின் பாடல்களே இந்தக் கச்சேரிகளில் முதன்மை பெற்றன. இந்தப் பாடல்கள் தெலுங்கிலும் சமஸ்கிருதத்திலும் அமைந்தவை. எனவே இந்த மொழிகள் கர்னாடக இசையின் மொழிகளாகவே மாறின.

மானுடவியல், சமூகவியல், இசை ஆகியவை சார்ந்து இதற்கான காரணங்களை முன்வைக்கலாம். 19ஆம் நூற்றாண்டின் இறுதியிலும் 20ஆம் நூற்றாண்டின் தொடக்கத்திலும் கதாகாலட்சேப வல்லுனர்கள் பலரது தாக்கத்தினால் மும்மூர்த்தி களின் பாடல்கள், குறிப்பாகத் தியாகராஜரின் பாடல்கள், நவீன கர்னாடக இசைக்குள் வந்தன. மகத்தான கதாகாலட்சேப விற்பன்னர்களும் கர்நாடக இசைக் கலைஞர்களும் தியாகராஜ சிஷ்ய பரம்பரையில் வந்தார்கள். 1930களில் நிலவிய இந்தச் சூழலின் பின்னணியில், பிராமணர் அல்லாத உயர் சாதியினரான செட்டியார்கள், முதலியார்களின் தலைமையில், தமிழ்ப் பாடல்களின் அடிப்படையில் கர்னாடக இசைக்கு இன்னொரு 'செவ்வியல்' அடையாளத்தை உருவாக்குவதற்கான ஒற்றை நோக்கத்துடன் தமிழிசை இயக்கத்தைத் தொடங்கினார்கள்.

இந்த அதிருப்திக்கான விதைகள் 19ஆம் நூற்றாண்டின் இறுதியில் சமய, சமூக, தேசிய இயக்கங்களால் விளைந்த வேகமான மாற்றங்களின்போது விதைக்கப்பட்டன. தமிழிசை இயக்கம் என்னும் குறுக்கீடு இசையில் மொழியின் பங்கு பற்றிய விவாதத்தில் முக்கியமான புள்ளி.

கர்னாடக இசையின் மொழியாகத் தமிழ் இருக்க வேண்டும். ஏனென்றால் இந்த இசையே 'உண்மையான' தமிழர்களுக்குச் சொந்தமானது. அவர்களிடமிருந்து பிராமணர்கள் அதைப் பறித்துக்கொண்டுவிட்டார்கள். இதுதான் தமிழிசை இயக்கத்தின் நிலைப்பாடு. கர்னாடக இசைக்குத் தமிழ் அடையாளம் இருக்க வேண்டும் என்று தமிழிசை இயக்கம் வலியுறுத்துகிறது.

மியூசிக் அகாடமியும் அதன் முக்கிய உறுப்பினர்களும் இது குறித்து அழகியல் ரீதியாக விவாதிக்க முயன்றார்கள். பின்னாளில் மத்திய நிதியமைச்சராக இருந்த டி.டி. கிருஷ்ணமாச்சாரியும் அவர்களில் ஒருவர். இசைதான் (கலாபூர்வமான இசை) முக்கியம், மொழி அல்ல என்பது அவர்கள் வாதம். ஆனால் இது தூய அழகியல்வாதமாக அமையவில்லை. எனவே அது பிழைபட்டதாக இருந்தது. தமிழிசைக்கு எதிரான பிரச்சாரம், சமஸ்கிருதமும் தெலுங்கும் இசை ரீதியாகத் தமிழைக் காட்டிலும் மிகவும் சிறந்த மொழிகள் என்று குறிப்பிட்டது. தியாகராஜரின் கீர்த்தனைகளின் தரத்துக்கு இணையாகத் தமிழில் பாடல்கள் இயற்றப்படும் என்றால் அவற்றை ஏற்றுக்கொள்ளலாம்; ஆனால் வெறும் மொழி என்ற காரணத்திற்காக மலினமான மெட்டுக்கள் கர்னாடக இசையில் பயன்படுத்தப்படுவதை ஏற்க முடியாது என்று அவர்கள் வாதிட்டார்கள். தமிழ்ப் பாடல்களைப் புறக்கணித்தார்கள், அல்லது அவற்றை மதிக்கவே இல்லை.

தமிழ்ப் பாடல்கள் ஏற்கெனவே புழக்கத்தில் இருந்தன. பழைய தமிழ்ப் பாடல்களைப் புதுப்பிப்பதற்கு அல்லது மறுஉருவாக்கம் செய்வதற்கான சாத்தியங்களை வெளிப்படை யாக ஆராயவில்லை. 'செவ்வியல்' இசை குறித்த அவர்களுடைய பார்வைக்கு அவை பொருந்தவில்லை. இது வர்த்தக அடிப்படை யிலான கூற்று. சமஸ்கிருதம் 'செம்மொழி' என்பதால் அது மகிமைப்படுத்தப்பட்டது. 300 ஆண்டுகளாகத் தஞ்சாவூரின் அதிகாரபூர்வமான மொழியாக இருந்ததால் தெலுங்கு ஏற்றுக் கொள்ளப்பட்டது. தவிர, தியாகராஜரும் சியாமா சாஸ்திரியும் அதைப் பயன்படுத்தியிருக்கிறார்கள். தியாகராஜர் தெய்வமாகவே ஆக்கப்பட்டுவிட்ட நிலையில் அவருடைய பாடல்களை

அழகியலின் அடிப்படையில் விமர்சிப்பது அமைப்பிற்கு இயலாத காரியமாக இருந்தது.

எனவே அழகியல் சார்ந்து மட்டும் அவர்கள் வாதிடவில்லை என்பது தெளிவாகத் தெரிந்தது. அப்படிச் செய்திருந்தால் மும்மூர்த்திகளின் பாடல்களை விமர்சனபூர்வமாக அலசியிருப்பார்கள். தமிழில் உள்ள கலாபூர்வமான இசைப் பாடல்களையும் ஏற்றிருப்பார்கள். சமூகத்தில் நிலவிய ஆரிய – திராவிட வேற்றுமை தமிழுக்கு அப்போது வழங்கப்பட்ட குறைந்த அந்தஸ்துக்குக் காரணமாக அமைந்தது. தமிழிசை இயக்கமே கலை சார்ந்த அக்கறையில் அல்லாமல் அரசியல் காரணங்களுக்காக நடத்தப்படுகிறது என்றும் சிலர் நினைத்தார்கள். தூய அழகியல் சார்ந்த கருத்தியல் தமிழைக் கர்னாடக இசைக்குள் ஏற்றுக்கொண்டிருக்கும். எந்த ஒரு மொழியும் தனது மொழிக் கட்டுமானத்தின் அடிப்படையில் தனக்கே உரிய அழகியலை வழங்க முடியும். ஆனால் இப்படிச் செய்திருந்தால் இசை, அதன் கடந்த காலம் ஆகியவை சார்ந்து அதிகார அமைப்பு தூக்கிப் பிடிக்க விரும்பிய சமயத்தையும் புனிதப்படுத்தப்பட்ட கருத்துகளையும் இது தகர்த்திருக்கும்.

தமிழிசை இயக்கத்தின் பெரும்பாலான ஆதரவாளர்கள், இந்தப் பிரச்சினையைத் தமது தாய்மொழிக்கு எதிரான பாரபட்சமாக மட்டுமே பார்த்ததுதான் இந்த இயக்கத்தின் வாதத்தில் இருந்த பலவீனம். 1941இல் நடைபெற்ற தமிழிசை மாநாடு சுவாரஸ்யமான தீர்மானங்களை நிறைவேற்றியது. கச்சேரிகளில் தமிழ்ப் பாடல்களே அதிகம் பாடப்பட வேண்டும் என இவ்வியக்கம் கோரியது. கர்னாடக இசைக் கல்வியிலும் தமிழ்ப் பாடல்களுக்கு முன்னுரிமை தர வேண்டும் என்றும் கோரியது. தமிழிசைக்கே முன்னுரிமை வழங்கும்படி இசை ஆர்வலர்களையும் வானொலிகளையும் மாநாடு கேட்டுக்கொண்டது. அவர்களுக்கு மொழியின் மீது மட்டுமே ஆர்வம் இருந்தது என்பதை இது தெளிவாகக் காட்டுகிறது.

பாடலின் பொருள், பிரதியால் உருவாக்கப்படும் உணர்ச்சி ஆகியவற்றின் மீதுதான் தங்களுக்கு அக்கறை என்பதை இந்தியாவின் முதல் நிதியமைச்சரும் கோவையைச் சேர்ந்த தொழிலதிபருமான ஆர்.கே. ஷண்முகம் செட்டியார் (1892–1953) உள்ளிட்ட பல முக்கியப் பிரமுகர்கள் தெளிவாகச் சொன்னார்கள். புரியாத மொழியில் பாடப்படும்போது அது கேட்பவரிடத்தில் எந்த உணர்ச்சியையும் எழுப்பாது என்பதை அவர்கள் வலியுறுத்தினார்கள். சொற்களின் பொருள்களை

வெளிப்படுத்துவதுதான் இசையின் ஒரே நோக்கம் என்று அவர்கள் வாதிட்டார்கள்.

தமிழிசை இயக்கம் தோன்றுவதற்குச் சுமார் 20 ஆண்டுகளுக்கு முன்பே கவிஞர் சுப்ரமணிய பாரதியார் (1882–1921) இந்த இயக்கத்தின் உணர்வுகளையும் கவலைகளையும் 'சங்கீத விஷயம்' என்னும் தன்னுடைய கட்டுரையில் பிரதிபலித்திருந்தார். கர்னாடக இசையில் மேலும் பல தமிழ்ப் பாடல்கள் இடம் பெற்றால் மக்களுக்குப் புரியும் என்றார். அதே சமயம், தியாகராஜர் கீர்த்தனைகளைச் சரியாக உச்சரிப்பதில் பாடகர்கள் கவனம் செலுத்தாததையும் கடுமையாக விமர்சித்தார். பாடல்களின் ரசங்களைச் சரிவர வெளிப்படுத்துவதில்லை எனவும் சொன்னார். 1940களில் தமிழிசை இயக்கம் தோன்றுவதற்கு வெகுகாலம் முன்பே மொழி, பொருள், பாவம் ஆகிய விஷயங்கள் விவாதப் பொருள்களாக இருந்ததையே பாரதியாரின் கட்டுரை காட்டுகிறது.

தமிழிசை இயக்கம் மொழி, பொருள் ஆகியவற்றுக்குக் கொடுத்த அதீத முக்கியத்துவம் இசை சார்ந்து மகத்தான இடையீடுகளைச் செய்வதற்கான வாய்ப்பைத் தடுத்துவிட்டது. தமிழிசைக்காகக் குரல் கொடுத்தவர்களில் பெரும்பாலானவர்கள் தியாகராஜரின் மேதைமையை ஒப்புக்கொண்டார்கள். ஆனால், தியாகராஜர் தன்னுடைய தாய்மொழியில் இயற்றியிருக்கும்போது தமிழன் ஏன் தமிழில் இயற்றக் கூடாது என்று வாதிட்டார்கள்.

தமிழிசை இயக்கத்தின் மூலம் மிகவும் சுவையானதும் தமிழ்ச் சமூகத்தின் உளவியலை வெளிப்படுத்துவதுமான விளைவு ஒன்று ஏற்பட்டது. தமிழ், கர்னாடக அடையாளத்தைக் கோரியபோதிலும், பாடல் வரிகள் சமயம் சார்ந்ததாக இருந்ததை அவர்கள் குறைகாணவில்லை. மதச்சார்பற்ற பாடல்களை இயற்ற வேண்டும் என அவர்கள் கோரவில்லை. அப்படிச் செய்வதற்கான சிறந்த வாய்ப்பு அவர்களுக்கு இருந்தது. ஏனென்றால், அவர்களுடைய நிலைப்பாடுகள் அப்போது வளர்ந்துவந்த திராவிட இயக்கத்தின் பகுதிகளாக விளங்கின.

ஆக, பக்திசார் உள்ளடக்கம் என்பது அவர்களுக்குப் பிரச்சினையாக இல்லை. சொல்லப்போனால், தமிழிசை இயக்கம் தேவாரம் போன்ற தமிழ் பக்திப் பாடல்களிலிருந்து தனக்கான உத்வேகத்தைப் பெற்றது. தமிழிசைப் போராளிகளைப் பகுத்தறிவுவாதியான பெரியார் ஈ.வெ.ரா. விமர்சித்ததில் எந்த வியப்பும் இல்லை. பிராமணர்கள் உருவாக்கிவைத்த அதே மதப் பொறிக்குள் தமிழ் என்னும் பெயரால் இவர்கள்

சிக்கிக்கொள்கிறார்கள் என்றார் பெரியார். மொழிசார் வேறுபாட்டின் ஒரு பகுதியாக சாதிசார் பாகுபாடுகள் இருந்த போதிலும் கல்கி கிருஷ்ணமூர்த்தி (1899–1954), டைகர் வரதாச்சாரி (1876–1950) போன்ற செல்வாக்கு மிகுந்த பிராமணர்களும் தமிழிசை இயக்கத்தில் பங்குபெற்றார்கள்.

தமிழிசை இயக்கம் தமிழகத்தின் சமூக அரசியல் வரலாற்றில் முக்கியமான மைல்கல்லாக விளங்கியபோதிலும் அது வெற்றி பெறவில்லை. கர்னாடக இசையை மொழிசார்ந்த பொருளைத் தவிர்த்துவிட்டுப் பார்க்க இயலாமல்போனதே இதற்குக் காரணம். தமிழைக் கர்னாடக இசைக்கு அலாதியானதொரு ஓசையைக் கொடுக்கும் அழகியல் தன்மையாகத் தமிழிசை இயக்கம் பார்த்திருந்தால் அது புத்தம் புதிய அத்தியாயம் ஒன்று தொடங்குவதற்கு வழி வகுத்திருக்கும். இந்த நிலைப்பாட்டை எடுத்திருந்தால் தமிழிசை இயக்கம் தமிழுக்கு இடம் தர வேண்டும் என்னும் வலியுறுத்தலுடன் பிற மொழிகளையும் அரவணைத்திருக்கும். இசையைக் கலை வடிவமாகப் பார்க்கும் பார்வை இதில் இல்லாததால் கர்னாடக இசை குறித்த இணையானதொரு கருத்தியலை உருவாக்கத் தமிழிசை இயக்கத் தால் முடியாமல்போய்விட்டது. இசையைக் காட்டிலும் தமிழுக்கு முக்கியத்துவம் அளிக்கப்பட்டது. தமிழ் இசைப்பாடல்களை மீட்டெடுத்து அவற்றைக் கர்னாடக இசைக் கச்சேரிகளில் வழங்க வேண்டும் என்று கல்கி போன்றவர்கள் பேசிவந்தாலும் இந்த இயக்கத்தின் மனநிலை ‘பாரபட்சம்’ என்பதையே மையம் கொண்டிருந்தது. அதுவே அதன் பின்னடைவுக்கும் காரணமாக அமைந்தது. சிக்கலான சமூக அரசியல் சூழல் இந்தச் சொல்லாடல்களின் இரு தரப்பையும் இரு துருவங்களாகப் பிரித்துவிட்டது. கலைசார் இசைக்கான அடையாளத்தைக் கோருவதற்குப் பதிலாக மொழிக்கு நவீன செவ்வியல் அடையாளத்தைக் கோருவதாக இந்த இயக்கம் அமைந்துவிட்டது. அரண்மனைகளிலும் கோயில்களிலும் பல்வேறு இசைக் கலைஞர்களும் நடனக் கலைஞர்களும் பயின்றுவந்ததில் கலைசார் இசை என்னும் கருத்தியல் ஏற்கெனவே நிலவிவந்தது. அழகியல் சார்ந்ததாக அல்லாமல் சமூகவியல் சார்ந்ததாக அமைந்ததுதான் தமிழிசை இயக்கத்தின் பிரச்சினை.

1930களிலும் 1940களிலும் முன்வைக்கப்பட்ட பல்வேறு வாதங்களின் சுருக்கம்தான் இங்கே தரப்பட்டிருக்கிறது. மொழிசார் பொருளிலிருந்து விலகி நிற்க இரு தரப்பினராலும் முடிய வில்லை என்னும் உண்மையை நான் அடிக்கோடிட்டுக் காட்ட விரும்புகிறேன். தமிழிசை இயக்கம், மியூஸிக் அகாடமி ஆகிய

இரு தரப்புகளும் இந்த மனநிலையிலேயே சிக்கிக்கொண்டன. அகாடமி, அழகியல் என்னும் வாதத்தின் அடிப்படையில் தெலுங்கு, சமஸ்கிருதம் ஆகியவற்றுக்கு உயர்ந்த பீடத்தை அளித்தது. இசைப்பாடல்களின் பொருளுக்கு ஆதரவாகப் பிரச்சாரம் செய்தது. தமிழிசை இயக்கம் மொழிப் பெருமை என்னும் முழக்கத்தில் மாட்டிக்கொண்டது. கர்னாடக இசையில் மொழிக்கும் பொருளுக்கும் உள்ள பங்கைப் பற்றி இன்னமும் நாம் விவாதித்துக்கொண்டிருப்பதற்கு இந்த இரு தரப்புகளின் இந்தத் தோல்வியே காரணமாக இருக்கக்கூடும். கன்னடம் அல்லது தெலுங்கு பேசும் கலைஞர்கள், ரசிகர்கள் இன்றும் இதேபோன்ற கண்ணோட்டத்தைக் கொண்டிருக்கிறார்கள். விளைவாக, கர்னாடக இசைச் சமூகம் மொழியால் பிளவுண்டிருக்கிறது. இந்தியாவில் நிலவிவந்த மொழிசார் சமூக – அரசியல் மாற்றங்களின் பிரதிபலிப்பாக இவை இருப்பதற்கும் சாத்தியம் உள்ளது.

கலைசார் இசை என்ற வகையில் கர்னாடக இசையின் அனைத்தையும் உள்ளடக்கும் தன்மைக்குத் தடையாகவே மொழி இருக்கிறது. சாகித்யம் என்பதிலிருந்து கர்னாடக இசை விடுவிக்கப்பட வேண்டும் என்னும் கருத்தை நான் முன்னிறுத்துவதாகச் சிலர் கருதலாம். உண்மையில் நான் அதற்கு நேரெதிரான கருத்தையே சுட்டுகிறேன். ஓசையின் அழகிய படைப்பான சாகித்யம் என்பதை இசையின் பகுதியாகவே நாம் காண முடியும் என நம்புகிறேன். இசையினின்றும் பிரிக்க இயலாத இந்த ஓசை அரிதானதொரு அழகை உருவாக்குவதில் தனக்கே உரிய அலாதியான பங்கை வகிக்கிறது. இந்த அழகை, இந்த அரூபமான கருத்தை, மனித மனத்தின் மிக முக்கியமான படைப்பை அனுபவிக்க வேண்டும் என்று நான் விழைகிறேன்.

10

ஆலயமும் இசையும்

இந்த அத்தியாயத்தில் நான் பயன்படுத்தும் சில சொற்களைப் பற்றிச் சிறிது பேச வேண்டும். செயல்களைப் பற்றிய சொற்கள் அனேகமாக எல்லோருக்கும் ஒரே பொருளைத் தருகின்றன. ஆனால் உணர்வு அல்லது உணர்ச்சி சார்ந்த சொற்கள் அப்படி அல்ல. இவை ஒவ்வொன்றும் ஒவ்வொருவருக்கும் வெவ்வேறு பொருள்களைத் தரக்கூடியவை. கடவுள், தெய்வம், தெய்வீகம், பக்தி, அர்ப்பணிப்பு, மதம், நம்பிக்கை ஆகிய சொற்கள் பல விதமான சமூக, ஆன்மிக, தத்துவப் பொருள்களைத் தருபவை.

கர்னாடக இசையைப் பொறுத்தவரை இசை என்பது பக்தியிலும் சமய உணர்விலும் வலுவான உணர்ச்சிகளைக் கொண்டது. இத்தகைய இசையைக் கற்றுக்கொண்டு இசைத்துவரும் ஒரு கலைஞரால் இந்த உணர்ச்சிகளில் பட்டுக்கொள்ளாமல் விலகி நிற்க முடியுமா? இந்த உணர்ச்சிகளின் சமூக, பண்பாட்டுக் கூறுகளிலிருந்து தன்னை விலக்கிக் கொள்ள முடியுமா? இது கிட்டத்தட்ட சாத்தியமே இல்லாதது.

இசைக் கலைஞன் என்ற முறையில் சமயம் சார்ந்த உணர்ச்சிகளிலிருந்து விலகி நிற்க நான் விரும்புகிறேனா என்று கேட்டால் ஆமாம் என்பதுதான் என் பதில். இது கடவுள் மறுப்பு தொடர்பான கருத்து அல்ல. சமயத்தன்மை அல்லது கட்டமைக்கப்பட்ட தெய்வீகத்தின் இருப்பின் வெளிப்பாடுகளின் துணை இல்லாமல் வாழ்வனுபவங்களைப் பெறுவதற்கான முயற்சி.

சமயத்தின் ஆற்றல் மிகவும் வலுவானது. ஒரு அனுபவத்தை அதன் குடையின் கீழ் நாம் கொண்டுவந்துவிட்டால் பிறகு எல்லா அனுபவங்களுமே அதற்கு உட்பட்டவையாக ஆகிவிடும். சமய அடையாளம் அற்ற ஒரு வெளிக்குள் ஒருவரால் செல்ல முடிந்தால் நமது அனுபவத்தைக் கட்டமைக்கும் இதர அனைத்துக் கூறுகளும் அதுவரையில் இருந்திராத வகையில் தம்மை வெளிப்படுத்திக்கொள்ளும். கர்னாடக இசையில் இதைத்தான் நான் தேடுகிறேன்.

நான் பக்தியை நாடுகிறேன் என்றுகூட நீங்கள் சொல்லலாம். அது இசையின் அழகியல் மீதான பக்தி. இந்துக் கடவுளர்களின் மீது உள்ள பக்தி அல்ல. பாடும்போதும் நான் மிகத் தீவிரமாக பக்திவயப்படுகிறேன். அந்த அளவுக்கு பக்திவயப்படுவதை நான் உணர்வதுகூட இல்லை. பக்தியைப் பற்றி நினைப்பதுகூட இல்லை. 'எதன் மீதான பக்தி?' என்று என்னை நானே கேட்டுக்கொண்டால் நான் சற்றே நிதானித்து யோசிக்க வேண்டும். அப்படிச் செய்யும்போது, எனக்கு அளிக்கப்பட்டிருக்கும் இசையின் ஆன்மாவின்பால் என் பக்தி ஈர்க்கப்படுவதைக் காண முடிகிறது. கடவுளர்களின் பெயர்கள் அல்லது உருவங்களின்பால் அல்ல. இந்தப் பெயர்களும் உருவங்களும் இருக்கத்தான் செய்கின்றன. ஆனால் இசையோடு ஒன்றியிருக்கும்போது என்னுள் பெருகும் ஆற்றல் என்னை முழுமையாக ஆட்கொள்கிறது. தெய்வீக நாமங்களும் உருவங்களும் அதில் கரைந்துவிடுகின்றன. பாடல், பாடகர், பாடுபொருள் ஆகிய அனைத்தும் ஒன்றாகி விடுகின்றன. சமயம், கடவுளர் ஆகிய மனித மனத்தின் கனமான, அற்புதமான கட்டமைப்புகள் அனைத்தும் இந்த உணர்வுக்குப் புறம்பானவையாக ஆகிவிடுகின்றன.

கர்னாடக இசையின் இறையியல்

ராமன், கிருஷ்ணன், கோவிந்தன், சிவன், காமாட்சி, முருகன், விநாயகன் . . . கர்னாடக இசையைக் கேட்டவர்கள் அனைவரும் கச்சேரிகளில் பாடப்படும் பாடல்கள், பல்லவிகள், சுலோகங்கள், விருத்தங்களில் இந்த பெயர்களைக் கேட்டிருப்பார்கள். இந்துக் கடவுளர்கள், அவர்களைப் பற்றிய கதைகள், புராணங்கள், கோயில்கள் ஆகியவை கச்சேரியில் வழங்கப்படும் பாடல்களில் பிரதான இடத்தை வகிக்கின்றன. பாலுணர்வு சார்ந்த பாடல்களும் பல சமயம் இந்தக் கடவுள் களைப் பற்றியதாகவோ அல்லது ஜீவாத்மா – பரமாத்மா தத்துவத்தைப் பற்றியதாகவோ இருக்கின்றன. கர்னாடக இசை சாகித்யத்தில் இந்து சமய உள்ளடக்கமே ஆதிக்கம்

செலுத்துகிறது என்பது ஏற்றுக்கொள்ளப்பட்டுவிட்ட உண்மை. கலைஞர்களும் ரசிகர்களும் இதற்குப் பழகியிருக்கிறார்கள். இசையின் தெய்வீகத் தன்மை குறித்து மாபெரும் பெருமிதமும் அவர்களுக்கு இருக்கிறது. இந்த தெய்வீகத் தன்மை நாதம் என்பது குறித்த அரூபமான கருத்தியலில் இல்லை. பாடப்படும் பாடல்களின் வரிகளில் இருக்கிறது.

இந்து சமயம் கர்னாடக இசையில் நீக்கமற நிறைந்திருப்ப தால் சமயம் என்பதை இசையின் ஒரு பகுதி என்று கருதிவிட முடியாது. கர்னாடக இசையைப் புதிதாகக் கேட்பவரின் கவனத்தை இதுதான் முதலில் கவரும். ரசிகர்கள் கடவுள்களின் சான்னித்தியத்தைக் கச்சேரிகளில் உணருகிறார்கள். கலைஞர்கள் தமது பக்தியைப் பற்றிப் பேசுகிறார்கள். இந்த சமய, ஆன்மிகப் பிடிப்பை இரு தரப்பினரும் பரஸ்பரம் அங்கீகரிக்கிறார்கள். இந்தப் பரஸ்பர அங்கீகரிப்பில்தான் கர்னாடக இசை திளைக்கிறது. இதைப் பற்றித்தான் நான் இங்கே பேசவிருக்கிறேன்.

இந்தச் சிந்தனா முறையினுள்தான் நாம் அழகியல்சார் உள்ளடக்கத்தைக் கட்டமைக்க முனைகிறோம். ஆலாபனை, தானம், கல்பனா ஸ்வரம், அல்லது கணிதச் சமன்பாடுகள் கொண்ட இசைக் கூறுகள் என்று சமயத்தன்மை வெளிப்படாத தருணங் களும் கர்னாடக இசையில் உள்ளன என்பதில் சந்தேகமில்லை. இந்தத் தருணங்களில்கூடக் கலைஞர்களும் ரசிகர்களும் பாடலின் உள்ளடக்கத்தின் உணர்வைக் கொண்டுவரலாம். கீர்த்தனைகளில் நிரவலுக்காகப் பயன்படுத்தப்படும் வரிகளை உதாரணமாக எடுத்துக்கொள்ளலாம். இந்த வரிகள் பெரும்பாலும் ஒரு கடவுளின் பெயரையோ சமய அல்லது ஆன்மிகக் கருத்தையோ கொண்டிருக்கும். அழகியல் ரீதியாக மேலும் வலுவான வரிகள் பல இருக்கும். ஆனால் அவற்றின் கட்டமைப்பு காரணமாக, பொருள் சார்ந்து முக்கியத்துவமற்றதாகவோ பிரச்சினைக்குரியதாகவோ இவை இருக்கலாம். பாடலின் பொருளும் சமயத் தன்மையும் ஒன்றின் மீது ஒன்று கவிந்துவிடும் என்பதால் அவை தேர்ந்தெடுக்கப்படுவதில்லை. கர்னாடக இசை அனுபவத்தின் ஒவ்வொரு பகுதியிலும் இணைந்திருக்கும் இந்துக் கடவுள்களும் புராணங்களும் நமக்கு மேல் சஞ்சரிக்கின்றன. வாக்கேயக்காரர்கள் தெய்வீகத் தன்மையைப் பல்வேறு விதங்களில் வர்ணிக்கிறார்கள். நண்பன், பெற்றோர், காதலன், குழந்தை எனப் பல பெயர்களிட்டு அழைக்கிறார்கள். வழிபாட்டுத் தலங்கள், சடங்குகள், சமய நடைமுறைகள், இந்துயிசத்தின் பல்வேறு தத்துவச் சிந்தனைகள் ஆகியவையும் விரிவாக இடம்பெறுகின்றன. சமயப் பின்புலத்தில் சமூகப் பழக்கவழக்கங்கள் பற்றிய கருத்துக்களும்

முன்வைக்கப்படுகின்றன. இந்துத்தன்மை அல்லாத பாடல்கள் மிக மிகக் குறைவு என்பதால் அவற்றை இங்கே விவாதத்திற்கு எடுத்துக்கொள்ளவில்லை.

கர்னாடக இசையில் பொருள்களைக் காண்பதற்கான தேடலில் அதன் பாடல் சார்ந்த உள்ளடக்கத்திற்கு எந்த இடமும் இல்லை என்று என்னைப் போலவே இசைச் சமூகமும் நம்பினால் இந்த அத்தியாயமே தேவையற்றதாகிவிடும். இந்த நம்பிக்கை இருந்தால் கர்னாடக இசைச் சமூகம் மொழிசார் பொருளைத் தாண்டிச் சென்றிருக்கும். சாகித்யங்கள் கடவுள், இயற்கை, வாழ்க்கை அல்லது மனித உறவுகள் என எதைப் பற்றியவையாக இருந்தாலும் அது முக்கியமில்லை என்று ஆகிவிடும். ஆனால் இது பொதுவாக அனைவராலும் ஏற்றுக்கொள்ளப்பட்ட கண்ணோட்டம் அல்ல என்பதால் இந்த விவாதம் தேவையாகிறது.

கர்னாடக இசைச் சமூகம் சமயப் பின்புலத்திற்குள்தான் பெரும்பாலும் செயல்படுகிறது. கோயில்களில் நடக்கும் கச்சேரிகளைக் கலாபூர்வ இசையாக யாரும் கருதுவதில்லை. பாலுணர்வுத்தன்மை கொண்டிருக்கும் பதங்களையும் ஜாவளிகளையும் கோயில்களில் பாட வேண்டாம் என்று பாடகர்களுக்கு அறிவுறுத்தும் மரபு இங்குள்ளது. கோயில் வளாகத்தினுள் சமயம் சார்ந்த பக்தி என்னும் புனித வட்டத்திற்குள் இந்தப் பாடல்கள் இசைக்கப்படும்போது அதைக் கேட்பவர்கள் மிகுந்த அவஸ்தைக்குள்ளாகிறார்கள். ஆனால் தேவதாசிகள் கடந்த காலங்களில் கோயில்களில் இதே பதங்களைப் பாடி ஆடியிருக்கிறார்கள். சமயம் சார்ந்த கருத்துக்களை அடிப்படையாகக் கொண்டு இசைத் தட்டுக்கள் உருவாக்கப்படு கின்றன. இசைப் பாடல்களின் ஆழமான தத்துவார்த்தமான பொருள்கள், சடங்கு சார்ந்த பொருள்கள் ஆகியவை குறித்த உரைகள் கோயில்களில் நிகழ்த்தப்படுகின்றன. சமயம் தன் இருப்பைத் தொடர்ந்து நிலைநிறுத்திவருகிறது. உலகில் உள்ள மக்கள் பெரும்பாலும் சமயத்தால் கட்டுப்படுத்தப்பட்டவர்கள். கர்னாடக இசை பிரதானமாக இந்துத்தன்மை கொண்டிருப்பதால் கடவுளர்களுடனான தொடர்பு இதில் அழுத்தமாக இருப்பதில் வியப்பொன்றுமில்லை.

கலாபூர்வமான இசையில் சொற்களின் பொருளுக்கு அவ்வளவாக முக்கியத்துவம் இல்லை என்னும் கருத்தை நான் கொண்டிருந்தாலும் கடவுளர்களின் ஒரு சில பெயர்களும் ஒரு சில வர்ணனைகளும் எனக்குள் ஆழமான உணர்வெழுச்சியை ஏற்படுத்தத்தான் செய்கின்றன என்பதை ஒப்புக்கொள்ள எந்தத் தயக்கமும் எனக்கில்லை. இந்த நெகிழ்ச்சியைத் தவிர்க்க இயலாது.

தவிர்க்க வேண்டிய அவசியமும் இல்லை. அதே சமயத்தில், கர்நாடக இசையின் சமயம் குறித்த பிரச்சினையை நாம் பேசியாக வேண்டும். ஏனென்றால், சமயம், ஆன்மிகம், கர்னாடக இசை, ஆகியவற்றுக்கிடையே உள்ள உறவை நாம் புரிந்துகொள்ள வேண்டிய அவசியம் இருக்கிறது.

கர்னாடக இசை இயல்பிலேயே சமயத் தன்மை கொண்டதா?

இந்தக் கேள்விக்குப் பதில் சொல்ல வேண்டுமானால் கர்னாடக இசை சமயத்தன்மை கொண்டதாக இருக்க வேண்டும் என்ற நோக்கம் இருந்ததா என்னும் கேள்வியை நான் எழுப்ப வேண்டும். 'ஆம்' அல்லது 'இல்லை' என்று இதற்குப் பதில் சொல்லிவிட முடியாது. கர்னாடக இசை ஏதோ ஒரு சங்கம் அல்லது கூட்டமைபைப் போல ஒற்றை நோக்கத்துடன் தொடங்கப்பட்டதல்ல. அழகியல் சார்ந்த உள்ளுணர்வில் உருவாக்கப்பட்டு வடிவமும் வரையறையும் பெற்றது. பின்னர் காலப்போக்கில் மகத்தான கலைஞர்களின் அனுபவங்களும் அறிவார்ந்த ஆற்றல்களும் அவர்களிடையே பகிர்ந்துகொள்ளப்பட்டு அதன் மூலம் அதற்கென்று சில விதிமுறைகள் உருவாயின.

அதன் பயணமானது கோயில்களுடனும் அவற்றோடு தொடர்புகொண்ட சடங்குகளுடனும் உறவுகொண்டிருந்தது என்பது தெளிவு. இங்குதான் நாம் இசையின் செயல்பாட்டையும் அதைப் பயில்வதையும் தாண்டி நம் பார்வையைச் செலுத்த வேண்டியிருக்கிறது. சமயம் சார்ந்த இடங்களோடு தொடர்பு கொண்டிருந்தாலும் தமது கலைகளைப் பயில்வதற்கான மையமாக இருந்த கோவில்களின் எல்லைகளைத் தாண்டியும் பயணம் செய்த மகத்தான கலைஞர்களின் சிறப்பை நாம் அங்கீகரிக்க வேண்டும். சிக்கலான இந்த அமைப்பில் கர்னாடக இசையின் நோக்கம் குறித்த கேள்விக்கான பதில் இருக்கிறது. இது குறித்த எனது கண்ணோட்டம் நாத்திகம் சார்ந்ததல்ல. அழகியல் சார்ந்தது. பாடல்களின் பொருள் குறித்து நாம் விவாதித்த பல விஷயங்கள் இசையின் சமய உள்ளடக்கத்திற்கும் பொருந்தும் என்பதால் அவற்றை நான் திரும்பச் சொல்லப் போவதில்லை.

இப்போது இன்னொரு கேள்வி: கலைஞரின் சிந்தனை இசையின் சமய உள்ளடக்கம் சார்ந்ததாக இருக்கும்போது என்ன நடக்கிறது?

இது ஆராய்ச்சிபூர்வமான கேள்வி அல்ல. நிதர்சனமானதொரு சூழல் பற்றிய கேள்வி. கடந்த காலத்திலும் சரி, சமகாலத்திலும் சரி, பெரும்பாலான கர்னாடக இசைக் கலைஞர்கள் பழமையில்

ஊறிய குடும்பங்களிலிருந்து வந்தவர்கள். பெருமபாலும் பிராமணர்கள். சமயம், சடங்குகளில் வலுவான நம்பிக்கை கொண்டவர்கள். எனவே, கர்னாடக இசையுடனான அவர்கள் உறவு தானாகவே சமயத்தன்மை கொண்டதாகிவிடுகிறது. ஏற்கெனவே சமய நம்பிக்கைகளில் ஊறியிருக்கும் அவர்கள் இந்த வரிகளைப் பாடும்போது வாக்கேயக்காரர்களின் தத்துவார்த்த மான, சமயம் சார்ந்த பொருளைக் கேட்பவர்களுக்குக் கடத்துவதாக நம்பத் தலைப்படுகிறார்கள். இந்த நம்பிக்கையை முன்னிறுத்துகிறார்கள். பல கீர்த்தனைகள் தெய்வங்களின் பெயரால் ஆழ்ந்த உணர்ச்சியுடன் பாடப்படுகின்றன. தெய்வங்கள் குறித்த வாக்கேயக்காரர்களின் (தெய்வீக) ஏக்கம் வெளிப்படுத்தப் படுகிறது.

இப்படிச் செய்வதால் அந்தக் கீர்த்தனையின் அழகியல் அமைப்பு பாதிக்கப்படுகிறதா? இசைக் கலைஞர்கள் எந்த அளவுக்கு இசையோடு ஒன்றிப்போகிறாரோ அந்த அளவுக்கு அந்த வரிகளின் பொருளை அவர்கள் புரிந்துகொண்ட விதம், பாடப்படும் சொற்களுடன் அவர்களுக்கு இருக்கும் உறவு ஆகியவை குவிமையம் பெறுகின்றன. பாடல் வரிகள் பாடப்படும் விதத்தில் கலைஞருக்கும் இசையைக் கேட்பவருக்கும் சமய உணர்ச்சி ஏற்படுகிறது. அதே உணர்ச்சிக்குத் தொடர்ந்து அழுத்தம் கொடுப்பதற்காக அந்த வரிகள் திரும்பத் திரும்பப் பாடப்படுகின்றன. இந்தச் செயல்முறையில் இசைக்கலைஞரின் சிந்தனைகள் இசைக் கட்டுமானத்தினின்றும் விலகிச் செல்கின்றன.

எல்லா வாதங்களையும் போல இதற்கும் எதிர்வாதம் உள்ளது. பக்தியில் ஊறிய வாக்கேயக்காரர்கள் இசையிலும் அபாரமான திறன் பெற்றிருந்தார்கள். எனவே, சாகித்யத்தின் பக்திபூர்வமான பகுதி குவிமையம் கொள்ளும் வகையில் இசையின் இயக்கத்தை அவர்கள் அமைத்திருப்பார்கள் என்பதே அந்த வாதம். கருத்து ரீதியாக இது நல்ல வாதம்தான். ஆனால் நடைமுறைச் சோதனையில் இது தேறாது. பல சமயங்களில், சமய உணர்வை ஏற்படுத்தும் வரிகளை அவ்வித உணர்வை ஏற்படுத்தும் நோக்கத்துடன் இசைக் கலைஞர்கள் மறுவடிவமைப்பு செய்து கொள்கிறார்கள். பாடப்படும் கீர்த்தனை வரிகள் சொல்லின் பொருளைக் கொடுக்கும் வகையில் மாற்றி அமைக்கப்படுகின்றன. சில சொற்கள் திரும்பத் திரும்பப் பாடப்படுவதன் மூலமும் சில சொற்களை உடைத்துப் பாடுவதன் மூலமும் தெய்வங்களின் பெயர்களும் தெய்வீக வர்ணனைகளும் அழுத்தம் பெறுகின்றன. கேட்பவர்களிடத்தில் சமய உணர்ச்சியை உருவாக்கும் பொருட்டு இசைக் கலைஞர்கள் தொடர்ந்து இவ்வாறு செய்கிறார்கள். இது உணர்ச்சிகளை எழுப்புவதற்கான முயற்சிதான். ஆனால்

பாடுபவர்கள், கேட்பவர்கள் ஆகியோரின் உளவியல் கட்டமைப்பு இதைத் தவிர்க்க இயலாததாக ஆக்குகிறது.

சில பாடல்களில் உள்ள தேசபக்தி உள்ளடக்கத்திற்கு அழுத்தம் கொடுப்பதற்காக இதே ‘உத்தி’ கடைபிடிக்கப்படுகிறது. இத்தகைய கலைஞர்கள் அதிகம் இல்லாததால் இது விலகலாக மாறவில்லை. இந்த உத்தியின் நோக்கத்தில் பழுது இல்லை. ஆனால், பாடலின் அழகியல் அனுபவத்தை மாற்றி, கர்னாடக இசையின் ஆதார நோக்கத்தின்றும் திசை திருப்புகிறது என்பதுதான் இங்கே கவனிக்க வேண்டிய அம்சம். நாம சங்கீர்த்தனத்தில் இதே உத்தி பயன்படுத்தப்படுகிறது. ஆனால் நாமசங்கீர்த்தனத்தைப் பொருத்தவரை இது அவசியமானது.

இசைப்பாடல் ஒன்று கர்னாடக இசையில் வழங்கப்படும் போது, அந்தப் பாடலின் இருப்பே இசையின் சாரத்தை அடைவதற்கான உத்வேகத்தைக் கலைஞருக்குத் தர வேண்டும். விவரமறிந்த ரசிகரும் பாடலை இயற்றியவர் உருவாக்கியுள்ள தங்கு தடையற்ற சீரான அழகியல் கட்டமைப்பிற்குத் தன்னை ஒப்புக்கொடுக்க வேண்டும். இதற்குப் பதிலாக, எல்லோருமே அந்தப் பாடலைச் சமயம் சார்ந்ததாக எடுத்துக்கொண்டால் பாடலில் உள்ள அழகியல் கூறுகள் அனைத்தும் ஏதோ ஒரு விதத்தில் சமயம் சார்ந்த அனுபவத்தை வலுப்படுத்துவதற்கான துணைக் கருவிகளாகவே பார்க்கப்படும். இறைத்தன்மையே இசையின் முதன்மையான உத்வேகமாக மாறிவிடும் தன்மையைக் குறைத்துவிடக் கூடாது என்னும் கவனம் கலைஞருக்கு ஏற்பட்டுவிடுவதால் பாடலின் இசை, தாளம் ஆகியவற்றுக்கான சாத்தியங்கள் குறுகிவிடுகின்றன. இதனால், படைப்பாற்றல் சார்ந்து அந்தப் பாடல் தரும் வாய்ப்புகளைக் கலைஞர் புறக்கணித்துவிடுகிறார்; அல்லது அவரால் அவற்றைப் பார்க்க முடியாமல் போகிறது.

இப்படிப்பட்ட கர்னாடக இசைக்கும் நாம சங்கீர்த்தனத் திற்கும் இடையே என்ன வித்தியாசம்? மனோதர்மம், பாடலின் இசைத் தன்மை ஆகியவற்றின் சாரம்தான் கர்னாடக இசைக்கான அடையாளத்தை வழங்குகிறது. இந்தச் சாரம் விலக்கப்பட்டுவிட்டால் கர்னாடக இசை தனது இருப்புக்கான காரணத்தை இழந்துவிடுகிறது.

கலைஞர் சமயம் சார்ந்த சுமைகள் அனைத்தையும் துறக்கும் தருணங்கள் இருக்கின்றன. லயத்தினால் இது நடக்கிறது. மேல்கால நிரவல் அல்லது கல்பனா ஸ்வரத்தின்போது ஒரு கலைஞர் சமயக் கூறுகளைச் சில கணங்களுக்கு மறந்துவிடுகிறார். இத்தனைக்கும், அதற்குச் சில கணங்களுக்கு முன்புதான் அவர்

சமய உணர்வில் ஆழ்ந்திருப்பார். கலையின் அழகியல் நோக்கைத் திடீரென்று உணர்வதால் இந்த மாற்றம் நடக்கவில்லை. நவீன கர்நாடக இசைக் கச்சேரி என்ற வடிவத்தினால் இது நடக்கிறது. கைத்தட்டல் பெறுவதற்காகவும் உச்சத்தைத் தொடுவதற்காகவும் கலைஞர் சமயம் சார்ந்த முனைப்பைத் துறக்கிறார். இதன் விளைவு? 'வெற்றிகரமான கச்சேரி' என்னும் பலிபீடத்தில் சமயம், அழகியல் நோக்கம் ஆகிய இரண்டும் பலியிடப்படுகின்றன.

கச்சேரியில் பாடல்களின் எண்ணிக்கை அதிகரிப்பதற்கு, சமயத்தின் மீதான இந்த அதீத ஈடுபாடு ஒரு காரணம். பல இசைப்பாடல்கள், குறிப்பாகத் தியாகராஜரின் பாடல்கள், ஹரிகதையின் வழியாக நவீன கச்சேரிக்குள் வந்தன. ஹரிகதை வடிவத்தில் இந்தப் பாடல்கள் ஏற்கெனவே பிரபலமாக இருந்தன. இவற்றைக் கச்சேரியில் பாடும்போது கலைஞர்களாலும் ரசிகர்களாலும் இந்தப் பாடல்களுடன் ஆத்மார்த்தமாக ஒன்றிப்போக முடிகிறது. இந்த அணுகுமுறை எல்லா இசைப்பாடல்களுக்கும் பரவுகிறது. ஹரிகதை நிபுணர்கள் பலர் மாபெரும் அறிஞர்களாகவும், குருமார்களாகவும், வாக்கேயக்காரர்களாகவும் இருந்தார்கள். சிலர் கச்சேரி செய்யும் இசைக் கலைஞர்களாகவும் இருந்தார்கள். இந்தப் பரஸ்பர உறவு இசைச் சமூகத்தின் சமயத்தன்மையை மறுஉறுதி செய்தது. இந்த இசைப் பாடல்களின் எண்ணிக்கை அதிகரித்ததன் மூலம் கச்சேரிகளில் கர்னாடக இசையின் சமயம்சார் குவிமையம் என்னும் பொருத்தமற்ற அம்சம் வலுப்பெற்றது. இது இசையின் சாரமான தன்மைகளைப் பெரிதும் குறைத்துவிட்டது என்று நான் கருதுகிறேன். ஒரு பாடல் அதன் அழகியல் தன்மைக்காக அல்லாமல் சமய உணர்ச்சிக்காகவோ தத்துவ உள்ளடக்கத்திற்காகவோ தேர்ந்தெடுக்கப்படுகிறது. நாளடைவில் இந்தப் போக்கு மேலும் சீரழிந்தது. பாடல்களுக்குள் இடம்பெறும் கடவுளர்களின் பெயர்கள் பக்திப் பரவசத்துடன் வெளிப்படுத்தப்பட்டு, இந்த உணர்ச்சி வெளிப்பட இசைத்தன்மையும் அனுமதித்துவிடும்போது பாடல்களின் அழகியல் கூறுகளை அலட்சியம் செய்வது குறித்துக் கலைஞர்களும் கவலைப்படுவதில்லை. இதனால் கச்சேரியே சமயப் பிரச்சாரக் கூட்டம்போலத் தோற்றமளித்துவிடக்கூடும்.

கச்சேரியின் துக்கடா பகுதிதான் சமயத்தன்மையால் பெரிதும் பாதிக்கப்பட்ட அம்சமாக இருக்கும். கச்சேரியின் கட்டமைப்பினுள் அமைந்துள்ள இந்தப் பகுதியின் இயல்பு பக்திப் பாடல்கள் பலவற்றைக் கச்சேரிக்குள் இணைத்துவிட வழிவகுக்கிறது. கர்னாடக இசைக் கச்சேரியின் ரசிகர்கள்

பெரும்பாலும் இந்துக்களாக இருக்கும் நிலையில் துக்கடா பகுதி கச்சேரியின் ஒட்டுமொத்த அனுபவத்தையும் வரையறுத்து விடுகிறது. பார்வையாளர்களில் பெரும்பாலானோர் துக்கடாக் களை எங்களால் ரசிக்க முடிகிறது; இந்தப் பாடல்கள் எளிமையாகவும் பக்திக்கு முக்கியத்துவம் தருபவையாகவும் உள்ளன என்று சொல்கிறார்கள். துக்கடா பகுதியின் முக்கியத்துவம் அதிகரித்துவருவதில் இசை சார்ந்த காரணங்கள் இருக்கக்கூடும் எனினும் சமயத்தன்மையே இதன் பெருத்த ஆதரவுக்குக் காரணம் என்று நான் நம்புகிறேன். ரசிகர்களில் பலர் கர்னாடக இசையின் நுட்பங்களைப் புரிந்துகொள்வதில்லை என்பதால் இப்படிப்பட்ட பக்திப் பாடல்களின் மூலம் அவர்களைத் திருப்திப்படுத்த வேண்டியிருக்கிறது என்று கலைஞர்களும் சொல்கிறார்கள்.

பாடல் இயற்றியவர்கள், பாடுபவர்கள் ஆகியோரின் பங்குகளைப் பற்றி விவாதித்துவிட்ட நிலையில் இப்போது ரசிகர்களைப் பற்றிப் பேசுவோம். கர்னாடக இசை ரசிகர் ஆழமான சமய உணர்வு கொண்டவர் என்னும் இந்த உணர்வைக் கச்சேரிகள் திருப்திப்படுத்த வேண்டும் என்பதும் ஏற்றுக்கொள்ளப்பட்ட பொதுவான பார்வைகள் இசையைப் புரிந்துகொள்ளாததால் தனக்கு ஏற்படும் இழப்பை ஈடுகட்டுவதற்காகவே துக்கடா பகுதி சேர்க்கப்படுகிறது என்பதைப் பார்வையாளர்கள் உணர்வதில்லை[1]. கச்சேரியினுள் சமயத்தன்மைக்கு வழங்கப்படும் கவனம் சமய ரீதியான கேளிக்கையை வழங்குகிறது என்றே நான் நினைக்கிறேன். ரசிகர்களில் பெரும்பாலானவர்களின் சமய, பக்தித் தேவைகளைப் பூர்த்திசெய்வதன் மூலம் கச்சேரியின் வெற்றி சதவிகிதத்தை அதிகரிக்கச்செய்ய இயலும் என்பது கலைஞருக்குத் தெரியும். எனவே கலைஞரும் ரசிகரும் இதை மாற்ற விரும்புவதில்லை. இதை மாற்றாமல் வைத்திருப்பதன் மூலம் இவர்கள் இருவரும் கர்னாடக இசையைச் சமயம் என்னும் கூண்டுக்குள்ளேயே அடைத்து வைக்கிறார்கள்.

கர்னாடக இசை தெய்வீகமானது என்று நம்ப ரசிகரின் மனம் பல விதங்களில் பயிற்றுவிக்கப்படுகிறது. இந்த தெய்வீகமானது சொற்களின் நேரடிப் பொருளோடு தொடர்புகொண்டது. பாடகர் எந்த தெய்வத்தைப் பற்றிப் பாடுகிறாரோ அந்த தெய்வத்தைத் தாங்கள் அங்கே கண்ணாரக் கண்டதாக விவரமறிந்த ரசிகர்கள்கூடக் கலைஞர்களிடம் சொல்கிறார்கள். கலைஞர் பாடல் வரிகளின் பக்தி உள்ளடக்கத்தில் கவனம் செலுத்தாத நிலையிலும் ரசிகர்களின் இந்த அனுபவமானது

1. கர்னாடக இசைக் கச்சேரிக்கு வருவது என்பது கேளிக்கை அல்ல; இசையுடன் தீவிரமாக உறவுகொள்வது.

அவர்களைப் பொருத்தவரை உண்மையாக இருக்கலாம், ரசிகர்கள் சமயம் சார்ந்த முன்தீர்மானங்களுடன் வருகிறார்கள். அதைவிட, கச்சேரி பக்திபூர்வமான அனுபவத்தைத் தரும் என்று நம்புகிறார்கள். கச்சேரி குறித்த எதிர்பார்ப்பு இசை சார்ந்ததாக அல்லாமல் சமயம் சார்ந்ததாக மாறிவிடுகிறது. அழகியல்பூர்வமாக அல்லாமல் பக்திபூர்வமாக இசை தன்னைத் திருப்திப்படுத்த வேண்டும் என்று ரசிகர் விரும்புகிறார். இதுதான் பிரச்சினை. இசையின் எல்லா அம்சங்களும் குறிப்பிட்டதொரு உணர்வோடு தொடர்புபடுத்தியே பார்க்கப்படுகின்றன.

கர்னாடக இசையில் பக்தி

கர்னாடக இசையில் பக்தியைப் பற்றி விவாதிக்கும்போது அது பாவம் என்று சொல்லப்படும் உணர்ச்சிபூர்வமான தன்மை குறித்த விவாதத்துக்கு இட்டுச் செல்கிறது. பாவம் என்பது பொதுப்படையான கருத்து. கச்சேரியின் மீது நாம் ஏற்றி வைத்திருக்கும் பக்தி என்னும் தேவையோடு இது தொடர்புகொண்டது. இது கலைஞரின் கைங்கர்யம். தெய்வீகத்தை உணராத ஒரு பாடகரால் தெய்வீக உணர்ச்சியை வெளிப்படுத்தி, ரசிகர்களுக்கு அதைக் கடத்த முடியாது என்று சொல்லப்படுகிறது. இந்தச் சொல்லாடல் பாவம் என்னும் கருத்தைக் குறைத்து மதிப்பிடுகிறது என்று நினைக்கிறேன். பாவம் என்பது இயல்பாகவே உன்னதமானது. சொற்களின் நேரடிப் பொருளுக்குள் இதைச் சிக்கவைக்க முடியாது. வாழ்க்கை குறித்த நமது அனுபவத்தில் இது இருக்கிறது. அரூபமான இசையானது கடவுளை நேரடியாகக் குறிப்பிடாமலேயே பாவத்தை அதன் மிக வலுவான பொருளில் வெளிப்படுத்துகிறது. இந்த அனுபவத்தைச் சமயச் சட்டகத்துக்குள் அடைப்பதன் மூலம் கலை நமக்கு வழங்கக்கூடிய அனுபவத்தின் தீவிரத்தைக் குறுக்கிவிடுகிறோம்.

ஆலாபனை என்னும் அம்சம் நான் சொல்லவரும் விஷயத்துக்கு மிகவும் முக்கியமானது. ஆலாபனையில் பாடல் வரிகள் இல்லை கடவுளர்களின் பெயர்கள் இல்லை. எனவே அதில் சமயமோ தத்துவமோ இல்லை என்றாலும் அது நம் மனதைத் தொடுகிறது. ஆலாபனையைத் தொடர்ந்து வரும் பாடலில் வலுவான சமயத்தன்மை இருக்கலாம். கலைஞரின் ஆலாபனை அந்தச் சமய உணர்வுக்குக் கட்டியம் கூறுவதாக இருக்கலாம். என்றாலும், பெரும்பாலான ஆலாபனைகள் எந்தப் பாடலையும் சாராமல் தனித்து ஒலிப்பவை. அல்லது, தொடர்ந்து வரும் கீர்த்தனையோடு இசையின் அடிப்படையில் மட்டுமே தொடர்புகொண்டவை. சமயத்தோடு தொடர்பற்ற ஆலாபனை வரையறுக்க முடியாத, அளக்கவியலாத உணர்வுத் தாக்கத்தை

ஒவ்வொருவரிடத்திலும் ஏற்படுத்திவிடும். கலாபூர்வமான இசை உருவாக்கக்கூடிய உணர்வின் தன்மை இதுதான். இசைப்பாடல்களிலும் நம்மால் சமய அடையாளங்களைத் துறக்க முடிந்தால் இதே தாக்கத்தை ஏற்படுத்த முடியும்.

ஆனால் கர்நாடக இசை கோயில் இசையிலிருந்து பிறந்தது அல்லவா? அதிலிருக்கும் சமயத்தன்மைக்கு அழுத்தம் கொடுப்பது இயல்பானதும் முக்கியமானதும் அல்லவா?

புரிந்துகொள்ளலின் எல்லைக்கு அப்பால் இருக்கும் ஒன்றைக் குறித்த தேடலிலிருந்துதான் இசை பரிணமித்திருக்கும் எனத் தோன்றுகிறது. எனவே, இசையின் இருப்பே கடவுளோடு தொடர்புகொண்டதுதான் என்றும் சொல்லலாம். ஆனால் இது உண்மையின் பகுதிதான். அனேகமாக இசையின் எல்லா வடிவங்களும் சமயச் சூழலிலிருந்து உருவானவைதாம். அவற்றில் சில வடிவங்கள் தெளிவாகவும் விரைவாகவும் சமய எல்லையைத் தாண்டி சமூக இசை, அரசியல் இசை, மிகவும் முக்கியமாக, கலாபூர்வமான இசை ஆகியனவையாகப் பரிணமித்தன. எனவே வரலாற்றின் அடிப்படையில் ஒரு இசை வடிவத்தை வகைப்படுத்துவது சரியாக இராது. அப்படி வகைப்படுத்த முயன்றாலும் தென்னிந்தியாவின் இசை வரலாற்றில் ஒரு பிரச்சினை இருக்கிறது. பல இசைப்பாடல்கள் சமயம் சார்ந்த பிரதிகளைக் கொண்டிருப்பதாலும் பக்தி இசைக்கு நீண்ட நெடிய வரலாறு இருப்பதாலும் கர்னாடக இசையைப் பக்தி இயக்கத்தின் நீட்சியாகப் பார்ப்பது இயல்பானதுதான். ஆனால் கலாபூர்வமான இசை என்னும் கருத்து புராதன காலத்திலிருந்தே இருந்துவந்திருக்கிறது என்ற உண்மையை இந்த நிலைப்பாடு மறுக்கிறது. நாட்டிய சாஸ்திரத்தின் கந்தர்வ இசை, தத்திலம் (நான்காம் நூற்றாண்டுக்கு முந்தையது), பின்னர் உருவான சுதேசி, நாட்டுப்புற இசை வடிவங்கள் (6 – 12ஆம் நூற்றாண்டு) அல்லது சதுர்தண்டி (17, 18ஆம் நூற்றாண்டுகள்) ஆகிய அனைத்தும் கலாபூர்வமான இசை வடிவங்கள். இந்தியாவில் உருவாகிவந்த கலாபூர்வமான இசை வடிவங்களின் பிரிக்க முடியாத பகுதிகள்.

பக்தி இசை, சமயப் பிரச்சாரத்திற்காகக் கலாபூர்வமான இசையின் இசை அம்சங்களைப் பயன்படுத்திக்கொண்டது. மானுடர்களின் பக்தி உணர்வு என்பது இசைக்கான மானுட உள்ளுணர்வின் புறத் தோற்றம் என்பது விவாதத்திற்குரியது. ஆனால் பக்திபூர்வமான இசையைக் காட்டிலும் கலாபூர்வமான இசை பழமையானது என்பதில் சந்தேகமில்லை. ஏற்கெனவே புழக்கத்தில் இருந்த கலாபூர்வமான இசையை பக்தி இசை பயன்படுத்திக்கொண்டது. பதிலுக்கு, பக்தி இசை கலாபூர்வமான

இசைக்குப் பல முக்கியமான அம்சங்களைக் கொடுத்தது. வெவ்வேறு இசை வடிவங்களுக்கிடையே நடைபெற்ற இந்தப் பரிமாற்றம் இயல்பானது. வெளிப்படையான இந்தக் கொடுக்கல் வாங்கல்களால் இரண்டு வடிவங்களும் சாத்தியப்பட்டன. என்றாலும் பிற கருத்தியல்களை உள்வாங்கிக்கொண்ட அதே சமயத்தில் இந்த வடிவங்கள் ஒவ்வொன்றும் தத்தமது வடிவத்தின் உள்ளார்ந்த நோக்கத்தைத் தக்கவைத்துக்கொண்டன.

கர்னாடக இசைக்குக் கீர்த்தனை வடிவத்தை பக்தி இசை வழங்கியது. இதைப் பெற்றுக்கொண்ட கலாபூர்வமான இசை கர்னாடக இசை வடிவத்தின் கட்டமைப்புக்குள் பக்தி என்னும் கருத்துக்குப் புது வடிவம் கொடுத்தது. தாளம் முதலான கருத்தியல்களும் பக்தி இசையிலிருந்து வரித்துக்கொள்ளப் பட்டன. அப்போதும் அது பக்தி இசையாகிவிடவில்லை. தன்னுடைய தனித்துவமான நோக்குடன் கலாபூர்வமான இசையாகவே இருந்தது. இறைவன் என்ற கருத்திற்கு மக்களுடைய மனங்களில் இருக்கும் முக்கியத்துவம் கர்னாடக இசையின் உள்ளடக்கத்தின் மீது ஆழமான செல்வாக்கைச் செலுத்தியது. வேறு எந்த விதமாகவும் அது இருந்திருக்க முடியாது. அதுபோலவே, கோயிலின் அதிகாரமும் ஆளும் வர்க்கத்தினருடன் அதற்கு இருந்த தொடர்புகளும் இந்த அமைப்புகளோடு தொடர்பு கொண்டிருந்த இசையின் உள்ளடக்கத்தின் மீது செல்வாக்கு செலுத்தின. அப்படி இருந்தும் வாக்கேயக்காரர்களின் பங்கினை நாம் வெறுமனே சமயப் பிரசாரகர்கள் என்ற வரம்பிற்குள் அடக்கிவிட முடியாது. பொருள் குறித்த அத்தியாயத்தில் விவாதித்ததைப் போல, நமக்குக் கையளிக்கப்பட்டிருக்கும் இசைப்பாடல்கள், இசைக் கோட்பாடுகள் ஆகியவற்றின் அழகியல், இசையின் அலாதியான தன்மை இருப்புக்கான சான்றாக உள்ளது.

கர்னாடக இசை என்பது பலவிதமான போக்குகளால் உருவானது. நாதஸ்வர வித்வான்களின் கோயில் இசை, தேவதாசிகளின் இசை, நடனம், பிராமண இசை அறிஞர்களின் இசை, வாக்கேயக்காரர்களின் இசை முதலான பலவும் இதில் அடங்கும். இந்தப் பிரிவினரிடையே இடையறாது சரளமாக நடைபெற்றுவந்த இசைப் பரிமாற்றங்களால் கலாபூர்வமான இசையின் அடையாளம் நிலைபெற்றது என்று நான் கருதுகிறேன். தேவதாசிகளும் நாதஸ்வர வித்வான்களும் பிராமண இசை அறிஞர்களிடம் பயிற்சி பெற்றிருக்கிறார்கள். பிராமண இசை அறிஞர்கள் பதிலுக்கு இவர்களிடமிருந்து பல விஷயங்களைக் கற்றிருக்கிறார்கள். இப்படித்தான் கர்னாடக இசையின் அழகியல் பரிணமித்தது.

கடந்த 400 ஆண்டுகளாக இங்கே இருந்துவந்த பல இசைக் கலைஞர்கள், நடனக் கலைஞர்கள், ஆட்சியாளர்கள் ஆகியோரின் வாழ்க்கை விவரங்களின் மூலம் நாம் இவற்றையெல்லாம் அறிகிறோம். நாதஸ்வர வித்வான்கள் கோயில் சடங்குகளுக்காக வாசித்துவந்தாலும் அவர்களுடைய இசை சடங்குகளின் எல்லைகளைத் தாண்டிப் பரந்து விரிந்தது என்பதை நாம் புரிந்துகொள்ள வேண்டியது அவசியம். இருபதாம் நூற்றாண்டின் தொடக்கத்திலும்கூட அவர்கள் இடையூறுகள் அற்ற ஆலாபனைகள், மல்லாரி, ரக்திமேளம் போன்ற இசைப்பாடல்கள், பல்லவிகள் ஆகியவற்றை வாசித்துவந்தார்கள். இவை அனைத்துமே கோயில் சடங்குகளுக்கானவை. அதே சமயம் அழகியல் ரீதியாகக் கலாபூர்வமான இசையின் அடையாளத்தையும் இவை தக்கவைத்துக்கொண்டிருந்தன.

ஒரு நாளின் வெவ்வேறு பொழுதுகளுக்கு ஏற்ப ராகங்கள் வாசிக்கப்பட்டன. காலை, மாலை, இரவு ஆகிய பொழுதுகளுக்கான உணர்வை வெளிப்படுத்தக் கலைஞர்கள் இசையின் ஆலாபனை அல்லது மனோதர்ம வடிவங்களின் கூறுகளை எடுத்துக்கொண்டார்கள். இது கலாபூர்வமான இசையின் வள ஆதாரங்களின் சாத்தியப்பாடுகளின் சாரத்தோடு இயல்போடு சம்பந்தப்பட்டது. சடங்கு சார்ந்ததொரு நடைமுறையை அனுசரித்தபடியே புதுமையான விதத்தில் அந்த நோக்கத்தின் எல்லையைத் தாண்டி இசையை எடுத்துச் செல்வது சாத்தியம்தான் என்பதற்கான சான்றாக இது விளங்குகிறது.

இதைத்தான் நாதஸ்வர வித்வான்கள் செய்துவந்திருப்பதாகத் தெரிகிறது. அவர்கள் சடங்குகளின் எல்லைகளுக்குள் நின்றபடி கலாபூர்வமான இசையை உருவாக்கிவந்தார்கள். இப்படிச் செய்ததன் மூலம் தங்களுடைய இசையின் சடங்கு சார்ந்த நோக்கத்தினின்று அவர்கள் விலக்கப்பட்டார்கள். மேலும் துல்லியமாகச் சொல்வதானால் அவர்கள் தங்களை விலக்கிக்கொண்டார்கள். அதுபோலவே தேவதாசிகளும், தங்களது இசை, சதிராட்டம் ஆகியவற்றின் இலக்கான தெய்வத்தைத் திருப்திப்படுத்துவது ஆராதிப்பது என்ற நோக்கத்தை நிறைவேற்றியபடியே அந்த எல்லைக்கு அப்பாலும் சென்றனர். தேவதாசிகளின் கலைப் பயணமும் இதேபோன்றதுதான். அவர்களுடைய இசையும் சதிராட்டமும் தெய்வங்களை ஆராதிக்கும் நோக்கம் கொண்டவை. இந்த நோக்கத்தை நிறைவேற்றியபடியே அவர்கள் அதைத் தாண்டிச் சென்றார்கள். உதாரணமாக, பதம் என்னும் நடன வகையைச் சடங்கின் ஒரு பகுதியாக வழங்கும் அவர்கள் அதற்குள் நெடுநேரம் ஆழமான தேடலை மேற்கொள்வார்கள். இசைக் கலைஞர்களும் நடனக்

கலைஞர்களும் கோயில் அல்லது அரசவையின் பகுதியாக இருந்தாலும் இல்லாவிட்டாலும் அவர்களுடைய பயிற்சி ஒரே விதமாகத்தான் இருந்தது. இதைப் பார்க்கும்போது கர்னாடக இசையின் கலாபூர்வமான இசையின் இருப்பு மரபோட்டத்தின் பகுதிதானே தவிர, நவீனக் கட்டமைப்பு அல்ல என்ற முடிவுக்கு நாம் வர வேண்டியிருக்கிறது.

இசையோடு ஆழமாகத் தொடர்புகொண்ட தேவதாசிகள் கலையின் சாரமான ஆற்றலையும் தன்னளவில் முழுமை கொண்ட அதன் இயல்பையும் உணர்ந்திருந்தார்கள் என்ற முடிவுக்கே நாம் வர முடிகிறது.

வாக்கேயக்காரர்களின் நிலையும் இதுதான். அவர்களுடைய படைப்புகள் தெய்வீகத்தை மையம் கொண்டிருந்தாலும் அவர்கள் அந்த நோக்கத்தைத் தாண்டிச் சென்று கலைப் படைப்புகளை உருவாக்கியிருக்கிறார்கள். அவர்களுடைய சில பாடல்கள் அவர்களுடைய புரவலர்களைப் போற்றுபவை. அப்படி இருந்தும் அவை அழகான கலையாகவும் உருவெடுத்திருக்கின்றன. அரசவைகளில் ஆடிய தேவதாசிகளுக்கும் இது பொருந்தும். பிராமண இசைக்கலைஞர்களும் அரசவைகளில் நடைபெற்ற பல்லவிப் போட்டிகளில் கலந்துகொண்டிருக்கிறார்கள். இந்தப் போட்டிகள் கலாபூர்வமான இசையின் தன்மை கொண்டவை.

இவர்கள் அனைவருமே தத்தமது சமூக அரசியல் சூழலைத் தாண்டிச் சென்று, ஏற்கெனவே நிலவிவந்த கலாபூர்வ இசை என்னும் கருத்தியலை முன்னெடுத்துச் சென்றார்கள். சிவன் கோவில்கள் பலவும் ஓதுவார்களுக்கான அமைப்பைக் கொண்டிருந்தன என்பதை நாம் இந்தக் கட்டத்தில் அங்கீகரிக்க வேண்டும். பிராமண சாதியைச் சாராத இந்த ஓதுவார்கள் கோயிலின் நுழைவாயிலில் தேவாரம் பாடல்களைப் பாடிவந்தனர். வைணவக் கோயில்களில் அரையர்கள் (பிராமணர்களில் ஒரு பிரிவினர்) திவ்யப் பிரபந்தங்களைப் பாடிவந்தனர். கலாபூர்வமான இசையின் ராகங்களையும் தாளங்களையும் இவர்கள் பயன்படுத்தினாலும் கலாபூர்வ இசை உலகினுள் இவர்கள் சேர்த்துக்கொள்ளப்படவில்லை. இந்த வேறுபாட்டைப் பார்க்கும்போது தேவதாசிகள், நாதஸ்வர வித்வான்கள், பிராமண இசைக் கலைஞர்கள் ஆகியோரின் இசை ஏன் ஓதுவார்கள், அரையர்களின் இசையைப் போலப் பக்தி இசை எனக் கருதப்படவில்லை என்பதைப் புரிந்துகொள்ளலாம். ஓதுவார்கள் அரையர்களின் பயிற்சி முறையும் இதர மூன்று பிரிவினரின் பயிற்சி முறையும்கூட வெவ்வேறானவை. இந்த

மூன்று பிரிவினரின் இசை, பக்தி என்னும் எல்லையைத் தாண்டிச் செல்லும் விதத்தில் ஒருங்கமைக்கப்பட்டுப் பயின்றுவரப்பட்டது. கலாபூர்வ இசை என்பது அண்மைக் கால உருவாக்கம் அல்ல. அது நவீன காலத்தில் நகர்ப்புறப் பின்னணியில் மறு ஆக்கம் செய்யப்பட்டது. அந்த விளக்கம் அழகியல் ரீதியில் அல்லாமல் சமூக ரீதியில் அமைந்தது. 'செவ்வியல்' என்னும் முத்திரை பெறும் நோக்கத்தைக் கொண்டிருந்தது.

கர்னாடக இசையின் 'செவ்வியல்' என்னும் கருத்தின் ஊற்றுக்கண்ணைச் சென்னை பிராமணர்களிடத்தில் காணலாம். அது தேசிய இயக்கம் நடைபெற்றுவந்த காலம். மன்னர்களும் ஜமீன்தார்களும் தங்கள் அதிகாரத்தை இழந்த காலம். அதன் விளைவாக, கலைகளுக்கான ஆதரவு மறைந்தது. இசையைக் கேட்கும் மக்களே அதற்கான செலவையும் ஏற்றுக்கொள்ளும் நடைமுறைக்கான தேவை ஏற்பட்டது. இந்தச் சூழலில் பிராமண சமுகம் கர்னாடக இசைக்கான நவீனக் கதையாடலை உருவாக்கும் பொறுப்பை ஏற்றுக்கொண்டது. அப்படி உருவாக்குகையில் இந்துயிசம், ஒழுக்கம், தார்மிகம், நம்பிக்கை ஆகியவை குறித்த தனது புரிந்துணர்வுக்கு இசைவாக அந்தக் கதையாடலை உருவாக்கியது. சங்கீத மும்மூர்த்திகள் தெய்வீக பிம்பங்களாக ஆக்கப்பட்டார்கள். கதாகாலட்சேபம் செய்பவர்களின் சமய அடையாளம் உருவாக்கப்பட்டது. நாதம், நாதப் பிரம்மம், இசை என்பது மோட்சத்திற்கான சாதனம், இறைவனின் பெயரை உச்சரிப்பதால் வரும் ஆற்றல் முதலான நடப்பிலுள்ள கருத்துகள் சமயம், தத்துவம், கீர்த்தனைகள் ஆகியவற்றிலிருந்து பெறப்பட்டுக் கர்னாடக இசையின் நோக்கமாக உள்ளடக்கப்பட்டன.

எனவே, கீர்த்தனைகள் நவீனக் கச்சேரி வடிவின் பிரதான அம்சமாக அமைந்திருப்பது தற்செயலானதல்ல. பல கீர்த்தனைகளின் அபாரமான இசைப் பெறுமானத்தை நான் மறுக்கவில்லை. ஆனால், அவை பிரதான இடம்பெற்றதற்குக் காரணம் அவற்றின் சமய உள்ளடக்கம்தான். கர்னாடக இசையில் சமயம் இத்தகைய இடத்தைப் பெற்றது. இசையின் நோக்கம், இசை வழங்கப்படும் விதம், பயிலப்படும் விதம் ஆகியவற்றின் இயல்பை மாற்றிவிட்டது. பல இசைக் கலைஞர்கள் கடந்த நூறு ஆண்டுகளில் இந்தக் கட்டுப்பாட்டை இசை சார்ந்து கடந்து சென்றாலும், இசை என்பது மோட்சத்துக்கான சாதனம் என்பன போன்ற விளக்கங்களைத்தான் அளிக்கிறார்கள். இதனால்தான் கலாபூர்வ இசையின் தன்மை அற்ற பக்திப் பாடல்கள் கர்னாடக இசையினுள் தொடர்ந்து சேர்க்கப்படுகின்றன.

கர்னாடக இசை சார்ந்த நம்பிக்கை

என்னைப் பொறுத்தவரை, கர்னாடக இசையைச் சமயம் சார்ந்ததாகப் புரிந்துகொள்வது மிகவும் மேலோட்டமான பார்வை. கோயில்களிலும் அரசவைகளிலும் இசைக்காகவே வாழ்ந்த பலர் சமயம் சார்ந்த பக்தி என்பதையும் தாண்டிய இசையை நமக்கு அளித்திருக்கிறார்கள். இசையின் சமயத்தன்மை அது வளர்ந்துவந்த விதத்தின் பின்புலத்திலிருந்து வருகிறது. ஆனால், இசை சமயத்திற்கு அப்பாற்பட்டது. மரபார்ந்த சமூகத்தில் சமயம், கலை, சமுகம் என இசையின் பல வடிவங்கள் ஒன்றாகப் புழங்கிவந்தன. இவை பரஸ்பரம் பல அம்சங்களைப் பரிமாறிக்கொண்டன. ஆனால் ஒவ்வொரு வடிவத்தைச் சேர்ந்தவர்களும் அந்த வடிவத்தின் நோக்கம் என்ன என்பதைத் தெளிவாக அறிந்திருந்தார்கள்.

பல்லவிகள், ஸ்லோகங்கள் / விருத்தங்கள் ஆகியவற்றைப் பாடும்போதும் சமயத்தோடு அவற்றுக்கு இருக்கும் தொடர்பைத் தவிர்க்க இயலாது. பெரும்பாலான இசைக் கலைஞர்கள் இசையின் வாயிலாகப் பிரதியின் பொருளை உணர்த்த/கடத்த வேண்டியதன் அவசியத்தை வலியுறுத்துகிறார்கள். இது, அவற்றைப் பாடுவதன் உணர்வுபூர்வமான பதிப்பாகப் பார்க்கப்படுகிறது. பல்லவி பாடும்போது, பாடப்படும் வரி இசையின் தற்கண வெளிப்பாட்டுக்கானதுதான். ஆனால் அதன் உள்ளடக்கம் சமயம் சார்ந்தது. சில பல்லவிகளைப் பாடுவதற்கான கட்டமைப்பில் உள்ள கணிதச் சாத்தியக்கூறுகளும் மனோதர்ம உத்திகளும் இசைக் கலைஞர் சமயம் சார்ந்த பொருளைத் தாண்டிச் செல்வதைத் தவிர்க்க முடியாததாக ஆக்குகின்றன. இத்தகைய சந்தர்ப்பங்களில் கர்னாடக இசை தனது சமயச் சுமையைத் துறந்துவிடுகிறது. ஆனால், பொதுவாகப் பல்லவிகள் அவற்றின் பொருளுக்கு முழு கவனமும் அளிக்கப்பட்டு ஒற்றை வரிக் கீர்த்தனைகளாகப் பாடப்படுவதையே பார்க்கிறோம்.

இந்த விவாதத்தில் இசைக் கருவிகளின் பங்கு முக்கியமானது. கருவி இசையில் (சொற்களே இல்லை என்னும் நிலையில்) சமயத்திற்கு இடம் இல்லை என்பதால் கலாபூர்வமான இசையின் நோக்கம் இங்கே அழுத்தம் பெறுகிறது என்று சிலர் சொல்லக்கூடும். என்னால் அதை ஒப்புக்கொள்ள முடியவில்லை. கருவி இசைக் கலைஞர் ஒவ்வொருவரும் தான் வாசிக்கும் இசைப்பாடல்களை அறிவார். வாசிக்கும்போது அந்தப் பாடல் வரிகளின் பொருள் அவர் மனதில் இருந்தாலும் இல்லாவிட்டாலும் அந்தப் பாடலில் இயல்பாகவே இருக்கும் சமயத்தன்மையுடன் அவர் தொடர்புகொள்ளத்தான் செய்கிறார்.

மரபார்ந்த இசைப்பாடல்கள் தங்கள் வாசிப்பின் ஒரு பகுதியாக இருக்க வேண்டும் என்பதில்லை என்று சொல்லும் கருவி இசைக் கலைஞர்கள் சிலர், எனவே 'தூய' கருவி இசை வடிவங்களை நாங்கள் உருவாக்கியிருக்கிறோம் என்று சொல்கிறார்கள். படைப்பூக்கம் மிகுந்த சிந்தனை என்ற அளவில் இந்தக் கூற்றில் என்னால் குற்றம் காண இயலாது. எனினும், கருவி இசைக்கான அரூப இசை வடிவை உருவாக்கி முழுக்க முழுக்க தங்கள் கலைத்திறனின் அடிப்படையில் இசையை வழங்க அவர்களால் முடியவில்லை என்பதே பிரச்சினை.

கருவி இசையில் புதிய வடிவங்களை உருவாக்கும் அவர்களுடைய வேட்கை இசைப்பாடல்களை, அதன் வார்த்தைகளின் அர்த்தங்களை மீறி, கலாபூர்வமான அரூப இசையாக அவர்களால் காண இயலவில்லை என்பதையே காட்டுகிறது. கர்னாடக இசையைப் பொறுத்தவரை பாடல் வரிகளை நாம் சமயம், பக்தி சார்ந்ததாகவும் இந்தச் சிந்தனையின்பாற்பட்டதாகவும்தான் புரிந்துகொள்கிறோம். பாடலின் பொருள் குறித்த அத்தியாயத்தில் அல்லாமல் இங்கே அதைப் பற்றி நான் பேசுவதற்குக் காரணம் இருக்கிறது. கருவி இசைக் கலைஞர்கள் பாடலின் பொருளில் கவனம் செலுத்த வேண்டிய அவசியம் இல்லை என்றாலும் அவர்களும் சமயத்தின் தாக்கத்தைத் தங்களுக்குள் மிக வலுவாக உணர்கிறார்கள். வாய்ப்பாட்டுக் கலைஞர்களிலும் பாடலின் நேரடிப் பொருள் மீது கவனம் செலுத்தாதவர்கள் இருக்கிறார்கள். ஆனால் பாடலில் இடம்பெறும் கடவுளர்களின் பெயர்கள், தெய்வீக வர்ணனைகள் ஆகியவற்றின் மூலம் அவர்களும் சமய உணர்வைப் பெறுகிறார்கள்.

சமயம் சாராத சாகித்யங்களைப் பாடுவது இந்தக் கண்ணோட்டங்களை மாற்ற உதவுமா? சமயம் சாராத பாடல்களைப் பாட வேண்டும் என்ற குறிப்பான நோக்கத்துடன் பொதுவான சில பாடல்களைப் பாடியிருக்கிறேன். சொற்களின் பொருள்கள் முக்கியம் என நான் கருதவில்லை என்றாலும் பெரும்பாலும் அது முக்கியத்துவம் பெற்று விடுகிறது என்பதை மறுக்க முடியாது. எனவே தர்க்க ரீதியான இந்த முயற்சி மேற்கொள்ளப்பட வேண்டும் என்று நினைத்தேன். இதிலும் எனக்குச் சில பிரச்சினைகள் எழுந்தன. குறிப்பிட்டதொரு முன்நிபந்தனையை நீக்கும் முயற்சியில் நான் புதிதாக ஒரு முன்நிபந்தனையை உருவாக்கிவிடுவேனோ? இது நான் தீவிரமாகப் பரிசீலிக்க வேணடிய விஷயம். வரிகளின் பொருள் சார்ந்த மாற்று யோசனைகளை வழங்குவதற்கு இந்தத் தேடல்

முக்கியமானதாக இருக்கக்கூடும். ஆனால் நாம் இந்த முயற்சியின் கைதியாகிவிடக் கூடாது. இசை குறித்த நமது பார்வையைக் குறுக்கிவிடக்கூடிய சாகித்தியத்தின் பொருளுக்கு எந்த வகையிலும் கட்டுப்பட்டுவிடக்கூடிய நிலையைத் தாண்டி நாம் செல்ல வேண்டும். சாகித்யத்தின் பொருளானது இசை குறித்து நமது பார்வையைக் குறுக்கிவிடக்கூடியது. இதற்கு எந்த வகையிலும் கட்டுப்பட்டுவிடாமல் நாம் தாண்டிச் செல்ல வேண்டும். கர்னாடக இசை வடிவத்தினுள் இசை அடையாளத்தைக் கொண்ட ஓசையின் அழகை சாகித்யத்தில் காண்பதே என் பயணத்தின் நோக்கம். வரிகளின் இயல்பு சமயம் அல்லது சமயம் அற்ற உள்ளடக்கத்தால் வழிநடத்தப்படக் கூடாது. கலாபூர்வமான இசையின் மீதான நமது அர்ப்பணிப்பினால் வழிநடத்தப்பட வேண்டும்.

மகத்தான இசைக் கலைஞரால் பாடல் வரிகளின் அடியோட்டமாய் அமைந்த சயமச் சிந்தனைகளையே தன் கலை வெளிப்பாட்டின் இதயமாகக் கொண்டு முழுமையானதொரு கச்சேரியை வழங்க இயலும். அதுபோலவே, அதேபோன்ற இன்னொரு கலைஞரால் மொழிசார் பொருளின் துணை ஏதுமற்று தன் இசை சாரத்தின் ஆற்றலுடன் முழுமையானதொரு கச்சேரியை வழங்க இயலும். கருவி இசைக் கலைஞர்களின் துணையுடனும் சொற்களற்ற அதிசயமான ஆலாபனை, கல்பனா ஸ்வரம், தானம், தானி ஆகியவற்றின் உதவியோடும் தனது ரசிகர்களுக்கு இசை சார்ந்த நிறைவை அவரால் வழங்க இயலும். கலாபூர்வமான இசையின் ஒலிசார் உள்ளடக்கத்தைக் குறைத்து மதிப்பிடவோ புறக்கணிக்கவோ நான் இந்த அனுமானத்தை முன்வைக்கவில்லை. பற்றற்ற ஆய்வுக்கு உட்படுத்தக்கூடிய விதத்தில் இந்த இரு சிடுக்குகளையும் அவிழ்த்துத் தனித்தனியே நிறுத்த விரும்புகிறேன்.

இந்து சமய உள்ளடக்கம் நவீன உலகில் ஒரு கேள்வியை எழுப்புகிறது. நாத்திகர் அல்லது இந்து அல்லாத ஒருவரால் கர்னாடக இசைக் கலைஞராக ஆக முடியுமா?

கர்னாடக இசையுலகில் நிலவும் சூழல் நாத்திகர் ஒருவர் புழங்குவதற்குக் கடினமாகவே உள்ளது. ஒரு சில நாத்திகர்கள் இருக்கக்கூடும். ஆனால் அவர்களால் பகிரங்கமாகத் தன்னை வெளிப்படுத்திக்கொண்டு கர்னாடக இசைக்கான நாத்திகக் கதையாடலை முன்வைப்பது மிகவும் கடினம். தங்களது இசைக்குக் கிடைக்கும் சமயம் சார்ந்த எதிர்வினைகளை மௌனமாக ஏற்றுக்கொண்டு பக்தியும் தத்துவமும் நிரம்பிய விளக்கங்களை ஊக்குவிக்க வேண்டியிருக்கும். நான் இதில்

குறை காணவில்லை. அவர்கள் இந்த உலகினுள் தங்களை அசலாக வெளிப்படுத்திக்கொள்வதில் இருக்கும் சிக்கலைக் குறிப்பிட்டுக் காட்டுகிறேன். கர்னாடக இசைக்கு, குறிப்பாக இசைப்பாடல்களின் வடிவங்களுக்கு, முழுக்க முழுக்க அழகியல் சார்ந்த சிந்தனையை வழங்க வேண்டிய அவசியம் இல்லை என்பதே இசைச் சமூகத்தில் பொதுவாக நிலவும் உணர்வு.

பிற சமயங்களைப் பின்பற்றுபவர்களின் நிலை என்ன? நாதஸ்வரக் கலைஞர்கள் சமூகத்தில் இந்தக் கலையில் அபாரமான தேர்ச்சி பெற்ற முஸ்லிம் குடும்பங்கள் சில இருந்தன. அவர்களில் பலர் தற்போதைய (பிளவுபடாத) ஆந்திரப் பிரதேசத்தில் வசதியாக வாழ்ந்தனர். ஒரு சிலர் ஸ்ரீரங்கத்தில் மரபில் ஊறிய இந்துப் பிரிவினரின் வசிப்பிடங்களுக்கு அருகே இன்னமும் வசிக்கிறார்கள். எதிரும் புதிருமான இரண்டு கருத்தியல்களுடன் உறவாடும் அவர்களுடைய திறமையின் மீது எனக்கு மிகுந்த மரியாதை உள்ளது. ஆனால் இதில் ஒரு நுட்பம் உள்ளது. தங்கள் உலகத்திற்குள் இந்துக் கடவுள்களை விருப்பத்துடன் ஒப்புக்கொள்ள வேண்டிய நிர்ப்பந்தம் அவர்களுக்கு இருக்கிறது. அவர்கள் இஸ்லாமிய சமயத்தைப் பின்பற்றினாலும் அவர்கள் வீடுகளில் இந்துக் கடவுளர்களின் படங்கள் இருப்பதையும் இந்துக் கடவுளர்களின் மீது அவர்களுக்கு இருக்கும் மரியாதையையும் நீங்கள் பார்க்கலாம். இரு வேறு உலகங்களுடன் உறவாடும் அவர்களுடைய திறமையே இதற்குக் காரணம். ஆனால் அவர்களால் இந்துயிசத்தின் மீது உரிமை பாராட்ட இயலாது. கர்னாடக இசை உலகில் இசைக் கலைஞர்களாகவும் அவர்கள் ஏற்றுக்கொள்ளப்படுவதில்லை.

○

11

ஆண்களின் உலகம்

கர்நாடக இசை உலகில் நான் ஆணா, பெண்ணா என்பது முக்கியமான விஷயமா? முக்கியமான விஷயமாக அது இருக்கத்தான் வேண்டுமா? இதுபோன்ற கேள்விகளை இந்தக் கட்டுரையில் விவாதிக்கவிருக்கிறேன்.

பெண் இசைக் கலைஞர்களின் பங்கு, அவர்களைப் பற்றிய பார்வைகள், 'பெண்களின் கர்நாடக இசை' என்பது குறித்த கருத்து ஆகியவை கர்நாடக இசையின் சமூகவியல் சொல்லாடல்களின் ஒரு பகுதியாக உள்ளன. இசை எல்லாவற்றுக்கும் மேலானதாக இருக்க வேண்டும், இசைக் கலைஞர் வெளிப்படுத்தும் இசையில் அற்புதமே முக்கியமானதாகக் கருதப்பட வேண்டும் என்பதே ஆதர்சமான நிலை. அப்படியானால் இசைக் கலைஞர் ஆணா, பெண்ணா என்பது ஏன் முக்கியமாகிறது?

உயர்ந்த பீடத்தில் இருக்கின்ற, நம்மை உயர்த்தக் கூடிய தன்மை கொண்ட கர்நாடக இசையிலும் பாலின அடையாளம் என்பது முக்கியமானதாக இருக்கிறது என்பதே வருந்தத்தக்க யதார்த்தம். அரசியல்வாதிகள், வணிகர்கள், விளையாட்டுத் துறையைச் சேர்ந்தவர்கள் முதலானோரின் கண்ணோட்டத்தை ஆதிக்கம் செலுத்தும் அதே சமூகக் கருத்தியல் முன்முடிவுகள்தாம் இசைக் கலைஞரின் கண்ணோட்டத்தையும் ஆதிக்கம்

செலுத்துகின்றன. இங்கே வித்தியாசம் என்னவென்றால், சமூக வரலாற்றின் தடம் கலைஞர்கள் மீது மட்டுமல்லாமல் கலையின் மீதும் அழுத்தமாகப் பதிந்திருக்கிறது.

கர்னாடக இசையில் பெண்கள் குறித்த வரலாற்றை அறிஞர்கள் எழுதியிருக்கிறார்கள். எனவே நான் அந்தத் தகவல்களுக்குள் போக வேண்டியதில்லை. ஆனால், கடந்த 150 ஆண்டுகளில் நிகழ்ந்த சமூக மாற்றங்களையும் இசையின் மீது சில பெண்கள் செலுத்திய தாக்கத்தையும் பற்றிப் பேசாமல் இசைக் கலைஞர்களிடையே உள்ள ஆணாதிக்கப் போக்கை விவாதிக்க இயலாது.

1800களின் இறுதிப் பகுதியிலிருந்தே அரசியல் கட்டுமானங்களிலும் சமூகத்தின் பண்பாட்டுக் கூறுகளிலும் நிகழ்ந்துவந்த மாற்றங்கள் கர்னாடக இசை உலகையும் பாதித்தன. மாறுபட்ட தன்மைகள் கொண்டிருந்தாலும் பரஸ்பரத் தொடர்பு கொண்டிருந்த சூழல்களில் அற்புதமான இசைக் கலைஞர்களும் நடனக் கலைஞர்களும் செயல்பட்டுவந்தார்கள். தேவதாசிகள், நாதஸ்வர வித்வான்கள், பிராமண இசைக் கலைஞர்கள், அரண்மனைகளைச் சார்ந்து இயங்கிய வாக்கேயக்காரர்கள், அறிஞர்கள், துறவறத்தில் ஈடுபட்டிருந்த இசைக் கலைஞர்கள் ஆகிய அனைவரும் கலாபூர்வமான இசையை உருவாக்கித் தாங்கள் செயல்பட்டுவந்த களங்களில் அவற்றை வெளிப்படுத்தினார்கள். அவர்கள் ஒவ்வொருவரும் தனித்தன்மை கொண்டவர்கள். ஆனால் அவர்கள் தனித் தனித் தீவாக இயங்கவில்லை. அவர்கள் உருவாக்கிய இசை ஒன்றாகவே இருந்தது. அதைக் கர்னாடக இசை என்று நாம் இன்று குறிப்பிடுகிறோம். அனைத்துப் போக்குகளையும் ஒன்றிணைக்கும் சொல்லாக இதை நான் பயன்படுத்துகிறேன். நவீனக் கச்சேரியைக் குறிப்பிடும் சொல்லாக அல்ல.

அரசவைகளும் ஆலயங்களும் இசைக்கு வழங்கிவந்த ஆதரவு மெல்ல மெல்லக் குறைந்துவந்தது. இதைத் தொடர்ந்து தேவதாசிகளின் கலாபூர்வமான செயல்பாடுகள் சட்டபூர்வமாகக் கேள்விக்குட்படுத்தப்பட்டன. 1930களின் தொடக்கத்தில் தொடங்கிய இந்தப் போக்கு 15 ஆண்டுகளுக்கு நீடித்தது. கடைசியில், 1947இல் தேவதாசி மரபு சட்டப்படி ஒழிக்கப்பட்டது. சென்ற நூற்றாண்டின் தொடக்கத்திலேயே தேவதாசிகள் பலரும் மிகுந்த சிரமத்துக்குள்ளாகியிருந்தார்கள். ஆண்களால் சுரண்டப்பட்டார்கள். இதனால் நகர்ப்புறங்களில் தேவதாசி மரபுக்கு எதிரான இயக்கம் நடந்தது. கர்னாடக இசை உலகில்

இது கொந்தளிப்பை ஏற்படுத்தியது. இந்தக் கலை வடிவைப் பேணிவந்த சமூகத்தினர் தம்முடைய இடத்தை மறுகண்டுபிடிப்பு செய்துகொள்ள வேண்டியிருந்தது. இந்த முயற்சியின் மீது தேசிய இயக்கமும், கலாச்சாரத் தொன்மை குறித்துப் பெருமிதம் கொள்ளும் அதே நேரத்தில் சமகால அடையாளத்தையும் தேடும் போக்கும் தாக்கத்தைச் செலுத்தின.

அன்றைய மதராஸில் இருந்த வலிமை வாய்ந்த வர்க்கத்தினர் இந்தப் புதிய சூழலை விரைவில் இனம்கண்டுகொண்டு பயன்படுத்திக்கொண்டனர். இவர்களில் பெரும்பாலானவர்கள் பிராமணர்கள். இது சரியா, தவறா என்பது பற்றி நாம் விவாதிக்கலாம். ஆனால் இதன் யதார்த்தத்தைப் புறக்கணிக்க முடியாது. பொருளாதாரம், சமூகம், அரசியல் ஆகியவற்றில் வலிமை வாய்ந்தவர்களாக பிராமணர்கள் இருந்தார்கள். செட்டியார், வெள்ளாளர் சமூகங்களைச் சேர்ந்த பணக்கார வர்த்தகர்களும் வழக்கறிஞர்களும் இவர்களோடு இணைந்துகொண்டார்கள். இவர்கள் பின்னாளில் தமிழிசை இயக்கத்தின் வாயிலாக பிராமணர்களின் ஆதிக்கத்தை எதிர்த்தார்கள் என்பது வேறு கதை. பெரிய அளவில் நடைபெற்ற இடமாற்றங்கள், ஆதரிப்பவர்களில் ஏற்பட்ட மாற்றம் ஆகியவற்றால் கர்னாடக இசை உலகம் பலவிதமான பாதிப்புகளுக்கு உள்ளானது. கர்னாடக இசைக்கு மறுவடிவம் கொடுக்கும் செயல்முறை நிகழ்ந்தது. இந்த இசை வடிவம் நவீனப்படுத்தப்பட்டதுடன் அது புனிதப்படுத்தவும் பட்டது. நடனம் மட்டுமின்றி இசையும் தேவதாசி வரலாற்றிலிருந்து விடுபட, பிராமணர்களால் ஏற்பாடுசெய்யப்பட்ட புனிதப் படுத்தும் நடைமுறை செயல்படுத்தப்பட்டது. இந்தப் புதுப்பித்தல் கர்னாடக இசைக்கும் அதைச் சார்ந்தவர்களுக்கும் உயர்ந்த தார்மிக அந்தஸ்தை வழங்கியது. கர்னாடக இசை என்பது பாலியல் தொழிலாளிகளால் பயின்று, வழங்கிவரும் மலினமான செயல்பாடு அல்ல; துறவிகளும் மரியாதைக்குரிய ஆளுமைகளும் பயின்றுவரும் தெய்வீகக் கலை என்னும் கருத்து உருவாக்கப்பட்டது. மேற்கத்திய பாணியிலான கற்கும் முறை, இசைக் குறியீடுகள், இசையை வழங்கும் முறை ஆகியவற்றை உருவாக்குவதன் மூலம் கர்னாடக இசை நவீனப்படுத்தப்பட்டது. இவை அனைத்தும் சேர்ந்து இந்தக் கலை வடிவத்துக்குச் 'செவ்வியல்' அந்தஸ்தை வழங்கின.

இந்த மாற்றங்கள் தேவதாசிகள் மீதும் தென்னிந்தியக் கலாச்சாரத்தின் கலைப் பொக்கிஷமாகத் திகழ்ந்த அவர்களுடைய நிலையின் மீதும் நேரடியான தாக்கத்தைச் செலுத்தின. வரலாற்றில்

கர்னாடக இசையையும் சதிர் ஆட்டத்தையும் (பின்னாளில் பரத நாட்டியம்) பயின்றுவந்த பெண்கள் இவர்கள் மட்டும்தான். இந்த விவாதத்துடன் பின்னிப் பிணைந்த சாதி அம்சம் குறித்து அடுத்து வரும் கட்டுரை ஒன்றில் எழுதியிருக்கிறேன். இருபதாம் நூற்றாண்டின் தொடக்கத்தில் உருப்பெற்ற புதிய நிகழ்வுகளான நவீனமயமாக்கலும் புனிதப்படுத்துதலும் இவர்களை வெற்றிகரமாக ஒதுக்கிவைத்தன. தமது இசையின் பதிவுகளை கிராமபோன் இசைத் தட்டுகளாக வெளியிடுதல், திரைப்படங்களில் நடித்தல், கச்சேரிகளின் மூலம் தமது இசையுணர்வை வெளிப்படுத்துதல் ஆகிய செயல்களின் மூலம் நவீன வாழ்வில் தங்களது இருப்புக்கான நியாயத்தை நிலைநிறுத்திக்கொள்ள இவர்கள் முயன்றார்கள். ஆனால், புதிதாகப் புனிதப்படுத்தப்பட்ட கச்சேரி உலகினுள் இவர்களில் பெரும்பாலானவர்களால் தங்கள் கலைக்கான நிரந்தர இடத்தைப் பெற இயலவில்லை. எப்படி முடியும்? நவீன கச்சேரி உலகிற்கு 'சுத்தமான' படிமம் வேண்டும். தவிர, கச்சேரிக்கென்று நிர்ணயிக்கப்பட்ட இசைக் கூறுகளுக்கான தேவைகளை தேவதாசிகளால் பூர்த்திசெய்ய முடியவில்லை. தேவதாசிகளின் இசை கச்சேரி இசைக்குப் பொருத்தமானதாகக் கருதப்படவில்லை. அதாவது, 'கர்னாடக' என்னும் கருத்து இசை சார்ந்தும் குறுகலாகிவந்தது. அதே சமயம் – பிராமணர்கள், இதர உயர் சாதியினர் – பொது இடத்தில் கலையை நிகழ்த்தக்கூடிய அளவுக்குக் கச்சேரி என்னும் வெளி புனிதப்படுத்தப்படவும் இல்லை.

சரஸ்வதி பாய் (1892–1974) என்னும் கதாகாலட்சேப விற்பன்னர் இதற்குக் குறிப்பிடத்தக்க விதிவிலக்காக விளங்கினார். ஆச்சாரமான பிராமணக் குடும்பத்தில் பிறந்த சரஸ்வதி பாய் ஆண் பாகவதர்களின் (கதாகாலட்சேபம் செய்யும் ஆண்களைக் குறிப்பிடும் சொல்) ஆதிக்கத்தை அசைத்துப் பார்க்குமளவுக்குப் பிரபலமாக விளங்கினார். இதனாலேயே ஆண்கள் அவருக்கு மியூசிக் அகாடமியின் 'சங்கீத கலாநிதி' விருது கிடைக்காத வண்ணம் பார்த்துக்கொண்டார்கள். பிராமணப் பெண்கள் கச்சேரி இசை வழங்கும் கலைஞர்களாகச் செயல்பட அனுமதிக்கப்படாததற்கான காரணம், தேவதாசிகளை மறுத்த 'ஒழுக்கவாதம்' என்பதையும் தாண்டியது. நமது சமூகம் பெரிய அளவில் தந்தைவழிச் சமூகமாக இருந்துவந்தது. இந்தச் சூழலில் ஆண்களுக்குச் சமமான அளவில் பெண்களும் கலைத் துறையில் பங்கு பெறுவது ஏற்றுக்கொள்ளப்பட முடியாததாக இருந்தது. வருத்தத்திற்குரிய விதத்தில், இன்றும் அதே நிலை நீடிப்பதாகவே நான் கருதுகிறேன்.

வீணைக் கலைஞர் தனம்மாள்

இன்னொரு மகத்தான பெண் இசைக் கலைஞரும் இருந்தார். ஆனால் அவர் பிராமண சமூகத்தைச் சேர்ந்தவர் அல்லர். ஆண் இசைக் கலைஞர்களும் அவர்களுடைய புரவலர்களும் வீணை தனம்மாள் (1867-1938) என்னும் மகத்தான தேவதாசி இசைக் கலைஞரின் மேதைமையை மகிழ்ச்சியுடன் ஒப்புக்கொண்டார்கள். அவர்கள் தனம்மாளின் வெள்ளிக்கிழமை கச்சேரிகளைக் கேட்பதற்காக அவர் வீட்டுக்குப் படையெடுப்பார்கள். ஆனால், அவரை அவர்கள் பாராட்டிச் சொல்லும் வார்த்தைகளில்கூட வேறு அர்த்தங்கள் பொதிந்திருக்கும். அற்புதம், தெய்வீகம், நுட்பம், நுண்மை, மென்மை, புராதனம் ஆகிய சொற்கள் அவர்களுடைய பாராட்டுகளை மட்டுமல்லாமல் பாரபட்சங்களையும் வெளிப்படுத்தின. நுண்மை, பெண்மை ஆகிய சொற்கள் கேட்க மிகவும் நன்றாக இருக்கின்றன. அதே சமயம் அவை Salonனுக்குப் பொருத்தமான பண்புகள் என்பதையும் கவனிக்க வேண்டும். அவருடைய இசை பரந்ததொரு மேடைக்கு அல்லது ஆண்களின் உலகத்திற்குப் பொருத்தமானதுதானா? இல்லை. அந்தச் சமயத்தில் கர்னாடக இசை அழுத்தமான அடையாளத்தைப் பெற்றுவிட்டிருந்தது. தனம்மாளின் இசையை தெய்வீகமானது, புராதனமானது என்றெல்லாம் சொல்வதில் அது அருங்காட்சியகத்தில் வைக்க வேண்டிய சங்கதி என்னும் பொருள் வருகிறது. அது அற்புதமானதுதான்; ஆனால் சமகாலத்துக்கானது அல்ல. அந்தக் காலகட்டத்தில், புதியதொரு உலகிற்கேற்ப கர்னாடக இசை மறு வடிவம் அளிக்கப்பட்டிருந்தது. மக்கள் தனம்மாளின் இசையைக் கேட்டு வியந்தார்கள். பெரும் அன்புடனும் மரியாதையுடனும் அவரிடம் பாடல்களைக் கற்றுக்கொண்டார்கள். ஆனால், கச்சேரி என்று வரும்போது அவருக்கு அங்கு இடமில்லை. என்றாலும் அவரும் ஒரு சில சபாக்களில் ஒரு சில கச்சேரிகளை வழங்கினார்.

பின்னாளில் (1950கள் முதல் 1980கள் வரை) அவரது பேத்திகள் டி. பிருந்தா, டி. முக்தா ஆகியோர் சபாக்களில் கச்சேரி செய்தனர். இசைக் கலைஞர்களால் பெரிதும் மதிக்கப்பட்டனர். ஆனால், அவர்களும் கச்சேரி வட்டாரங்களில் முன்னணிக் கலைஞர்களாக ஏற்றுக்கொள்ளப்படவில்லை. அவர்கள் பழைய பாணியின் பிரதிநிதிகளாகவே கருதப்பட்டார்கள். 1940களில் நவீன கச்சேரி இசை கர்னாடக இசையை மறு வரையறை செய்துவிட்டிருந்தது.

இந்த இடத்தில் ஒரு விஷயத்தைக் குறிப்பிட வேண்டியது அவசியம். முதல் தலைமுறை நகர்ப்புற தேவதாசி இசைக்

கலைஞர்களில் பிருந்தா, முக்தா (1914–2007), எம்.எஸ். சுப்புலட்சுமி, எம்.எல். வசந்தகுமாரி (1928–90) போன்றவர்களைத் தாண்டி அடுத்து வந்த தலைமுறைகளிலிருந்து முக்கியமான பெண் இசைக் கலைஞர் ஒருவர்கூட வரவில்லை. இது பாலினம், சாதி ஆகிய இரண்டும் சார்ந்த பிரச்சினை. பாலினத்தின் அடிப்படையில் வாய்ப்பு மறுக்கப்பட்டதால் ஏற்பட்ட இழப்பு இது. கிட்டத்தட்ட காட்சி இன்பம் என்று சொல்லத்தக்க விதத்தில் தேவதாசிகளை ரசிக்கத்தக்கவர்களாகச் சித்தரிக்கும் பழக்கத்தை நிறுத்தியாக வேண்டும் என்பதை இங்கே நான் திட்டவட்டமாகச் சொல்லியாக வேண்டும். ஆனால், அவர்களுடைய கலை மரபை வரலாற்றின் புதைமேடுகளிலிருந்து மீட்டெடுக்க வேண்டும்.

சுப்ரமணிய பாரதியாரின் சிந்தனை

கதாகாலட்சேபம், கர்னாடக இசை ஆகிய துறைகளில் பெண் கலைஞர்களில் முன்னோடிகளான சரஸ்வதி பாய், பெங்களூர் நாகரத்தினம்மாள் (1878–1952), எம்.எஸ். சுப்புலட்சுமி முதலானோர் எதிர்கொண்ட சவால்கள் ஏராளமானவை. இது போன்ற பிரச்சினைகள் குறித்து நிறைய விவாதமும் உரையாடல்களும் அப்போது நடைபெற்றன. சங்கீத விஷயம் என்னும் கட்டுரையில் சுப்ரமணிய பாரதி (1882–1921) தேவதாசியையும் 'குடும்பப் பெண்'ணையும் வேறுபடுத்திக் காட்டுகிறார். சமகால இசைக் கலைஞர்களின் நல்லியல்புகளைப் பற்றிப் பேசுகையில் அவர்களில் (தேவதாசிகள்) ஆண்களும் பெண்களும் உண்டு என்று குறிப்பிடுகிறார். 'வித்வான்களை விட்டுவிட்டு இயல்பாகப் பாடும் மக்களைப் பற்றி நாம் பேசுவோம்' என்கிறார். இந்தப் பகுதியில் அவர் சமூகப் பாடல்களையும் சில கீர்த்தனைகளையும் பாடும் குடும்பப் பெண் பற்றிக் குறிப்பாகப் பேசுகிறார். குடும்பப் பெண்கள் முறையான விதத்தில் கர்னாடக இசையைக் கற்க வேண்டும் என்று கோருகிறார். அப்போதுதான் சமூகத்தின் இசை ரசனை மேம்படும் என்கிறார். முறையான பயிற்சியின் மூலம் 'லய உணர்ச்சி'யை வளர்த்துக்கொள்வது பற்றி எழுதுகிறார். பெண்களிடத்தில் இது குறைவாக இருப்பதாகக் கருதப்பட்டது. 'இந்தப் பெண்கள் என்ன தாஸிகளா? இவர்கள் என்ன கச்சேரியா செய்யப்போகிறார்கள்? இவர்கள் எதற்காக லயமும் தாளமும் கற்க வேண்டும்?' என்று மக்கள் கேட்பதாக பாரதி சொல்கிறார். தாளம் உள்பட இசையின் எல்லா அம்சங்களிலும் பயிற்சி பெறுவது அவசியம் என்று குறிப்பிடும் பாரதி, அப்போதுதான் இசை அழகாக இருக்கும் என்கிறார். பெண்களைப் பாடவிடாமல் தடுத்தால் வாழ்க்கையே குலைந்துபோகும் என்கிறார்.

இது முற்போக்கான பார்வைதான். ஆனால் 'குடும்பப் பெண்'ணும் கச்சேரி இசைக் கலைஞராகலாம் என்பதற்கான சாத்தியக்கூறு பற்றி இக்கட்டுரையில் ஏதுமில்லை. சுப்ரமணிய பாரதியார், தனது இயல்புக்கேற்ப இதிலும் காலத்தில் முன்னகர்ந்து சிந்திக்கிறார். அதே சமயம், அவருடைய சமகாலத்தில் 'குடும்பப் பெண்'ணுக்கும் தேவதாசிக்கும் இடையே இருந்த கூர்மையான வேறுபாடுகளையும் உறுதி செய்கிறார்.

பெங்களூர் நாகரத்தினம்மாளின் இடையீடு

இசையைக் கற்க விரும்பும் பெண்கள் 'மதிக்கப் பெறாத' பின்புலத்தைக் கொண்ட ஆசிரியர்களிடம் செல்ல வேண்டியிருக்கும் என்னும் பொதுவான அச்சமும் அப்போது நிலவியது. 1904ஆம் ஆண்டிலேயே உமையாள்புரம் நடேச அய்யர் சென்னையில் கர்நாடக இசைப் பள்ளி ஒன்றை நிறுவினார். முக்கியமான பிராமணக் குடும்பங்களைச் சேர்ந்த பெண்கள் அதில் சேர்த்துக்கொள்ளப்பட்டார்கள். இது எதைக் காட்டுகிறது? பிராமணக் குடும்பங்கள் தங்களுடைய பெண்கள் கர்நாடக இசையைக் கற்க வேண்டுமென்று விரும்பினார்கள். ஆனால் பிராமணச் சூழலில் அது அமைய வேண்டும் என்று விரும்பினார்கள். அதே சமயம் இசையைக் கற்பது மேடையில் பாடுவதற்காக அல்ல. இதுபோன்ற கட்டுப்பெட்டித்தனங்கள் அனைத்தும் அந்தக் காலத்தில் பெண்களை மிகவும் பலவீனப்படுத்தின.

இந்தச் சூழ்நிலையில்தான் தேவதாசி மரபைச் சேர்ந்த புகழ்பெற்ற கச்சேரி இசைக் கலைஞர் பெங்களூர் நாகரத்தினம்மாள் காவிரிக் கரையில் உள்ள திருவையாறில் தியாகராஜ சமாதியை எழுப்பி அதில் தியாகராஜர் 'சிலை'யை வைத்தார். இசைக் கலைஞர்கள் ஒன்று கூடுவதற்கும் மகத்தான அந்த இசைக் கலைஞருக்கு மரியாதை செலுத்துவதற்குமான முக்கியமான இடத்தை அவர் இதன் மூலம் உருவாக்கினார். அந்த இடத்தில் அவருடன் இணைந்து கச்சேரி செய்ய மூத்த இசைக் கலைஞர்கள் மறுத்தார்கள் என்பதை நம்பவே முடியவில்லை. இது சாதாரண அவமானம் அல்ல. தியாகராஜருக்குப் பெண் இசைக் கலைஞர்கள் மட்டுமே பங்குபெறும் இசை ஆராதனையை ஏற்பாடு செய்து நடத்தியதன் மூலம் நாகரத்தினம்மாள் இதற்கு எதிர்வினை ஆற்றினார்.

இந்தக் காலகட்டத்தில் நடந்த எண்ணற்ற சம்பவங்கள் கர்நாடக இசை உலகில் இடம் பெறுவதிலும் அதில் மரியாதைக்குரிய கலைஞராக உருவெடுப்பதிலும் பெண்களுக்கு

இருந்த கஷ்டங்களை அழுத்தமாகச் சுட்டிக்காட்டுகின்றன. கச்சேரி செய்யும் பெண்கள் இத்தகைய சூழலில்தான் வளர்ந்துவர வேண்டியிருந்தது. புதிய பிறவி எடுத்து வந்த பழைய பாரபட்சங்களை எதிர்த்து அவர்கள் இடையறாமல் போராட வேண்டியிருந்தது.

சமகாலப் பின்னணியில் பெண்கள் எதிர்கொள்ளும் பிரச்சினைகளைப் பற்றிப் பேசுவதற்கு முன்பு எம்.எஸ். சுப்புலட்சுமி, டி.கே. பட்டம்மாள் (1919–2009) ஆகியோரின் இசைசார் தொழில் வாழ்வைப் பற்றிக் குறிப்பிட விரும்புகிறேன். இவர்களுடைய வாழ்வு குறித்த ஆய்வு அவசியமானது. அவர்களை ஒப்பிடுவதற்காக அல்ல. வெவ்வேறு சமூகப் பின்னணிகளைக் கொண்ட இவர்கள் இருவரும் ஆண்களால் ஏற்றுக்கொள்ளப்படுவதற்காகத் தங்களுக்கென்று வித்தியாசமான படிமத்தைக் கண்டறிய வேண்டியிருந்ததற்கான உதாரணங்களாக ஆய்வு செய்யப்பட வேண்டியவர்கள்.

சுப்புலட்சுமி, மதுரை ஷண்முகவடிவு (1889–1962) என்னும் தேவதாசிக்குப் பிறந்தவர். ஷண்முகவடிவு, வீணை இசைக் கலைஞர். டி. சதாசிவம் என்பவரை மணந்துகொண்டு சென்னைக்குக் குடிபெயர்ந்த பிறகு சுப்புலட்சுமியின் வாழ்க்கை மாறிவிட்டது. சதாசிவம் பிராமணர். அவருக்கு ஏற்கெனவே திருமணமாகி இரண்டு பெண்களும் இருந்தார்கள். அவர் விடுதலைப் போராட்ட வீரர். அரசியல், வர்த்தக வட்டாரங்களில் வலுவான தொடர்புகள் கொண்டவர். புதிய இல்லத்தில் சுப்புலட்சுமி 'எம்.எஸ்' ஆக அறியப்பட்டார். சேவாசதனம் (1938) போன்ற வெற்றிப் படங்களில் நடித்திருந்ததால் ஏற்கெனவே அனைவருக்கும் நன்கு அறிமுகமாகியிருந்தார். மக்களால் கொண்டாடப்பட்ட பிரபலம் என்றும் சொல்லலாம். சேவாதனம் திரைப்படம் இந்தி எழுத்தாளர் பிரேம் சந்த் எழுதிய பஜார் – ஏ – ஹஸன் (1919) என்னும் நாவலைத் தழுவியது. அழகின் சந்தை அல்லது சிவப்பு விளக்குச் சந்தை என்பது அதன் பொருள். வீடுகளில் பெண்கள் படும் துயரங்களைப் பற்றியும் பாலியல் தொழிலாளர்களைப் பற்றியும் துணிச்சலோடு பேசிய நாவல் இது.

திருமணத்துக்குப் பிறகு புதியதொரு அடையாளத்தை வரித்துக்கொள்ள வேண்டிய உந்துதல் எம்.எஸ்.ஸுக்கு ஏற்பட்டது. எம்.எஸ். தன்னுடைய திரை ஆளுமையைத் தக்கவைத்துக் கொண்டு, தேவதாசிப் பின்புலத்தைத் துறந்துவிட வேண்டும் என சதாசிவம் முடிவுசெய்தார். எம்.எஸ்., திரையிலும் நிஜ உலகிலும் இந்த மாற்றத்தை மிக லாவகமாக மேற்கொண்டார்.

திருமணத்துக்குப் பின்பு நடித்த படங்களில் பெரும்பாலும் நாரதர், மீரா போன்ற புனிதப் பாத்திரங்களையே ஏற்று நடித்தார். தன்னுடைய இசை மேதைமையாலும் அசாதாரணமான வசீகரத்தாலும் அவர் தனக்குத் தெய்வீகத்தன்மையை உருவாக்கிக்கொண்டார். அந்தப் படிமம் இன்றுவரையிலும் உயிர்ப்புடன் இருக்கிறது. அதே சமயம் சதாசிவம் அவரைக் கச்சேரி மேடையிலும் நிலைபெறச் செய்தார்.

எம்.எஸ்.ஸின் வரப்பிரசாதமான பக்தி உணர்வைப் பயன்படுத்திக்கொண்டு அவரை பக்தியின் உருவமாகவே ஆக்கிவிட்டார். துறவிகள், மகான்களின் உணர்வுகள் எம்.எஸ்.ஸின் இசையில் வெளிப்பட்டன. இந்து சமய பக்தி அதன் அசலான பொருளில் அவருடைய இசையில் பிரதிபலித்தது. இந்தச் செயல்முறையில் அவர் மரபார்ந்த பிராமணப் பெண்ணாகவே உருமாறிவிட்டார். 'மரியாதைக்குரிய' பெண்களும் இசைக் கலைஞர்களாவதற்கான உத்வேகமாக விளங்கினார். இதை அவர் விருப்பத்துடன் செய்தாரா இல்லையா என்னும் கேள்விக்கே நான் இங்கே போகவில்லை. ஆனால், இந்த மாற்றமே அவர் வாழ்க்கை யதார்த்தம்.

எம்.எஸ்.ஸின் மாற்றத்திற்கு இசை சார்ந்த சுவையான துணைப் பிரதி ஒன்றும் உள்ளது. தேவதாசிப் பெண்கள் அவர்களது இசைத் திறனுக்காகப் பாராட்டப்பட்டார்கள். ஆனால் கச்சேரிக்குத் தேவையான தீவிரத்துக்கு ஏற்றவர்களாக அவர்கள் ஒருபோதும் கருதப்படவில்லை. தீவிரம் என்பது சிக்கலான கணக்குகள், ராகம் – தானம் – பல்லவி, ஆவேசமாகப் பாடுதல் முதலானவற்றை உள்ளடக்கியது. இசையின் மீதான அழுத்தமான விளக்கம் அளிக்கும் திறன்கொண்ட ஆண்கள் வலுவான பாடகர்களாகக் கருதப்பட்டார்கள். எனவே இசையின் 'கடினமான' அல்லது சிரமப்படுத்தக்கூடிய பகுதி என்பது அவர்களுடைய ராஜ்ஜியமாக இருந்தது. பெண்கள், இசையின் பெண்மை அம்சத்தைப் பிரதிநிதித்துவப்படுத்தும்படி எதிர்பார்க்கப்பட்டார்கள். எனவே அவர்களுடைய இசை நளினம், அழகு, மென்மை ஆகியவற்றைக் கொண்டிருந்தது. இது புனிதப்படுத்தும் செயல்முறையின் ஒரு பகுதியாக இருந்தது. வளர்த்தெடுக்கப்பட்ட அடக்க ஒடுக்கம் என்னும் தன்மை இதில் அவசியமாகியது. இந்தக் காலகட்டத்தில் ஆண்களின் இசையாகக் கருதப்பட்ட இசையை, அதற்குச் சிறிது காலம் முன்புவரை தேவதாசிகள் வழங்கிவந்தனர் என்பது வசதியாக மறக்கப்பட்டது.

சூழலில் நிலவும் பொதுப்புத்தி சார்ந்த கருத்துக்கு முரணாக எம்.எஸ்., இசையின் 'கடினமான' தன்மைகளைப் பாடும் திறன் பெற்றிருந்தது மட்டுமல்ல; கச்சேரிகளில் அவற்றைப் பாடவும் செய்தார். எண்ணற்ற கச்சேரிகளில் அவர் சிக்கலான பல்லவிகளையும், அரிதானதும் கடினமானதுமான பாடல்களையும் பாடினார். இசையின் 'ஆண்' அம்சங்களை அபாரமான திறனுடன் வழங்கினார். ஏன் இதை யாரும் நினைவில் வைத்துக்கொள்ளவில்லை? இங்குதான் சுவாரஸ்யமானதொரு திருப்பம் உள்ளது. வசீகரமான தேவதாசி இசைக் கலைஞர் என்னும் நிலையிலிருந்து மரியாதைக்குரிய பிராமண இசைக் கலைஞராகத் தன்னை மாற்றிக்கொள்வதற்காக எம்.எஸ். தன்னை பக்திக்குள் மூழ்கடித்துக்கொண்டார். இந்தியா முழுவதிலும் இருந்த எண்ணற்ற துறவிகளின் இசைப்பாடல்கள் உள்ளிட்ட பாடல்களில் சமய அம்சங்களுக்கு அவர் முக்கியத்துவம் அளித்தார். நிறைய சுலோகங்களையும் பஜனைகளையும் பாடினார். தேவதாசி மீராபாய் ஆனார். அவரது பக்தி இசை, சிருங்கார இசை ஆகியவை தீவிர இசையாகக் கொள்ளப்படாததால் அவருடைய கர்னாடக இசைத்திறன் குறைத்து மதிப்பிடப்பட்டது. கூட்டிக் கழித்துப் பார்த்தால் மறைந்தது எது? நின்றது எது? உண்மையாகப் பார்த்தால் இரண்டும் இல்லை. மகத்தானதொரு இசைக் கலைஞர் இரு முனைகளிலும் தன் அடையாளத்தை இழந்தார். இந்த இரு பகுதிகளுமே அவரைச் சுத்தமான கர்னாடக இசையின் கண்ணோட்டத்தில் சித்தரிக்கவே இல்லை.

ஆண்களால் வழங்கப்பட்ட கச்சேரி இசையே உண்மையான இசையாகக் கருதப்பட்டது. இது தேவாசிகளின் இசையில் இருக்கும் பதங்கள், ஜாவளிகள் ஆகியவற்றைக் காட்டிலும் அதிகமான கூறுகளை உள்ளடக்கியது. பதங்களும் ஜாவளிகளும் தனி அரங்கில் அல்லது கச்சேரியின் இறுதிப் பகுதியில் பாடப்பட வேண்டிய அழகிய இசை என்று கருதப்பட்டன. எம்.எஸ்.ஸின் பக்தி இசை அழகானது, மேம்படுத்துவது, மறக்க முடியாதது. ஆனால் அது தீவிர இசையாகக் கருதப்படவில்லை.

ஆனால், தீவிர இசையின் அனைத்துக் கூறுகளையும் கொண்ட 'எம்.எஸ். இசை' ஒன்றும் இருந்தது. ஆனால் 'பக்தி எம்.எஸ்.' என்னும் தெய்வீக பிம்பத்தின் நிழலில் அது மறைந்துபோனது. இதை மகத்தான இழப்பாக நான் கருதுகிறேன். இசையில் அவரைக் காட்டிலும் தாழ்ந்த நிலையில் இருந்த ஆண் கலைஞர்கள் அடையக்கூடிய இசை அந்தஸ்து ஆண்களால் கட்டமைக்கப்பட்ட கர்னாடக இசை உலகில் அவருக்கு மறுக்கப்பட்டது. இந்த அமைப்பிற்குள்தான் எம்.எஸ்.

தனக்கான இடத்தைப் பெற வேண்டியிருந்தது. இதற்குள்தான் நெளிவு சுளிவுகளுடன் புழங்க வேண்டியிருந்தது. அவரும் அவரது கணவரும் பக்தி இசையின் மீது தீவிரமான பற்றுறுதி கொண்டவர்களாக இருந்திருக்கலாம். ஆனால் எம்.எஸ்.ஸின் இடமும் அவரது சமூக ரீதியிலான மாற்றமும் சமூகத்தில் இருந்த ஆண்களின், குறிப்பாக, நவீன கர்னாடகக் கதையாடலைக் கட்டமைத்தவர்களின் பணியாகவே இருந்தன.

டி.கே. பட்டம்மாள் காஞ்சிபுரத்தைச் சேர்ந்த பிராமணர். அவருடைய தாயாரும் இசை கற்றவர். ஆனால் அவர் ஒருபோதும் பொதுவெளியில் பாடியதில்லை. ஏனென்றால் அந்தக் காலத்தில் உயர் சாதியைச் சேர்ந்தவர்கள் பொது இடங்களில் பாட அனுமதிக்கப்படவில்லை. பிராமணக் குடும்பத்துப் பெண்கள் பண்டிகை முதலான சமயங்களில் பக்திப் பாடல்களை மட்டுமே வீடுகளுக்குள் பாடிவந்தனர். பட்டம்மாள் அபாரமான திறமை பெற்றிருந்தார். எண்ணற்ற ஆசிரியர்களிடம் பாடம் கற்றுக் கர்னாடக இசையின் மகத்தான விற்பன்னராக விளங்கினார். விடுதலைப் போரிலும் ஈடுபட்ட அவர் திரைப்படங்களில் தேசபக்திப் பாடல்கள் பலவற்றைப் பாடியதுடன் தனியாகவும் பாடல்களை வெளியிட்டார். ஒரு விதத்தில், சுப்ரமணிய பாரதி குறிப்பிட்ட வெளி உலகிற்கு வந்த 'குடும்பப் பெண்' இவர்தான். 'பொது இடத்தில் பாடிய முதல் பிராமணப் பெண்' என்றும் 'சிக்கலான ராகம் – தானம் – பல்லவியைக் கச்சேரிகளில் பாடிய முதல் பெண்' என்றும் இவரைப் பற்றிச் சொல்லப்படுவதுண்டு. கச்சேரிச் சூழலுக்குள் வந்த முதல் *பிராமணப் பெண்* என்று அறிவித்ததன் மூலம் பிராமண ஆண்கள் மரபார்ந்த பெண் இசைக்கலைஞர்களை மேலும் தனிமைப்படுத்தினார்கள்.

இங்கே ஒரு நுட்பத்தைக் கவனிக்க வேண்டும். ராகம் – தானம் – பல்லவி பாடிய முதல் பெண் என்று பட்டம்மாளைச் சொன்னதன் மூலம் தேவதாசிக் கலைஞர்களை விடவும் மேலான இடத்தில் பிராமணப் பெண் கலைஞர்களை அவர்கள் வைத்தார்கள். இது தவறான மதிப்பீடு. கோயம்புத்தூர் தாயி, பெங்களூர் நாகரத்தினம்மாள் ஆகிய சிறந்த தேவதாசி இசைக் கலைஞர்கள் ராகம் – தானம் – பல்லவியைச் சரளமாகப் பாடிவந்தனர். எனவே பட்டம்மாளுக்கு அவர்கள் சூட்டிய புகழ் மாலையானது அவருக்கான பாராட்டு என்பதைக் காட்டிலும் தேவதாசிகளைப் பற்றிய அவர்கள் பார்வையை வெளிப்படுத்திய செயல்பாடு என்றே சொல்ல வேண்டும். கச்சேரிக் களத்தில் பட்டம்மாளின் இருப்பு இதர பிராமணப் பெண்களுக்கு இசைத்துறையில் நுழைவதற்கான உத்வேகமாக இருக்கும்

என்றும் அவர்கள் நினைத்திருக்க வேண்டும். ராகம் – தானம் – பல்லவி முதலான கடினமான அம்சங்கள் ஆண்களுக்கானவை என்றும், பிராமணப் பெண்களால் இவற்றைப் பாட முடிந்தால் அவர்களுக்கும் இந்த உலகில் அங்கீகாரம் கிடைக்கலாம் என்ற பார்வையையும் அவர்கள் முன்வைத்தார்கள்.

பெண்கள் மீது திணிக்கப்பட்ட இத்தகைய எதிர்பார்ப்புகளை நிறைவேற்ற இயலாத பல ஆண்கள் கர்னாடக இசை உலகில் இருந்தார்கள் என்பதுதான் நகைமுரண். பட்டம்மாளின் இசை 'ஆண்களின் இசை' எனக் குறிப்பிடப்பட்டது. பிராமணப் பெண்ணான அவர் கச்சேரி உலகில் சேர்த்துக்கொள்ளப்பட்டார். ஆனால் ஆண் இசைக் கலைஞர்கள் பலர் அவருக்குப் பக்க வாத்தியம் வாசிக்க மாட்டார்கள். ஆண்களின் உலகில் இடம் கிடைக்கப்பெறாத ஆண்கள் மட்டுமே அவருக்குப் பக்க வாத்தியம் வாசித்தார்கள். பாலக்காடு மணி அய்யர் (1912–1981) பட்டம்மாளுக்கும், நெடுங்காலத்திற்குப் பின்னர் எம்.எல். வசந்தகுமாரிக்கும் மிருதங்கம் வாசித்தபோது பெண்களை முக்கியமான கலைஞர்களாக ஏற்றுக்கொள்ளும் செயல் என்பதைக் காட்டிலும், பெருந்தன்மையானதொரு செயலாகவே அது பார்க்கப்பட்டது. இதன் விளைவாக, பட்டம்மாளின் கச்சேரிகளின் பிரதான ஈர்ப்பு அவர் மட்டுமே. மேலும் பல ரசிகர்களை ஈர்க்கக்கூடிய வகையில் பிரபல பக்க வாத்தியக் கலைஞர்களை அவரால் தன் கச்சேரிகளுக்கு அமர்த்திக்கொள்ள முடியவில்லை. உதாரணமாக, செம்மங்குடி ஸ்ரீநிவாச அய்யரின் (1908–2003) கச்சேரிக்கு வருபவர்களால் ராஜமாணிக்கம் பிள்ளையின் (1898–1970) வயலின் இசை, பழனி சுப்பிரமணிய பிள்ளையின் (1908–1962) மிருதங்கம் ஆகியவற்றையும் கேட்க முடியும். நமது கலாச்சாரப் பாரம்பரியத்தின் ஒரு பகுதியான ஆணாதிக்கப் போக்கும் தேவதாசிப் பெண்கள் 'தூய்மை அற்றவர்கள்' என்னும் நம்பிக்கையின் சுமையும் மேடைக் கச்சேரி செய்யும் பெண்கள் அவ்வளவாக ஒழுக்கமற்றவர்கள் என்ற நம்பிக்கையைச் சமூகத்தின் ஆழ்மனத்தில் ஏற்படுத்தியிருந்தது. இதே மனப்பான்மை திரைப்பட நடிகைகள் குறித்து இன்றும் சமூகத்தில் நிலவுகிறது.

தன்னுடைய இசை ஆண்களின் இசையைப் போலவே தீவிரமானது என்னும் நம்பிக்கையை மையமாகக் கொண்டு தனது இசைப் படிமத்தைப் பட்டம்மாள் கட்டி எழுப்பினார். எம்.எஸ்.ஸின் இசை பக்தியுடன் எந்த அளவுக்கு அடையாளம் காணப்பட்டதோ அந்த அளவுக்குப் பட்டம்மாளின் இசை ஆண்களின் இசைத்தன்மையுடன் அடையாளப்படுத்தப்பட்டது.

பட்டம்மாள் தன் வாழ்நாள் முழுவதும் மிகக் கடினமான இசைக்காக அறியப்பட்டார். கடினமான பல்லவிகளையும் அரிதான தீட்சிதர் கிருதிகளையும் அவர் பாடிவந்தார். பிராமணராக இருந்தாலும் அவருடைய இசை பக்தி இசையாகக் கருதப்படவில்லை. கர்னாடக இசையை பக்தியில் முழ்கடிக்க பிராமண சமூகம் தெளிவான முயற்சிகளை எடுத்தது. என்றாலும் அந்தச் சமூகத்திலிருந்து வந்த ஒரு பெண் கலைஞருக்கு பக்தி என்னும் அடையாளம் போதாது. பதங்கள், ஜாவளிகளை மட்டும் பாடிவிட்டு அவர் பாடகர் என்னும் அந்தஸ்தைப் பெற முடியாது. ஏனென்றால் அத்தகைய பாடல்களை மட்டும் பாடுவது அவருடைய பிராமண அடையாளத்தின் புனிதத்தன்மையைப் பாதித்துவிடும். அரிதான, கடினமான கீர்த்தனைகளைப் பாடித் தான் அபாரமான தொழில்நுட்பக் கலைஞர் என்பதை அவர் நிரூபிக்க வேண்டும். தன்னுடைய குடும்பத்தைக் காப்பாற்றுவதற்காகக் கீர்த்தனைகளைப் பாடிக் கொண்டிருக்கும் பெண்ணாக அவர் அறியப்படக் கூடாது.

தேசியவாத இயக்கத்தோடு தன்னை அடையாளப்படுத்திக் கொண்டது பட்டம்மாளுக்குக் கூடுதல் பரிமாணத்தை அளித்தது. பாரதியாரின் தேசபக்திப் பாடல்களை அற்புதமாகப் பாடியதன் வாயிலாக இது ஆற்றலுடன் வெளிப்பட்டது. எம்.எஸ்.ஸை மக்கள் மீராவாகவே பார்த்ததுபோலப் பட்டம்மாளைப் பாரதியாகவே பார்த்தார்கள். இந்தியாவின் சுதேசி உணர்வின் ஆண் தன்மை அவரது தேசபக்திப் பாடல்களின் மூலம் வெளிப்பட்டது. பிராமண ஆண்களில் பலர் தேசியவாதிகளாகவும் விடுதலைப் போராட்ட வீரர்களாகவும் இருந்த நிலையில் அவர்கள் பட்டம்மாளைக் கொண்டாடியதற்கு இதைவிடவும் வேறு பொருத்தமான காரணம் இருக்க முடியாது. பட்டம்மாளின் இசை 'ஆண்களின் இசை'. அவருடைய குரல் ஆண்களின் வீரத்தின் அடையாளம்.

எம்.எஸ்., பட்டம்மாள் ஆகியோரின் வாழ்க்கையைப் பற்றிச் சிந்திக்கும்போது இந்த விஷயங்கள் புலப்படுகின்றன. ஒருவர் தேவதாசியாகப் பிறந்து, தன்னுடைய இசையில் உயர் குடிப்பெண்களுக்குரிய அனைத்துப் பண்புகளும் கொண்ட பக்திபூர்வமான, தெய்வீகமான பிராமணப் பெண்களின் அடையாளமாக மாறினார். இன்னொருவர் பிராமணக் குடும்பத்தில் பிறந்து தீவிரமான கர்னாடக இசைக் கலைஞராகவும் தேசியவாதத்தின் திருவுருவாகவும் விளங்கினார். ஆனாலும் அவர் ஆண் இசைக் கலைஞர்களுக்குச் சமமாக ஏற்றுக்கொள்ளப்படவே இல்லை. அவருக்குள் இருந்த மரபார்ந்த குடும்பத் தலைவியை

யாரும் நாடவில்லை. ஆண் தன்மை, பிராமண ஆதிக்கம் ஆகியவற்றால் உருவான நாணயத்தின் இரு பக்கங்களாக இருவரும் இருந்தார்கள். கர்னாடக இசை உலகில் பெண்கள் தங்களுக்கு ஒரு படி கீழேயே இருக்கும்படியான சூழலை ஆண்கள் உருவாக்கியிருந்தார்கள்.

இன்றைய நிலவரம்

இன்றைய நிலவரம் என்ன? அன்று நிலவிய பாரபட்சங்களில் பலவும் இன்றும் நீடிக்கின்றன. தங்கள் நிலைப்பாட்டை நியாயப்படுத்த ஆண் இசைக் கலைஞர்கள் இப்போதும் பல காரணங்களை முன்வைக்கிறார்கள். ஆண்களில் வயலின், மிருதங்கக் கலைஞர்கள் பலர் பெண்களுக்கு வாசிப்பதில் தயக்கம் காட்டுகிறார்கள். அல்லது அந்தப் பெண்கள் ஆண் கலைஞர்கள், நிகழ்ச்சி ஏற்பட்டாளர்கள், ரசிகர்கள் ஆகியோரிடையே குறிப்பிட்ட அளவுக்கு நல்ல பெயர் எடுத்த பிறகு, அந்தஸ்தைப் பெற்ற பிறகு வாசிக்கச் சம்மதிக்கிறார்கள். அப்போதுதானே பெண் கலைஞர்களுக்கு வாசிப்பதால் எந்த நஷ்டமும் வராது?

1970–90களுக்கு இடையிலான இருபது ஆண்டுகளில் கர்னாடக இசை அரங்கில் பெரும் மாற்றங்கள் ஏற்பட்டன. பெண் கலைஞர்களின் எண்ணிக்கை ஆண் கலைஞர்களை விஞ்சியது. மேலாதிக்க உணர்வு கொண்ட ஆண்களின் கறாரான நிலைப்பாடு பெண்கள் விஷயத்தில் சந்தர்ப்பவாதத்தன்மை கொண்டதாக மாறியதற்கு இதுவும் ஒரு காரணம். ஒருபோதும் பெண்களுக்கு வாசித்ததில்லை என்று ஒரு நூற்றாண்டுக்கும் மேல் ஆண் இசைக் கலைஞர்கள் பெருமையடித்துக்கொண்டார்கள். அப்படி வாசித்த ஆண்களை இளப்பமாகப் பார்த்த ஆண்களும் இருந்ததுண்டு. ஆண் கலைஞர்களுக்கு வாசிக்கும் அளவுக்குத் தகுதி இல்லாததால் அவர்கள் பெண் கலைஞர்களுக்கு வாசிப்பதாகவும் கருதப்பட்டதுண்டு. பெண்களுக்கு வாசிப்பதைத் தவிர்த்தல் அல்லது ஆண்களுக்கு வாசிப்பதையே அதிகம் விரும்புதல் என்னும் போக்கு இன்னமும் நீடிக்கிறது. ஒரு காலத்தில் இருந்ததுபோல இன்று இது வெளிப்படையாக இல்லை. ஆனால் அந்தப் போக்கு இன்னமும் இருக்கிறது. முன்னணிக் கலைஞர்களால் அது ஊக்குவிக்கவும் படுகிறது.

இந்த நிலைப்பாட்டுக்குப் பின்னால் உள்ள காரணங்கள் மீது எனக்கு மிகுந்த ஆர்வம் உள்ளது. இந்த நிலைப்பாடு குறித்துக் கேள்வி எழுப்ப விரும்புகிறேன்.

பெண்களின் குரலின் சுருதி அதிகம்; 5 முதல் 6 வரை இருக்கும். இந்த சுருதியில் வாசித்தால் மிருதங்கமும் வயலினும்

கேட்க நன்றாக இருக்காது என்னும் காரணத்தைப் பக்க வாத்தியக்காரர்கள் பல காலமாகச் சொல்லிவருகிறார்கள். உண்மைதான். மிருதங்கங்களின் சுருதி அதிகமானால் அதன் இசைத்தன்மை குறைந்துவிடும். வயலினின் சுருதியைக் கூட்டினால் அது மேலும் கூர்மையாகிவிடும். இந்நிலையில், சிறு பிசிறு தட்டினாலும் அப்பட்டமாகத் தெரிந்துவிடும். குறிப்பிட்ட சில சுருதிகளில் இசைக்கருவிகள் தாழ்ந்த நிலையில் உள்ள தொனிக்கும் உச்சத்தில் இருக்கும் தொனிக்கும் இடையில் உள்ள ஓசையைக் கொண்டிருக்கும். ஆண் இசைக் கலைஞர்கள் வழக்கமாகப் பாடும் சுருதிகள் இவை.

இந்தப் பின்புலத்தை முன்வைத்த நிலையில் இது எவ்வாறு ஆதாரமற்றது என்பதை விளக்குகிறேன். முதலாவதாக, நுண் ஒலிப்பெருக்கிகள் இல்லாத அந்தக் காலத்தில் ஆண்களும் அதிகமான சுருதியில்தான் பாடினார்கள். இரண்டாவதாக, தனிக்கச்சேரி செய்யும் வயலின் முதலான இசைக் கருவிக் கலைஞர்கள் உச்ச சுருதியில்தான் வாசிக்கிறார்கள்; இதே பக்க வாத்தியக் கலைஞர்கள் அவர்களுக்கும் வாசிக்கிறார்கள். சுருதிதான் பிரச்சினை என்றால் இசைக் கருவிக் கலைஞர்களின் தனிக் கச்சேரிகளுக்கு மிருதங்க, வயலின் கலைஞர்கள் பக்க வாத்தியம் வாசிக்க மறுத்திருக்க வேண்டும். அப்படிப்பட்ட புகார் எதையும் நான் கேள்விப்பட்டதில்லை. கூடுதல் சுருதியில் பாடும் பெண்களுக்கு வாசிப்பது மட்டும் எப்படிப் பிரச்சினை ஆகிறது? இந்தக் காரணம் ஏற்றுக்கொள்ள முடியாதது. எம்.டி. ராமநாதனைப் (1923–84) போன்ற ஆண் பாடகர்கள் மிகவும் தாழ்ந்த சுருதியில் பாடுவதும் அரிதாக நடக்கிறது. இந்த சுருதிகளில் மிருதங்கத்தின் தொனி முற்றிலும் தொலைந்துபோகிறது. வயலினின் தொனியில் இருக்கும் நெகிழ்வும் காணாமல் போகிறது. சுருதி மிகவும் தாழ்வாக இருக்கிறது என்பதற்காக இதுபோன்ற கலைஞர்களுக்கு யாரும் வாசிக்க மறுத்ததாக எனக்குத் தெரியவில்லை.

நிர்ணயிக்கப்பட்ட சுருதி என்பது வாத்திய இசைக்கு ஆதர்சமான ஒலித்தன்மை என்னும் கருத்தையும் ஆராய வேண்டும். எந்த சுருதியிலும் வாத்திய இசைக் கருவிகளின் தொனியில் எந்தப் பிரச்சினையோ தவறோ இல்லை. கருவியின் தன்மைதான் மாறுபட்ட சுருதிகளில் அதன் ஒலித்தன்மையைத் தீர்மானிக்கிறது. சில விதமான ஒலித்தன்மைகள்தான் காதுக்கு இதமானவை என்னும் கருத்து, கடந்த ஐம்பது ஆண்டுகளாக ஆண் கலைஞர்கள் செலுத்திவந்த ஆதிக்கத்தின் விளைவு. ஒலிப்பெருக்கியின் வரவும் ஆண் கலைஞர்கள் தங்கள் சுருதியைக் குறைத்துக்கொண்டதும் ஆண் இசையின் தன்மையை முற்றிலுமாக மாற்றிவிட்டது. வளர்ந்த ஆண்கள் இயல்பாகப் பேசும்போது வெளிப்படும் குரலுக்கு

நெருக்கமாக ஆண் கலைஞரின் குரல் வந்துவிட்டது. குரலில் ஒலி குறைந்து, Basic tone அதிகரித்த இந்த மாற்றம் இசையையும் அதன் அனுபவத்தையும் உடனடியாகப் பாதித்தது. வயலின், மிருதங்கம் ஆகியவற்றின் தொனியை மாற்றியது. இசைக் கருவிகள் தரும் ஒலி அனுபவம் மாற்றியமைக்கப்பட்டது. இந்த தொனியே ஆண் கலைஞர்களிடம் தற்போது எதிர்பார்க்கப்படுகிறது. 'ஆதர்சமான சுருதி' என்பது குறித்த நவீனப் புரிதலுக்கு ஏற்ப தனிக் கச்சேரி செய்யும் வாத்திய இசைக் கலைஞர்களும் தங்கள் சுருதியைக் குறைத்துக்கொண்டார்கள். கர்நாடக ஒலியின் இந்தப் புதிய உலகில் மேல் சுருதிகளில் பாடும் பெண்கள் சிறுபான்மையினராகிவிட்டார்கள்.

இசைக் கருவிகளுக்கென்று ஆதர்சமான சுருதி என்பது இல்லை. பழக்கமும் வசதியும்தான் இந்தக் கருத்துக்கு அடிப்படை. மேல் சுருதிகளில் வாசிக்கும்போது தொழில்நுட்பம் சார்ந்த சில மாற்றங்களை மேற்கொள்ள வேண்டியிருக்கும். ஆனால் குறைந்தபட்ச சவாலைத் தரும் சுருதியை நாம் தேடக் கூடாது. மாறாக, மாறுபட்ட சுருதிகளில் இசைத்தன்மையையும் ஒலி சார்ந்த தாக்கத்தையும் கைக்கொள்வதற்கான முயற்சியை மேற்கொள்ள வேண்டும். மேல் சுருதியில் இசைக் கருவிகளில் வெளிப்படும் ஒலித்தன்மை அப்படித்தான் இருக்க வேண்டும். அதற்கென்று தனி அழகு இருக்கிறது. இதன் விளைவாக, இசையின் அழகியல் குறித்த முழுமையான விழிப்புணர்வுடன் இசைக் கலைஞர் தேவையான மாற்றங்களைச் செய்துகொள்ள வேண்டும். இசைக் கருவி எந்த சுருதியில் வாசிக்கப்படுகிறது என்பதற்கேற்ப வாசிக்கும் பாணி அமைய வேண்டும். இத்தகைய அம்சங்களைத் தீவிரமாகப் பரிசீலித்தால், குறிப்பிட்ட சுருதியில் இசைக் கருவி மோசமாகவோ நன்றாகவோ ஒலிக்கிறது என்னும் பிரச்சினையே எழாது.

பெரும்பாலான பெண்களுக்கு வாசிக்கும்போது முழு சுதந்திரத்துடன் வாசிக்க முடியவில்லை என்றும் தங்களது வாசிப்புப் பாணி கட்டுப்படுத்தப்படுகிறது என்றும் மிருதங்கக் கலைஞர்கள் அவ்வப்போது சொல்லுவதுண்டு. பெண்கள் இசையின் மென்மையான, மிருதுவான ஆவேசமற்ற இயல்பு இதற்குக் காரணமாகச் சொல்லப்படுகிறது. பெண்களின் இசை குறித்து இப்படிப் பொதுப்படையான கருத்துக்களைச் சொல்வது முற்றிலும் தவறானது. பெண் கலைஞர்களைக் காட்டிலும் மென்மையாகப் பாடும் ஆண் கலைஞர்கள் இருக்கிறார்கள்.

ஆனால், 'சுதந்திரமான, கட்டுப்படுத்தப்படாத பக்க வாத்திய பாணி' என்பதுதான் இந்தக் கருத்தின் அடிப்படை. வலுவான

உரத்த தாளங்கள், வேகமான தாளகதிகள், கணிதச் சமன்பாடுகள் ஆகியவற்றைப் பயன்படுத்துவதோடு இந்த 'சுதந்திரம்' என்னும் கருத்தை மிருதங்கக் கலைஞர்கள் தொடர்புபடுத்துகிறார்கள். இந்த வரையறையே கட்டுப்படுத்துவதாக அல்லவா இருக்கிறது? சுதந்திரம் குறித்த இந்த விளக்கம் கர்னாடக இசைக்கே பொருத்தமற்றது என்றுகூட நான் சொல்வேன். மிருதங்கக் கலைஞர்கள் இத்தகைய உத்திகளைப் பயன்படுத்தக் கூடாது என்பதல்ல இதன் பொருள். தேவைப்படும்போது பயன்படுத்தத்தான் வேண்டும். மிருதங்கக் கலைஞர்கள் பலர் தங்களுடைய சுதந்திரத்தின் கைதிகளாகிவிட்டார்கள் என்பதுதான் நகைமுரண். அவர்கள் கர்னாடக இசையின் நோக்கத்தைத் தொலைத்துவிட்டார்கள். வாசிப்பது ஆண்களுக்கோ, பெண்களுக்கோ, அவர்களுடைய வாசிப்பு சில சமயங்களில் இசை அனுபவத்திற்குத் தடையாகவே இருக்கிறது.

பெண் பாடகர்களின் இசை கூடுதல் மென்மையாக இருக்கிறது என்னும் கருத்தில் உண்மை இருந்தாலும் அதில் பிரச்சினை இருப்பதாக எனக்குத் தெரியவில்லை. இந்த மென்மை என்பது கட்டுப்படுத்தும் அம்சம் அல்ல. மிருதங்கக் கலைஞரின் சுதந்திரத்திற்குக் கிடைக்கும் புதிய வாய்ப்பு. புதியதொரு அம்சத்தைக் கண்டடைவதற்கான வாய்ப்பு. சுதந்திரம் குறித்த உங்களுடைய கருத்துக்களை கர்னாடக இசையின் இசைத்தன்மைக்குள் திணிக்கக் கூடாது. இதே மிருதங்கக் கலைஞர்கள் வீணை, வயலின் இசைக் கச்சேரிகளுக்கு வாசிக்கும்போது சுதந்திரம் பறிபோகிறது என்று புகார் செய்வதில்லை. இந்த விமர்சனம் சாரமற்றது என்பதற்கான மற்றொரு காரணம் இது.

பெண் பாடகர்கள் தாளத்தில் மிகவும் பலவீனமாக இருப்பதால் மிருதங்கக் கலைஞர்கள் சிக்கலான கணிதச் சமன்பாடுகளைக் கொண்ட தாளங்களை வாசிக்க முடிவதில்லை என்னும் புகாரும் சொல்லப்படுகிறது. இது உண்மையல்ல என்று நம் அனைவருக்கும் தெரியும். ஆண் கலைஞர்களைக் காட்டிலும் மேலான தாளப் பிரக்ஞை கொண்ட பெண் கலைஞர்கள் பலர் இருக்கிறார்கள். தாளத்தில் பலவீனமான பெண் கலைஞர்களும் இருக்கத்தான் செய்கிறார்கள். அப்படிப்பட்ட ஆண் கலைஞர்களும் இருக்கிறார்கள். இது பொதுவாக இசைக் கலைஞர்களுக்குப் பொருந்துமே தவிரப் பெண் இசைக் கலைஞர்களுக்கு மட்டுமல்ல.

பெண்களின் இசை என்பது பதங்கள், ஜாவளிகள் கீர்த்தனை களைப் பாடுவது. இசையின் தீவிரமானதும் கடினமானதுமான அம்சங்களைப் பாடுவது அல்ல என்னும் சிந்தனையிலிருந்துதான்

இந்த வாதங்கள் பிறக்கின்றன எனக் கருதுகிறேன். அதிதீவிரமான கர்னாடக இசை என்பது ஆற்றல் நிறைந்த ஆண் இசை வெளிப்பாடு என்று கருதப்படுகிறது. இவை அனைத்தும் பாலினப் பாரபட்சம் கொண்ட கருத்துகள்.

"பெண்களுக்கு வாசித்தால் எங்களுக்கு இசை உலகில் 'அந்தஸ்து' கிடைப்பதில்லை" என்பது பக்க வாத்தியக் கலைஞர்கள் முன்வைக்கும் இன்னொரு புகார். மகத்தான கலைஞர்கள் என்பதற்கான தனிப்பட்ட அங்கீகாரத்தையே அவர்கள் 'அந்தஸ்து' எனக் குறிப்பிடுகிறார்கள். பெண் கலைஞர்களின் கச்சேரிகளில் எல்லாருடைய கவனமும் பெண்களின் மீதே விழுகிறது என்பதாக இந்தக் கூற்று நீட்சி அடைகிறது. இங்கே பெண்களின் தோற்றம், உடைகள், நகைகள் ஆகியவையே குறிப்புணர்த்தப்படுகின்றன; அவர்களுடைய இசை அல்ல என்பதில் எந்த வியப்பும் இல்லை. பெண்களின் கச்சேரிகளுக்கு வருபவர்களில் பலர் அவர்களுடைய இசையைக் கேட்க வருவதில்லை; 'நிஜமான' இசையை ஆண் பாடகர்களின் கச்சேரிகளில்தான் கேட்க முடியும் என்னும் கருத்து இதில் பொதிந்திருக்கிறது. ஆண் கலைஞர்களும் அபாரமாக உடை உடுத்தும் இன்றைய சூழலில் இந்தச் சாக்கு பொருத்தமற்றது. பகட்டாக உடுத்தும் ஆண்கள் நிஜமான இசையைப் பாடுவதில்லை என்று நாம் சொல்ல வேண்டும் அல்லவா?

பக்க வாத்தியக்காரர்களின் அந்தஸ்து, அங்கீகாரம் ஆகியவற்றுக்கும் அவர்கள் ஆண்களுக்கு வாசிக்கிறார்களா, பெண்களுக்கு வாசிக்கிறார்களா என்பதற்கும் எந்தத் தொடர்பும் இல்லை. அவர்களுடைய இசையின் தரமும் பாடுபவருக்கேற்பத் தகவமைத்துக்கொள்ளும் திறனும்தான் அங்கீகாரத்தைத் தேடித் தருகின்றன. பெண்களுக்கு வாசிப்பதைத் தவிர்ப்பதற்காகப் பக்க வாத்தியக் கலைஞர்கள் இதுபோன்ற சாக்குப்போக்குகளுக்குப் பின்னால் ஒளிந்துகொள்கிறார்கள்.

தங்கள் தொழில் வாழ்வில் ஒரு குறிப்பிட்ட கட்டத்தை அடைவது வரையிலும் பெண் கலைஞர்களுக்கு வாசிக்கும் பக்க வாத்தியக் கலைஞர்களும் இருக்கிறார்கள். இவர்கள் பெண் கலைஞர்களுக்கு வாசிப்பதன் மூலம் போதிய அனுபவம் பெற்று நிபுணர்களின் (செல்வாக்கு மிகுந்த ஆண் பாடகர்கள் என்று புரிந்துகொள்க) அங்கீகாரம் பெறுகிறார்கள். இவர்களுக்குத் தொடக்க காலத்தில் வாய்ப்பளித்து, அனுபவம் பெற உதவியது பெண்கள். சில சமயம் கச்சேரி இசையின் நுட்பங்களையும் சொல்லித்தந்தவர்கள் பெண்கள். பொருளாதார ரீதியாக ஸ்திர நிலையைப் பெறவும் 'ஆண்களின்' கவனத்தைப் பெறவும்

உதவியவர்கள் பெண்கள். பெண்களின் இந்தப் பங்களிப்பு மறக்கப்படுகிறது. அவர்களுடைய பலன் முடிந்த பிறகு அவர்களைக் கண்டுகொள்வதில்லை. பிற இடங்களிலும் ஆண்கள் பெண்களை நடத்தும் விதத்தின் பிரதிபலிப்புதான் இது.

பக்க வாத்தியக் கலைஞர்கள் பெண்களுக்கு வாசிப்பதைத் தவிர்க்க நிர்ப்பந்திக்கும் முக்கியமானதொரு காரணம் பொதுமக்களில் பலருக்குத் தெரியாது. ஏனென்றால் தனிப்பட்ட உரையாடல்களில் மட்டுமே இது பரிமாறிக்கொள்ளப்படுகிறது. பெண் கலைஞர்களுக்கு வாசிப்பதை நிறுத்த வேண்டும் என்னும் நிபந்தனையை விதிக்கும் ஆண் கலைஞர்கள் இருந்தார்கள்; இப்போதும் இருக்கிறார்கள். நிறுத்தும்படி சொல்வது அல்லது நிறுத்துவதற்கான சூழலை உருவாக்குவது இவர்கள் பழக்கம். வாய்ப்பாட்டுக் கலைஞர்கள்தான் இந்தத் துறையில் முன்னணியில் இருக்கிறார்கள். துறையினுள் இவர்களுக்கு அசாத்தியமான செல்வாக்கு நிலவுகிறது. பக்க வாத்தியக்காரர்கள் பெண்களுக்கு வாசிக்காமல் இருக்க வேண்டும் என்பதே தங்கள் விருப்பம் என்பதை இவர்கள் மறைத்துக்கொள்வதில்லை அப்படி வாசிக்கும் கலைஞர்களைப் புறக்கணிக்கும் ஆண் பாடகர்களும் உண்டு.

ஆணாதிக்கப் போக்கு கொண்ட கலைஞர்களின் மகள்கள் கச்சேரி செய்ய வரும்போது இது *அவர்களைப்* பாதிக்கிறது. இந்தக் கட்டத்தில் இதே ஆண் கலைஞர்கள் தங்கள் பெண்களுக்கு ஆண் பக்க வாத்தியக் கலைஞர்களின் ஆதரவைக் கோருகிறார்கள். அதே சமயம் தங்களுக்கென்று வரும்போது பெண்களுக்கு வாசிப்பதை நிறுத்திவிட்ட பக்க வாத்தியக்காரர்கள்தாம் வேண்டும் என்று கோருகிறார்கள்.

இந்தப் பார்வைகள் பெரிதும் வயலின், மிருதங்கக் கலைஞர்கள் பற்றியதுதான் என்றாலும் உப வாத்தியக் கலைஞர்களிடையேயும் இந்தப் போக்கு நிலவுகிறது. பெண்களுக்குப் பக்க வாத்தியம் வாசித்தல் என்னும் எண்ணமே அவர்களுக்கு அவஸ்தையை ஏற்படுத்துகிறது. இன்றைய உலகில் இந்தக் காரணத்தை அவர்களால் வெளிப்படையாகச் சொல்ல முடியாது. எனவே பல்வேறு சாக்குகளைத் தேடுகிறார்கள்.

அதுபோலவே ஆண் பாடகர்கள் பலரும் பெண் பக்க வாத்தியக் கலைஞர்களைக் கச்சேரிக்கு அமர்த்திக்கொள்வதில்லை. தொழில் வாழ்வின் தொடக்கக் கட்டத்தில், ஓரளவு புகழ் பெறுவதற்கு முன்பு அவர்கள் பெண் பக்க வாத்தியக் கலைஞர்களுக்கு வாய்ப்பளித்திருக்கலாம். குறிப்பிட்ட கட்டத்திற்குப் பிறகு அவர்கள் மேடையில் ஆண்கள் மட்டுமே இருப்பார்கள். இசை

சார்ந்த காரணம் எதுவும் இதற்கு இல்லை. வாய்ப்பாட்டுக்காரர்கள் இதை வெளியில் சொல்ல மாட்டார்கள். ஆனால் அவர்களுடைய தேர்வுகளைக் கவனமாக ஆராய்ந்தால் ஆழமாக வேரூன்றியுள்ள பாரபட்சங்கள் புலப்படும். பெண்களில் சிறந்த வயலின் இசைக் கலைஞர்கள் அதிகம் பேர் இல்லை என்று வாய்ப்பாட்டுக்காரர்கள் சிலர் சொல்வார்கள். தனக்குப் பக்க வாத்தியமாக அமையும் வயலின் இசை குறித்து வாய்ப்பாட்டுக்காரர் ஒவ்வொருவருக்கும் ஒவ்வொரு விதமான எதிர்பார்ப்பு இருக்கும் என்பதால் இந்த மதிப்பீடு தனிநபர் சார்ந்ததாகிறது. எனவே இதை விவாதிக்க முடியாது. ஆனால் ஆண் வயலின் இசைக் கலைஞர்களுக்கு இணையான பெண் கலைஞர்கள் இருக்கத்தான் செய்கிறார்கள். அவர்கள் ஆணாதிக்கப் போக்கினால் பாதிக்கப்படுகிறார்கள் என்பதை நாம் மறுக்க முடியாது.

கச்சேரி இசையின் வரலாற்றில் பெண் மிருதங்கக் கலைஞர்களின் எண்ணிக்கை மிகக் குறைவாகவே இருந்துவருகிறது. மிருதங்கத்தை வாசிக்கவும் அதில் நிபுணத்துவம் பெறவும் உடல் வலிமை அதிகம் தேவைப்படுவதால் மிருதங்கம் ஆண் இசைக் கருவியாகக் கருதப்படுகிறது. ஆனால் இது மரபார்ந்த கருத்துதான். கடந்த காலத்தில் இருந்த மிகச் சில பெண் மிருதங்கக் கலைஞர்களால் ஆண்களின் கோட்டையை உடைக்க முடியவில்லை. தற்போது இளம் பெண் மிருதங்கக் கலைஞர்கள் வந்திருக்கிறார்கள். இவர்களின் நிலை என்ன என்பதைப் பொறுத்திருந்துதான் பார்க்கவேண்டும். உப பக்க வாத்தியக் கலைஞர்களிலும் சில பெண்கள் இருக்கிறார்கள். ஆண் மிருதங்கக் கலைஞர்களுடன் தங்களுக்குப் பெரும் மோதல்கள் நிகழ்வதாக அவர்கள் கூறுகிறார்கள். கடம் வாசிக்கும் பெண் கலைஞர்கள் சிலர், கடைசி நேரத்தில் கச்சேரியிலிருந்து விலக்கப்பட்ட சம்பவங்களை நான் அறிவேன். பெண் கட வித்வான்களுடன் இணைத்து வாசிக்க ஆண் மிருதங்க வித்வான்கள் மறுப்பதே இதற்குக் காரணம். இத்தகைய பாரபட்சங்கள் அனைத்தும் கேள்விக்கு உட்படுத்தப்படுவதே இல்லை.

பெண் பாடகர்கள் தங்களை விஞ்சிவிடக்கூடும் என்னும் அச்சம் ஆண் பாடகர்கள் பலருக்கு இருக்கிறது. ஆண்களுடன் போட்டி போடுவதற்குப் பெண்கள் தயார். ஆனால் பெண்களுடன் போட்டியிட்டுத் தோற்றுப்போனால் அவமானம் அதிகம் என்று அவர்கள் அஞ்சுகிறார்கள். மற்ற ஆண்கள் என்ன நினைப்பார்கள் என்ற எண்ணம் அவர்களை அரிக்கிறது. வாய்ப்பாட்டுக்காரர்கள் பொதுவாகவே தன்முனைப்பு கொண்டவர்கள். கச்சேரியையும் பக்க வாத்தியக்காரர்களையும் ஆதிக்கம் செலுத்த நினைப்பார்கள்.

பெண் பக்க வாத்தியக்காரர்கள் என்று வரும்போது இந்தப் போக்கு மேலும் தீவிரமடைந்துவிடுகிறது.

கர்னாடக இசை உலகில் நிலவும் ஆணாதிக்கப் போக்கு இளம் ஆண் கலைஞர்களுக்குப் பெண் கலைஞர்களைக் காட்டிலும் சாதகமான சூழலைத் தருகிறது. குறிப்பாக, இசைத் துறையில் நுழைந்து தனக்கான இடத்தைப் பெறும் போராட்டத்தில் இருக்கும்போது இது பெரிய சாதகமாக மாறுகிறது. திறமையான ஆண் இளம் பாடகர் ஒருவர் புதிதாக அடையாளம் காணப்படும்போது ஆண் பக்க வாத்தியக் கலைஞர்கள் அவரைச் சூழ்ந்துகொள்கிறார்கள். தங்களுடைய வாய்ப்புகளைப் பெருக்கிக்கொள்வதற்கான நபராக அவரைப் பார்க்கிறார்கள். அடுத்த தலைமுறை ஆண் பாடகர்களின் மீது தங்கள் பிடியை இறுக்கமாகப் போட்டுவிடுவதில் ஆர்வமாக இருக்கிறார்கள்.

இந்தப் பக்க வாத்தியக் கலைஞர்களில் பலரும் மகத்தான கலைஞர்கள் என்பதையும் நான் இங்கே சொல்லியாக வேண்டும். அவர்களுடைய திறமையை எந்த இடத்திலும் நான் கேள்விக்குட்படுத்தவில்லை. சொல்லப்போனால் அவர்களுடைய மகத்தான இசைத்திறன் இளம் ஆண்களுக்குப் பெரிதும் உதவியாக இருக்கிறது. அவர்கள் இளைஞர்களை ஊக்குவிக்கிறார்கள். முக்கியமான தருணங்களில் தாமாக முன்வந்து அவர்களுக்குப் பக்க வாத்தியம் வாசிக்கிறார்கள். நாங்கள் வாசிக்கிறோம், இவர்களுக்கு வாய்ப்பு கொடுங்கள் என்று அவர்களுக்காக சிபாரிசு செய்கிறார்கள். இது இளம் ஆண் கலைஞர்களுக்குப் பெரிதும் உதவியாக இருக்கிறது. இளம் கலைஞர் மிகவும் திறமை வாய்ந்தவராக இருக்கலாம். ஆனால் பெரிய கலைஞர்கள் பக்க வாத்தியம் வாசிக்கும்போது அதிகமான ரசிகர்கள் கச்சேரிக்கு ஈர்க்கப்படுகிறார்கள். இந்நிலையில் அவர்கள் வளர்ச்சி வேகமாக அமைகிறது. இது அற்புதமான விஷயம்தான். ஆனால் இதுபோன்ற உதவி இதேபோன்ற திறமை உடைய இளம் பெண் வாய்ப்பாட்டுக் கலைஞருக்குக் கிடைப்பதில்லை என்பதுதான் பிரச்சினை. அவர் தன்னுடைய தலைமுறையைச் சேர்ந்த, அல்லது தன்னைவிடச் சற்றே மூத்தவர்களான பக்க வாத்தியக் கலைஞர்களின் துணையோடுதான் பயணிக்க வேண்டியிருக்கிறது. முன்னணியில் உள்ள பழுத்த பக்க வாத்தியக் கலைஞர்களின் துணை அவர்களுக்குக் கிடைப்பதில்லை. இதனால் அந்தப் பெண்ணின் வளர்ச்சி மெதுவாகவே நிகழ்கிறது. இது எந்த அளவுக்கு நியாயம்? திறமையை ஊக்குவிப்பதில் மூத்தவர்களுக்கு உண்மையிலேயே ஆர்வம் இருக்கும் என்றால் ஆண், பெண் என்று பிரித்துப் பார்க்க வேண்டிய அவசியமே இல்லை.

நிகழ்ச்சி ஏற்பாட்டாளர் – இவர் ஆணாகவே இருப்பார் – இவ்விஷயத்தில் சத்தமில்லாமல், மிக முக்கியமான பங்கை வகிக்கிறார். ஆண் பக்க வாத்தியக் கலைஞர்களைத்தான் தனது கச்சேரிக்கு அமர்த்த வேண்டும் என்னும் ஆண் வாய்ப்பாட்டுக்காரரின் கோரிக்கையை இவர் ஏற்றுக் கொள்கிறார். ஆண் வாய்ப்பாட்டுக்காரருக்குத்தான் நீங்கள் வாசிக்கவிருக்கிறீர்கள் என்று சொல்லிப் புகழ்பெற்ற, முன்னணி பக்க வாத்தியக் கலைஞர்களை ஒப்பந்தம் செய்கிறார். ஆண்களின் கோரிக்கைகளுக்கு ஏற்பப் பக்க வாத்தியக்காரர்களை மாற்றும் அளவுக்கும் நிகழ்ச்சி ஏற்பாட்டாளர்கள் சென்றுவிடுகிறார்கள். மிகவும் பிரபலமான, பெரிய கலைஞர்களிடமிருந்து வருவதால் இந்தக் கோரிக்கைகளை ஏற்பதைத் தவிர வேறு வழியில்லை என்று இவர்கள் சொல்கிறார்கள். இத்தகைய போக்கு நிலவும்போது சமூக அநீதி குறித்துக் கேள்வி எழுப்ப முடியாது. வாழ்க்கையில் அடிப்படையான சில கொள்கைகளுக்கு ஆதரவாக நாம் உறுதியோடு நிற்க வேண்டும். நிகழ்ச்சி ஏற்பாட்டாளர்கள் விழித்துக்கொள்ளாதவரை அவர்களும் இந்த அநீதியில் பங்கு வகிப்பவர்களாகவே இருப்பார்கள். பாலின அடிப்படையில் கோரிக்கைகள் முன்வைக்கப்பட்டால் நிகழ்ச்சியை நடத்துபவர்கள் அவற்றை நிராகரிக்க வேண்டும். இத்தகைய கூட்டுக் குரலால்தான் மனப்போக்குகளை மாற்ற முடியும். இந்தத் தலைமுறையில் இது நடக்காமல் இருக்கலாம். குறைந்தபட்சம் அடுத்த தலைமுறையிலாவது நடக்கட்டும்.

விளங்கிக்கொள்ள முடியாத இன்னொரு அம்சமும் இதில் உள்ளது. பிரபலமான, பெரிய பெண் கலைஞர்கள் ஆண் பக்க வாத்தியக் கலைஞர்களையே விரும்புகிறார்கள். ஆணாதிக்கம் குறித்த பிரச்சினை எழுப்பப்படும்போது ஆண்கள் இதைச் சுட்டிக் காட்டுகிறார்கள். ஆணாதிக்க உணர்வு கொண்ட ஆண் கலைஞர்களைப் போலவே பெண்களும் ஒரு கட்டம் வரையிலும் பெண் பக்க வாத்தியக் கலைஞர்களை அமர்த்திக்கொள்கிறார்கள். ஓரளவு வளர்ந்த பிறகு ஆண் பக்க வாத்தியக் கலைஞர்களையே தேர்ந்துகொள்கிறார்கள். பெண் வாய்ப்பாட்டுக் கலைஞர்கள் பெண் பக்க வாத்தியக் கலைஞர்களை நிராகரிக்கிறார்கள் என்று நான் நினைக்கவில்லை. ஆனால் அவர்கள் ஆண் பக்க வாத்தியக் கலைஞரையே விரும்புகிறார்கள் என்பது நிச்சயம், இந்தப் போக்கிற்கான காரணம் என்ன என்பதை நெடுங்காலமாகப் புரிந்துகொள்ள முடியாமல் இருந்தேன். பயணங்களின்போது பெண்களை ஒரே அறையில் தங்கிக்கொள்ளச் சொல்வதால் கலைஞர்களின் அந்தரங்க உரிமை பாதிக்கப்படுகிறது என்று நான் கேள்விப்பட்டேன். இரண்டு பெண்கள் நன்றாக இணைந்து வேலை

செய்ய முடியாது என்றும் சொல்லப்படுகிறது. இவையெல்லாம் பெண்களைப் பற்றி ஆண்கள் உருவாக்கிவைத்திருக்கும் தேய்படிமங்கள்.

பின்னாளில் ஒரு விஷயம் எனக்குத் தெளிவாயிற்று. எந்தச் சமூகத்திலும் ஆதிக்கம் செலுத்துபவர்களின் நடத்தையே பொதுவான நெறியாக இருக்கும். எனவே ஆற்றல் வாய்ந்த பெண்கள் ஆண்களின் நடத்தையையே தாங்களும் பின்பற்ற நினைப்பது இயல்பானதுதான். வாய்ப்பாட்டுக்காரர்தான் மேடையின் நாயகன் அல்லது நாயகி. அவர்தான் மேடை நிகழ்வு முழுவதையும் ஆதிக்கம் செலுத்துகிறார். ஆண்கள் ஆண் பக்க வாத்தியக் கலைஞர்களை அமர்த்திக்கொள்வதைப் போலவே பெண்களும் செய்வது இயல்பானதுதான். அப்போதுதானே அவர்கள் எல்லா அம்சங்களிலும் ஆண்களுக்குச் சமமாக ஆக முடியும்? இந்தப் போக்கு, ஆண்களுடன் போட்டிபோட்டு அவர்களை விஞ்சுவதற்கான வாய்ப்பைப் பெண்களுக்கு அளிக்கிறது. இது மாபெரும் ஆற்றலை அவர்களுக்கு வழங்குகிறது. பெண்கள் அதைக் கொண்டாடுகிறார்கள், சமூகத்தில் ஆதிக்கம் செலுத்தும் பாலினத்தைப் போலவே தாங்களும் நடந்துகொள்ளும் பெண்கள், அதன் மூலம் ஆண்களைத் தங்கள் கட்டுப்பாட்டிற்குள் கொண்டுவருகிறார்கள். மேடையில் இன்னொரு பெண் இருந்தால் அது வாய்ப்பாட்டுக் கலைஞரின் அந்தஸ்தைக் குறைக்கிறது. ஏனென்றால் இந்தக் கலைஞர், சமூகத்தில் ஆதிக்கம் செலுத்தும் ஆணைப் போல் நடந்துகொள்வதில்லை. அது மட்டுமல்ல. மேடையில் இருக்கும் இன்னொரு பெண்ணுடன் அதிகாரத்தைப் பகிர்ந்துகொள்ள வேண்டியிருக்கிறது.

அனுபவம் மிகுந்த ஆண் பக்க வாத்தியக் கலைஞர்கள் திடீரென்று பெண்களுக்கு வாசிக்க முடிவு செய்திருக்கிறார்கள். நியாயமாகப் பார்த்தால் இந்த முடிவை வரவேற்க வேண்டும். ஆனால் நான் இதைக் கண்டு வியப்படையவில்லை. எது அவர்கள் மனதை மாற்றியது? இதற்குப் பின்னால் பொருளாதார நோக்கம் இருக்கிறது. ஆண் வாய்ப்பாட்டுக் கலைஞர்களுக்கு வாசிப்பதற்கான வாய்ப்பு பலருக்குக் குறைந்துவிட்டது எனவே அவர்கள் பெண்களுக்கு வாசிக்க விரும்புகிறார்கள். வேறு சிலர் பெண்களுக்கு வாசித்துக்கொண்டிருந்தால் கிடைக்காமல் போய்விடுமோ என அவர்கள் அஞ்சிய விருதுகளையும் பட்டங்களையும் பெற்றுவிட்ட பிறகு பெண்களுக்கு வாசிக்கிறார்கள். பெண் இசைக் கலைஞர்களும் சிறிதும் யோசிக்காமல் அவர்களுக்கு வாய்ப்பு வழங்குவதுதான் சோகம். இதனால் இவர்களுடைய இசையின் தரம் மேம்படும்

என்று சொல்லப்படுவதை நான் வன்மையாக ஆட்சேபிக் கிறேன். அதுவரை அவர்கள் வளர்ச்சிக்குப் பங்களித்த பக்க வாத்தியக்காரர்களின் பங்களிப்பை இது குறைத்து மதிப்பிடு கிறது. இதுவரை அவர்களுக்கு ஒத்துழைத்துவந்த கலைஞர்கள் முட்டாளாக்கப்படுகிறார்கள். அவர்களுடைய கச்சேரி வாய்ப்புகள் புகழ்பெற்ற 'மூத்த' கலைஞர்களால் தட்டிப் பறிக்கப்படுகின்றன.

பெண்களை அல்லது ஆதிக்க உணர்வற்ற ஆண்களை மட்டுமே பக்க வாத்தியக் கலைஞர்களாக வைத்துக்கொள்வேன் என்று சொன்ன ஒரே ஒரு ஆண் அல்லது பெண் வாய்ப்பாட்டுக் கலைஞரை நான் இதுவரை பார்த்ததில்லை. அபாரமான திறமையும் புகழும் கொண்ட இசைக் கலைஞர்கள் சில நேரம் அத்தகைய அறிவிப்பைச் செய்வார்கள் என நான் நம்புகிறேன். அப்படிச் செய்தால் கர்னாடக இசை உலகில் நிலவும் இந்தத் தீவிரமான பிரச்சினை குறித்த விழிப்புணர்வை அது ஏற்படுத்தும்.

கர்னாடக இசை உலகில் நிலவும் பாலினப் பாரபட்சத்தை ஏற்காத கலைஞர்கள் பலரும் இருக்கத்தான் செய்கிறார்கள். ஆனால் அதைக் காட்டிலும் அதிகம் பேர் இதை ஏற்றுக்கொள்கிறார்கள் என்பதுதான் சோகம். திறந்த மனம் கொண்டவர்கள் உள்பட யாருமே இந்தப் பிரச்சினையைக் கையாள விரும்பவில்லை என்பது இதைவிடவும் பெரிய பிரச்சினை. பெண் இசைக் கலைஞர்கள் யாரும் அதுபற்றிப் பேசவோ எழுதவோ செய்வதில்லை என்பது மிகவும் கவலையளிக்கும் ஓர் உண்மை. புதிய தலைமுறையாவது மாறுபட்டிருக்கும் என்று சிலர் நம்பக்கூடும். ஆனால் என்னால் அப்படி உறுதியாகச் சொல்ல முடியவில்லை. நிலைமை மாறும் என நாம் அனைவரும் நம்புகிறோம். ஆனால் பெரிதாக எந்த மாற்றமும் நிகழவில்லை. பெண்களுக்குப் பக்க வாத்தியம் வாசிப்பவர்களின் எண்ணிக்கை அதிகரித்திருக்கிறது. ஆனால், கலைஞர்களின் எண்ணிக்கை அதிகரித்ததுதான் இதற்குக் காரணம் என்று தோன்றுகிறது. இன்று பக்க வாத்தியக் கலைஞர்கள் தங்கள் மனப்போக்கை வெளிப்படையாகக் காட்டிக்கொள்வதில்லை. பெண்களுக்கு வாசிக்க மறுப்பதற்கு வேறு காரணங்களைக் கூறுகிறார்கள். பலரும் இப்போதும் பாலியல் அடிப்படையிலான போக்கையே பின்பற்றுகிறார்கள். பெண்களுக்கு வாசிக்கும் கலைஞர்கள் விஷயத்திலும் இதுதான் உண்மை. இது மாற வேண்டும். கர்னாடக இசை உலகில் இசை மட்டுமே அனைத்தையும் தீர்மானிக்க வேண்டும். இங்கே பாலினப் பாரபட்சத்துக்கு இடம் இல்லை. தரம் என்பது குறித்து ஒவ்வொருவரும் தத்தமது கருத்தைக்

கொண்டிருக்கட்டும். ஆனால் அது பாலின அடிப்படையில் அமைந்ததாக இல்லாதிருக்கட்டும்.

பெண் குரலின் பதிவு

இதுவரை நான் கூறிய எதுவும் பெண் குரலுக்கென்று தனித்ததொரு அடையாளம் இருக்கிறது என்ற உண்மையை மறுக்கவில்லை. ஆண் குரலின் இசை சார்ந்த வெளிப்பாடுகளினின்றும் மாறுபட்ட பன்முக வெளிப்பாடுகளைப் பெண் குரல் கொண்டிருக்கிறது. இங்கே நான் குரலின் தரத்தை மட்டுமே குறிப்பிடுகிறேன். பொதுமைப்படுத்தப்பட்ட வர்ணனைகள் மூலம் அதை வகைப்படுத்த விரும்பவில்லை. ஆண் குரலும் பெண் குரலும் கேட்பவர்களைப் பொறுத்தவரை மாறுபட்ட பதிவுகளை அளிக்கின்றன. கர்னாடக இசை இரு மாறுபட்ட குரல்களினூடே வழங்கப்படும்போது அதன் அழகியலும் இரு விதமான வெளிப்பாடுகளைப் பெறுவது இயல்பானது. இசையின் அழகியல் என்பது ஒன்றுதான். ஆனால் தேர்ந்த ரசிகர் ஆண், பெண் குரல்களில் மிகவும் மாறுபட்ட அனுபவங்களைப் பெறுகிறார். அதுதான் படைப்பின் அழகு.

○

12

சமமற்ற இசை

இசைக் கலைஞரின் முதன்மையான கவலை இசையாகவே இருக்க வேண்டும். இசையாகவே இருக்கிறது. இதில் வியப்பொன்றும் இல்லை. ஆனால், அதற்காக, வாழ்வின் தாளகதிகளைக் கண்டுகொள்ளாமல் இருக்க வேண்டுமா என்ன? தேவையில்லை. ஆனால் அப்படித்தான் நடக்கிறது. இசையில் மூழ்கிப்போன கலைஞர்கள் பலர் அன்றாடம் நம்மை அழுத்தும் தீவிரமான சமூகப் பிரச்சினைகளைக் கண்டுகொள்ளாமல் புறக்கணிக்கிறார்கள். கலைஞர்கள் என்ற முறையிலும்கூட இவற்றை நாம் தவிர்க்கக் கூடாது.

சமூகப் பிரக்ஞைக்கு உட்பட்டுத்தான் கர்னாடக இசையின் இருப்பு உள்ளது. பிற துறைகளிலும் நண்பர்களைக் கொண்டுள்ள எனக்கு, என்னுடைய இசை உலகை அவர்களுடைய பார்வையிலிருந்து பார்க்க முடிகிறது. இது எனக்கு முற்றிலும் மாறுபட்ட கண்ணோட்டத்தை அளிக்கிறது. வெளியிலிருந்து இந்தக் கலையைப் பார்ப்பதற்குக் கிடைத்த வாய்ப்பை நான் மிகவும் மதிக்கிறேன். இதன் விளைவாக சுய–கல்வி பெறுவதற்கான முக்கியமான பயிற்சி எனக்குக் கிடைத்திருக்கிறது. கர்னாடக இசையைப் பாடிவருவதன் சமூகப் பரிமாணங்கள் குறித்துப் பரிணமித்து, வளர்ந்து, மாறிவரும் என்னுடைய கண்ணோட்டங்கள் என்னுடைய தனிப்பட்ட அனுபவங்கள், தனிப்பட்ட உரையாடல்கள், சமூக

–வரலாறு குறித்த என்னுடைய வாசிப்புகள், இருக்கும் நிலவரம் குறித்தும் இருந்திருக்கக்கூடிய நிலவரம் குறித்துமான என்னுடைய புரிதல் ஆகியவற்றை அடிப்படையாகக் கொண்டவை. இந்தக் கட்டுரையில் நான் கர்நாடக இசைச் சமூகத்தில் சாதி என்பதன் இடம் என்ன என்பதை ஆராயவிருக்கிறேன். நிகழ்காலத்தைப் புரிந்துகொள்ளக் கடந்த காலத்தை (ஓர் அளவுகோலாகப்) பயன்படுத்துகிறேன்.

நினைவுக்கு எட்டாத காலம்தொட்டே இந்தியச் சமூகத்தின் ஒரு பகுதியாக இருந்துவரும் சாதி என்பது சமூக அதிகாரப் படிநிலை சார்ந்ததொரு அமைப்பு முறை என்பது நம் அனைவருக்கும் தெரியும். கர்னாடக இசையை, அதன் சமூக அடையாளத்தை, சிந்தனை முறையை, கலைஞர்கள் மற்றும் புரவலர்களின் நடத்தையைச் சாதி அமைப்பானது பாதிக்காமல் இருந்திருக்கவே முடியாது. சாதி அமைப்பின் செல்வாக்கு இசை உலகில் இருப்பதை அறிந்த எண்ணற்ற அறிஞர்கள் கர்னாடக இசையின் சமூக அடையாளத்தில் சாதி தொடர்பாக ஏற்பட்டுள்ள மாற்றங்களை விரிவாக அலசியிருக்கிறார்கள். பெண்கள், மொழி ஆகியவை குறித்த கட்டுரைகளில் செய்ததைப் போலவே அதிலும் கச்சேரி இசையின் மீது நேரடியான தாக்கத்தைச் செலுத்திய கடந்த 150 ஆண்டுகளிலேயே என் கவனத்தைக் குவிக்கப்போகிறேன். தஞ்சாவூரிலும் அன்றைய சென்னையிலும்தான் கச்சேரி இசை பரிணமித்துவந்தது என்பதால் இந்த இரண்டு பகுதிகளின் மீதும் கவனம் செலுத்துவேன்.

கச்சேரி இசை உருவான காலத்திலிருந்து இன்றுவரை கர்நாடக இசையில் பிராமணச் சமுதாயத்தின் ஆதிக்கம் நிலவுகிறது. கலைஞர்கள், ரசிகர்கள் ஆகிய தரப்பிலும் இதே நிலைதான் உள்ளது. சமயம், மொழி, பாலினம் ஆகிய பிரச்சினைகளை முந்தைய கட்டுரைகளில் விவாதித்தோம். ஆனால் சாதி குறித்த உரையாடல் இல்லாமல் அந்த விவாதங்கள் முழுமைபெறாது. சமயம், மொழி, பாலினம், சாதி ஆகிய நான்கு சமூக அம்சங்களும் நன்றாக இணைந்து சிக்கலான, கலவையான கதையாடலை உருவாக்குகின்றன. என்னுடைய அணுகுமுறையில் நான் இவற்றைப் பிரித்து வகைப்படுத்தினாலும் இவை அனைத்தும் ஒன்றாகவே வாசிக்கப்பட வேண்டும்.

சாதியும் கச்சேரியும்

கச்சேரி என்பது கர்னாடக இசையை வரையறுப்பதற்காக உருவான வார்த்தை. ‘கர்னாடக இசை’ என்னும் சொல், இசையின்

நோக்கம், வடிவம் ஆகியவற்றின் அடிப்படையில் கிடைத்த அடையாளமாக இருந்தது. இப்போது அது இசையை வழங்குதல் அல்லது கச்சேரி என்பதையே நேரடியாகச் சுட்டுகிறது. கச்சேரி என்னும் சொல் பல பொருள்களைத் தன்னுள் கொண்டிருக்கிறது. கச்சேரி என்பது மேடை, ரசிகர்கள் என்பவை மட்டுமல்ல. ஒரு சமூகம், அதன் ரசனை, இசையை வழங்கும் வர்க்கம் ஆகியவற்றையும் அது பிரதிபலிக்கிறது. இத்தகைய மாறுபட்ட கூறுகளுக்கு உட்பட்டே நாம் இசையை அனுபவிக்கிறோம். இதைச் சொல்லும்போதே ஒரு விஷயத்தை நான் தெளிவுபடுத்தியாக வேண்டும். கர்னாடக இசையின் ஓசையில் மூழ்கும் உண்மையான ஒரு ரசிகருக்கு இந்த அடையாளங்கள் எல்லாம் மறைந்துபோகும். ஆனால் இதை வைத்துக்கொண்டு இசையின் அரசியல், சமூக உள்ளீடுகள், அடுக்குகளை நாம் புறக்கணித்துவிட முடியாது. 'தூய' இசை தரும் பரவசமும் சூட்சுமமான அதன் மற்ற கூறுகளும் உயிருள்ள யதார்த்தமாகவே நம் அனுபவத்துக்குள் வருகின்றன. இவை இரண்டுக்கும் இடையிலான உறவும் மிகவும் நிஜமானது என்பதைச் சொல்லத் தேவையில்லை. இசைக் கலைஞர்கள், தேர்ந்த ரசிகர்கள், இசை ஆர்வலர்கள் ஆகிய அனைவரும் இதை விசாரணைக்குட்படுத்த வேண்டும். இந்தப் பின்னணியில்தான் கர்நாடக இசையில் சாதி என்னும் கருத்தை நான் ஆராய்கிறேன்.

கச்சேரி என்னும் கட்டமைப்பு கலாபூர்வமான இசையின் நாதஸ்வர வித்வான் என்னும் முக்கியமானதொரு சமூகத்தைப் பெருமளவில் புறக்கணிக்கிறது. மாபெரும் கலைத்திறனைக் கொண்ட இந்தக் கலைஞர்கள் கச்சேரி இசையோடு இணைந்துகொள்ளப் பெருமுயற்சி எடுத்திருக்கிறார்கள். இன்னமும் எடுத்துவருகிறார்கள். ஆனால், கச்சேரி குறித்த பல்வேறு சொல்லாடல்களிலும் பதிவுகளிலும் நினைவுச் சித்திரங்களிலும் நாதஸ்வரத்தின் இருப்பை நான் பார்த்ததில்லை. வாய்ப்பாட்டுக்காரர்கள், வயலின், வீணை, மிருதங்கம், கஞ்சிரா தம்புரா ஆகிய இசைக் கருவிகளை வாசிக்கும் கலைஞர்கள் தமது கருவிகளோடு மேடையில் இருக்கும் காட்சிகளை என்னால் கற்பனை செய்ய முடிகிறது. ஆனால் நாதஸ்வரம் அங்கு இல்லை. என்னால் மட்டும்தான் அப்படிப் பார்க்க முடியவில்லை என்பதாக இருக்கலாம். ஆனால் ஏன் முடியவில்லை? கர்னாடக இசை என்பது குரல் வடிவமாக இருந்தாலும் அதற்கென்று இசைக் கருவி சார்ந்த அடையாளத்தையும் நனவிலி மட்டத்தில் என்னால் இனம்காண முடிகிறது. ஆனால் நாதஸ்வர வித்வானுக்கு மேடையில் இடமில்லை. கர்னாடக இசை அதன் இன்றைய வடிவத்திற்கு இந்தக் கலைஞர்களிடமிருந்து பெரும் உத்வேகத்தைப்

பெற்றுள்ளது என்பதை நான் பல்வேறு சம்பவங்களின், கதைகளின் மூலம் அறிந்திருக்கிறேன். நாதஸ்வரத்தையும் அது வாசிக்கப்படும் விதத்தையும் மாற்றியமைத்த நாதஸ்வர இசை மேதை டி.என். ராஜரத்தினம் பிள்ளையை (1898–1956) நான் பெரிதும் மதிக்கிறேன். ஆலாபனையை நினைக்கும்போது நாதஸ்வரம்தான் என் மனதில் நினைவுக்கு வருகிறது. ஆனால் கர்நாடக இசை அல்லது கச்சேரியைப் பற்றி நினைக்கும்போது என் பிரக்ஞையில் நாதஸ்வரம் இல்லை. பெரும் சோகத்துடன், ஆழ்ந்த மனவருத்தத்துடன் இதைச் சொல்கிறேன். பத்தொன்பதாம் நூற்றாண்டின் பிற்பகுதியிலும் இருபதாம் நூற்றாண்டின் முற்பகுதியிலும் தென்னிந்தியாவில் சமூகப் பிரிவுகளின் நிலைகளில் ஏற்பட்ட மாற்றங்களில் இதற்கான காரணம் உள்ளது. இசையில் மொழி, சமயம், பெண்கள் ஆகியோரின் பங்கு குறித்த கட்டுரைகளில் இந்த மாற்றங்கள் விவாதிக்கப்பட்டுள்ளன.

இசைக்கு மன்னர்கள் அளித்துவந்த ஆதரவு மறைந்து போனது. பண்பாட்டு வாழ்வில் கோயில் தன்னுடைய மையமான இடத்தை இழந்தது. தேவதாசிகளின் கலை அடையாளம் நொறுங்கியது. நகரமயமாதல் நிகழ்ந்தது. இசை வாழ்வைப் புனிதப்படுத்துவதற்கான தேவை பிராமணர்களுக்கு ஏற்பட்டது. இந்தக் காரணங்களால் கலைசார் இசையின் மகத்தான கலைஞர்களான நாதஸ்வர, தவில் வித்வான்கள் நட்டாற்றில் விடப்பட்டார்கள். அப்போதும் அவர்கள் நாட்டுப்புறங்களில் உள்ள கோயில்களில் வாசித்துக்கொண்டிருந்தார்கள். ஆனால், இசையின் அதிகாரமானது, நவீன காலத்தில் கர்னாடக இசையை ஆதரித்த சென்னைக்கு இடம்மாறிவிட்டது.

கர்னாடக இசையின் இந்தப் புதிய அடையாளம்தான் அதன் ஒரே அடையாளம் என மாறும் அளவுக்கு அது ஆற்றல் மிகுந்ததாக இருந்தது. கச்சேரி இசைக் கலைஞர்கள் நாதஸ்வர வித்வான்களின் இசையிலிருந்து பெரும் உத்வேகத்தைப் பெற்றார்கள். ஆனால் தங்களுடைய இசைதான் கர்னாடக இசை எனக் கருதினார்கள். இந்த முடிவு இசையின் அடிப்படையில் எட்டப்பட்டதா? இல்லை. இந்த முரண்பாட்டிற்குப் பின்னால் சாதி, வர்க்கம் சார்ந்த மேட்டிமைத்தனம் இருக்கிறது. தன்னுடைய இசைதான் இசையை உண்மையாகப் பிரதிநிதித்துவப்படுத்துகிறது என்றும் இசையின் அனைத்துக் கூறுகளையும் அழகாக உள்ளடக்கிய வடிவம் இது என்றும் கர்னாடக இசைக் கலைஞர் நம்பினார். இந்தச் சமயத்தில் நாதஸ்வர வித்வான்கள் குறித்த கர்னாடக இசைக் கலைஞர்களின் அணுகுமுறையை இப்படித் தொகுத்துச் சொல்லலாம்: “நாதஸ்வர வித்வான்களின் இசை முழுக்க முழுக்க

மனோதர்மம் நிரம்பியது; பெரிதும் உத்வேகமூட்டக்கூடியது. ஆனால் அது இசையின் முழுமையான வடிவம் அல்ல. இசை எப்படி இருக்க வேண்டும் என்பதன் ஒரு பகுதிதான் அது. அது எப்படி இருக்க வேண்டும் என்பதை நவீன வித்வான்கள்தான் உருவாக்குகிறார்கள்."

இந்தப் பார்வை நாதஸ்வர வித்வான்களின் சுயமரியாதையை பாதிக்கக்கூடியது. இதனால் அவர்களில் பலர் தங்கள் வாசிப்பில் கூடுதல் கீர்த்தனைகளைச் சேர்த்துக்கொள்ள நேர்ந்தது. பொதுக்கருத்துக்கு உட்படும் போக்கின் வெற்றி இது.

இந்தப் பார்வையைப் பற்றி விவாதிப்பதற்கு முன்பு இசையை வரப்பிரசாதமாகப் பெற்ற இந்த அற்புதமான சமூகம் குறித்துச் சுருக்கமாகப் பார்ப்பது முறையாக இருக்கும் என்று கருதுகிறேன்.

'நாதஸ்வர, நட்டுவனார் மற்றும் தேவதாசி சமூகம்' என்ற வர்ணனை இசைக் கலைஞர்களையும் நடனக் கலைஞர்களையும் ஒட்டுமொத்தமாகக் குறித்தது. அநேகமாக, வேறு எந்த இசை மரபிலும் இத்தகைய வகைமை காணப்படவில்லை. தொடக்கத்தில் இவர்கள் பெரிய மேளம், சின்ன மேளம் ஆகிய இரு பிரிவுகளாக இருந்தார்கள். பெரிய மேளம் என்னும் பிரிவில் நாதஸ்வரம், தவில், நத்து, ஜால்ரா ஆகிய இசைக் கருவிகளை வாசிப்பவர்கள் இடம்பெற்றார்கள். சின்ன மேளம் என்னும் பிரிவில் தேவதாசிக் குடும்பங்களைச் சேர்ந்த நட்டுவனார், மிருதங்க வித்வான், முகவீணை வித்வான், புல்லாங்குழல் வித்வான், துட்டி வாசிப்பவர் ஆகியோர் இருந்தனர். பின்னாளில் கிளாரினெட், புல்லாங்குழல் ஆகியவை முகவீணையைப் பதிலீடு செய்துவிட்டன. துட்டியின் இடத்தில் தம்புரா வந்துவிட்டது. பெரிய மேளம், சின்ன மேளம் ஆகிய சொற்கள் ஏன் பயன்படுத்தப்பட்டன என்பது குறித்து அறிஞர்கள் பல்வேறு விளக்கங்களை அளிக்கிறார்கள். சிலர் இதை அதிகார அடுக்கு என்கிறார்கள். சிலர் நாதஸ்வரம் போன்ற பெரிய கருவியைப் பெரிய மேளமும் முகவீணை போன்ற சிறிய கருவியைச் சின்ன மேளமும் குறிக்கின்றன என்று கூறுகிறார்கள்.

இந்தக் கலைஞர்கள் சமூகக் குழு என்ற அளவில் எந்தக் குறிப்பிட்ட சாதியுடனும் அடையாளப்படுத்தப்படவில்லை. பெரிய மேளம் பிரிவினர் மேளக்காரர்கள் என்றும் நாயனக்காரர்கள் என்றும் அறியப்பட்டார்கள். தென்னிந்தியாவின் வெவ்வேறு பகுதிகளில் இவர்களுக்கு வேறு பெயர்களும் இருந்தன. இருபதாம் நூற்றாண்டில் தங்களுக்கு அதிகாரப்பூர்வமான அங்கீகாரமும் சமூக மரியாதையும் அளித்துக்கொள்ளும் விதமாக நாதஸ்வர

வித்வான்கள், தவில் வித்வான்கள், நட்டுவனார்கள், தேவதாசி குடும்பங்களைச் சேர்ந்த இசைக் கலைஞர்கள் ஆகியோர் தங்களை இசை வேளாளர்கள் என அழைத்துக்கொள்ளத் தொடங்கினார்கள். அதிகாரப்பூர்வமான இந்தச் சாதி அந்தஸ்தின் மூலம் அவர்கள் இந்து சாதிக் கட்டுமானத்திற்குள் நுழைந்தார்கள். பெரும் பாரபட்சங்களும் பல்வேறு அடுக்குகளும் நிரம்பிய சமூகம் புதியதொரு சமூக அடையாளத்தை நோக்கி நகரும் ஒரு சமுதாயத்தில் ஒரு குழு தன்னை முன்னெடுத்துச் செல்வதற்கான இயல்பான அபிலாஷையாக இது அமைந்தது. வேளாளர் என்னும் பிரிவினர் பிராமணர்களுடன் இணைந்து பெரும்பாலான தமிழக கிராமங்களின் பொருளாதாரத்தைத் தங்கள் கட்டுப்பாட்டிற்குள் வைத்திருந்தார்கள். எனவே இசை வேளாளர் என்னும் பெயர் அவர்களுக்கு முக்கியத்துவத்தை அளித்தது. பொது இடத்தில் அவர்களுக்கான இடத்தை வழங்கியது. இசை வேளாளர் என்னும் இந்த அந்தஸ்து அதிகாரப்பூர்வமாக ஏற்றுக்கொள்ளப்பட்டுவிட்டால் அவர்களது அந்தஸ்து குறித்த குழப்பம் முடிவுக்கு வரும். அம்பட்டன் (நாவிதர்) என்னும் பிரிவிலிருந்துதான் இந்த மகத்தான இசைக் கலைஞர்கள் தோன்றினார்கள் என்னும் கருதுகோள் ஒன்றும் உள்ளது. இசை வேளாளர் என்னும் அங்கீகாரம் இந்தக் குழப்பத்துக்கு முடிவு கட்டும் என்று நம்பினார்கள்.

கச்சேரி, நாதஸ்வர இசை ஆகியவற்றுக்குத் திரும்புவோம். இருபதாம் நூற்றாண்டின் தொடக்கத்தில் சென்னையில் இருந்த பிராமணர்களும் சென்னைக்குக் குடிபெயர்ந்த பிராமணர்களும் நவீன கச்சேரியை உருவாக்கத் தொடங்கினார்கள். இது கர்னாடக இசை பற்றிய திட்டவட்டமான அமைப்பு சார்ந்த கருத்தை உருவாக்கியது. தேவதாசிகளுக்கும் நாதஸ்வரக் கலைஞர்களுக்கும் வேண்டாவெறுப்பாக இதில் இடம் தரப்பட்டது. நான் ஏற்கெனவே உறுதியாகக் குறிப்பிட்டதுபோல, கர்னாடக இசையின் கலை சார்ந்த வடிவத்தைச் சென்னையின் மேட்டுக்குடி பிராமணர்கள் உருவாக்கவில்லை. அரண்மனைகளிலும் கோவில்களிலும் இந்தக் கலையை நிகழ்த்திவந்த பல்வேறு சமூகத்தினரின் கூட்டு முயற்சியால் இது உருவானது. இந்தச் சமூகங்களில் பிராமணர்களும் இசை வேளாளர்களும் அடக்கம்.

இவர்களது பணியின் சமூக, சமயப் பின்புலங்கள், இவர்களுடைய இசையின் கலைசார்ந்த நோக்கம் இசையின் ஆதாரமாக இருப்பதற்குத் தடையாக இல்லை. ஆனால் நவீன காலத்தில் கர்னாடக இசையானது மறுவிளக்கம் பெற்று, கச்சேரி என்னும் ஒற்றைக் கதையாடலுக்குள் பொருத்தப்பட்டது.

எனினும், செவ்வியல் இசை குறித்த நவீன கருத்துக்கு, இசையை நிகழ்த்துவதற்கான புதிய மேடை மட்டும் போதுமானதாக இல்லை.

பிராமணர்கள் கர்னாடக இசையின் 'தூய' வடிவம் ஒன்றை உருவாக்கினார்கள். இதற்குள் தங்களுக்கான அடையாளத்தைப் பெறுவது இசை வேளாளர்களுக்குக் கடினமானதாக இருந்தது. அதுவரையிலும் அவர்கள் கர்னாடக இசைக் கலைஞர்களாக மதிக்கப்பட்டு வந்தார்கள். தங்களுடைய சமூக வெளிக்குள் தங்கள் கலையைப் பயின்று வழங்கிவந்தார்கள். இப்போது அவர்கள் புதிய கதையாடலை ஏற்றுக்கொண்டு அதற்குள் தங்களைப் பொருத்திக்கொள்ள வேண்டும். அதற்குத் தங்களை ஒப்புக்கொடுக்க வேண்டும். நாதஸ்வர வித்வான்களின் சாதி, அவருடைய இசையின் சடங்கு சார்ந்த பின்புலம் ஆகியவற்றால் நவீன கச்சேரியின் முக்கியப் பகுதியாக அவர்கள் கருதப்பட வில்லை. சொல்லப்போனால் இவர்கள் தேவைப்படவேயில்லை.

அவர்களுடைய இசை? அதுவும் தேவையற்றதாகிவிட்டதா? இல்லை. அது கச்சேரிக் கட்டமைப்பிற்குள் பிராமணர்களால் பயன்படுத்திக்கொள்ளப்பட்டது. இவர்களுடைய இசையும் கலை சார்ந்த இவர்களுடைய இடமும் இவர்களிடமிருந்து எடுத்துக் கொள்ளப்பட்டன. நாதஸ்வர வித்வான்கள் இந்தக் கச்சேரி சமூகத்திற்குள் வர வேண்டுமென்றால் இதன் பாதுகாப்பான கோட்டைச் சுவர்களைத் தகர்த்துக்கொண்டுதான் உள்ளே வர வேண்டும். இதற்காக அவர்கள் மிகவும் கஷ்டப்பட்டு முயற்சி செய்தார்கள். இசை மேதைமை கொண்ட ஒரு சில இசை வேளாளர்களால் மட்டுமே இதில் வெற்றிபெற முடிந்தது. மற்றவர்கள் கைவிடப்பட்டார்கள். மற்றவர்களால் உள்ளே நுழைய முடியவில்லை. தரமற்ற மிகச் சுமாரான பிராமண இசைக் கலைஞரால் இந்த நவீனக் கதையாடலுக்குள் இடம்பெற முடிந்தது. சராசரியான நாதஸ்வரக் கலைஞருக்கு அங்கே இடம் கிடைக்கவில்லை.

இந்த நவீன கர்னாடக இசை அரங்கினுள் பிரவேசித்த ஒரு சில இசை வேளாளர்களில் மிகவும் முக்கியமானவர் ராஜரத்தினம் பிள்ளை. ஆனால் இவரைப் போன்ற மேதைகளும்கூடச் சம உரிமைக்காகப் போராட வேண்டியிருந்தது. அவர்கள் கோரிய சமத்துவம் என்பது மிகவும் சாதாரணமான மரியாதை. அவர்களுடைய இசை, அடையாளம், வரலாறு, பங்களிப்பு ஆகியவற்றுக்கான மரியாதை. ஆனால் அவர்கள் பெற்றதெல்லாம் சில சலுகைகள், மகத்தான கலை மேதைமைக்கான தட்டிக் கொடுக்கும் பாராட்டுக்கள் ஆகியவைதாம்.

இப்படி நடந்திராவிட்டால் இன்று நாம் கச்சேரி உலகில் எண்ணற்ற நாதஸ்வர வித்வான்களைக் கண்டிருப்போம். கச்சேரி இசைக்குள் தனக்கான இடத்தைப் பெறக் கருவி இசையே போராடிவருவதாகச் சொல்லப்படுகிறது. ஆனால் நாதஸ்வரம் போல அல்லாமல் வயலின் போன்ற இதர இசைக் கருவிகளுக்கு ஓரளவேனும் மரியாதை கிடைக்கிறது.

பிராமணர்கள் நாதஸ்வர வித்வான்களின் சமூக நடத்தையைப் பற்றி இழிவாகப் பேசுவதைக் கேட்டிருக்கிறேன். 'குடிகாரர்கள்', 'ஒழுக்கம் கெட்டவர்கள்' என்பன போன்ற அவதூறுகளை அவர்கள்மேல் சுமத்தி, அவர்களை "ஏற்றுக் கொள்ளவே முடியாது" என்று சொல்வார்கள். ஒரு சமூகத்தை இப்படிப் பொதுமைப்படுத்திக் குறைவாகப் பேசுவது மிகவும் கண்டிக்கத்தக்கது.

இத்தகைய பொதுமைப்படுத்தல்களை பிராமணர் அல்லாத உயர் சாதியினர் ஆட்சேபிக்கவில்லை. பிராமணர்களைப் போலவே சமூகத்தில் சிறப்பு அந்தஸ்தை அடைய விரும்பியவர்கள்தானே அவர்கள். பிராமண இசைக் கலைஞர்கள் பலரும் 'பெண் பித்தர்'களாகவும் 'குடிகாரர்'களாகவும் இருந்ததை நாம் பார்த்திருக்கிறோம். அவர்களுடைய 'பெண் பித்து' ஆண்மையின் அடையாளமாகவும் குடிப்பழக்கம் மேதைமையின் இடறலாகவும் பார்க்கப்பட்டன. இங்கே நான் ஒழுக்க ரீதியான தீர்ப்பு எதையும் வழங்கவில்லை. இதே அளவுகோல் பெண் பித்தர்களாகவும் மதுபானப் பிரியர்களாகவும் இருந்த நாதஸ்வர வித்வான்களுக்கு ஏன் பொருந்தவில்லை என்றுதான் கேட்கிறேன். இவை எல்லாமே இசைக் கலைஞர்களின் தனிப்பட்ட உரையாடல்களில் பேசப்பட்டவை. கர்னாடக இசை குறித்த கதைகளின் பகுதியாக இருப்பவை.

மறுக்க முடியாததை மறுத்தல்

தேவதாசிகள், நாதஸ்வர வித்வான்கள் ஆகியோரிடம் பிராமண இசைக் கலைஞர்கள் கற்றுக்கொண்டனர் என்னும் உண்மையை மரபார்ந்த விமர்சகர்கள், அறிஞர்கள், இசைக் கலைஞர்கள், இசையியலாளர்கள் ஆகியோர் கர்னாடக இசை குறித்த வரலாற்றில் சேர்க்கத் தவறிவிட்டார்கள் என்று நவீன வரலாற்றறிஞர்கள் குற்றம் சாட்டுகிறார்கள்.

தேவதாசிகள், நாதஸ்வர வித்வான்கள் ஆகியோர் பிராமணர்களிடம் இசையைக் கற்றுக்கொண்டதைப் போலவே பிராமணர்களும் அவர்களிடமிருந்து கற்றுக்கொண்டார்கள். இந்த உண்மையை இசை வரலாற்றில் குறிப்பிடத் தவறி

விட்டார்கள். எல்லாச் சமூகங்களுக்கிடையேயும் இசை அறிவு பரிமாறிக்கொள்ளப்பட்டிருக்கும் என்பதுதான் தர்க்கரீதியான யதார்த்தமாக இருந்திருக்கும் என்று நான் நினைக்கிறேன். தேவதாசிகள், நட்டுவனார்கள், நாதஸ்வர வித்வான்கள், தவில் வித்வான்கள், பிராமண இசைக் கலைஞர்கள் ஆகியோரிடையே இசை ஞானம், அறிவு, அனுபவம் ஆகியவை எந்தத் தடையும் இல்லாமல் பரிமாறிக்கொள்ளப்பட்டிருக்கும் என்றே தோன்று கிறது. முத்துசாமி தீட்சிதரின் பிரதான சீடர்களில் பலர் இசை வேளாளர் சமூகத்தைச் சேர்ந்தவர்கள் என்பது நமக்குத் தெரியும். அரசியல் ரீதியாகச் சரியான அந்தப் பெயரில் அவர்களை அவர் அறிந்திருக்க மாட்டார் என்பது வேறு விஷயம்.

பிராமண இசைக் கலைஞர்கள் இயற்றியதாகச் சொல்லப்படும் பல பாடல்கள் உண்மையில் நட்டுவனார்கள் இயற்றியவை என்னும் ஒரு கருத்து உள்ளது. நட்டுவனார்கள் தேவதாசிகளின் குருமார்கள். சின்ன மேளம் பிரிவை ஒருங்கிணைத்தவர்கள்.

சாதியைப் பற்றிய பேச்சு எதுவும் இல்லாமல் இசைக் கலைஞர்களை இசைக் கலைஞர்களாக நாம் ஏற்றுக்கொள்ள வேண்டும் என்று நான் கூறும்போது அது கேள்விக்கு அப்பாற் பட்ட நிஜம் எனத் தோன்றக்கூடும். ஆனால் கர்னாடக இசைக் கலைஞர்கள், ரசிகர்கள், வரலாற்று ஆசிரியர்கள் ஆகியோர் பிராமணர்களுக்கு ‘ஆதரவாக’ அல்லது ‘எதிராக’ப் பேசும் விவாதத்தில் சிறைப்பட்ட நவீன கர்னாடக இசையின் கதையாடலுக்குள் வாழ்கிறார்கள். பொய்யானதும் கவலை தருவதுமான இந்த இருமைகளுக்குள் இசை காணாமல் போகிறது.

இசை வேளாளர் சமூகத்தினரின் பால் பிராமண இசைக் கலைஞர்களின் அணுகுமுறையை இந்தக் கட்டுரையில் நான் விமர்சிக்கிறேன். ஆனால் அவர்களுடைய இசைப் பங்களிப்பை ஒரு சிறிதும் நான் குறைத்து மதிப்பிடவில்லை. உதாரணமாக, அவர்கள் இயற்றியதாக ஒப்புக்கொள்ளப்பட்டிருக்கும் இசைப் பாடல்கள் அனைத்துமே தேவதாசிகளிடமிருந்தும் நட்டுவனார்களிடமிருந்தும் திருடப்பட்டவை என்று நான் ஒருபோதும் சொல்லமாட்டேன். அதே சமயம், சிக்கலான நமது வரலாற்றில் உள்ள மறுக்க இயலாத சில உண்மைகளைக் கணக்கில் எடுத்துக்கொள்வது அவசியம். கச்சேரி இசைக்கு முந்தைய கர்னாடக இசை உலகமும் சமூகப் பாரபட்சங்கள் நிறைந்தவையாகத்தான் இருந்தது. ஆனால் அதே சமயம் கலாபூர்வமான இசை விஷயத்தில் சமூகங்களிடையே படைப்பு சார்ந்த ஊடாட்டங்கள் நிகழ்ந்தபடி இருந்தன. எனவே முக்கியமானதொரு வாக்கேயக்காரர், நாதஸ்வர

வித்வான் அல்லது நட்டுவனார் அல்லது தேவதாசியிடமிருந்து இசையின் சில விஷயங்களைக் கற்றுக்கொண்டார் என்பதில் வியப்பென்ன? நவீன கச்சேரி ஒரே ஒரு சமூகத்திற்குள்ளிருந்து பிறந்து அங்கேயே குடிகொண்டிருக்கிறது. எனவே முந்தைய காலங்களில் நிலவிய கூட்டுறவு அல்லது பன்முகச் சூழல் அதில் காணப்படவில்லை என்பதுதான் சோகம். இந்த அநீதியை நாம் களைய வேண்டும். நாம் களைந்தாக வேண்டிய அநீதி இது. இசை வேளாளர்களுக்கு எதிரான பாரபட்சத்தினால் அந்தச் சமுகமே இசை உலகிலிருந்து மறைந்துவிட்டது குறித்து வருந்தும் அதே வேளையில் பிராமணர்களின் பங்களிப்பையும் நாம் சிறுமைப்படுத்திவிட முடியாது.

இருபதாம் நூற்றாண்டின் முற்பகுதியில் இசை வேளாளர் சமூகத்திலிருந்தும் பிராமணர் அல்லாத இதர சமூகங்களிலிருந்தும் மகத்தான வயலின், மிருதங்க வித்வான்கள் இருந்தார்கள். இவர்கள் கச்சேரி அரங்கின் கதையாடலுக்குள் இசை ஜாம்பவான்களாக மதிக்கப்பட்டு ஏற்றுக்கொள்ளப்பட்டார்கள். கர்னாடக இசை குறித்த நவீனக் கருத்தியலுக்குள், கச்சேரிக் கட்டமைப்புக்குள் இருக்கும் இசைக் கருவி ஒன்றை எடுத்துக்கொண்டு அதில் சிறந்து விளங்கியவர்கள் இவர்கள். அவர்கள் கர்னாடக இசை உலகம் கண்ட மகத்தான கலைஞர்களில் சிலராக இன்றளவிலும் மதிக்கப்படுகிறார்கள். அவர்கள் கோலோச்சிவந்த அந்தக் காலத்தில்கூடச் சில அபஸ்வரங்கள் ஒலித்தன. எழுதப்படாத சாதிய நடைமுறைகளை பிராமணர்களும் இசை வேளாளர்களும் பின்பற்றிவந்தார்கள் என்று தெரிகிறது. மாறுபட்ட சாதிகளைச் சேர்ந்த கலைஞர்கள் மேடையில் கவுரவிக்கப்பட்டபோது பிராமணர்களுக்கே முதல் மரியாதை கிடைத்தது என்று நான் கேள்விப்பட்டிருக்கிறேன். விருதுகள், அங்கீகாரம், மரியாதை என்று வரும்போது அதில் பிராமணர்களுக்கே முதலிடம் கிடைத்தது. அந்த அளவுக்கு சாதிக் கட்டமைப்பு வலுவாக அமைந்திருந்தது. கச்சேரி இசையில் காலூன்றிக்கொள்ள முயன்றுவந்த இசை வேளாளர்களின் வாய்ப்புகளையும் அந்தஸ்தையும் இது மிகவும் பாதித்தது.

அதே வேளையில், இசைப் பிரவாகம் தொடங்கிய பின் வேறு எதுவும் அங்கே பொருட்டாக இருந்ததில்லை என்பதையும் பலரது கூற்றுக்களின் வாயிலாக அறிகிறோம். பிராமண வாய்ப்பாட்டுக் கலைஞர்கள் பலர் தங்கள் புகழுக்கு இசை வேளாளர் சமூகத்தைச் சேர்ந்த பக்க வாத்தியக்காரர்களையே சார்ந்திருந்தனர். எனவே, அந்தக் காலகட்டத்தைச் சேர்ந்த பிராமண இசைக் கலைஞர்களை மதிப்பிடும்போது ஒரு விஷயத்தை மனதில் கொள்ள வேண்டும். பிராமணர்களில் இருந்த

விழிப்புணர்வு பெற்ற கலைஞர்கள், கர்னாடக இசை அனுபவம் தன் முழுப் பிரவாகத்தோடு பாயும்போது இசை வேளாளர்களின் மகத்துவத்தைத் தயங்காமல் ஏற்றுக்கொண்டார்கள்.

இசை வேளாள குரு, பிராமணச் சீடர்

கச்சேரிப் பண்பாடு நிலைபெறத் தொடங்கிய அந்தக் காலத்திலும் வேளாளர் கலைஞர்களுக்கு பிராமணச் சீடர்களும் இருந்தார்கள். அவர்களிடையே நிலவிய உறவுகள் குறித்துப் பல சுவாரஸ்யமான கதைகள் இருக்கின்றன. இந்த மாணவர்கள் மீது ஆசிரியர்கள் செலுத்திய அன்பு, இவர்களுடைய சடங்கு சம்பிரதாயங்களுக்குக் கொடுக்கப்பட்ட சிறப்பான மரியாதை ஆகியவை பற்றிக் கேள்விப்படுகிறோம். ஆனால் பாடங்கள் மிகவும் தீவிரமாக இருக்கும். பிராமண மாணவர்களும் மற்ற மாணவர்களைப் போலவே தீவிரமான பயிற்சியை மேற்கொள்ள வேண்டும். இசை என்று வரும்போது அதில் எந்தச் சமரசத்துக்கும் இடமில்லை. அதுபோலவே பிராமண ஆசிரியர்களிடம் வேளாள மாணவர்கள் படித்தார்கள். திருக்கோடிக்காவல் கிருஷ்ண அய்யர் (1857–1913), அவருடைய சீடர் ராஜரத்தினப் பிள்ளை ஆகியோர் இதற்குச் சிறந்த உதாரணம். சாதி என்பதை ஒன்றுமில்லாமல் ஆக்கிவிடும் தன்மை கர்னாடக இசையின் மரபணுவிலேயே இருக்கிறது என்று சொல்லலாம். இசை வெள்ளம் பாயும்போது சாதி அடித்துச் செல்லப்படுகிறது.

பிராமணர் அல்லாத சாதிகளைச் சேர்ந்த மகத்தான கலைஞர்கள் இசையைக் கற்பித்ததில் ஒரு அம்சம் மட்டும் என்னை மிகவும் தொந்தரவு செய்கிறது. அவர்களுடைய நட்சத்திர மாணவர்கள் அனைவரும் ஏன் பிராமணர்களாகவே இருந்தார்கள்? ஒட்டுமொத்த அமைப்பைக் கட்டுப்படுத்தும் ஆற்றல் பிராமணர்களிடம் இருந்ததால் இப்படி நடந்ததா? ஆசிரியர்களே பிராமண மாணவர்களுக்குச் சிறப்பு அந்தஸ்து கொடுத்தார்களா? இதற்கான தெளிவான பதில் என்னிடம் இல்லை. ஆனால் நடந்த விளைவின் மீது என் கருத்தைச் சொல்ல முடியும். தேசியவாத இயக்கமும் பல்வேறு சாதிகளின் அடையாளங்களும் தனித்த சமூக அதிகாரக் குழுக்களாக உருவெடுத்துவந்த நிலையில் மக்கள் தங்களது சமூகத்தைச் சார்ந்தவர்களையே ஆதரித்தனர். பிராமணர் அல்லாத இசைக் கலைஞர்கள் பிராமண மாணவர்களை அக்கறையுடன் வளர்த்தெடுத்தார்கள். இதன் விளைவாக, அடுத்த தலைமுறையில் பிராமணர் அல்லாத கலைஞர்கள் மிகவும் குறைவாகவே இருந்தார்கள். இசையின் மீதான பிராமணர்களின் ஏகபோக உரிமை மேலும் வலுப்பட்டது.

சாதியும் மிருதங்கமும்

மிருதங்கமும் சாதிப் பாகுபாட்டுக்கு உள்ளாகியிருக்கிறது. நீண்ட காலமாக, சின்ன மேளம் பிரிவைச் சேர்ந்த வித்வான்களும் இதர இசை வேளாளர்களும்தான் மிருதங்கம் வாசித்து வந்தார்கள். மிருதங்கம், தவில் மரபுடன் நெருக்கமாகத் தொடர்புகொண்டிருந்தது. பிராமண மிருதங்க வித்வான்கள் நாமசங்கீர்த்தனம், ஹரிகதா ஆகியவற்றுக்கு வாசிப்பதிலும் அதற்காகக் கற்றுக்கொடுப்பதிலுமே அதிகம் ஈடுபாடு கொண்டிருந்தார்கள். மிருதங்கம் வாசிக்கும் விதத்தை வைத்தே வாசிப்பவரின் சாதியைச் சொல்லிவிடலாம். சாதியின் அடிப்படையில் மிருதங்கம் வாசிக்கப்படும் இரண்டு பிரதானமான பாணிகளைப் பிரித்துவிடலாம். புதுக்கோட்டை பாணி என்பது இசை வேளாளர்களிடமிருந்து வந்தது. இதில் தவிலின் செல்வாக்கு அதிகம் இருக்கும். தஞ்சாவூர் பாணி என்பதில் மராட்டியர்களின் கீர்த்தன் மரபின் செல்வாக்கு இருக்கும். குறிப்பாக நாராயணசாமி அப்பா (19ஆம் நூற்றாண்டின் பிற்பகுதி), துக்காராம் அப்பா (1860–1900) ஆகியோரின் செல்வாக்கு இருக்கும். இருவருமே பிராமணர்கள் அல்லர். டோலக் வித்வான் நன்னு மியான் (19ஆம் நூற்றாண்டின் பிற்பகுதி) என்னும் இஸ்லாமியர் இந்தப் பாணியின் மீது செல்வாக்கு செலுத்தியிருப்பதாகத் தெரிகிறது. ஆனால் 20ஆம் நூற்றாண்டிலிருந்து தஞ்சாவூர் பாணி என்பது பிராமணர்களின் பாணியாகவே அறியப்படலாயிற்று.

நெடுங்காலமாகவே, மிருதங்க இசை என்னும் கலை இசை வேளாளர்களின் கோட்டையாகவே விளங்கிவந்தது. பாலக்காடு மணி அய்யருக்குப் (1912–81) பிறகு எல்லாமே மாறிவிட்டன. அவர் பிரவேசித்த பிறகு மிருதங்க இசை பிராமணர்களின் கட்டுப்பாட்டிற்குள் போய்விட்டது. பிராமண சமுதாயத்தின் வலுவான ஆதரவு மணி அய்யரின் வளர்ச்சிக்குத் துணை புரிந்திருக்காது என்று நம்புவது கற்றுக்குட்டித்தனமாகவே இருக்கும். பழனி சுப்பிரமணிய பிள்ளை (1908–62), ராமநாதபுரம் சி.எஸ். முருகபூபதி (1914–98) ஆகியோரின் பெயர்கள் மணி அய்யரின் பெயரோடு எப்போதும் குறிப்பிடப்படுகின்றன. ஆனால் மணி அய்யர் மட்டுமே பீடத்தில் ஏற்றி வைக்கப்பட்டிருக்கிறார். இது இசைத்திறன், இசை அறிவு ஆகியவற்றின் அடிப்படையில் நடந்ததல்ல. பழனிக்கும் மணி அய்யருக்கும் இடையே இருந்த உறவைப் பற்றிப் பல இசைக் கலைஞர்கள் விரிவாகக் கூறியிருக்கிறார்கள். அவர்களிடையே இருந்த பரஸ்பர மரியாதை குறித்துப் பல கதைகள் இசை வட்டாரத்தில் புழங்குகின்றன.

இத்தகைய நெருக்கமான நட்புடன் சமூக ஏற்றத்தாழ்வும் இருந்திருக்கிறது.

தன்னுடைய சமூகத்தினரின் உதவியோடு மணி அய்யர் மிருதங்கத்தின் பிராமணரல்லாதோரின் உலகத்தை வென்றார். சாதிய உயர்நிலை அவரது நம்பிக்கையையும் ஆதிக்கத்தையும் அதிகரிக்கச் செய்தது. அவர் ஒரு மேதை. மிருதங்கத்தில் அவர் எழும்பிய ஓசையும் அதன் தாக்கமும் இணையற்றவை. பிராமணரான அவர் இசை வேளாளர் சமூகத்தின் சிங்கத்தை அதன் குகையில் எதிர்கொண்டார். கர்னாடக இசையை தங்கள் முழுமையான கட்டுப்பாட்டில் எடுத்துக்கொள்ளும் முயற்சியில் இருந்த பிராமண சமுதாயத்தினருக்கு இது மிகவும் முக்கியமானது. அதுவரையிலும் பிராமண மிருதங்க வித்வான்கள் பிராமணரல்லாத மிருதங்க வித்வான்களுக்கு இணையாகக் கருதப்பட்டதே இல்லை. உடல் வலிமை, கணித ரீதியிலான கூர்மை ஆகியவற்றில் பிராமணர்கள் இசை வேளாளர்களுக்கு இணையாக இல்லை. இசை வேளாளர் சமூகத்தினரும் தங்கள் திறமை மேலானது என்றே கருதினர். பாலக்காடு மணி அய்யரின் வருகையால் இவை அனைத்தும் குலைந்தன. எனவே அவர் மகத்தானவராக, மிருதங்கத்தின் கடவுளான நந்தியாகப் போற்றப்பட்டார். பழனியோ முருகபூபதியோ நந்தி எனக் குறிப்பிடப்படவில்லை. மணி அய்யர் பெருமதிப்பு வைத்திருந்த கஞ்சிரா வித்வான் தட்சிணாமூர்த்தி பிள்ளையும் (1876–1937) நந்தி எனக் குறிப்பிடப்பட்டதில்லை. இசை வேளாளர் சமூகம் மணி அய்யரின் படையெடுப்பை எதிர்த்து நிற்க முயன்றது என்று சொல்லப்படுகிறது. ஆனால், வலுவான சாதியின் துணையோடு அந்த மகத்தான கலைஞர் அவர்களை வென்றார்.

கச்சேரிக் கட்டமைப்பினுள் இசை வேளாளர்கள் வசம் இருந்த ஒரு கோட்டை இப்படிப் பறிபோனது. மிருதங்கக் களத்தில் மணி அய்யர் ஏற்படுத்திய உடைப்புக்குப் பிறகு அதன் கதவுகள் விரியத் திறந்தன. அதன் பின் மிருதங்கத்தில் பிராமண ஆதிக்கத்தை எந்த சக்தியாலும் தடுக்க முடியவில்லை. டி.கே. மூர்த்தி (பி. 1924), பாலக்காடு ரகு (1928–2009), வேலூர் ராமபத்ரன் (1929–2012), உமையாள்புரம் கே. சிவராமன் (பி. 1935), காரைக்குடி ஆர். மணி (பி. 1945) உள்ளிட்ட மகத்தான கலைஞர்கள் பலர் பிராமண சமூகத்திலிருந்து உருவானார்கள். பழனி சுப்ரமணியப் பிள்ளைக்கு பிராமணரல்லாத பல மாணவர்கள் இருந்தார்கள். ஆனால், திருச்சி சங்கரன் (பி. 1942) என்னும் பிராமணர்தான் அவருடைய முக்கியமான சீடராகத் திகழ்ந்தார். கச்சேரிகளில் வயலின், மிருதங்கம் ஆகியவற்றைத்

தங்கள் கட்டுப்பாட்டில் கொண்டுவந்ததோடு கர்னாடக இசையில் அவர்கள் ஆதிக்கம் முழுமைபெற்றது.

சாதியும் வாய்ப்பாட்டுக் கலைஞர்களும்

கச்சேரி காலகட்டத்திற்கு முன்பு பிராமணரல்லாத பிரிவினரில் தேவதாசிகள்தாம் பிரதான பாடகர்களாக இருந்தார்கள். ஆனால் தொழில் வரலாறு, பாலினம் ஆகியவை காரணமாக அவர்கள் கச்சேரி அமைப்பிற்குள் ஏற்றுக் கொள்ளப்படவில்லை. ஆண்களில் பிராமணரல்லாத சிலரே தமக்கென்று பெயர் பெறுமளவுக்கு வளர்ந்தார்கள். சித்தூர் சுப்பிரமணியம் பிள்ளை (1898–1975) அவர்களில் ஒருவர். அவர் கலைஞர்கள் சமூகமான நாயுடு (தெலுங்கு) என்னும் சமூகத்தைச் சார்ந்தவர். தன்னுடைய குரு காஞ்சிபுரம் நயினா பிள்ளையின் (1889–1934) நினைவாகத் தன் பெயரோடு பிள்ளை என்னும் அடைமொழியைச் சேர்த்துக்கொண்டார்.

அந்தக் காலகட்டத்தின் பெரும்பாலான வாய்ப்பாட்டுக் கலைஞர்கள் பிராமணர்கள். தியாகராஜ சிஷ்ய பரம்பரையைச் சேர்ந்தவர்கள். புதிய கர்னாடக கச்சேரி இசையில் கதாகாலட்சேப மரபிலிருந்து வந்தவர்கள் அல்லது அந்த மரபின் தாக்கம் பெற்றவர்கள் நிரம்பியிருந்தார்கள். இந்தக் கலைஞர்களுக்கு நன்கு அறிமுகமாகியிருந்த சங்கீத மும்மூர்த்திகளின் கீர்த்தனைகள் கச்சேரிகளில் அதிகம் பாடப்பட்டன. பக்தி, புனிதம், சமய உணர்வு ஆகியவை முன்னிலைபெற்ற அந்தச் சூழலில் பிராமணர்கள் கச்சிதமாகப் பொருந்திப் போனார்கள். இசை வேளாளர்கள் பலரும்கூட மும்மூர்த்திகளின் கீர்த்தனைகளைத் திறம்படக் கற்றவர்கள்தாம் என்றாலும் அதை வைத்து அவர்களால் புதிய மேடையில் இடம்பெற முடியவில்லை. சித்தூர் சுப்பிரமணியம் பிள்ளை போன்ற கலைஞர்கள் மிகவும் வெற்றிகரமாகத் திகழ்ந்தார்கள். அவர்களுக்குப் பல சீடர்களும் இருந்தார்கள். ஆனால் செம்பை வைத்தியநாத பாகவதர் (1895–1974), அரியக்குடி ராமானுஜ அய்யங்கார் (1890–1967) ஆகியோருக்கு இணையாகச் சித்தூர் சுப்பிரமணியம் பிள்ளையோ பிராமணரல்லாத பிற கலைஞர்களோ பேசப்படுவதில்லை. சித்தூர் சுப்பிரமணியம் பிள்ளையின் சீடரான மதுரை சோமசுந்தரம் (1919–89) 'தூய' கர்னாடக இசைக் கலைஞராக ஒருபோதும் ஏற்றுக்கொள்ளப்பட்டதில்லை. அவருடைய மனோதர்மம் புகழப்பட்டது; பிராமண இசைக் கலைஞர்கள் பலர் அவருக்குப் பக்க வாத்தியம் வாசித்தார்கள். ஆனால், அவர் ஜனரஞ்சகமான கோரிக்கைகளுக்குத் தீனி போட்டுக்கொண்டிருந்தார் என்று

அவர் மீது குற்றம்சாட்டப்பட்டது. ஜனரஞ்சகமாகப் பாடிய பிராமண இசைக் கலைஞர்கள் மீது இந்தக் குற்றச்சாட்டு சுமத்தப்படவில்லை என்பதைச் சொல்ல வேண்டியதில்லை.

கச்சேரி அழகியல் என்பது நகர்ப்புற உருவாக்கம் என்பதை இங்கு குறிப்பிட வேண்டியது முக்கியமானது, அதில் முன்னணியில் நின்றவர்கள் பிராமணர்கள். மற்றவர்கள் பின்தங்கிவிட்டார்கள். வேகமாக நடந்த இந்த மாற்றங்களுக்கேற்ப எப்படித் தகவமைத்துக் கொள்வது என்று பலருக்குத் தெரியவில்லை. தங்களுக்குக் கிடைத்த சிறிய இடத்தைக் கொண்டு பிராமணர் அல்லாதவர்கள் திருப்தி அடைய வேண்டியிருந்தது. நவீன கச்சேரியின் தொடக்கத்திலிருந்தே அதில் வாய்ப்பாட்டுக் கலைஞர்களின் இடம் பிராமணர்களின் ஏகபோக உரிமையாகவே இருந்துவந்தது.

மாற்றுக் கதையாடல்

வாய்ப்பாட்டுக் கலைஞர்கள், பக்க வாத்தியக்காரர்கள், உப பக்க வாத்தியக்காரர்கள் ஆகியோர் அடங்கிய கச்சேரி மேடையில் பிராமணர்களின் ஆதிக்கம் நிறைந்திருந்தது. நாதஸ்வர வித்வான்கள் சமய, சமூக நிகழ்வுகளுக்கு மட்டுமே வாசித்துவந்தனர். வளமான இசையைக் கொண்டிருந்த தேவதாசி சமூகம் விரைவிலேயே மறைந்தது. நட்டுவனார்கள் மிகுதியும் பிராமணப் பெண்களுக்கே பரதநாட்டியம் சொல்லிக்கொடுத்தார்கள். வீணை தனம்மாள் (1867–1938) குடும்பம் போன்ற ஒரு சில தேவதாசிக் குடும்பங்கள் மட்டுமே கலை உலகில் தமக்கென்று ஓரிடத்தை உருவாக்கிக்கொள்ள முடிந்தது. என்றாலும் நவீன பிராமணர்கள் அவரைக் கடந்த காலத்தைச் சேர்ந்த பிரத்யேக இசையின் சேமிப்புக் கிடங்காகப் பார்த்தனர். சமகால இசையில் அதற்கென்று ஓரிடம் இல்லை எனக் கருதினார்கள். அந்த இசை வடிவத்தை அவர்களே காலத்திற்கேற்பத் தகவமைத்துக்கொண்டார்கள். காலத்துக்கேற்ப பிராமணர்களால் தகவமைக்கப்படாத நிலையில் அந்த இசைக்குச் சமகாலச் சூழலில் இடமில்லை எனக் கருதப்பட்டது. இது திட்டமிட்டு நடத்தப்பட்டதா அல்லது தற்செயலாக நடந்ததா? உண்மை இவை இரண்டுக்குமிடையில் இருக்கிறது. ஆதிக்கம் செலுத்தக்கூடிய நிலையில் இருந்த பிராமணர்கள் இசைக்கு ஒரு புதிய கதையாடலை உருவாக்க முயன்ற அதே சமயத்தில் அரசியல், சமூக தளங்களில் பல்வேறு மாற்றங்கள் அப்போது நிகழ்ந்துவந்தன. கர்னாடக கலாபூர்வ இசையில் பிராமணர்களின் அடையாளம் வலுப்பெறுவதற்கு இந்த மாற்றங்களும் பங்களிப்பு செலுத்தின.

தமிழ் அடையாளத்துக்கான போராட்டம் சாதியக் கணக்குகளுடன் நெருக்கமாகத் தொடர்புகொண்டது. பிராமணர்கள் வேதங்கள் உள்ளிட்ட சமஸ்கிருதப் பிரதிகளை முன்னிறுத்தினார்கள். பிராமணரல்லாதோர் தேவாரம் போன்ற தமிழ் சமய நூல்களை முதன்மைப்படுத்தினார்கள். இந்தச் சண்டையில் சாதியும் மொழியும் கலந்திருந்தன. தெலுங்கிலும் சமஸ்கிருதத்திலும் எழுதப்பட்ட மும்மூர்த்திகளின் (மூவருமே பிராமணர்கள்) கீர்த்தனைகளை மட்டுமே அடிப்படையாகக் கொண்டு கச்சேரி இசை உருவாக்கப்பட்டது. இதன் விளைவாக, இசை வேளாளர்கள் ஒதுக்கப்பட்டு, ஏற்கெனவே இருந்த சமூகப் பிளவு ஆழமானது. தமிழிசை இயக்கம் என்பது பல விதங்களிலும் இதன் விளைவுதான்.

1941இல் நடைபெற்ற தமிழிசை மாநாட்டில் கலந்துகொண்ட கலைஞர்களில் பலர் பிராமணர்கள்தான் என்பது ஒரு நகைமுரண். டைகர் வரதாச்சாரியர் (1876–1950), பாபநாசம் சிவன் (1890–1973), முசிறி சுப்ரமண்ய அய்யர் (1899–1975) ஆகிய பிராமணர்கள் அதில் கலந்துகொண்டார்கள். மொழியின் முக்கியத்துவத்தில் அவர்களுக்கு நம்பிக்கை இருந்தது.

தமிழிசை இயக்கத்தின் அணுகுமுறை கலாபூர்வமான இசை குறித்த அணுகுமுறையில் பெருமளவு சமத்துவ உணர்வைக் கொண்டிருந்தால் நன்றாக இருந்திருக்கும் எனத் தோன்றுகிறது. அப்படி நடந்திருந்தால் செவ்வியல் கர்னாடக இசை என்பது குறித்த மாற்றுக் கருத்தியலாக அது வளர்ந்திருக்கும். ஏகபோகத்தை முடக்கி, பிராமணரல்லாதோரிடையே இசை குறித்த ஆர்வத்தைத் தூண்டியிருக்கும். நாதஸ்வர, தேவதாசி இசை மரபுகளை நவீன காலத்தில் புதுப்பிக்கவும் செய்திருக்கும். துரதிருஷ்டவசமாக தமிழிசை இயக்கத்தின் ஆதரவாளர்கள்கூடக் கச்சேரிக் கட்டமைப்பிற்குள் நாதஸ்வர, தேவதாசிக் கலைஞர்களின் முக்கியத்துவத்தை அங்கீகரிக்கவில்லை, அன்று நிலவிய சமூக–அரசியல் சூழலும் இத்தகைய நிலைப்பாட்டை பகிரங்கமாக எடுக்கவிடாமல் அவர்களைத் தடுத்திருக்கும். நாதஸ்வர வித்வான் களுக்கு இந்த விவாதத்தில் எந்தப் பங்கும் கிடைக்கவில்லை. மொழியை அடிப்படையாகக் கொண்டு நடந்த அந்தப் போரில் இசைக் கருவியை வாசிப்பவர்களின் குரல் அமுங்கிப்போயிற்று. எனவே அந்த இயக்கம் கர்னாடக இசையுலகில் நிலவிய ஏகபோகத்தை நீக்கும் முயற்சியில் வெற்றியடையவில்லை. அதன் பிறகு நடைபெற்ற தமிழிசை மாநாடுகளில் அதே பிராமணக் கலைஞர்களே ஆதிக்கம் செலுத்தினார்கள். மற்றவர்கள் மறதியின் இருளுக்குள் மறைந்துபோனார்கள்.

சென்னை மாகாணம் என அறியப்பட்ட பகுதியின் தமிழ் பேசும் பகுதிகள் 1930களிலிருந்து பெரியார் ஈ.வெ. ராமசாமி நாயக்கரின் (1876-1973) செல்வாக்கின் கீழ் வந்தன. அவர் உருவாக்கி வழிநடத்திய சுயமரியாதை இயக்கமும் திராவிட இயக்கமும் பிராமணர்களுக்கு எதிரான போக்கைத் தம் குவிமையமாகக் கொண்டிருந்தன. அரசு அதிகார வர்க்கம், பொருளாதாரம், பண்பாடு ஆகிய தளங்களில் பிராமண சமுதாயம் ஏகபோக உரிமையைப் பெற்றுவிட்டது என அவர் உறுதியாக நம்பினார். நாத்திகரான அவர், பொதுச் சமூகத்தின் மீது பிராமணர்களுக்கு வரலாற்று ரீதியாக இருந்த பிடியானது சாதிக் கட்டுமானம், சமய அங்கீகாரம் ஆகியவற்றோடு நெருங்கிய தொடர்புகொண்டது என்பதைச் சுட்டிக் காட்டினார். கோயில் என்பது பிராமணர்களின் கோட்டையாகப் பார்க்கப்பட்டது. பெரியாரின் இயக்கம் தென்னிந்தியச் சமூக வரலாற்றில் மிகவும் முக்கியமானது. மிகவும் தேவைப்பட்ட சமூக விழிப்புணர்வை அது வழங்கியது என்று கருதுகிறேன்.

சமூக ரீதியிலான இந்தக் கொந்தளிப்பு *(பிராமண – பிராமணரல்லாதோர் மோதல்)* கர்னாடக இசை கலைஞர்கள், அதன் வெளி ஆகியவற்றின் மீது தீவிரமான தாக்கத்தைச் செலுத்தியது. துரதிருஷ்டவசமாக, மேலும் சமத்துவம் கொண்ட கர்னாடக இசைச் சூழலை உருவாக்க இது வழிவகுக்க வில்லை. பதிலாக, கர்னாடக இசைச் சூழல் மேலும் தன்னைக் குறுக்கிக்கொள்ளவே இது வழிவகுத்தது. காலப்போக்கில் சமூக, அரசியல், சமய நிறுவனங்களில் பிராமணர்களின் செல்வாக்கு தேய்ந்தது. கோயில்களின் நிர்வாகத்தைத் தமிழக அரசு ஏற்றுக்கொண்டது.

கோயில்களில் பிராமணர்களின் செல்வாக்கு குறைந்தது கோவில்களைச் சார்ந்திருந்த சமூகமான நாதஸ்வர வித்வான்களுக்குப் பலனளிக்கவில்லை. கோயில்களைத் தன் கட்டுப்பாட்டில் எடுத்துக்கொண்ட அரசு தரமான நாதஸ்வர, தவில் வித்வான்களின் வளர்ச்சிக்கு எந்தப் பங்கையும் ஆற்ற வில்லை. இதன் முடிவு மிகவும் சோகமானது. கோயில்களுக்கும் சமுதாயத்திற்கும் இசையின் உயிரோட்டத்தை வழங்கிய இந்தக் கலைஞர்கள் ஆதரிக்க யாருமற்றவர்களாக ஆனார்கள்.

தேவதாசிகளின் நிலையும் வருத்தத்திற்குரியதாகவே இருந்தது. இருபதாம் நூற்றாண்டின் முற்பகுதியில் ஆண்கள் தேவதாசிகளை விலைமாதர்களாகவே பார்த்தார்கள். தேவதாசிப் பெண்களைப் பாலியல்ரீதியாகச் சுரண்டும்

பழக்கத்துக்கு முற்றுப்புள்ளி வைத்து, அவர்களுடைய கலையைப் பாதுகாப்பதற்கான சூழல் உருவாக்கப்பட வேண்டிய தேவை இருந்தது. ஆனால் தேவதாசிகள் சுரண்டப்படுவதற்கு எதிராகக் காணப்பட்ட தீர்வு அவர்களுடைய கலையைப் பாதுகாக்காமல் ஒட்டுமொத்த அமைப்பையும் ஒழிப்பதாக அமைந்தது. அதே சமயத்தில் அவர்கள் மீது சுமத்தப்பட்ட களங்கத்தையும் அது துடைக்கவில்லை. சீர்திருத்தவாதிகளின் குறுகிய பார்வையால் தேவதாசிகளின் கலையும் மரபும் அழிந்தன.

பின்னாளில் தமிழ்நாடாக மாறிய சென்னை மாகாணத்தில் சமூக, அரசியல், வணிக, அறிவார்ந்த துறைகளில் பிராமணர்களின் ஆதிக்கம் முடிவுக்கு வரத் தொடங்கிய காலகட்டத்திற்கு மீண்டும் திரும்புவோம். அரசியல் விழிப்புணர்வு, அரசு முன்னெடுத்த சீர்திருத்தங்கள் ஆகியவற்றால் நூற்றாண்டுகளாக நிலவிவந்த ஏகபோகங்கள் முடிவுக்கு வந்தன. இந்த அச்சுறுத்தலை எதிர்கொண்ட பிராமணர்கள், குறைந்தபட்சம் அவர்களில் ஒரு பிரிவினர், கர்னாடக இசை பரதநாட்டியம் ஆகியவற்றைப் பிரதானமாக உள்ளடக்கிய நிகழ்த்துக் கலைகளைத் தங்களுக்குச் சொந்தமாக்கிக்கொண்டார்கள். இதன் மூலம் தங்களுக்கென்று ஒரு களத்தை அவர்கள் உருவாக்கிக்கொண்டார்கள்.

இந்தத் துறையில் தாங்களே சிறந்தவர்கள் என்று நம்பிய அவர்கள் தாங்கள் முக்கியமற்றவர்களாகக் கருதியவர்களையும் தங்களுக்கு அச்சுறுத்தலாக இருக்கக்கூடியவர்களையும் புறக்கணித்தார்கள். சரியாகச் சொல்லப்போனால் இதுவே அவர்கள் வசம் இருந்த கடைசிக் கோட்டை. பிராமணர்கள் கர்னாடக இசையை கிராமங்களிலிருந்து சிறு நகரங்களுக்கும் சிறு நகரங்களிலிருந்து நகரங்களுக்கும் கோயில்களிலிருந்து அரங்குகளுக்கும் அரங்குகளிலிருந்து பெரிய அரங்குகளுக்கும் கொண்டுசென்றார்கள். கோயில் இருந்த இடத்தில் கச்சேரி மேடையை உருவாக்கினார்கள். அரண்மனைக்குப் பதிலாக சபாக்கள். கலைகளுக்கான நவீன நிறுவனங்களும் தரப்படுத்தப் பட்ட கல்வியும் உருவாக்கப்பட்டன. கிராமியக் கலைகளை நகர்ப்புறக் கலைகளாகவும் நகர்ப்புறக் கலைகளை உலகளாவிய கலைகளாகவும் மாற்றினார்கள்.

பிராமண சமுதாயத்திற்குச் செயலூக்கத்தை அளித்த உள்ளார்ந்த ஆற்றலைப் பற்றிய என் கருத்தையே இங்கே முன்வைத்திருக்கிறேன். அந்த ஆற்றல் ஒரு சில மாற்றங்களுடன் இன்றளவும் நீடிக்கிறது.

கோயிலின் வீழ்ச்சி

பிராமணரல்லாதவர்கள் அரசியலைத் தங்கள் வசம் எடுத்துக்கொண்ட பிறகு கோயிலின் பண்பாட்டுப் பங்களிப்பு தேயத் தொடங்கியது. கோவில் பூசாரியாக பிராமணரே இருந்துவந்தார். பிராமணரே பூசாரியாக இருக்க வேண்டுமென்று பிராமணரல்லாத சமூகத்தினார் பலரும் விரும்பினார்கள். 1970களின் காலகட்டத்தில் பரத நாட்டியம், கர்னாடக இசை ஆகியவை பிராமணர்களுக்குச் சொந்தமானவையாகவே பார்க்கப்பட்டன. எனவே கோயிலில் அவற்றை நிகழ்த்துவது தேவையற்றதாகவும் பொருத்தமற்றதாகவும் கருதப்பட்டது. இது கர்னாடக இசை ரசிகர்களுக்குள் இருந்த பல்வேறு பிரிவுகளின் கலவையின் மீது தீவிரமான தாக்கத்தைச் செலுத்தியது.

கோயிலைக் கலாச்சார மையமாகப் பயன்படுத்துவது கலைஞர்களுக்காக என்பதைவிடவும் ரசிகர்களுக்காகவே என்றுதான் சொல்ல வேண்டும். கோயில் என்பது பிளவுகள் அற்ற களம். சமூக, சாதிப் பாகுபாடுகள் நிலவினாலும் ஒரு சில சமூகங்களைத் தவிர அனைவரும் சில கட்டுப்பாடுகளுடனோ அல்லது கட்டுப்பாடுகள் இல்லாமலோ கோயிலுக்குள் செல்லலாம். கோயிலுக்குள் அனுமதிக்கப்படாத பிரிவினரும் கோயிலில் வழங்கப்பட்ட இசையின் ரசிகர்களாக இருந்தனர். உற்சவ மூர்த்தி ஊர்வலமாக எடுத்துச் செல்லப்படும்போது அதனுடன் செல்லும் நாதஸ்வர வித்வான்களின் இசையைக் கோயிலுக்கு வெளியிலிருந்து அவர்கள் கேட்பார்கள். கோயிலுக்குள் கச்சேரி நடந்தபோது அதற்கான ரசிகர்கள் பலதரப்பட்டவர்களாக இருந்தார்கள். பல்வேறு சாதிகளைச் சேர்ந்தவர்களும் கச்சேரிக்கு வந்தார்கள் அல்லது சிறிய வயதிலிருந்தே ஆண்களும் பெண்களும் இசையின் ஓசைக்குப் பழகியிருந்தார்கள். இந்தக் காரணங்களால் கர்னாடக இசையைப் பல்வேறு சாதியினரும் கேட்டுவந்தார்கள். மதுரை மணி அய்யர், ராஜரத்தினம் பிள்ளை, பாலக்காடு மணி அய்யர் ஆகியோரின் இசையைக் கேட்பதற்காகக் கோயிலின் சுற்றுவட்டாரத்தில் இருந்த ரிக்ஷா இழுப்பவரிலிருந்து பிராமணர் வரை எல்லாத் தரப்பினருமே கோயிலுக்கு வந்தது பற்றிப் பல கதைகளை நாம் கேட்டிருக்கிறோம். கோயில் என்னும் சூழலில் மட்டும்தான் இது சாத்தியமாயிற்று. கோயிலுக்குள் வராதவர்களும் வீதிகளில் நின்று கேட்டு இசையனுபவத்தைப் பெற்றார்கள். இப்படியாக, அனைவரையும் சென்று சேர்ந்த காரணத்தினாலேயே, இசையின் மீதான இயல்பான ஆர்வம் வளர்ந்தது.

இந்த இடத்தில் கேரளத்தின் உதாரணத்தை நினைவுகூர வேண்டும். தென்னிந்தியாவில் இங்கு மட்டும்தான் கலாச்சார நிகழ்வுகள் இன்னமும் கோயிலின் ஒரு பகுதியாக இருக்கின்றன. கதக்களி, பரத நாட்டியம், கான மேளா (மெல்லிசை), கர்னாடகக் கச்சேரிகள், பஞ்சவாத்திய இசை, கிருஷ்ணாட்டம் முதலான பல கலை வடிவங்கள் கோயில் வளாகத்தினுள் நிகழ்த்தப்படுகின்றன. கேரளக் கோவில்களில் இசை, நடனம், நாடகம் ஆகிய கலைகளின் அதிர்வுகள் எதிரொலிக்கின்றன. கோயில்கள் வழிபாட்டுத் தலங்களாக மட்டுமல்லாமல் பண்பாட்டு மையங்களாகவும் விளங்குகின்றன. மாநிலம் முழுவதும் மிகவும் சிறிய நகரங்கள், கிராமங்களிலும் இது போன்ற நிகழ்வுகள் நடக்கின்றன.

இதன் விளைவாக, சமுதாயத்தின் பல்வேறு பிரிவினருக்கும் கலையின் அறிமுகமும் அனுபவமும் கிடைக்கின்றன. கர்னாடக இசையின் அழகியல் பல்வேறு தரப்பு மக்களையும் சென்றடைகிறது. கேரளக் கோவில்கள் இன்றளவிலும் பண்பாட்டு மையம் என்னும் பங்கினை ஆற்றிவருகின்றன. தமிழகத்தில் அந்த நிலை மாறிவிட்டது. எனவே கர்னாடக இசை திறந்த வெளியிலிருந்து மறைந்துவிட்டது. கச்சேரிக்கு யார் வேண்டுமானாலும் வரலாம் என்பது உண்மைதான். ஆனால் இசையின் மீது படர்ந்திருக்கும் சாதியின் நிழலும் இசை நிறுவனமயமாக்கப்பட்டுள்ள விதமும் பலரை இசை அரங்கத்தினின்றும் விலக்கிவைக்கின்றன. கோயிலில் திறந்த வெளியில் நடக்கும் இசை நாலா திசைகளிலும் பரவுகிறது. அரங்கத்தில் நடக்கும் இசை நான்கு சுவர்களுக்குள் நின்றுவிடுகிறது.

கர்னாடக இசையை பிராமணர்களின் ஆதிக்கத்திலிருந்து விடுவிப்பதுதான் ஒருவரது கொள்கை சார்ந்த இலக்கு என்றால் கர்னாடக இசை, பரத நாட்டியம் ஆகியவற்றைக் கற்பித்தல், கற்றல், பயிற்சி செய்தல், நிகழ்த்துதல் ஆகியவை பெருந்திரளான அளவில் மக்களை எட்டும்படி செய்வதுதான் அதற்குச் சிறந்த வழி. பிராமணர்கள் தொடர்பான அனைத்தும் தேவையற்றவை என்று கண்டனம் செய்வதை விடுத்து, இந்தக் கலைகளைச் சமுதாயம் தனக்குச் சொந்தமாக்கிக்கொள்ள வேண்டும் என்பது என் கருத்து. துரதிருஷ்டவசமாக, கர்னாடக இசையின் மீதான உரிமைக்காகப் போராட்டம் நடக்காமல் மொழியின் அடிப்படையில் பெரும் போராட்டம் நடந்தது. இது ஏன் இப்படி நடந்தது என்பதும் நாம் ஒருவாறு புரிந்துகொள்ளக்கூடியதுதான்.

திரைப்படத்தின் வருகை இந்தக் கலை வடிவங்களின் வீச்சை மேலும் சுருக்கிவிட்டது. திரைப்படமும் பிராமணர்கள், உயர் சாதி வேளாளர்களின் ஆதிக்கத்திற்குள் இருந்தாலும் அது

சமனப்படுத்தும் தளமாகவும் சமூக – அரசியல் கருவியாகவும் உருப்பெற்றது. மாற்றத்திற்கான கருவி என்ற முறையில் திரைப்படம் தமிழ்ச் சமுதாயத்தின் பண்பாட்டின் இருப்பிடமாக மாறியது. கர்னாடக இசை சபாக்களிலேயே வாழ்ந்தது; இன்னமும் வாழ்கிறது. பெரும்பாலும் பிராமணர்களே இதை நிகழத்துகிறார்கள்; கேட்கிறார்கள். சபாக்கள் இன்று பெருநிறுவன நிகழ்வுகளின் வடிவத்தைப் பெற்றுவிட்டன. இதேபோன்ற அமைப்புகள் உலகம் முழுவதும் உருவாகியிருக்கின்றன. அவை அனைத்துமே பிராமணர்களின் ஆதிக்கத்திற்கு உட்பட்டதாகவே உள்ளன.

கலாபூர்வமான கர்னாடக இசையின் வரலாற்றில் பிராமணர் களின் பங்கைக் குறித்த என் விமர்சனத்தை வெளிப்படையாகவே முன்வைக்கிறேன். அதே சமயம் இந்தச் சமூகத்தைச் சேர்ந்த தனிநபர்கள் இந்தக் கலை வடிவத்திற்கு அளித்த அபாரமான பங்களிப்பையும் பதிவு செய்ய விரும்புகிறேன். கடந்த நூறு ஆண்டுகளில் பல ஆண்களும் பெண்களும் கர்னாடக இசை வளர்வதற்கான அற்புதமான தளங்களை உருவாக்கியிருக்கிறார்கள். இன்று நம்மில் பலர் இசைக் கலைஞர்களாக இருப்பதற்கும் இசையின் பல்வேறு அம்சங்கள் குறித்து விவாதிப்பதற்கும் இத்துறையில் அவர்களுடைய பெரும் ஈடுபாடுதான் காரணம். சாதி அடிப்படையிலான கலை நிலைப்பாடுகளின் சமூகத் தாக்கங்கள் பற்றிப் பேசிவிட்டு, அவர்களுடைய பங்களிப்புகளை அங்கீகரிக்காமல் இருப்பது உண்மையைப் பரிகசிப்பதாகும்.

இன்றைய யதார்த்தத்தை விவாதிப்பதற்கு முன்பு நாம் கர்னாடக இசை என்பது என்றுமே சமத்துவம் நிலவும் களமாக இருந்ததில்லை என்பதையும் ஒப்புக்கொள்ள வேண்டும். கடந்த 200 ஆண்டுகளாக அது வெகு சில சமூகங்களிடையேதான் புழங்கி வந்துள்ளது. கலையைச் சார்ந்து இயங்கிய இந்தச் சமூகங்கள் கோயில்களிலும் அரண்மனைகளிலும் இசையை வழங்கி வந்தார்கள். கோயில்களில் இசை கேட்கும் வாய்ப்பு பிறருக்கும் இருந்தாலும் அவர்கள் ஒருபோதும் இந்தக் கலை உலகின் அங்கமாக மாறவில்லை. இதில் வர்க்க ரீதியான காரணமும் இருக்கிறது. தேவதாசிகள் மிகவும் மதிக்கப்பட்ட கலைஞர்களாக இருந்தார்கள். நட்டுவனார்கள், நாதஸ்வர வித்வான்கள், பிராமணக் கலைஞர்கள் ஆகியோரும் மதிக்கப்பட்டார்கள். கர்னாடக இசை அவர்களுக்கே சொந்தமாக இருந்தது. கோயில்களிலும் ஆளுகையிலும் அரண்மனை, அரசன் ஆகியோருக்கு இருந்த முக்கியத்துவத்தைப் புறக்கணித்துவிட முடியாது. இசை நிகழ்வுகள் பலரையும் சென்றடையக் கோயில்கள் உதவின. இசை நுகர்வில்

இன்று உள்ளதைக் காட்டிலும் சமத்துவமான சூழல் அன்று நிலவியது. ஆனால் இசை நிகழ்த்துதல் என்பது நடைமுறையில் மேட்டுக்குடிப் பண்பாடாகவே இருந்துவந்தது. கர்னாடக இசை வரலாற்றில் மேலே குறிப்பிடப்பட்ட சாதிகளைத் தவிர இதர சாதிகளிலிருந்து மிகச் சில இசைக் கலைஞர்களே வந்திருக்கிறார்கள். நவீன காலத்தில் பிராமணர்கள் இசையைக் கைப்பற்றியிருப்பது ஒரு விதத்தில் கலை சார்ந்த சமூகங்கள் வரலாற்று ரீதியாக இசையின் மீது கொண்டிருந்த ஆதிக்கத்தின் தொடர்ச்சிதான். கடந்த 150 ஆண்டுகளில் ஏற்பட்ட அரசியல், சமூக மாற்றங்கள் இசையை ஒரே சமூகத்தின் வாரிசுரிமையாக மாற்றிவிட்டன.

கோயில்களில் நிகழ்த்தப்பட்டபோது இசை பலரையும் சென்றடைந்தது என்று நான் கூறுவதைப் பலர் மறுக்கலாம். இருபதாம் நூற்றாண்டில் வந்த ஒலிப்பதிவுத் தொழில்நுட்பத்தின் மூலம் இசை மேலும் பரவலாகியிருக்கிறது என்று கூறலாம். இந்தப் பரவலைக் கோயில் இசையின் மூலம் சாதித்திருக்கவே முடியாது என்பதைச் சுட்டிக்காட்டலாம். உண்மைதான். கிராமபோன் இசைத்தட்டுக்கள், வானொலி ஆகியவை இசையைப் பரவலாக்கியதில் முக்கியப் பங்கு வகித்திருக்கின்றன. ஒலிப்பதிவு நிறுவனங்கள் தேவதாசிகள் பலரைப் பாடச் செய்து பதிவுசெய்திருப்பதை நாம் அறிவோம். அதுபோலவே பிராமண இசைக் கலைஞர்களும் நாதஸ்வர வித்வான்களும் பதிவு செய்திருக்கிறார்கள். இவை எல்லாம் கர்னாடக இசை நுகர்வை அதிகரிக்கச் செய்து, சாதி ரீதியான தடைகளை உடைத்திருக்கும் அல்லவா? ஆமாம். ஆனால் இந்த நவீன மாற்றங்கள் ஏற்படுவதற்கு முன்னால் பல்வேறு சாதியினருக்கும் இசை அனுபவத்தை வழங்கியது கோயில்கள்தாம். இசையைக் கோயில்கள் மூலம் உள்வாங்கிய இந்த ரசிகர்களுக்குத்தான் இசைத் தட்டுக்களும் வானொலியும் இசையை வழங்கின. அவை புதிய ரசிகர்களை உருவாக்கவில்லை. கோயில்களில் இசை கேட்டுவந்த அந்தத் தலைமுறை மறைந்த பிறகு எல்லாமே வேகமாக மாறிவிட்டன. தலைமுறைகள் மாறியதில் பிராமணர்கள் மட்டுமே சபாக்கள் மூலம் கர்னாடக இசையில் ஈடுபாடுகொண்டிருந்தார்கள். மெதுவாகவும் உறுதியாகவும் சமூகத்தின் பெரும் பகுதி கர்னாடக இசையுடனான தன் உயிரோட்டமுள்ள தொடர்பை இழந்தது.

இதற்கிடையே, திரைப்படம் சமூக, அரசியல் பண்பாட்டுக் களங்களில் முக்கியத்துவம் பெற்றது. யார் வேண்டுமானாலும் அணுகக்கூடிய கலை மையமாக இருந்துவந்த கோயிலைத் திரைப்படம் பதிலீடு செய்தது. கர்னாடக இசை ரசிகர்கள்

மதிப்பு வாய்ந்த அந்தக் கலை வடிவத்திற்கான ரசனையை வளர்த்தெடுப்பதற்கான அவசியத்தை இந்த மாற்றம் ஏற்படுத்தியது.

கடந்த நூற்றாண்டில் கர்னாடக இசையில் சாதி வகித்த பங்கின் முக்கியக் கூறுகள் சிலவற்றைக் குறிப்பிட நான் முயன்றுள்ளேன். இக்கட்டுரை விரிவான சித்திரத்தை அளிக்க முனையவில்லை. பல்வேறு கருத்துக்களைப் பதிவு செய்ய விழைகிறது. வரலாறு குறித்த கண்ணோட்டங்களைக் காட்டிலும் நடப்பு நிலவரமும் தற்போது என்ன செய்ய முடியும் என்பதும்தான் முக்கியமானவை.

கர்னாடக இசைக் கலைஞர்கள், இசைமீது ஈடுபாடு கொண்ட ரசிகர்கள் ஆகியோரில் இன்று கிட்டத்தட்ட 95 விழுக்காட்டினர் பிராமணர்கள். இது மாற வேண்டும் என்பதில் எனக்கு எந்த ஐயமும் இல்லை. ஏன்? கிறிஸ்தவர்கள் தங்களது தோத்திரங்களைக் கேட்கச் செல்வதில்லையா? முஸ்லிம்கள் கவ்வாலி நிகழ்ச்சிகளுக்கும் இந்துக்கள் நாம சங்கீர்த்தனங்களுக்கும் செல்வதில்லையா? ஜாஸ் இசை கேட்கச் செல்பவர்கள் ஒரு குறிப்பிட்ட 'விதத்தில்' இருக்கிறார்கள் அல்லவா? அப்படியானால் தலைமுறை தலைமுறையாகத் தாங்கள் வளர்த்தெடுத்த ஒரு கலை வடிவத்தில் பிராமணர்கள் ஆதிக்கம் செலுத்துவதில் என்ன தவறு? மிகவும் தர்க்கபூர்வமானதாகத் தோற்றமளிக்கும் இந்தக் கேள்வி முழுக்க முழுக்கப் போலியானது. கர்னாடக இசை என்பது பிராமண இசை அல்ல. அது சமஸ்கிருத இசையும் அல்ல. ஆண்களின் இசையும் அல்ல. இசையைப் புரிந்துகொள்ள வேண்டுமென்றால் நாம் இந்த முன்னொட்டுக்களை எல்லாம் துறந்துவிட வேண்டும். கர்னாடக இசை என்பது அரிதான கலாபூர்வமான இசை என்பதையும் அதைக் கற்றுக்கொள்ளத் தீவிரமான பற்றுறுதி வேண்டும் என்பதிலும் சந்தேகமில்லை. ஆனால், அதற்காக முறையாகக் கல்வி கற்றவர்கள் அல்லது 'விழிப்புணர்வு' பெற்ற வர்க்கத்தினர் (அதாவது பிராமணர்கள்) மட்டுமே அதை ரசிக்க முடியும் என்பதல்ல. இன்று கர்னாடக இசை கேட்பவர்களில் கணிசமானவர்கள் பிராமணர்கள் என்றால் அவர்கள் வீடுகளில் இந்த இசையைக் கேட்டுவருவதும் இதை ரசித்துப் போற்றுவதற்கான பண்பாட்டுப் பின்புலம் கடந்த நூற்றாண்டில் அவர்களுக்கு இருந்துவந்ததும்தான் அதற்குக் காரணம்.

கர்னாடக இசை என்பது ஒரு கலை வடிவம். இது அனைவருக்குமானது அனைவராலும் கேட்கப்பட வேண்டியது. அதைச் சொந்தம் கொண்டாட விரும்புபவர்கள்ளுக்கு அல்லது அதை அரியதொரு கலைப் பொருளாக வரலாற்றில் பதிவுசெய்ய

விரும்பும் ஆய்வாளர்களுக்கு மட்டும் அது கிடைக்கும் என்னும் நிலை இருக்கக் கூடாது. இசையைக் கற்பதும் ரசிப்பதும் எளிதல்லதான். ஆனால், அது மேட்டுக்குடித்தனமானதும் அல்ல. ஆனால், நாம் அதை அப்படி ஆக்கிவிட்டோம். மேட்டுக்குடித்தனம் இசையில் இல்லை. சமுதாயத்தில் அது புழங்கும் விதத்தில் இருக்கிறது.

பல்வேறு பொருளாதாரப் பிரிவினருக்காக நடத்தப்படும் பல்வேறு பள்ளிகளும் மாணவர்கள் கர்னாடக இசையின் அற்புதத்தை அறிவதற்கான தளங்களாகச் செயல்பட வேண்டும். எந்தக் குழந்தையும் இசையின்பால் ஈர்க்கப்படும் என்பது என் அனுபவம். அதை அனுபவிப்பதற்கான வாய்ப்பை ஏற்படுத்தித் தர வேண்டிய பொறுப்பு நம்முடையது. கர்னாடக இசை வடிவம் சவாலானது என்பதால் அதை ரசிக்கும்படி யாரையும் நாம் வற்புறுத்த முடியாது. ஆனால் ஒவ்வொருவரும் அதைக் கேட்பதற்கான வாய்ப்பை ஏற்படுத்தித் தரலாம்; தர வேண்டும். ஆயிரம் மாணவர்களில் ஒருவரேனும் இசையின்பால் ஈடுபாடு கொண்டால் அது முக்கியமான தொடக்கமாக இருக்கும். நமக்குத் தேவை விழிப்புணர்வுத் திட்டம்; யாரையும் மாற்றுவதற்கான திட்டம் அல்ல.

கோயிலைப் பண்பாட்டு மையமாக மாற்ற வேண்டியதும் அவசியம். கோயிலுக்கு வரும் அனைவருக்கும் சாதி, வர்க்க பேதங்கள் இன்றி இசையைக் கேட்கும் வாய்ப்பு கிடைக்க வேண்டும். கோயிலுக்குச் சொந்தமாக இருந்த ஒன்றைக் கோயிலுக்கே திருப்பித் தரும் முயற்சிதான் இது. சமுதாயத்தில் உள்ள ஒவ்வொருவரும் தேர்ந்த ரசிகராக மாறாமல் இருக்கலாம். ஆனால் ஒவ்வொருவரும் கர்னாடக இசையின் அருமையை உணரக்கூடியவராக இருக்கும் நிலையை நான் கற்பனை செய்து பார்க்கிறேன். கோயில் என்று சொல்லும்போது அதன் வழிபாட்டு அம்சத்தைக் குறிப்பிடவில்லை என்பதை இங்கே தெளிவுபடுத்த விரும்புகிறேன். தென்னிந்தியக் கோயில்களுக்குள் பல விதமான வெளிகள் உள்ளன. இவற்றில் பல இடங்களில் எந்தத் தனி நபரும் சமூகமும் விலக்கப்படுவதில்லை. நாத்திகர்கள், கடவுள் என்னும் தத்துவத்தை அறியவொண்ணாததாகக் கருதுவோர் ஆகியோருக்கும் இங்கே இடம் உண்டு. சன்னிதி என்பது சமய உணர்வுள்ள பக்தர்களுக்கானது என்றால் கலைப் படைப்புகளான பிற இடங்கள் மக்களைக் கலைகளைப் போற்ற, சொல்லப்போனால், பேரார்வத்துடன் கலைகளைப் போற்ற, வழிவகுக்கின்றன. இவை வரலாற்று ரீதியாகவே கலாபூர்வமான இடங்கள். வெறும் சமயம் சார்ந்தவை அல்ல. இவற்றை நாம்

அவ்வகையிலேயே பயன்படுத்திக்கொண்டு கொண்டாட வேண்டும்.

பிற மதங்களைச் சேர்ந்தவர்களும் எந்த மதத்தையும் சேராதவர்களும் வரும் அளவுக்குக் கோவில்களைக் கலை மையங்களாக மாற்ற வேண்டும் என்றும் சொல்வேன். இது இசையையும் கடந்ததொரு மாற்றத்துக்கு வழி வகுக்கும். கேரளத்தில் கோவில்களின் வாயிலாகவே கர்னாடக இசையை அறிமுகம் செய்துகொண்ட கிறிஸ்தவர்களையும் முஸ்லிம்களையும் நான் சந்தித்திருக்கிறேன். கிறிஸ்தவத் தோத்திரங்களைக் கர்னாடக இசைக்குள் அமைத்துப் பாடும் பாதிரியார்களையும் பார்த்திருக்கிறேன். சமயம் கலையைச் சந்திக்கும் புள்ளிகள் குறித்துப் புதிய முறையில் காண்பதற்கு இது எனக்கு உதவியிருக்கிறது. சமயம், கலை ஆகியவை குறித்த நமது கருத்துக்களில் பல மாற்றங்களைச் செய்ய வேண்டும் என்பதையே இவை கோருகின்றன. சமயம் சாராத அல்லது பிற சமயம் சார்ந்த பாடல் வரிகள் இசையைப் பலரையும், பல்வேறு அம்சங்களையும் உள்ளடக்கிய ஒன்றாக மாற்ற முடியுமா என்று சமயம் பற்றிய அத்தியாயத்தில் நான் கேள்வி எழுப்பியிருக்கிறேன். இது பற்றி என்னால் உறுதியாகச் சொல்ல முடியவில்லை. ஆனால் இந்து மதம் சாராத பிற சமயத்தின் சொற்களைக் கொண்ட பாடல்களையும் கர்னாடக இசைக்குள் அனுமதிப்பதன் மூலம் அதன் எல்லைகளை விரிவுபடுத்துவதில் தவறொன்றும் இருக்க முடியாது. இசைப் பிரதிகளை அவற்றின் பொருளைத் தாண்டியும் புரிந்துகொள்வதன் மூலம் கர்னாடக இசையை அடுத்த கட்டத்திற்குக் கொண்டுசெல்லலாம். கோயில்களில் கர்னாடக இசையைப் புதுப்பிக்கும் திட்டத்தையும் இந்து சமய எல்லைகளைக் கடந்த வரிகளைக் கொண்ட பாடல்களை அனுமதிப்பதையும் ஒன்றுக்கொன்று முரணாகப் பார்க்க வேண்டியதில்லை. இவை இரண்டையும் குறித்து விவாதிப்பதும் ஆராய்வதும் நாம் காண விழையும் பரந்துப்பட்ட மாற்றத்திற்கு முக்கியமானவை. பாடல் வரிகள் குறித்த என்னுடைய கருத்து ஆக முக்கியமானது என்பதெல்லாம் அல்ல. இந்தப் பிரச்சினைக்குத் தீர்வுகாண முயல்கையில் என்னுடைய அணுகுமுறையை மறு பரிசீலனை செய்யும் முடிவுக்கு நான் தள்ளப்படுகிறேன்.

கர்னாடக இசை குறித்த அரசின், குறிப்பாகத் தமிழக அரசின், போக்கில் மாற்றம் ஏற்பட வேண்டியது அவசியம். இங்கே, மொழிக்கான முக்கியத்துவம் மிகவும் அதிகம். எனவே தமிழ் என்னும் அம்சத்தைத் தாண்டிக் கர்னாடக இசை பற்றிச் சிந்திக்க அரசால் முடியவில்லை. பிற இடங்களிலும் இதே போன்ற

மனநிலை நிலவத்தான் செய்கிறது. அரசு நடத்தும் இசைப் பள்ளிகளும் பல்கலைக்கழகங்களும் கர்னாடக இசை இன்று வழங்கப்பட்டுவரும் விதத்துக்குச் சற்றும் தொடர்பற்ற வகையில் இசையின் வரலாற்றையும் இசையியலையும் கற்பிக்கின்றன. தமிழ் இசையியல் குறித்த கருத்துக்கள், தெலுங்கு அல்லது சமஸ்கிருத வேர் கொண்ட இசையியல் கருத்துக்கள் திணிக்கப்படுகின்றன. தெலுங்கு, சமஸ்கிருத வேர் கொண்ட இசையியல் கருத்துகளின் மீது தமிழ் இசையியல் கருத்துக்கள் திணிக்கப்படுகின்றன. தமிழ், தெலுங்கு, சமஸ்கிருதச் சொற்கள், வெளிப்பாடுகள், கருத்தியல்கள் ஆகியவை ஒருங்கிணைக்கப்பட வேண்டும். அப்போதுதான் இசைக் கல்லூரி அல்லது பல்கலைக்கழக மாணவர்களால் இன்று நடைமுறையில் உள்ள இசையுடன் தம்மைத் தொடர்புபடுத்திக்கொள்ள முடியும். அரசின் கலை சார் கல்வி நிறுவனங்கள் குறித்து நான் மிகுந்த ஆர்வம் கொண்டிருக்கிறேன். ஏனென்றால் இங்குதான் பிராமணர் அல்லாத மாணவர்கள் அதிக எண்ணிக்கையில் படிக்கிறார்கள்.

இந்தக் கல்லூரிகளுக்கான ஆசிரியர்கள் தரம், பற்றுறுதி ஆகியவற்றின் அடிப்படையில் தேர்ந்தெடுக்கப்படுவது அவசியம். கர்னாடக இசையின் சமூக ரீதியான சமன்பாடுகளை மாற்றியமைக்கும் இந்தப் பணியில் தனியார் இசைப் பள்ளிகளின் ஆசிரியர்களும் இசைப் பள்ளிகளும் பங்கெடுத்துக்கொள்ள வேண்டும். மரபார்ந்த கலைகளைப் பொறுத்தவரை அரசு சாரா ஆசிரியர்கள்தாம் பல திறமைசாலிகளை வளர்த்திருக்கிறார்கள். அவர்கள் சமுதாயத்தின் பல்வேறு பிரிவுகளைச் சேர்ந்த மாணவர்களுக்கும் கற்றுத்தந்து சமூக மாற்றத்தின் கருவிகளாக மாற வேண்டும். அரசு முன்னெடுக்கும் சீர்திருத்தங்களுடன் சிறந்த இசைக் கலைஞர்களின் ஒருங்கிணைந்த செயல்பாடும் இணைந்தால்தான் கர்னாடக இசையின் சங்கடமூட்டும் பின்புலமாக இருக்கும் சாதிப் பாரபட்சங்களையும் அநீதிகளையும் களைய முடியும்.

பிராமணர்கள் இசையைப் புனிதப்படுத்தியது கடந்த காலத்தில் பெருமளவில் எதிர்மறையான விளைவுகளை ஏற்படுத்தியது. ஆனால், எதிர்காலத்தில் பிராமணர்கள் தம்மை மாற்றிக்கொண்டு ஆக்கபூர்வமான பங்களிப்பை ஆற்ற முடியும் என்று நம்புகிறேன். ஏனென்றால் இசையைப் பாதுகாத்து வைக்கும் பெட்டகமாக அவர்கள்தாம் திகழ்கிறார்கள் (இது அவர்களே உருவாக்கிக்கொண்டது என்றாலும்) என்பதுதான் யதார்த்தம். கர்னாடக இசை எந்த அளவுக்கு முடியுமோ அந்த அளவுக்கு விரிவான தளத்தைக் கொண்டிருக்க வேண்டும் என்பது

அவர்களுடைய லட்சியமாகவும் மாற வேண்டும். கர்னாடக இசை ஒன்றும் தன் தோளில் பூணூல் அணிந்திருக்கவில்லையே.

கச்சேரியில் மிக முக்கியமான இசைக் கருவியாக நாதஸ்வரம் புதுப்பிக்கப்பட வேண்டியது இந்த மாற்றத்துக்கு மிகவும் அவசியமானது. இன்றளவிலும் நாதஸ்வரம், தவில் ஆகியவற்றில் இசை வேளாளர்களே சிறந்து விளங்குகிறார்கள். கோயில் விழாக்களிலும் திருமண நிகழ்வுகளிலும் வாசிப்பதன் மூலம் அவர்கள் சமாளித்துவருகிறார்கள். இந்த நிலை மாற வேண்டும். நாதஸ்வர, தவில் வித்வான்களுக்கான கலை வெளிப்பாட்டுக்கான பன்முக வாய்ப்புகளை ஏற்படுத்திக் கொடுப்பதன் மூலம் அவர்களுக்குப் பொருளாதார ரீதியான பாதுகாப்பை நாம் வழங்க வேண்டும். சபாக்கள், ஒலிப்பதிவுகள், சர்வதேசப் பயணங்கள், பெருநிறுவன விழாக்கள், திருமணங்கள் ஆகியவை கர்னாடக இசைக் கலைஞர்களின் தொழில் வாழ்க்கையின் பகுதிகள். நாதஸ்வர, தவில் வித்வான்களையும் இந்த உலகிற்குள் வரவேற்பதன் மூலம் ஒரு காலத்தில் நிலவியது போன்ற கலை, கருத்துப் பரிமாற்றங்கள் பிராமணர்களுக்கும் நாதஸ்வரக் கலைஞர்களுக்கும் இடையே மீண்டும் நடைபெறும். நாதஸ்வர வித்வான்கள் சிலர் வாய்ப்பாட்டு, வயலின் போன்றவற்றுக்கு மாறலாம். பிராமணர்கள் சிலர் நாதஸ்வரம் வாசிக்கலாம். இதுபோன்ற தடைகளை உடைப்பது நம் கையில்தான் இருக்கிறது. நாம் நேர்மையான முயற்சிகளை மேற்கொள்ளாவிட்டால் எதுவும் நடக்காது.

மரபார்ந்த கலைச் சமூகங்களுடன் இந்த முயற்சியைத் தொடங்குவது பற்றிக் குறிப்பிட்டேன். ஆனால் நாம் அதையும் தாண்டிச் செல்ல வேண்டும். தலித் கலைஞர் ஒருவர் மியூசிக் அகாடமியில் தொடர்ந்து பாடக்கூடிய அற்புதமான காலம் வர வேண்டும். அவர் சங்கீத கலாநிதி பட்டம் பெறக்கூடிய வாய்ப்பும் உருவாக வேண்டும். ரசிகர்கள் அவருடைய சாதியை மறந்து இசையில் மட்டுமே லயிக்கக்கூடிய காலம் மலர வேண்டும். இசை வேளாளர்கள் அகாடமியில் தற்போது இடம் பெற்றிருப்பது வெறும் அடையாளபூர்வமானது மட்டுமே. அவர்களில் சிலருக்கு சங்கீத கலாநிதி பட்டம் வழங்கப்பட்டபோது, சாதி அடிப்படையிலான இட ஒதுக்கீடு என்று சிலர் அதை இழிவுபடுத்திப் பேசியதைக் கேட்டிருக்கிறேன். மற்ற இசைக் கலைஞர்களைப் போலவே இவர்களும் முழுக்க முழுக்க அந்த விருதுக்குத் தகுதியானவர்கள்தாம். சமூகப் பின்னணியைப் பாராமல் அழகியல் காரணங்களுக்காகக் கலைஞர்களையும் ரசிகர்களையும் மதிக்கும் காலம் விரைவில் வரவேண்டும்.

தனிப்பட்ட இசைக் கலைஞர்களும் இந்த நிலையை மாற்ற மேலும் மெனக்கெட வேண்டும். இசையுலகில் நிலவும் சமூக ரீதியான சமமற்ற நிலையைப் போக்கும் சமூகப் பொறுப்பை அவர்கள் மேற்கொள்ளாத பட்சத்தில் கர்னாடக இசை உலகில் நிலவும் பிரத்யேக மனப்பான்மைக்குத் தீனி போடுபவர்களாகவே அவர்கள் இருப்பார்கள். இசைக் கலைஞர்கள் பிற சமூகப் பிரிவுகளையும் சாதிகளையும் சேர்ந்த மாணவர்களுக்குக் கற்றுத்தர வேண்டும்; ஊக்குவிக்க வேண்டும். சிறந்த கலைஞர்களிடம் கற்றுத் தேர்ந்த சில மாணவர்களால் கர்னாடக இசையின் சமூகச் சமன்பாடுகளையும் அது குறித்த பொதுவான கருத்தையும் மாற்றுவதில் பெரும் பங்கினை ஆற்ற முடியும்

பிராமணர் அல்லாத இசைக் கலைஞர்களை (அவர்கள் எண்ணிக்கையில் குறைவுதான்) சந்திக்கும்போதெல்லாம் அவர்கள் ஆழமாகக் காயம் பட்டிருப்பதை என்னால் உணர முடிகிறது. கடந்த பல ஆண்டுகளாக அவர்கள் மோசமாக நடத்தப்பட்டிருக்கிறார்கள். அதன் காயங்கள் அவர்களிடத்தில் இன்னமும் ஆறவில்லை. கடந்த பல பதிற்றாண்டுகளாக கடுமையாகப் போராடியும் கர்னாடக இசை உலகில் பெரும் சாதனை எதையும் புரியவிடாமல் தங்களைத் தடுத்தது சாதிதான் என்று அவர்கள் தனிப்பட்ட பேச்சில் குறிப்பிடுகிறார்கள். அவர்கள் சொல்வதை நான் ஒப்புக்கொள்ளத்தான் வேண்டும்.

அபாரமான பக்க வாத்தியக் கலைஞர்கள் பலர் கர்னாடக இசை உலகில் முன்னேற முடியாததால் பரத நாட்டியத்துக்கு மாறிவிட்டார்கள். சூழலில் மாற்றம் ஏற்படுத்துவதில் சபாக்களுக்கும் முக்கியப் பங்கு இருக்கிறது. அவர்கள் பல்வேறு சாதிப் பிரிவுகளையும் சேர்ந்த கலைஞர்களுக்கு வாய்ப்பளிக்க வேண்டும்.

இத்தகைய பல பிரச்சினைகளுக்கிடையே சில ஆக்கபூர்வ மான அம்சங்களும் உள்ளன. பல்வேறு சாதிகளையும் மதங்களையும் சேர்ந்த கலைஞர்கள் இசையுலகில் ஜொலித்திருக்கிறார்கள். ஷேக் சின்ன மவுலானா, கே.ஜே. யேசுதாஸ், நெய்யாறின்கரை வாசுதேவன் (1940–2008), பி. உண்ணிகிருஷ்ணன் ஆகியோர் அவர்களது சாதி, மதப் பின்புலங்களைத் தாண்டிக் கர்னாடக இசை உலகில் கொண்டாடப்படுகிறார்கள். ஆனால் இவர்கள் விதிவிலக்குகள். நகர்ப்புறங்களில் புரவலர்களின் ஆதரவு பிற சாதியினருக்கும் கிடைப்பதால் இசையைக் கேட்பவர்களின் தன்மையிலும் மாற்றம் ஏற்பட்டிருக்கிறது. இசை நிகழ்ச்சிக்கு நிதி உதவி செய்யும் நிறுவனங்களின் எல்லையும் விரிவடைந்திருக்

கிறது. இவை மாற்றத்துக்கான மெதுவான, ஆனால் நிச்சயமான அறிகுறிகள்.

இந்தக் கட்டுரையில் நான் முன்வைத்துள்ள பல கருத்துக்கள் கேரள மாநிலத்துக்குப் பொருந்தாது. காரணம் அங்குள்ள சமூக அமைப்பு. இந்தக் கட்டுரை இன்றைய, நேற்றைய சென்னையை மையம் கொண்டிருக்கிறது. அன்றும் இன்றும் சென்னையே கர்னாடக இசையின் மையம். எனவே கர்னாடக இசையின் கதையாடலைச் சென்னையே உருவாக்குகிறது. பிற நகரங்களைச் சேர்ந்தவர்கள் இதை ஆட்சேபிக்கலாம். ஆனால் பிற நகரங்களும் மாநிலங்களும் கர்னாடக இசை முன்னெடுக்கப்படும் விதத்திலும் இசையுலகின் சமூக அமைப்பிலும் சென்னையை அடியொற்றியே செயல்படுகின்றன.

இந்தக் கட்டுரையை பிராமணர்களுக்கு எதிரானதாக வாசிப்பது எளிது. ஆனால் நான் எந்தச் சாதிக்கும் ஆதரவாகவோ எதிராகவோ இருப்பவன் அல்லன். நான் சாதி அமைப்புக்கு எதிரானவன். கடந்த நூறு ஆண்டுகளில் ஏற்பட்ட மாற்றங்களையும் அவற்றைக் குறித்த என் சிந்தனைகளையும் முன்வைத்திருக்கிறேன்.

கர்னாடக இசையில் சாதி, மதம், பாலினம், மொழி ஆகியவற்றின் அடிப்படையிலான பாரபட்சங்களுக்கு இடமில்லை என்பதில் எனக்கு இருக்கும் ஆழமான நம்பிக்கைதான் இந்த வாதங்களின் ஆதாரம். கடந்த 150 ஆண்டுகளில் கர்னாடக இசையின் வளர்ச்சி உருவாக்கியுள்ள சமூகப் பிரிவினைகளைப் பார்க்கும்போது அழகியல் என்பதை எந்தத் தனிநபரின் பார்வையும் சாராத ஒன்றாகப் புரிந்துகொள்ள வேண்டியதன் அவசியத்தை வலியுறுத்த விரும்புகிறேன். இசையுடன் தீவிரமான உறவுகொள்ள நாம் கர்னாடக இசையை அரூபமான உணர்வாக, நேரடிப் பொருள்களைத் தவிர்த்த ஒன்றாக உள்வாங்க வேண்டும்.

எந்தக் கலை வடிவையும் போலவே கர்னாடக இசையும் சமூக அடையாளங்களுடன் போராட வேண்டியிருக்கும். ஆனால், இந்த வடிவத்திற்கு வெளியில் இந்த அடையாளத்தைத் தேடிக்கொண்டிருப்பது வரையிலும் நம்மால் சமுதாயம் முழுமையையும் தழுவிக்கொள்ள முடியாது. உலகில் பல கலை வடிவங்கள் அதன் ரசிகர்களின் வர்க்கம் சார்ந்த பொருளில் மேட்டுக்குடித் தன்மை கொண்டிருக்கின்றன. நம்முடைய இசை சாதியின் அடிப்படையில் மேட்டுக்குடித் தன்மையைக் கொண்டிருக்கிறது. கலையும் அதன் ஆரோக்கியமுமே நமது சிந்தனையின் குவிமையமாக இருக்க வேண்டும். கர்னாடக இசைக்கான ரசிகர்கள், புரவலர்கள், கலைஞர்கள் ஆகியோர்

இருக்கையில் அது பல்வேறு சமூகப் பிரிவுகளிடையேயும் இருக்கிறதா என்பதைப் பற்றி ஏன் கவலைப்பட வேண்டும் என்ற கேள்வி எழலாம். இந்த இசையை வழங்குபவர்களும் நுகர்பவர்களும் அழகியல் ரீதியாக ஒருமித்த உணர்வுகளையும் ஆதாரங்களையும் சமூக ரீதியாக மாறுபட்ட பின்னணிகளையும் கொண்டவர்களாக இருந்தால் கலை வளம்பெறும் என்பதை நினைவில் கொள்ள வேண்டும். தேவதாசிகள், நட்டுவனார்கள், நாதஸ்வர, தவில் வித்வான்கள் ஆகியோரிடமிருந்து பெற்றுக் கொண்ட இசை அளித்திருக்கும் பங்களிப்பே இதற்குச் சான்று.

கர்னாடக இசையின் அடிப்படை அதன் அழகியல். அதில் எந்தப் பாரபட்சமும் இல்லை. உண்மையான ஈடுபாடும் தேர்ந்த ரசனையும் கொண்ட ஒரு ரசிகரை எல்லா விதமான நேரடி அம்சங்களையும் தாண்டிய நிலைக்கு இட்டுச் செல்லும் திறனில்தான் இசையின் ஆற்றல் இருக்கிறது. கலாபூர்வமான இசை எந்த நிகழ்வுக்கும் எந்த நபருக்கும் தொடர்பற்ற உணர்வனுபவத்தின் வெளிக்கு இட்டுச்செல்லக்கூடியது. இசையைத் தன்னுள் எடுத்துச் செல்ல விரும்பும் ஒவ்வொருவருக்கும் சொந்தமானது இசை. இது அறிவுபூர்வமான கூற்று அல்ல. அனுபவபூர்வமானது. இது அறிவினால் புரிந்துகொள்ளக்கூடியது அல்ல. அனுபவித்து உணர வேண்டியது.

○

13

அரங்கில் ஒரு பாடல்

வரலாறு மிகவும் சிக்கலான புதிர் விளையாட்டு. தெளிவான பதில்களை அதனிடமிருந்து எதிர்பார்ப்பதில் அர்த்தமில்லை. கடந்த காலம் குறித்த நமது கேள்விகள் தெளிவாக இருக்கின்றனவா என்பதைத்தான் நாம் பார்க்க வேண்டும். இந்தத் தெளிவிலிருந்துதான் கேள்விகள் முக்கியமானவை: இசை எவ்வாறு வழங்கப்பட்டு வந்தது? யாரால்? எங்கே?

இந்தக் கேள்விகளுக்கு விடை காணும் எந்த முயற்சியும் மிகுதியும் நாயக்கர்கள் காலத்தையே (1532 – 1773) மையமிட்டதாக இருக்கும். இந்தத் தடயத்தை ஆராய்வதற்கு முன், தமிழ், தெலுங்கு, சமஸ்கிருத அறிவாண்மைகளுக்கு இடையில் உள்ள பெருத்த இடைவெளிகள் பற்றிச் சில விஷயங்களைக் கூற விரும்புகிறேன். ஆறாம் நூற்றாண்டிலிருந்து 'தேசி' என அறியப்படும் இசை, தமிழ், தெலுங்கு, கன்னட இசை ஆகியவற்றின் கருத்தியல்களுக்குள் தொடர்பு இருந்தது. எனவே, மொழிசார் பிரதேசங்களின் அடிப்படையில் இசையை வரையறுப்பது தவறு. சில வரலாற்று அறிஞர்கள் குறிப்பிடும் பிரிவுகள் மொழி மேலாதிக்க உணர்வை வெளிப்படுத்துவதாக எனக்குத் தோன்றுகிறது. எந்தக் கல்விசார் இசை மரபு முதலில் வந்தது என்னும் கேள்வியில் எனக்கு ஆர்வம் இல்லை.

கர்னாடக இசை வரலாறு பற்றிய என்னுடைய பெரும்பாலான கட்டுரைகள் தஞ்சாவூர் பகுதியையே மையமிட்டதாக அமைந்துள்ளன. பிற பகுதிகளை, குறிப்பாகப் பிற மொழிசார் பகுதிகளை நான்

புறக்கணித்துவிட்டேன் என்னும் குற்றச்சாட்டு எழ இது வழிவகுக்கலாம்.

தஞ்சாவூர் பகுதி குறிப்பிட்ட எந்த மொழியையும் குறிக்க வில்லை. அது கலைகள் செழிப்பதற்கான பூமியாக இருந்தது. தெலுங்கர்கள், கன்னடியர்கள், தமிழர்கள், மராத்தி மொழியைத் தாய் மொழியாகக் கொண்டவர்கள் ஆகிய அனைவரும் இப்பகுதியில் இசை வளர்ச்சிக்குப் பங்களித்திருக்கிறார்கள்.

தஞ்சாவூரிலும் அதைச் சுற்றியுள்ள பகுதிகளிலும் கவனம் செலுத்தப்பட்டாலும் பிற பகுதிகளில் இருந்த வாக்கேயக்காரர்களின் பங்கு, இசை சார்ந்த வளர்ச்சிகள், மாற்றங்கள் ஆகியன இந்தக் கதையாடலில் இணைந்துள்ளன. கோட்பாட்டு ரீதியான புரிதலுக்கு சமஸ்கிருதப் பிரதிகளை அடிப்படையாகக் கொண்டிருக்கிறேன். ஏனென்றால் கர்னாடக இசை செழித்து வளர்ந்த நாயக்கர்கள் காலத்தில் சமஸ்கிருதமும் தெலுங்கும் அலுவல் ரீதியான மொழிகளாக இருந்தன. இன்று பயன்படுத்தப்படும் சொற்களும் அமைப்பு முறைகளும் இந்தக் கோட்பாட்டுப் பிரதிகளுடன் தொடர்பு உடையவை. எனவே இந்த அணுகுமுறை தர்க்கபூர்வமானது.

15ஆம் நூற்றாண்டுக்குப் பிந்தைய தமிழ்ப் பிரதிகளில் காணப்படும் இசைக் கோட்பாடுகள் சமஸ்கிருத இசை நூல்களிலிருந்து பெரிய அளவில் வேறுபடவில்லை. வேறுபாடுகள் பெரிதும் தொழில்நுட்ப நுணுக்கங்கள் தொடர்பானவை. இவை நான் முன்வைக்கும் கருத்துகளுக்குத் தொடர்பில்லாதவை. தஞ்சாவூரைத் தவிர, திருவிதாங்கூர், மைசூர் போன்ற பெரிய சமஸ்தானங்களும் ராமநாதபுரம், புதுக்கோட்டை, எட்டயபுரம், பொப்பிலி, கார்வேட்டிநகரம், விஜயநகரம், பிதாபுரம் ஆகிய சிறிய சமஸ்தானங்களும் இசைக்கும் நடனத்திற்கும் ஆதரவு அளித்தன. இப்பகுதிகளில் மாபெரும் இசைக் கலைஞர்கள் இருந்தார்கள். அவர்கள் தொடர்ந்து பல இடங்களுக்கும் பயணம் செய்துகொண்டிருந்தார்கள். ஒரு சில பயிற்சிகளிலும், நடைமுறைகளிலும் இப்பகுதிகளிடையே வேற்றுமைகள் இருந்தன. ஆனால் கர்னாடக இசையின் ஒட்டுமொத்த வளர்ச்சிக்கு வடிவம் கொடுத்தது தஞ்சாவூர் பகுதிதான்.

நாயக்க மன்னர்கள் காலத்துக்குத் திரும்புவோம். அதுதான் இந்தப் பயணத்தின் பொருத்தமான தொடக்கப் புள்ளி. முதல் நாயக்க மன்னரான சேவப்ப நாயக்கரின் (1532–1580) ஆட்சிக் காலம் அமைதியானது. நற்பணிகளுக்குப் பெயர் பெற்றவர். பல்வேறு கோயில்களையும் குளங்களையும் புதுப்பித்தார். அவருக்குப் பின் ஆட்சிக்கு வந்த அவருடைய மகன் அச்சுதப்ப நாயக்கர் (1560–

1614) கலைஞர்களுக்குப் பெரும் ஆதரவு அளித்தார். தெலுங்குப் பகுதிகளிலிருந்து குடிபெயர்ந்து வந்த பாகவத மேளா இசைக் கலைஞர்களுக்கு மேளத்தூர் போன்ற கிராமங்கள் பரிசாக வழங்கப்பட்டன. அவர்கள் அங்கே தங்கித் தங்கள் கலையைப் பயின்றுவந்தார்கள். ரகுநாத நாயக்கர் காலத்தில்தான் (1600–1634) இசை உண்மையிலேயே முக்கியமானதும் சுயேச்சையானதுமான நிகழ்த்துக் கலையாக ஆனது. கன்னட இசை அறிஞர் கோவிந்த தீட்சிதர் சதுர்தண்டி இசை என்னும் முறையைத் தஞ்சாவூருக்குக் கொண்டுவந்தார். சதுர்தண்டி, தேசி (சமஸ்கிருத) இசையுடன் வரலாற்று ரீதியாகத் தொடர்புகொண்டது. அது ஆலாபனை, தயா, பிரபந்தம், கீதம் என்னும் நான்கு பகுதிகளை (இதே வரிசையில்) கொண்டது. ஆலாபனையும் தயாவும் தற்கண வெளிப்பாடுகள் என்று நம்ப நாம் விரும்புகிறோம் (இவற்றுக்கான இசைக் குறிப்புகளாக இன்று நமக்கு அறியக் கிடைப்பவை வெறும் மாதிரிகள்தான் என்று இருந்தால் ஒழிய ஆலாபனையும் தயாவும் எழுதப்பட்ட இசைக் குறிப்புகளாகவும் இருக்கலாம்). இவை இயற்றப்பட்டுப் பாடப்பட்டவையாகவும் இருக்கலாம். அப்படியே இருந்தாலும் அவற்றை வழங்குவதற்கான வழிமுறை மிகவும் இறுக்கமானதாகத் தெரிகிறது. சதுர்தண்டி இசையில் பயன்படுத்தப்பட்ட இசைக் கருவிகள் பற்றியும் எதுவும் தெரியவில்லை. பயன்படுத்தப்பட்டனவா என்பதும் தெரியவில்லை.

சதுர்தண்டி வீணையின் மூலம் இசைக்கப்பட்டது என்பது அரண்மனைக் கவிஞர்கள் எழுதிய இலக்கியப் படைப்புகளில் உள்ள வர்ணனைகளிலிருந்து தெளிவாகிறது. வீணை சதுர்தண்டி மரபின் மிக முக்கியமான பகுதியாக இருந்தது. முத்துசாமி தீட்சிதர் மூலம் வீணையின் முக்கியத்துவம் இந்த இசைப் பாணியில் தொடர்ந்தது. அவரது சிஷ்யப் பரம்பரையினரால் இது முன்னெடுத்துச் செல்லப்பட்டது. தீட்சிதரின் கீர்த்தனைகளின் அழகியல் வடிவத்தில் வீணையின் தாக்கம் இருப்பதாகக் கூறப்படுகிறது. வீணை என்பது புராதனமான இசைக் கருவி.

கடந்த 2000 ஆண்டுகளுக்கும் முந்தைய காலத்தில் சமஸ்கிருதத்தில் எழுதப்பட்ட புராண, இதிகாச, கிரந்தங்களிலும் ஆய்வு நூல்களிலும் வீணை பற்றிய குறிப்புகள் உள்ளன. இன்று வீணை என்றதும் சரஸ்வதி வீணை ஏந்தியிருப்பதுபோல ரவிவர்மா வரைந்த ஓவியமே நினைவுக்கு வருகிறது. ஆனால் பண்டைய காலங்களில் கம்பிகளை அடிப்படையாகக் கொண்ட எல்லா வாத்தியங்களுமே வீணை எனக் குறிப்பிடப்பட்டிருக்கின்றன. பல வீணைகள் யாழைப் போல இருந்தன. யாழ் என்பதும் ஒரு வகையான வீணையாக இருந்திருக்கக்கூடும். இந்தியக்

கலாபூர்வ இசையின் அழகியல் ரீதியான பரிமாணத்தின் மிக முக்கியமான (வளர்சிதை) மாற்றம். வீணை பல ஆண்டுகளாக அடைந்துவந்த மாற்றங்களின் விளைவே வாணியின் கையில் இருக்கும் வீணை. ரகுநாத நாயக்கர்தான் நவீன சரஸ்வதி வீணையை வடிவமைத்தார் என்று சொல்லப்படுகிறது.

நாயக்க மன்னர்களின் காலத்தில் எழுதப்பட்ட படைப்புகளிலிருந்து சதுர்தண்டி இசை குறித்த விவரங்கள் நமக்குக் கிடைக்கின்றன. பெண் இசைக் கலைஞர்கள் அல்லது தேவதாசிகள் வீணையில் சதுர்தண்டி இசையை வாசித்தார்கள் என்பதற்கான பதிவுகள் உள்ளன. அரண்மனைகளில் வாசித்த தாசிகளை வரலாற்றாய்வாளர்கள் ராஜதாசிகள் எனக் குறிப்பிடுகிறார்கள். ஆனால் இவர்கள் அனைவரும் ஒரே சமூகப் பிரிவைச் சேர்ந்தவர்கள். அரண்மனையில் பாடுவது, கோயில்களில் ஆடுவது ஆகியவற்றை எல்லா தேவதாசிகளுமே செய்துவந்தார்கள். நடனக் கலைஞர்கள், இசைக் கலைஞர்கள் என்னும் வேறுபாடு அவர்களிடத்தில் இல்லை.

வீணைக் கலைஞர்கள் சதுர்தண்டி கச்சேரிக்கு முன்பு எப்படித் தயார்செய்துகொண்டார்கள், இசைக் கருவிகளைத் தயார் செய்தார்கள் என்பது குறித்த விரிவான விவரணைகள் உள்ளன. வீணைக் கலைஞர்கள் இன்றும் கச்சேரிக்கு முன்பு மேற்கொள்ளும் முன்தயாரிப்புகளை இவை வியப்பூட்டும் வகையில் ஒத்திருக்கின்றன. ரசிகர்கள் கலைஞர்கள் மீது பாராட்டுகளைப் பொழிவதுபோல இசையின் தரம் விவரிக்கப்பட்டுள்ளது. 'அவுரா ராகா', 'பலே தாயம்', 'ஆஹா ராக்தி பாதா' என்றெல்லாம் கூறி ரசிகர்கள் இசையை ரசித்ததாகக் குறிப்பிடப்பட்டிருக்கிறது. 'பலே', 'ஆஹா' ஆகியவற்றை இன்றும் ரசிகர்கள் பயன்படுத்துகிறார்கள். கோட்டு வாத்தியம் என்னும் இசைக் கருவியிலும் சதுர்தண்டி இசைக்கப்பட்டது என்னும் குறிப்பும் உள்ளது.

நாயக்க மன்னர்கள் இசைக் கலைஞர்களுக்கு தாராளமாகச் சன்மானம் அளித்தார்கள். ரகுநாத நாயக்கரே புகழ்பெற்ற வீணை வித்வானாக இருந்திருக்கிறார். சதுர்தண்டி இசை பாடப்பட்டதா என்பது பற்றிய குறிப்பு ஏதும் கிடைக்கவில்லை. ஆனால் பிரபந்தம், கீதம் ஆகிய பகுதிகள் சதுர்தண்டியில் சாகித்யம் இருந்ததைச் சுட்டுகின்றன. 'தா', 'னம்' ஆகிய சொற்கள் ஆலாபனையில் பயன்படுத்தப்பட்டன என்ற குறிப்பு சதுர்தண்டி பாடப்பட்டதைக் காட்டுகிறது. ஆனால் நாயக்கர்கள் அரசவைகளில் இருந்த இசைக் கலைஞர்கள், இசைப் பாடலை இயற்றியோர் ஆகியோரைப் பற்றி நமக்கு

அதிகம் தெரியவில்லை என்பது வருத்தத்திற்குரியது. க்ஷேத்ரய்யா என்னும் மிக முக்கியமான கவிஞர் தஞ்சாவூருக்கு இரு முறை வந்தார் என்பது பற்றிய குறிப்பு இருக்கிறது. ரகுநாத நாயக்கர் காலத்திலும் விஜயராகவ நாயக்கர் (1633–1673) காலத்திலும் அவர் தஞ்சாவூர் வந்திருக்கிறார்.

சதுர்தண்டியைப் பற்றி நமக்கு வேறு என்ன தெரியும்? அதிகம் இல்லை. ஆனால் பின்னாளில் கர்னாடக இசை என்னும் பெயரால் உருப்பெற்ற இசை வடிவத்தைக் காட்டிலும் த்ருபத் என்னும் இசை வடிவத்திற்கே சதுர்தண்டி நெருக்கமாக இருந்தது என்று சில அறிஞர்கள் கருதுகிறார்கள். இதற்குச் சில ஆதாரங்கள் உள்ளன. த்ருபத் இசையைப் போலவே சதுர்தண்டியிலும் கல்பனா ஸ்வரம், நிரவல் ஆகியவை கிடையாது. த்ருபத் இசையில் இடம் பெற்ற த்ருவபாதா என்பது சதுர்தண்டியில் உள்ள பிரபந்தங்களை அடிப்படையாகக் கொண்டது எனத் தோன்றுகிறது. கானம் சின்னய்யா என்னும் இசை கலைஞர் மிகவும் புகழ் பெற்று விளங்கினார் என்னும் குறிப்பு தஞ்சாவூரில் 'கானம்' பாணி இசை இருந்திருப்பதைச் சுட்டுகிறது. இதுவும் த்ருபத் இசைக்கு நெருக்கமானதாக இருக்கலாம். சதுர்தண்டியில் பிரபந்தம், கீதம் ஆகியவற்றைத் தவிர வேறு இசைப்பாடல் வடிவம் ஏதும் இடம்பெறவில்லை. ஆனால் அதே காலகட்டத்தில் ஆடப்பட்ட நடனத்தில் பல்வேறு இசைப் பாடல்கள் பயன்படுத்தப்பட்டன. வேங்கடமாக்கினின் தந்தை கோவிந்த தீட்சிதர் கன்னட பிராமணர். இவர் வடக்கு கர்நாடகம் அல்லது கீழை மகாராஷ்டிரத்திலிருந்து வந்திருக்கலாம். த்ருபத் இசை இந்தப் பகுதியிலிருந்தே உருவாகியிருக்கலாம். த்ருபத் கலைஞர்கள் கோபால நாயக் என்னும் கன்னட இசைக் கலைஞரை த்ருபத் இசையின் தந்தை என்றும் குறிப்பிடுகிறார்கள்.

இந்தத் தகவல்கள் த்ருபத் இசைக்கும் சதுர்தண்டிக்குமான உறவைத் தெளிவாக நிறுவுகின்றன.

அப்படியானால், சதுர்தண்டிக்கு முன்பு புழக்கத்தில் இருந்த இசை எது என்னும் கேள்வி எழுகிறது. சோழர்கள் காலத்து (9–12 நூற்றாண்டு) கோயில்களின் சிலைகள் பல்வேறு இசைக் கருவிகள் பற்றிய தகவல்களை அளிக்கின்றன. அவற்றின் மூலங்களைத் தேடுவதற்கான குறிப்புகளாக இவற்றை நாம் பயன்படுத்தலாம். நாயக்கர் காலகட்டத்திற்கு முன்பு இசை வழங்கப்பட்டுவந்த விதம் பற்றித் தமிழ் அல்லது சமஸ்கிருதப் பிரதிகள் போதிய தகவல்களைத் தரவில்லை. சிலப்பதிகாரம், சங்கீத ரத்னாகரம் முதலான பல படைப்புகள் இந்தியாவின் வெவ்வேறு பகுதிகளிலிருந்தும் உருவானவை. ஆனால் இசையின்

கோட்பாட்டு அடிப்படைகள் பற்றி இவை குறிப்பிடும் அம்சங்கள் வியக்கத்தக்க அளவில் ஒன்றுபோல இருக்கின்றன. இசைக் கலைஞர்கள் நிறையப் பயணம் செய்திருக்கிறார்கள் என்பதையும் அவர்கள் தத்தமது பகுதிகளின் இசையைத் தம்மோடு எடுத்துச் சென்றார்கள் என்பதையும் நாம் அறிவோம். இவர்கள் மூலம் இசைக் கோட்பாடுகளும் சொற்களும் வெவ்வேறு பண்பாட்டுச் சூழல்களில் மறுவிளக்கம் பெற்றிருக்கின்றன.

இசை வகைமையைப் பொறுத்தும் இசையின் அதிகாரப் படிநிலையைப் பொறுத்தும் இந்த இசைக் கருவிகளும் இசை நிகழ்வுகளும் பிரிக்கப்பட்டன என்பதைச் சோழர் காலத்துக் கோயில் சிற்பங்களை வைத்து நம்மால் சொல்ல முடியாது. ஆனால் தேவதாசிகளும் அவர்களுடைய சின்னமேளம் பிரிவைச் சேர்ந்த கலைஞர்களும் பெரிதும் மதிக்கப்பட்டனர் என்பதற்குப் போதிய தடயங்கள் உள்ளன. பக்திப் பாடல்களைப் பாடும் ஓதுவார்கள் சைவக் கோயில்களுடன் இணைந்து செயல்பட்டார்கள் என்பதையும் அறிகிறோம்.

அரசவைக் கவிஞர்கள், தேவதாசிகள், சில சமயம் அரசர்கள் ஆகியோர் எழுதிய கதைகள், கவிதைகள் மூலம் ரகுநாத நாயக்கர், விஜயராகவ நாயக்கர் ஆகியோரின் அரசவைகளில் நிகழ்த்தப்பட்டுவந்த இசை, நடனம் ஆகியவை பற்றிய முக்கியமான தகவல்கள் கிடைக்கின்றன. பிரமாதமான இசைக் கச்சேரிகள், நடன நிகழ்வுகள், இசைச் சமூகத்தினரிடையேயான விவாதம் ஆகியவை நடத்தப்பட்ட அரங்கம் ஒன்றும் தஞ்சாவூரில் இருந்தது. நாயக்கர் காலத்தில் நடனக் கலைஞர்கள் சிறந்த முறையில் ஆதரிக்கப்பட்டார்கள் என்பது தெளிவாகத் தெரிகிறது. நடனங்களில் பேரணி, ஜாக்கினி போன்ற பழைய இசைப்பாடல் வகைகள் பயன்படுத்தப்பட்டன. யக்ஷகானம், குறவஞ்சி முதலான இசை – நாட்டிய – நாடக நிகழ்வுகளும் பிரபலமாக இருந்திருக்கின்றன. அந்தக் காலகட்டத்தில் புழங்கிவந்த ராகங்கள், தாளங்கள், நடன முத்திரைகள், அசைவுகள் குறித்த தகவல்கள் கிடைக்கின்றன.

பட்டீஸ்வரம் கோயிலின் (1550–1600) ஓவியங்கள் தேவதாசிகள் தங்கள் கலையை வெளிப்படுத்திய விதம் குறித்த சித்திரத்தை அளிக்கின்றன. அதில் ஒன்று, நடனக் கலைஞரின் இயக்கம், நட்டுவனாரின் அசைவு, அவர் ஜால்ராவை (Cymbals) வாசிப்பது ஆகியவற்றைச் சித்தரிக்கிறது. அவருக்கு அருகே ஒரு மிருதங்க வித்வான், இடக்கா வாசிக்கும் கலைஞர், துட்டி வாசிக்கும் இன்னொருவர், இவற்றையெல்லாம் பார்த்துக்கொண்டிருக்கும் பெண்கள் ஆகியோரும் அந்த ஓவியத்தில் இருக்கிறார்கள்.

அரசவையிலும் கோயிலிலும் நடைபெற்றுவந்த சமய, பண்பாட்டு நிகழ்வுகளில் தேவதாசிகளுக்கும் அவர்களுடைய குழுவினருக்கும் அளிக்கப்பட்டுவந்த முக்கியத்துவத்தை இந்த ஓவியம் உணர்த்துகிறது. இதில் இடம்பெற்றுள்ள அனைவரும் பெண்கள் என்பது குறிப்பிடத்தகுந்தது. தாள வாத்தியம் உள்படக் கிட்டத்தட்ட எல்லா இசைக் கருவிகளையும் பெண்கள் இசைத்திருக்கிறார்கள். தாராசுரம் ஐராவதேஸ்வரர் கோயிலில் (1150) சித்தரிக்கப்பட்டுள்ள அழகிய காட்சிகளின் மூலம் இதை அறிய முடிகிறது.

நாதஸ்வரம் பற்றிப் பதினைந்தாம் நூற்றாண்டில்தான் முதல் முறையாகக் குறிப்பு வருகிறது. சோழர் காலத்துச் சிற்பங்கள் பலவிதமான ஊதல் இசைக் கருவிகளைச் சித்தரிக்கின்றன. ஆனால் நாதஸ்வரம் பற்றிய குறிப்பு இல்லை. வாங்கியம் என்னும் கருவி பற்றிக் குறிப்பிடும் அறிஞர்கள் இதுதான் நாதஸ்வரமாக மாறியது என்கிறார்கள். நாதஸ்வரத்தின் புராதனத்தன்மையைப் பொறுத்தவரை சிதம்பரம் கோயில் சிலைகளின் அடிப்படையில் விவாதம் நடந்திருக்கிறது. 11ஆம் நூற்றாண்டைச் சேர்ந்தது என்று சிலர் கூறுகிறார்கள் நாயக்கர் காலத்தைச் சேர்ந்தது என்று வேறு சிலர் கூறுகிறார்கள். 1496இல் நாதஸ்வரத்தைப் பற்றிக் குறிப்பிடும் கல்வெட்டு ஒன்று திருமலையில் கிடைத்தது. பிறகு நிட்டுரு தேவலபுரா ஆகிய இடங்களிலும் இதேபோன்ற கல்வெட்டுகள் கிடைத்தன (இவை 16ஆம் நூற்றாண்டின் நடுப்பகுதியைச் சேர்ந்தவை). இவை தமிழ்நாட்டைச் சேர்ந்த பகுதிகள் அல்ல. ஆனால் இன்று நாதஸ்வரம் தமிழ் இசையின் முக்கியமான குறியீடாக உள்ளது. 16, 17ஆம் நூற்றாண்டுகளில் இது தமிழகத்தில் நிலைபெற்றிருக்கக்கூடும். நாதஸ்வரத்தின் வரவு இசையின் வளர்ச்சியில் மிக முக்கியமான பங்கினை அளித்திருப்பதாக நான் பார்க்கிறேன். இந்த வளர்ச்சியே நாம் கர்னாடக இசை என அழைக்கும் இசை வடிவம் உருவாகக் காரணமாக அமைந்தது.

திருவாரூர் கோயிலின் ஓவியங்களும் சுவாரஸ்யமான சமிக்ஞைகளை அளிக்கின்றன. இவை நாயக்கர் காலத்தின் பிற்காலத்திலும் மராட்டிய மன்னர்களின் முற்காலத்திலும் (1660–1700) தீட்டப்பட்ட ஓவியங்கள். இந்தக் கோவிலுக்கு நான் சென்றிருந்தபோது அங்கே சின்ன மேளம் குழுவினர் ஆங்காங்கே சித்தரிக்கப்பட்டிருந்ததைக் கண்டேன். இசைக் கருவிகளின் பெரும் சங்கமமும் அந்த ஓவியங்களில் காணப்பட்டது. சின்ன மேளத்தைச் சித்தரிக்கும் ஓவியங்களில் தேவதாசிகள் கொசுவம் வைத்த பாவாடையும் பலவித வண்ணங்களும் வடிவமைப்பு களும் கொண்ட ரவிக்கையும் அணிந்திருக்கிறார்கள்.

நட்டுவனார்கள் வெவ்வேறு வயதுகளைச் சேர்ந்தவர்களாக இருக்கிறார்கள். சிலர் தலை நரைத்த முதியவர்கள். சிலர் இளமையும் அழகும் கொண்டவர்கள். நடனக் கலைஞர்கள் பல விதமான நடன நிலைகளில் தோற்றமளிக்கிறார்கள். நட்டுவனார் நடனமாடுபவரின் பக்கமாகச் சாய்கிறார். அவர் கையில் சப்ளாக்கட்டை இருக்கிறது. அவருக்குப் பின்னால் மிருதங்கம் வாசிப்பவர். அவருடைய வாத்தியம் பலவிதமான வண்ணங்களும் வடிவமைப்புகளும் கொண்ட துணிகளால் அழகாக அலங்கரிக்கப்பட்டுள்ளது. தற்போதைய மிருதங்கக் கலைஞர்கள் போலவே அவர்கள் இருக்கிறார்கள். நடனக் கலைஞருக்கான பக்க வாத்தியத்தில் புல்லாங்குழல், துட்டி, சங்கு ஆகியவற்றை வாசிப்பவர்களும் இருக்கிறார்கள். தேவதாசியின் குழுவினர் வழங்கும் கச்சேரியை நாதஸ்வர வித்வான் அல்லது மிருதங்க வித்வானுக்குப் பின்னால் நின்றபடி சில பெண்கள் பார்த்துக்கொண்டிருக்கிறார்கள். இந்த ஓவியங்களில் காணப்படும் இந்தக் கச்சேரிகள் அனேகமாக ஏதேனும் ஒரு ஊர்வலம் அல்லது நிகழ்வின் பகுதியாகவே உள்ளன.

ஓவியங்களில் பெரிய மேளம் பிரிவினரின் இசைக் குழுக்களும் சித்தரிக்கப்பட்டுள்ளன. அந்தக் குழுக்களின் அளவு என்னை வியக்கவைத்தது. மிகப் பெரிய குழுக்கள் அவை. பல இசைக் கருவிகள் அதில் இடம் பெற்றுள்ளன. எக்காளம், கர்ணம், நாதஸ்வரம் உள்ளிட்ட பல ஊதல் இசைக் கருவிகள் அவற்றில் உள்ளன. கோடிக்கட்டி, மத்தளம், இன்று கிட்டத்தட்டக் காணாமல் போய்விட்ட பஞ்சமுக வாத்தியம் போன்ற தாளக் கருவிகளும் உள்ளன. புல்லாங்குழல் வாசிப்பவர்கள் சங்கு முழங்குபவர்கள் ஆகியோரும் இருக்கிறார்கள். பல இடங்களில் ஒவ்வொரு வாத்தியத்தையும் ஒன்றுக்கு மேற்பட்டவர்கள் வாசிக்கிறார்கள். இந்தப் பெரிய குழுக்களில் நாதஸ்வரமும் ஒரு பகுதியாக உள்ளது. அதற்குத் தனித்த சிறப்பான இடம் எதுவும் இருப்பதாகத் தெரியவில்லை. சிறிய கோவில்களில் இவ்வளவு பெரிய குழுக்கள் இல்லாமல் போயிருக்கலாம். நாதஸ்வரம் என்பது தீவிரமான இசையின் ஒரு பகுதியாக இருந்ததா? தெரியவில்லை.

16ஆம் நூற்றாண்டில் இங்கே பயணம் செய்த போர்ச்சுக்கீசியர்கள் விஜயநகரப் பேரரசின் ஆட்சியில் நடைபெற்ற கோயில் சடங்குகள், ஊர்வலங்களில் *ஏரோஃபோன்கள்* வாசிக்கப்பட்டது பற்றிக் குறிப்பிட்டிருக்கிறார்கள். அவர்கள் எத்தகைய இசையை வாசித்தார்கள் என்பது தெரியவில்லை. சின்ன மேளம் பிரிவினர் தனியானதொரு கலைச் சமூகமாக நடத்தப்பட்டார்களா என்பதும் தெரியவில்லை. சின்ன மேளம்,

பெரிய மேளம் ஆகியவற்றுக்கிடையே எழுதப்படாததொரு பிரிவினைக் கலைஞர்கள் ஏற்படுத்தியிருந்தார்கள் என்பதைத் தஞ்சாவூர் ஓவியங்களின் மூலமாகவும் நாம் அறிகிறோம். இந்தக் கலைஞர்களுக்கு அளிக்கப்பட்டுள்ள இடமும் அவர்களுடைய ஆகிருதிகளும் பல விஷயங்களைச் சொல்கின்றன. பெரிய மேளம், சின்ன மேளம் ஆகிய சொற்கள் பின்னாளில் வந்திருக்கலாம். ஆனால், இவை முற்காலத்தில் அந்தந்தக் குழுக்களின் அளவையே குறிப்பிட்டிருக்கக்கூடும். இதுபற்றி வரலாற்று அறிஞர்கள் இன்னமும் விவாதித்துக்கொண்டிருக்கிறார்கள். நான் இதிலுள்ள இன்னொரு சாத்தியக்கூறை முன்வைக்கிறேன்.

நாயக்கர் காலத்துக்குப் பிந்தைய போக்குகள்

பின்னாளில் நவீன கர்னாடக இசையாக மாறிய இசை வடிவத்தின் மீது ஆட்சி மாற்றம் அழிக்க முடியாத தாக்கத்தை ஏற்படுத்தியது. நாயக்கர் காலத்துக்குப் பிந்தைய காலகட்டத் திற்கும் 18ஆம் நூற்றாண்டின் பிற்பகுதிக்கும் இடையே தஞ்சாவூரிலும் அதைச் சுற்றியுள்ள பகுதிகளிலும் கர்னாடக இசை கலாபூர்வமான இசையாகப் புழங்கியிருக்க வாய்ப்பில்லை என்று நான் உறுதியாகக் கருதுகிறேன். நாயக்கர் காலத்தில் கலாபூர்வமான இசையின் மையமாகச் சதுர்தண்டி விளங்கியதில் கோவிந்த தீட்சிதரும் அவருடைய மகன் வெங்கடமாக்கினும் பெரும் பங்கை ஆற்றினார்கள். 17ஆம் நூற்றாண்டின் பிற்பகுதியில் மராட்டியர்களின் ஆட்சி தொடங்கிய பிறகு சதுர்தண்டி மரபு புழக்கத்திலிருந்து மெல்ல மறைந்தது. ராகம், தாளம் ஆகியவை குறித்த கோட்பாடுகள், புதிய பாடல் வகைகள் ஆகியவை வேகமாக வளர்ந்தன. ஆனால் 18ஆம் நூற்றாண்டின் முற்பகுதியில் நாம் இன்று புரிந்துகொள்ளும் விதத்திலான கர்னாடக இசை தனித்ததொரு இசை வடிவமாக வழங்கப்பட்டிருக்க வாய்ப்பு இல்லை என்றே தோன்றுகிறது. இசைக் கோட்பாடு பற்றி ஷாஜி (1684–1712), முதலாம் துலஜா (1728–36) ஆகியோர் எழுதிய நூல்களில் ராகங்களை விவரிக்கும்போது மட்டுமே சதுர்தண்டியைப் பற்றிய குறிப்பு வருகிறது. மற்ற எங்கும் குறிப்பிடத்தக்க விதத்தில் அது பேசப்படவில்லை. இசையின் வளர்ச்சியில் மராட்டியர்களின் ஆட்சிக் காலம் மிகவும் முக்கியமானது. இன்று நாம் ஹிந்துஸ்தானி ராகங்கள் எனக் குறிப்பிடும் பிற பகுதிகளைச் சேர்ந்த ராகங்கள் ஷாஜியின் காலத்தில் காணப்படுகின்றன. ராகங்களை அவர் வகைப்படுத்துவதும் இத்தகைய செல்வாக்கின் பிற பகுதிகளைச் சேர்ந்த ராகங்கள் செலுத்திய செல்வாக்கிற்குச் சான்றாக உள்ளது.

17ஆம் நூற்றாண்டில் பிற்பகுதியில் க்ஷேத்ரய்யா இந்தப் பகுதியில் மேற்கொண்ட பயணங்கள் இசை, நடனம் இரண்டிலும்

மாற்றங்களை ஏற்படுத்தின. க்ஷேத்ரய்யாவின் இரண்டாவது வருகைக்குப் பிறகு தஞ்சாவூர் அரசவைகளில் பலர் பதங்களை இயற்றினார்கள். இவர்களில் பலர் ஷாஜியின் காலத்தைச் சேர்ந்த இசைக் கலைஞர்கள். அப்போது நிலைபெற்றிருந்த பல்லவி – அனுபல்லவி – சரணம் என்னும் கட்டமைப்பை அடியொற்றிப் பல புது விதமான இசைப்பாடல்கள் உருவாகத் தொடங்கின. இதனால் சதிர் நடனத்தின் உள்ளடக்கமும் மாறியிருக்க வேண்டும். நடனத்துக்கான பழைய பாடல் வகைகள் பின்னுக்குச் சென்று இந்தப் புதிய வகைகள் ஆதிக்கம் செலுத்தின. இந்தப் புதிய இசைப் பாடல் வடிவங்கள் – பதம், வர்ணம், ஸ்வரஜதி, தில்லானா – சதிரோடு தொடர்புள்ளவை. தூய கலாபூர்வ இசையைச் சேர்ந்தவை அல்ல. பதங்கள், பல்லக்கி சேவா பிரபந்தம் போன்ற குழு நடனப் பாடல்கள் ஆகியவை உள்ளிட்ட பாடல்களை எழுதிய ஷாஜியின் பங்களிப்பை நாம் மறந்துவிட முடியாது. 18ஆம் நூற்றாண்டின் இசை, முழுக்க முழுக்க இசைப் பாடல்களிலும், சதிருக்கான இசையிலுமே கவனம் செலுத்தியது. 1800களின் இறுதிப் பகுதி வரை (19ஆம் நூற்றாண்டின் முதல் தசாப்தம் வரை) இந்த நிலையே நீடித்தது. இந்த இசைப்பாடல்களின் வளர்ச்சியில் தேவதாசிகளின் உயிரோட்டமுள்ள பங்கினை நாம் நினைவில் கொள்ள வேண்டும். அவர்கள் அனைவரும் இசையிலும் நடனத்திலும் தேர்ந்தவர்கள். இந்தப் பாடல்களை இயற்றியவர்கள் பெரும்பாலும் பிராமணர்கள்தான் என்றாலும் இவை உருவான விதத்தின் மீது தேவதாசிகளின் அழகியல் உணர்வு நிச்சயமாகச் செல்வாக்கு செலுத்தியிருக்கும்.

பக்தி உணர்வை வெளிப்படுத்தும் பதங்களும் இதே காலகட்டத்தில்தான் இயற்றப்பட்டன. இசை / நடன நிகழ்வுகளில் இவை பாடப்பட்டனவா என்பது உறுதியாகத் தெரியவில்லை. அரசவைகளிலும் பாடப்பட்டிருக்கலாம். 18ஆம் நூற்றாண்டின் பாதியிலிருந்து இறுதிவரை தான வர்ணம் எழுச்சி பெற்றது சதிர் நடனத்திலிருந்து தூய இசை வடிவம் ஒன்று உருப்பெற்றதன் அடையாளமாகவும் இருக்கக்கூடும். 18ஆம் நூற்றாண்டின் பிற்பகுதியில் தனி நடனம், பக்திக் கீர்த்தனைகள், நடன நிகழ்வுகள் ஆகியவற்றைத் தாண்டித் தூய இசை நிகழ்ச்சிகள் வழங்கப்படுவதில் கவனம் செலுத்தப்பட்டிருக்கும் என்பதை இவ்வகையான பாடல்கள் கூறுகின்றன. இவை கற்பதற்கும் பயிற்சி செய்வதற்கும் மட்டுமே இயற்றப்பட்டன என்று சிலர் சொல்லக்கூடும். ஆனால் இத்தகைய மாற்றத்தால் நடனம், பஜனை ஆகியவற்றிலிருந்து இசையின் மீது மீண்டும் கவனம் திரும்பத் தொடங்கியிருக்கும் என்று நான் கருதுகிறேன்.

பக்தி

மாபெரும் பக்தர்களும் கர்னாடக வாக்கேயக்காரர்கள் பயன்படுத்திய அதே இசையைத்தான் பயன்படுத்தினார்கள். இதனால் மாறுபட்ட கருத்தியல்களுக்கிடையே இயல்பான ஊடாட்டங்கள், பரிமாற்றங்கள் நிச்சயமாக நடந்திருக்கும். நாராயண தீர்த்தரின் ஆழமான பக்தி நிரம்பிய கிருஷ்ண லீலா தரங்கிணி, சதாசிவ பிரம்மேந்திரரின் அத்வைத தரிசனம், போதேந்திராவால் உருவாக்கப்பட்டு ஸ்ரீதர ஐயாவினால் தலைமை ஏற்று நடத்தப்பட்டு, சத்குரு ஸ்வாமியால் (திட்டவட்டமாகக்) கட்டமைக்கப்பட்ட பக்தி இயக்கம் ஆகியவை நிச்சயமாக இசையின் தாக்கத்திற்கு உள்ளாகியிருக்கும். தியாகராஜரின் திவ்யநாம கீர்த்தனா போன்ற கீர்த்தனைகளிலும் இந்த ஊடாட்டம் பிரதிபலிக்கிறது. இந்தக் கீர்த்தனைகளைக் கலாபூர்வமான இசை என்பதைக் காட்டிலும் பக்தி இசை என்றே வகைப்படுத்தலாம். தியாகராஜர், பத்ராசல ராமதாஸின் கீர்த்தனைகளை அறிந்திருந்தார் என்ற நம்பிக்கை உண்மையாக இருந்தால் இவ்விஷயத்தின் என்னுடைய கருத்து மேலும் வலுப்பெறுகிறது. கோயில்களில் பாடப்பட்ட தேவாரப் பாடல்களும் தியாகராஜர் மீது செல்வாக்கு செலுத்தின என்றும் அறிஞர்கள் கூறுகிறார்கள். ஓதுவார்கள் உணர்ச்சிகரமாகப் பாடிய தேவாரப் பாடல்கள் தியாகராஜரின் மீது தாக்கம் செலுத்தியிருக்கும் என்பதில் ஐயமில்லை. ஆனால் எந்த அளவுக்கு என்பது நமக்குத் தெரியாது. தீவிரமான பக்தியும் பிராமணியமான சூழலும் கூடிய சூழலில் தியாகராஜர் வளர்ந்தார். இது அவருடைய கீர்த்தனைகளின் உள்ளடக்கத்திற்குத் தம் பங்களிப்பைச் செலுத்தியிருக்கும்.

கலாபூர்வமான இசைக்குத் தியாகராஜரின் பங்களிப்பை இது எந்த வகையிலும் குறைத்துவிடாது. தியாகராஜர், முத்துசாமி தீட்சிதர், சியாமா சாஸ்திரி ஆகிய மூவரும் இயற்றிய கீர்த்தனைகள் கலாபூர்வமான இசை உருவாவதில் பெரும்பங்கு ஆற்றியிருக்கின்றன. பாகவத மேளா மரபு, ஷாஜியின் இசை நாட்டியங்கள் ஆகிய நாடகீயக் கலை வடிவங்களும் தியாகராஜர் மீது செல்வாக்கு செலுத்தியிருக்கின்றன. நௌக சரித்ரமு, பிரஹல்லாத பக்தி விஜயமு ஆகிய அவருடைய பக்தி நிறைந்த இசை நாட்டியப் பாடல்களில் இந்தச் செல்வாக்கை நம்மால் காண முடிகிறது. சமயமும் பக்தியும் அவர்கள் வாழ்வின் பிரிக்க முடியாத பகுதியாக விளங்கி அவர்களை வழிநடத்திச் சென்றன என்பதை நாம் மனதில் கொள்ள வேண்டும். பக்தி என்னும் அம்சத்திற்குப் பங்களித்த எந்தத் தனி நபர் அல்லது இயக்கமும் வாக்கேயக்காரர்களின் சிந்தனைக்கும் பங்களித்தன. 19ஆம்

நூற்றாண்டில் தென்னகத்திற்குக் குடிபெயர்ந்த மராட்டியர்களின் செல்வாக்கினால் பக்தி இயக்கம் மீண்டும் வேகம் பெற்றது. இது கர்னாடக இசையை ஆழமாகப் பாதித்தது.

18ஆம் நூற்றாண்டின் பாதியிலேயே நாதஸ்வரமும் தவிலும் தீவிரமான இசைக்கான வாத்தியங்களாகத் தனித்த அடையாளத்தைப் பெற்றிருக்கக்கூடும். 18ஆம் நூற்றாண்டில்தான் திருவாரூர் கோயில் சடங்குகளின்போது நாதஸ்வரம் எப்படி வாசிக்கப்பட வேண்டும் என்பதை ராமஸ்வாமி தீட்சிதர் முறைப்படுத்தினார் என்று சொல்லப்படுகிறது. கோயிலில் வெவ்வேறு பொழுதுகளில் வாசிக்கப்பட வேண்டிய ராகங்களையும் அவர் வரையறுத்தார். கர்ண பரம்பரையாக வழங்கப்படும் வரலாற்றில் முக்கியமான இந்தத் தகவல் கிடைக்கிறது. அவருடைய காலத்தில் கர்னாடக இசையின் எல்லா ராகங்களையும் வாசிக்கக்கூடிய இசைக் கருவியாக நாதஸ்வரம் இருந்தது என்பதும் நாதஸ்வர வித்வான்கள் பெரிதும் மதிக்கப்பட்டார்கள் என்பதும் இதன் மூலம் உறுதியாகின்றன. கோயில்களில் நாதஸ்வரமும் தவிலும் முக்கியமான இசைக் கருவிகளாக அங்கீகரிக்கப்பட்டது நாம் நினைவில் வைத்திருக்க வேண்டிய முக்கியமான செய்தி. ஷாஜி மகராஜ் திருவாரூர் கோயிலுடன் நெருக்கமான தொடர்பைக் கொண்டிருந்தார்.

இசை சார்ந்த உள்ளடக்கத்தின் அடிப்படையில் கலையின் வெவ்வேறு வடிவங்களுக்கிடையே இருந்த வேறுபாடுகளைக் குறிப்பிட முயன்றுள்ளேன். கோயில்களில் நடனம் தொடர்பான சடங்குகளாகட்டும், இதர நடன நிகழ்ச்சிகளாகட்டும், கோயில்களிலும் சமுதாயத்திலும் அல்லது அரசவைகளிலும் நாதஸ்வரம் வகித்த பங்காக இருக்கட்டும், இந்தக் கலைகள் உருவாவதிலும் நிலைபெறுவதிலும் இந்தச் சமூகம் முழுமையும் பங்களித்திருக்கிறது. கோயிலில் நடனம் தொடர்பான சடங்குகள், இதர நடன நிகழ்ச்சிகள், கோயிலிலும் சமுதாயத்திலும் அல்லது அரசவையில் நாதஸ்வரம் வகித்த பங்கு என எதை எடுத்துக் கொண்டாலும் இந்தக் கலைகளின் உருவாக்கத்திலும் அவற்றை நிலைபெறச் செய்வதிலும் இந்தச் சமுதாயம் முழுவதும் பங்கேற்றிருக்கிறது. இது ஒன்றும் புதிதல்ல. நெடுங்காலமாகவே கலை என்பது, கலைஞர்கள் அடங்கிய ஒரு சமூகத்தின் உருவாக்கமாகவே இருந்து வந்திருக்கிறது. இந்தக் கலைஞர்கள் சாதிச் சட்டகத்தைத் தாண்டிப் பணிபுரிந்து அனைவரை யும் ஒன்றிணைக்கும் கலாபூர்வமான வெளிப்பாடுகளை வழங்கினார்கள். வெவ்வேறு வடிவங்களுக்கிடையில் இருக்கும் வேறுபாடுகளை இந்தக் கலைஞர்கள் நன்கு அறிந்திருந்தார்கள்.

இருந்தும் அழகியல் அம்சங்கள் ஒன்றிலிருந்து மற்றொன்றுக்குத் தடையின்றிப் பாய்வதையும் அனுமதித்தார்கள் என்று நான் கருதுகிறேன். சமூக வாழ்வின் வெவ்வேறு களங்களில் புழங்கிவந்த இசையின் அடிப்படையில் மேற்கண்ட இரு கருத்துக்களை முன்வைக்கிறேன். இந்தக் களங்களில் அரசவையும் கோயிலும் பிரிக்க முடியாத வகையில் இணைந்திருந்தன.

ஆலாபனை

19ஆம் நூற்றாண்டின் மகத்தான கலைஞர்கள் வழங்கிய இசையின் மூலம் பரிணமித்த நவீன ஆலாபனை என்பது நாதஸ்வர வித்வான்களிடமிருந்து பெறப்பட்டிருக்கலாம் என்று நான் நினைக்கிறேன். நாதஸ்வர வித்வான்கள் ஒரு நாளின் வெவ்வேறு பொழுதுகளில் வெவ்வேறு ராகங்களை வாசிப்பார்கள் என்பதும் அவற்றைப் பெரும்பாலும் ஆலாபனையாகவே வாசிப்பார்கள் என்பதும் அனைவரும் அறிந்த விஷயங்கள். திருவிழாக்களின்போது ஆலாபனை அவர்கள் இசையில் முக்கியப் பகுதியாக அமையும். 19ஆம் நூற்றாண்டின் கர்னாடக இசையின் பிரதான அம்சமாக ஆலாபனை இருந்தது என்பது தற்செயலானதாக இருக்க முடியாது. கலைஞர்கள் ஒரு மணிநேரத்திற்கும் அல்லது அதற்கும் மேல் ஆலாபனை பாடினார்கள் என்று சொல்லப்படுகிறது. 19ஆம் நூற்றாண்டில் நாதஸ்வர இசை எவ்வளவு நேரம் வாசிக்கப்பட்டது என்பது குறித்து நமக்குத் தெரியும். எனவே, அதற்கு முந்தைய காலகட்டத்தில் குறைந்தது அதே அளவுக்கு இருந்திருக்கும் என்று அனுமானிப்பது தர்க்கபூர்வமான முடிவுதான்.

18ஆம் நூற்றாண்டின் இறுதியில் வாழ்ந்த பல இசைப்பாடல் ஆசிரியர்களை நாம் அறிவோம். அவர்களில் பலர் பல்வேறு விதமான பாடல்களை இயற்றினாலும், சிலர் கீர்த்தனைகளில் மட்டுமே கவனம் செலுத்தினார்கள். மும்மூர்த்திகள் கீர்த்தனை பற்றிய கருத்தையே மாற்றியமைத்தார்கள். இவர்கள் இசை மாணவர்கள் என்ற முறையில் என்ன கற்றுக்கொண்டார்கள் என்று கேட்டால் நம்மால் பதில் சொல்ல முடியாமல் போகலாம். அவர்கள் அலங்காரங்களைக் கற்றுக்கொண்டார்களா? 1620ஆம் ஆண்டிலேயே வெளியான சதுர்தண்டி பிரகாசிதா என்னும் நூலில் அலங்காரங்கள் இடம் பெற்றிருக்கின்றன. ஆனால் அவை இசை கற்பிப்பதற்கான பாடத்திட்டத்தில் இருந்தனவா என்பது தெரியவில்லை. மும்மூர்த்திகள் வர்ணங்கள், பதங்கள், ஸ்வர ஜதிகள் ஆகியவற்றைக் கற்றார்களா? 19ஆம் நூற்றாண்டின் இறுதியில் வாழ்ந்த கதாகாலட்சேப வித்வான்கள் கட்டமைத்த வாய்மொழிக் கதை மட்டுமே நம்மிடம் உள்ளது. பத்ராசல

ராமதாஸின் பாடல்களைத் தன் அன்னையார் பாடி தியாகராஜர் கேட்டிருக்கிறார் என்று காலட்சேபங்களில் கூறப்பட்டன. நாயக்கர் காலத்துக்குப் பிந்தைய காலகட்டத்தில் நடனம் தவிர்த்த கர்னாடக இசையை நம்மால் கற்பனை செய்ய முடியவில்லை. சதுர்தண்டி புழக்கத்திலிருந்து மறைந்துவந்த காலத்தில் அதன் இடத்தில் புதிய வடிவம் உடனடியாக உருப்பெறாமல் இருந்திருக்கலாம். 18ஆம் நூற்றாண்டின் அரசவைகளில் கலாபூர்வமான இசை அவ்வளவாக வழங்கப்படவில்லை என்னும் தகவலிலிருந்து இந்த முடிவுக்குத்தான் வர முடிகிறது.

18ஆம் நூற்றாண்டின் பிற்பாதியில்தான் இன்று நாம் கர்னாடக இசை என அறியும் இசை வடிவமானது உருப்பெறத் தொடங்கியது. பிராமண இசைக் கலைஞர்கள், வாக்கேயக்காரர்கள், பெரிய மேளம் இசைக் கலைஞர்கள், சின்னமேளம் இசைக் கலைஞர்கள் ஆகிய அனைவருக்கும் கலை வெளியில் இடம் இருந்ததால்தான் இது நிகழ்ந்தது. சின்ன மேளம் என்பது நடனமும் சடங்குகளும்; பெரிய மேளம் என்பது கோயில் இசை என்பது போன்ற கருத்துக்களைத் துறந்துவிட வேண்டும். இந்தக் குழுக்கள் அனைத்திற்கும் இசையே அடிப்படை என்பது நமக்குக் கிடைக்கும் தகவல்களிலிருந்து தெளிவாகிறது. நடனத்திற்காக இயற்றப்பட்ட பாடல்கள் (இது க்ஷேத்ரய்யாவின் காலத்தில் தொடங்கியது) கர்னாடக இசையின் தன்மையை நிச்சயமாக பாதித்தன. நட்டுவனார்களும் தேவதாசிகளும் கலாபூர்வமான இசையையும் கற்றுக்கொண்டார்கள். அதன் மூலம் அதில் அழகையும் சேர்த்தார்கள். நட்டுவனார்கள் பாடல்களையும் இயற்றினார்கள். பிராமண இசைக் கலைஞர்களும் தேவதாசிகளும் அரசவையில் இசையை வழங்கினார்கள். அவர்களுடைய ஆலாபனைகள், பதங்கள், வர்ணங்கள், ஸ்வரஜதிகள் ஆகியவற்றின் செல்வாக்கிற்கு ஆட்பட்டிருக்கக்கூடும். தேவதாசிகளின் கலையில் கலாபூர்வமான பல பரிமாணங்கள் இருந்தன. இவற்றில் பல அரசவைக்குச் சென்றன. இத்தகைய உயிரோட்டமுள்ள சூழலில் இசையின் எந்த இயக்கமும் தனித் தீவாக இருந்திருக்க முடியாது. மும்மூர்த்திகளில் முத்துஸ்வாமி தீட்சிதர் சின்ன மேளம், பெரிய மேளம் குழுவினருடன் இணைந்து பணிபுரிந்திருக்கக்கூடும். இந்த இசைக் கலைஞர்களும் நடனக் கலைஞர்களும் முத்துஸ்வாமி தீட்சிதரின் தந்தை ராமஸ்வாமி தீட்சிதருடனும் அவருடைய வாரிசுகளுடனும் நெருங்கிய தொடர்பு கொண்டிருந்தார்கள். அவர்களில் பலர் இவர்களுடைய சிஷ்யர்கள். இந்த உறவு இசை குறித்த கோட்பாடுகள் இவர்களுக்குள் பரிமாறிக்கொள்ளப்படுவதற்கு வழிவகுத்திருக்கும். நாதஸ்வர இசையில் பதங்கள், சௌக

வர்ணங்கள், கீர்த்தனைகள் ஆகியவை இடம் பெற்றிருந்தன. இவற்றில் பெரும்பாலானவை ராமஸ்வாமி தீட்சிதரும் அவர் மகனும் இயற்றியவை.

பல்லவி

18ஆம் நூற்றாண்டின் பிற்பகுதியில்தான் இசையில் பல்லவி முக்கிய இடம் பிடித்தது. பல்லவியில் பெற்றிருந்த தேர்ச்சி காரணமாகவே பல்லவி கோபால அய்யருக்கும் (18, 19ஆம் நூற்றாண்டுகள்) பல்லவி துரைசாமி அய்யருக்கும் (1782–1816) அவர்களுடைய பெயர்களுக்கு முன்னால் 'பல்லவி' என்னும் அடைமொழி சேர்ந்துகொண்டது. ஆனால் இந்தப் பல்லவி எங்கிருந்து வந்தது? மிகவும் கடினமான கேள்வி இது. இதற்கு இரண்டு சாத்தியக்கூறுகள் உள்ளன. விரிவானதொரு ஆலாபனைக்குப் பிறகு ஒரு வரியைப் பாடுவது, தற்கண வெளிப்பாட்டுக்காக அந்த வரியைப் பயன்படுத்துவது என்பது நாதஸ்வர மரபிலிருந்து வந்திருக்கலாம். 20ஆம் நூற்றாண்டின் தொடக்கம் வரையிலும் பெரும்பாலான நாதஸ்வர வித்வான்கள் கீர்த்தனைகளை வாசித்ததில்லை என்னும் தகவலின் அடிப்படையில் இந்த அனுமானம் மேற்கொள்ளப்படுகிறது. அவர்கள் ரக்திமேளா என்னும் அம்சத்தையும் வாசித்தார்கள். இது பல்லவியைப் போன்றது. மிஸ்ர சாபு தாளத்தில் அமைந்தது. இது முதலில் தாள லயம் கொண்ட வடிவில் இயற்றப்பட்டது. பிறகு ராகமாக மாற்றப்பட்டது. இசையில் பன்முகம் கொண்ட சிக்கலான *தாள கதிகளை* உருவாக்குவதற்காகப் பயன்படுத்தப்பட்டது. வரிகள் அற்ற தாளக் கட்டமைப்புகளிலிருந்து பெறப்பட்ட இசை வகைமை இது என்பதை வைத்துப் பார்க்கும்போது நாதஸ்வர வித்வான்கள் தற்கண வெளிப்பாட்டிற்காகப் பயன்படுத்திக்கொண்ட வரியாகப் பல்லவி இருந்திருக்கலாம் எனத் தோன்றுகிறது. ஆந்திர மாநிலத்தின் இசை ஜாம்பவான் பொப்பிலி கேசவய்யாவைப் பற்றிய பல்வேறு சம்பவங்களின் அடிப்படையில் பார்க்கும்போது பல்லவி இந்தப் பகுதிகளிலிருந்து வந்திருக்கக்கூடும் என்னும் சாத்தியக்கூறை நாம் புறக்கணித்துவிடலாம்.

போட்டிகள்

பொப்பிலி கேசவய்யா முக்கியமான பங்கேற்பாளராக இருந்த மூன்று இசை நிகழ்வுகள் பற்றி நான் படித்திருக்கிறேன். அவருடைய கான மார்க்கம் பற்றியும் கனம் கிருஷ்ண அய்யர் அதைக் கற்றுக்கொண்டது பற்றியும் நான் ஏற்கெனவே குறிப்பிட்டிருக்கிறேன் (which chapter?). கான மார்க்கம் தவிர இன்னும் இரண்டு நிகழ்வுகள் உள்ளன. முதலாவதில் சியாமா

சாஸ்திரிகளும் இடம் பெற்றுள்ளார். கேசவய்யாவுக்கும் சியாமா சாஸ்திரிக்கும் போட்டி நடந்ததாகத் தெரிகிறது. அதில் கேசவய்யா சிம்ஹானந்த தாளத்தில் ஒரு பல்லவியைப் பாடினார். சியாமா சாஸ்திரி ஷரபனானந்த தாளத்தில் அமைந்த பல்லவியால் பதில் கொடுத்தார். போட்டிக்கு முந்தைய இரவில் சியாமா சாஸ்திரி கவலையுடன் தன் இஷ்ட தெய்வமான காமாட்சியிடம் வேண்டிக்கொண்டதாகச் சொல்லப்படுகிறது. அதன் பிறகு அவர் சிந்தாமணி ராகத்தையும் 'தேவி ப்ரோவசமயமிதே' என்னும் கீர்த்தனையையும் இயற்றியதாகச் சொல்லப்படுகிறது.

கேசவய்யாவுக்கும் பல்லவி துரைசாமி அய்யருக்கும் இடையே நடந்த பல்லவிப் போட்டியைப் பற்றியும் ஒரு சம்பவம் சொல்லப்படுகிறது. அய்யர் பந்துவராளி ராகத்தில் மிஸ்ர சாபு தாளத்தில் பல்லவி பாடிப் போட்டியை வென்றாராம். இந்தச் சம்பவங்களுக்கு அரசியல் ரீதியான உட்பொருள் உள்ளது. இந்த மூன்று சம்பவங்களிலும் தஞ்சாவூர் கலைஞர்கள் வெற்றிபெற்றிருக்கிறார்கள். உ.வே. சாமிநாதய்யர் தன்னுடைய நூலில் குறிப்பிட்டுள்ள ஒரு சம்பவத்தைத் தவிர இரண்டும் வாய்மொழியாகவே புழக்கத்தில் உள்ளன. அவை நடந்தனவா இல்லையா என்பது முக்கியமல்ல. இவற்றுக்குள் இசை சார்ந்த பார்வை இருப்பதுதான் முக்கியம். பல்லவி பாடுவது கலைஞர்களுக்கு மிகவும் முக்கியமானது என்பதும் அரசவைகளில் போட்டி நடப்பது சகஜம் என்பதும் தெளிவாகின்றன. பொப்பிலி கேசவய்யா மிகவும் புகழ்பெற்ற இசைக்கலைஞர் என்பதும் பல்லவி, கான மார்க்கம் ஆகியவற்றில் அவர் விற்பன்னர் என்பதும் வெளிப்படையாகத் தெரிகின்றன. இதனால்தான் சில அறிஞர்கள் பல்லவி மரபைத் தெலுங்கு பேசும் பகுதிகளோடு தொடர்புபடுத்த விரும்புகிறார்கள்.

19ஆம் நூற்றாண்டு முழுவதிலும் இசைப் போட்டிகள் சகஜமாக நடைபெற்றிருக்கின்றன. மகாவைத்தியநாத அய்யர் தொடர்பான இரண்டு போட்டிகளைப் பற்றித் தெரியவருகிறது. ஒன்று 1856இல் கல்லிடைக்குறிச்சியில் பெரிய வைத்தியநாத அய்யருக்கும் சின்ன வைத்தியநாத அய்யருக்கும் இடையே நடைபெற்றது. திருவாடுதுறை மடத்தின் அவையில் குறிப்பாக சுப்பிரமணிய தேசிகரின் முன்னிலையில் இந்தப் போட்டி நடந்தது. இவரே பின்னாளில் மடத்தின் தலைவரானார். இன்னொரு புகழ்பெற்ற போட்டி மகா வைத்தியநாத அய்யருக்கும் கோயம்புத்தூர் ராகவ அய்யருக்கும் இடையே திருவிதாங்கூரில் ஆயில்யம் திருநாளின் ஆட்சிக் காலத்தில் நடைபெற்றது. பெரும்பாலான போட்டிகளில் ஆலாபனைகளும்

பல்லவிகளும் மட்டுமே மணிக்கணக்கில் பாடப்படும். பலவிதமான பல்லவிகள் பாடப்படும். 19ஆம் நூற்றாண்டின் தொடக்கத்திலும் இடைப்பகுதியிலும் ஆலாபனைகளும் பல்லவிகளும்தான் இசையுலகில் பிரதான இடம் வகித்தன என்ற முடிவுக்கு நாம் இவற்றின் மூலம் வர முடியும். பல்லவி பாடப்படும்போது சில நிரவல்களும் கல்பனா ஸ்வரங்களும் சேர்த்துக்கொள்ளப்பட்டிருக்கலாம் என்பதை நான் ஏற்கெனவே கோடிகாட்டியிருக்கிறேன்.

பிரிட்டிஷ்காரர்கள்

19ஆம் நூற்றாண்டில் அரண்மனைகள், ஜமீன்தார்களின் மாளிகைகள், சமய மையங்கள், கோவில்கள் ஆகியவற்றில் இசை நிகழ்ச்சிகள் நடந்தன. நாதஸ்வர வித்வான்கள் கோவில்களில் இசையை வழங்கினார்கள். தேவதாசிகளும் சின்ன மேளம் பிரிவினரும் கோவில்களிலும் அரசவைகளிலும் இசை நிகழ்ச்சிகளை நடத்தினார்கள். இந்தக் காலகட்டத்தில் ஆங்கிலேயர்கள் இந்தியாவில் நன்கு நிலைபெற்றுவிட்டார்கள். சதிர், கர்னாடக இசைக் கச்சேரிகள் அரசின் பிரதிநிதிகளை கவுரவிப்பதற்காகவும் நடத்தப்பட்டன. கவர்னர் தாமஸ் மன்ரோவை கவுரவிப்பதற்காக கனம் கிருஷ்ண அய்யர் சென்னையில் கச்சேரி நடத்தியதை உ.வே.சா. பதிவு செய்திருக்கிறார். 'மன்ரோ சாஹிப்' என்னும் சொல் இடம்பெற்ற பாடல் ஒன்றையும் அவர் பாடியதாகச் சொல்லப்படுகிறது. வாக்கேயக்காரர்களைப் போல அல்லாமல் கனம் கிருஷ்ண அய்யர் ஆள்பவர்களை மகிழ்விக்க முயன்றார். இந்தக் கச்சேரி மன்ரோ சென்னை கவர்னராக இருந்த (1820–27) காலகட்டத்தில் நடந்திருக்க வேண்டும். சிறுநகரங்களிலும் கிராமங்களிலும் பெரும் அறிஞர்கள், இசைக்கலைஞர்கள் ஆகியோர் முன்னிலையிலும் கச்சேரிகள் நிகழ்ந்தன. தங்களைப் போன்ற கலைஞர்கள் முன்னிலையில் சிறப்பாகப் பாடுவது என்பது கலைஞர்களுக்கு உண்மையான சோதனையாகவே இருந்திருக்கும்.

இசையில் ஆங்கிலேயர்களால் ஏற்பட்ட தாக்கத்தை நாம் மறந்துவிடக் கூடாது. அனைவருக்கும் தெரிந்த ஓர் உதாரணம் வயலின். கர்னாடக இசையில் வயலினைப் பயன்படுத்திய முதல் கலைஞர் பாலுஸ்வாமி தீட்சிதர் (1786–1858) என்று சொல்லப்படுகிறது. ஆனால், வயலின் அதற்கு முன்பே சின்ன மேளம் குழுவின் ஒரு பகுதியாக சதிர் கச்சேரியில் பயன்படுத்தப்பட்டுவிட்டது. தஞ்சாவூரில் '1800' எனத் தேதி குறிப்பிடப்பட்டுள்ள ஓவியங்களில் சின்ன மேளம் குழுவில்

வயலின் கலைஞரும் காணப்படுகிறார். அப்போது பாலுஸ்வாமி தீட்சிதருக்கு 14 வயதுதான் இருக்கும். சென்னை, மணலியில் இருக்கும்போது அவர் வயலின் கற்றுக்கொண்டார். ஆகவே, வயலின் முதன் முதலில் பயன்படுத்தப்பட்டது சதிரில். அப்படி யானால் அது 18ஆம் நூற்றாண்டிலிருந்தே சதிர் நடனத்தில் பயன்படுத்தப்பட்டிருக்க வேண்டும். துரதிருஷ்டவசமாக, சதிர் கலையைக் கர்னாடக இசை வரலாற்றில் சேர்ப்பதில்லை.

கலாபூர்வமான இசை நிகழ்வுகள் இந்தக் காலகட்டத்தில் வடிவம் பெற்றுவந்தன. இதில் பல்வேறு தரப்புகளிலிருந்தும் அழகியல் தாக்கங்கள் நிகழ்ந்தபடி இருந்தன. சதிரில் வயலின் சேர்த்துக்கொள்ளப்பட்டதை மிக முக்கியமான திருப்புமுனை யாகக் கருதுகிறேன். கலை பல்வேறு அம்சங்களையும் தன்னுள் அடக்கும் தன்மை கொண்டது என்பதற்கான அடையாளம் இது. கர்னாடகக் கலாபூர்வ இசையாக வடிவம் பெற்றுவந்த அதே இசைதான் சதிரிலும் இருந்தது. சதிரில் சேர்த்துக்கொள்ளப்பட்ட இன்னொரு வாத்தியம் கிளாரினெட். அதற்குச் சிறிது காலம் கழித்து கதாகாலட்சேபத்திலும் நாமசங்கீர்த்தனத்திலும் ஹார்மோனியம் சேர்த்துக்கொள்ளப்பட்டது. 20ஆம் நூற்றாண்டில் கிளாரினெட் கச்சேரியில் இடம்பெறத் தொடங்கியது. மைசூர் அரசவையிலும் மேற்கத்திய செவ்வியல் இசையின் தாக்கம் ஏற்பட்டது. முத்துஸ்வாமி தீட்சிதர் அவர் கேட்டிருந்த ஆங்கில நாட்டுப்புறப் பாடல்களுக்கும் ஆங்கில இசைக் குழுக்கள் வாசித்த மெல்லிசை மெட்டுக்களுக்கும் சாகித்யம் எழுதினார். தியாகராஜரும் இந்தத் தாக்கத்தின் சில கூறுகளைச் சில பாடல்களில் வெளிப்படுத்துகிறார்.

கீர்த்தங்கரரும் கதாகாலட்சேபக்காரரும்

19ஆம் நூற்றாண்டில் கர்னாடகக் கச்சேரி வடிவத்தின் உருவாக்கத்தில் பிரசங்கங்களும் கதாகாலட்சேப நிகழ்வுகளும் வகித்த பங்கினை நாம் ஆராய வேண்டும். தஞ்சாவூரிலும் அதைச் சுற்றியுள்ள பகுதிகளிலும் இசையோடு கூடிய சமயச் சொற்பொழிவுகள் அதற்குச் சில காலம் முன்பாகவே நடைபெற்று வந்திருக்க வேண்டும். சமயப் பிரசங்கங்களில் பாடப்பட்ட பாடல்கள் சமஸ்கிருதம் அல்லது தெலுங்கில் இருந்தன என்று உ.வே.சா. குறிப்பிடுகிறார். எனவே அவை பரவலான மக்களைச் சென்றடைந்திருக்காது என நான் அனுமானித்துக்கொள்கிறேன். ஹரிகதா, சிவகதா என அறியப்பட்ட கதாகாலட்சேபங்களில் பயன்படுத்துவதற்கு ஏற்ற தமிழ்க் கீர்த்தனைகள் போதிய அளவில் இல்லை என்றும் உ.வே.சா. குறிப்பிடுகிறார். முழுமையானதொரு

கதையைச் சொல்லும் தமிழ்க் கீர்த்தனைகளை அதுவரை யாரும் இயற்றியிருக்கவில்லை. இதை மாற்றியவர் கோபாலகிருஷ்ண பாரதி. அவர் 'நந்தனார் சரித்திரம்' என்னும் தலைப்பில் நந்தனாரின் கதையை இசை வடிவில் எழுதினார். பிரசங்கங்களுக்கான மரபை அவர் உருவாக்கினார். இன்றைய திரைப்படங்களோடு ஒப்பிடக்கூடிய அளவுக்கு அது பிரபலமடைந்தது.

கோபாலகிருஷ்ண பாரதி நாகைப்பட்டினத்தைச் சேர்ந்தவர். பின்னாளில் மயிலாடுதுறைக்கு அருகே உள்ள ஆனந்ததாண்டவபுரம் என்னும் சிறிய கிராமத்துக்குக் குடிபெயர்ந்தார். அது பிராமணர்கள் அதிகம் வசித்துவந்த கிராமம். அங்கே அவர் ஹிந்துஸ்தானி, கர்னாடக இசை இரண்டையும் கற்றார். அவர் ராமதாஸின் சீடர். அவரிடம் ஹிந்துஸ்தானி கற்றுக்கொண்டார். கனம் கிருஷ்ண அய்யரிடமும் அவர் கற்றுக்கொண்டார். கோபாலகிருஷ்ண பாரதியின் 'நந்தனார் சரித்திரம்' 19ஆம் நூற்றாண்டின் முதல் பாதியில் சமயச் சொற்பொழிவுகள், பிரசங்கங்கள் நடத்தப்பட்ட விதத்தையே மாற்றிவிட்டன. கனம் கிருஷ்ண அய்யர் தமிழில் மகத்தான வாக்கேயக்காரராக இருந்தாலும் கர்னாடக இசையில் தமிழ்ப் பாடல்கள் என்னும் மரபைப் புதுப்பித்தவர் கோபாலகிருஷ்ண பாரதியார்தான். 'நந்தனார் சரித்திரம்' நிகழ்வைக் கண்டு பெரிதும் ரசித்த பிரெஞ்சுக்காரர் சீஸ் 'துரை' (Cice) அதை 1861–62இல் நூலாகப் பதிப்பித்தார்.

நூலைப் பதிப்பிப்பதற்கு முந்தைய நிகழ்வுகளை உ.வே.சா. பதிவுசெய்திருக்கிறார். கோபாலகிருஷ்ண பாரதி நாகைப்பட்டினத்தில் 'நந்தனார் சரித்திர' நிகழ்வை மூன்று நாட்களுக்கு மேல் நிகழ்த்தினார். அந்தச் சமயத்தில் பிரெஞ்சு கலெக்டர் தன்னிடம் பணிபுரிபவர்கள் மிகவும் களைத்துப்போய் தூங்கி வழிந்தபடி அலுவலகத்துக்கு வருவதைக் கவனித்து அதுபற்றி விசாரித்தார். அவர்கள் அனைவரும் அந்த நிகழ்வுக்குப் போயிருந்தது தெரியவந்தது. சீஸ் 'துரை'க்குக் கொஞ்சம் தமிழும் இசையும் தெரியும். அதைப் பார்க்க வேண்டுமென்று அவர் முடிவுசெய்தார். அதைப் பார்த்துப் பெரிதும் கவரப்பட்ட அவர் அந்தப் பிரதியை நூலாக வெளியிட வேண்டும் என்று நினைத்தார். பாரதி இசையோடு இணைத்துக் கதை சொன்ன பாங்கு மிகவும் பிரபலமாகிவிட்டது என்று எழுதும் உ.வே.சா., அவருடைய கீர்த்தனைகள் எல்லோருக்கும் தெரிந்திருந்தன என்கிறார். இசை தெரியுமோ, தெரியாதோ ஒவ்வொருவரும் வீதிகளில் நடக்கும்போது அந்தக் கீர்த்தனைகளை முணுமுணுத்தபடி இருந்தனர் என்று உ.வே.சா. எழுதுகிறார்.

19ஆம் நூற்றாண்டின் பாதியில் மேற்கு இந்தியாவிலிருந்து கீர்த்தங்கரர்கள் தஞ்சாவூருக்கு வந்தார்கள். மராட்டியக் கீர்த்தன மரபில் வர்க்காரி, நாரதியா என்ற இரு போக்குகள் இருந்தன. வர்க்காரியைப் பின்பற்றியவர்கள் துறவிகள். இவர்கள் பாடவும் செய்வார்கள். கடவுளர்களைப் பற்றிய கதைகளைப் பாடல்களோடு இணைத்து வழங்கினார்கள். இதில் சாதி வேற்றுமை ஏதும் இல்லை. பக்தியின் அடிப்படையில் அனைவரையும் ஒன்றிணைப்பதே இதன் நோக்கம். நாரதீய மரபு என்பது பக்திக் கதைகளை இசையின் துணையுடன் மக்களுக்குக் கற்பிக்கும் வடிவம். சிறிய தம்புராவையும் பக்க வாத்தியங்களையும் கொண்டு அவர்கள் இதை வழங்கிவந்தார்கள். நாரதிய மரபைப் பின்பற்றியவர்கள் பிராமணர்கள். இதன் வடிவம் வர்க்கரியினின்றும் மிகவும் மாறுபட்டது. இதில் பார்வையாளர்களுக்கும் தத்துவம், புனித நூல்கள் ஆகியவற்றில் தேர்ச்சி இருக்க வேண்டும்.

நாரதிய பிரிவைச் சேர்ந்தவர்கள்தான் தஞ்சாவூருக்கு வந்தார்கள். 18ஆம் நூற்றாண்டிலேயே கீர்த்தன் மரபு தஞ்சாவூருக்கு வந்துவிட்டது என்றும் சில அறிஞர்கள் கூறுகிறார்கள் என்றாலும் 19ஆம் நூற்றாண்டின் பாதியில் ராமச்சந்திரபவா போன்ற கீர்த்தங்கரர்கள் வருவதற்கு முன்பு இங்கே கீர்த்தன் மரபு இருந்ததைக் காட்டும் தடயம் எதுவும் இல்லை.

19ஆம் நூற்றாண்டின் பாதியிலிருந்து கர்னாடக இசையில் நிலவிவரும் சாதி என்னும் புதிரை விளங்கிக்கொள்வதற்கான ஒரு குறிப்பையும் இது தருகிறது. கீர்த்தன் மரபின் வருகை கர்னாடக இசையில் புதிய போக்கு ஒன்று தொற்றிக்கொண்ட தருணமாக அமைந்துவிட்டது. இசையையும் கதை கூறலையும் கீர்த்தங்கரர்கள் தம்முடன் கொண்டு வந்தார்கள். இதுதான் தமிழ் மண்ணில் ஹரிகதா அல்லது கதாகாலட்சேபமாக உள்வாங்கப்பட்டு மிகவும் புகழ்பெற்றது என்பது தெளிவாகத் தெரிகிறது. கலைஞர்கள் பலர், கீர்த்தங்கரர்களின் வழிமுறைகளை உள்வாங்கித் தென்னக ஹரிகதா மரபை உருவாக்கினார்கள். அவர்களிடம் அதற்கான பல கதைகள் இருந்தன. அந்தக் கதைகளைக் கீர்த்தனைகளுடனும் ஸ்லோகங்களுடனும் இணைத்து வழங்கினார்கள். இதிகாச, புராணக் கதைகளே இதற்குப் பெரும்பாலும் பயன்பட்டன. சமஸ்கிருதம், தெலுங்கு, கன்னடம், மராத்தி, தமிழ் எனப் பல மொழிகள் இதில் பயன்படுத்தப்பட்டன. ஹரிகதை நிகழ்ச்சிகளை நடத்திய கலைஞர்களில் சிலர் அபிநயத்திலும் வல்லவர்கள். கதை சொல்ல அவர்கள் அபிநயங்களையும் பயன்படுத்தினார்கள்.

ஹரிகதா அல்லது கதாகாலட்சேபத்தை வழங்கிய கலைஞர் களைப் பற்றிய தகவல்கள் மிகவும் சுவாரஸ்யமானவை. 19ஆம் நூற்றாண்டின் பின் பாதியைச் சேர்ந்த ஹரிகதா விற்பன்னர்கள் பலரும் மிகவும் தேர்ச்சி பெற்ற கர்னாடக இசைக் கலைஞர்கள். அவர்களில் சிலர் அற்புதமான கலைஞர்கள். பலர் தியாகராஜரின் கீர்த்தனைகளைக் கரைத்துக் குடித்தவர்கள். இவற்றை அவர்கள் கதாகாலட்சேபத்தில் பயன்படுத்தினார்கள். கதாகாலட்சேபம் மிகவும் பிரபலமாக இருந்ததால் நல்ல வருமானமும் கிடைத்தது. எனவே கர்னாடக இசைக் கலைஞர்கள் ஒருநாள் கச்சேரி செல்வார்கள்; மறுநாள் காலட்சேபம் செய்வார்கள். மகத்தான புகழ்பெற்ற மகா வைத்தியநாத அய்யரும் இப்படிச் செய்திருக்கிறார். பாலக்காடு அனந்தராம பாகவதர் (19ஆம் நூற்றாண்டின் இறுதி) போன்ற சிலர் கச்சேரி இசையை விட்டுவிட்டு முழுக்க முழுக்க கதாகாலட்சேபத்திற்கு மாறியிருக்கிறார்கள். நவீன கச்சேரியின் வளர்ச்சியில் இந்தப் போக்கு ஒரு முக்கியமான கட்டம்.

தியாகராஜரின் சிஷ்ய பரம்பரையில் நாம் பல கதாகாலட்சேப விற்பன்னர்களைக் காண்கிறோம். இந்தக் கலைஞர்களால் தியாகராஜர் இல்லந்தோறும் அறிமுகமானார். முத்துஸ்வாமி தீட்சிதரின் கீர்த்தனைகளை அவருடைய சிஷ்யர்கள் சின்ன மேளம், பெரிய மேளம் பிரிவினருடன் மட்டுமே பகிர்ந்துகொண்டார்கள். இதைத் தவிர திருநெல்வேலி, எட்டயபுரத்தில் இருந்த பிராமணர் களுடன் பகிர்ந்துக்கொண்டார்கள். தியாகராஜரின் கீர்த்தனைகள் பாமரர்களையும் எட்டின என்று சொல்லப்படுகிறது. தீட்சிதரின் கீர்த்தனைகள் தேங்காயைப் போல வெளியே கடினம் உள்ளே இனிப்பு என்று வர்ணிக்கப்படுகிறது. தியாகராஜர் கீர்த்தனைகள் கதாகாலட்சேபத்தில் பயன்படுத்தப்பட்டது மட்டுமல்ல அந்த வடிவத்திற்கு ஏற்பத் தகவமைக்கப்பட்டன என்பதிலிருந்துதான் இதுபோன்ற கருத்துக்கள் உருவாகியிருக்கும். தியாகராஜர் கீர்த்தனைகள் கதாகாலட்சேபத்தில் எளிமையாக வழங்கப்பட்டிருக்கலாம். இவை பஜனைப் பாடல்களிலும் பயன்படுத்தப்பட்டதால் மேலும் அதிகமான மக்களைச் சென்றடைந்தன. பின்னாளில் கர்னாடகக் கச்சேரிகளில் தியாகராஜர் கீர்த்தனைகள் வழங்கப்பட்ட விதத்தின் மீதும் இந்தப் போக்கு தாக்கம் செலுத்தியது என்பது இங்கே *நுட்பமாகக்* கவனிக்க வேண்டிய ஒரு விஷயம்.

கீர்த்தங்கரர்களின் செல்வாக்கு கதாகாலட்சேபத்தில் மட்டுமல்ல; தஞ்சாவூரில் இருந்த பஜனைப் பாடல் மரபிலும் தன் செல்வாக்கைச் செலுத்தியது என்பதை நான் வலியுறுத்திச் சொல்லியாக வேண்டும். நவீன பஜனைப் பாடல் மரபும்

மராட்டிய கீர்த்தங்கரார்களின் செல்வாக்கினால் வடிவம் பெற்றது. பல விதமான கருத்துக்கள் ஒரே குடையின் கீழ் இணைந்ததன் விளைவாகப் பல மாற்றங்கள் ஏற்பட்டன. கலாபூர்வமான இசையிலும் தியாகராஜர் கீர்த்தனைகள் இணைக்கப்பட்ட பிறகு அந்தக் கீர்த்தனைகள் அனைத்தும் சமமான மதிப்பைப் பெற்றன என்பது அதில் ஒன்று. இத்தகைய மாற்றங்கள் 20ஆம் நூற்றாண்டின் கச்சேரியின் மீது பெரும் தாக்கங்களை ஏற்படுத்தின.

மிருதங்கம்

மிருதங்கம் அல்லது அதன் மாறுபட்ட வடிவங்கள் ஆயிரம் ஆண்டுகளுக்கு முந்தைய கோயில் சிலைகளில் காணப்படுகின்றன. பத்துப்பாட்டு எட்டுத்தொகை (1 – 3ஆம் நூற்றாண்டு) நூல்களிலும் பிற்காலத் தமிழ், சமஸ்கிருதப் பிரதிகளிலும் மிருதங்கம் பற்றிய குறிப்புகள் உள்ளன. மிருதங்கம் பண்டைய காலத்தில் தன்னுமை எனக் குறிப்பிடப்பட்டது என அறிஞர்கள் கூறுகிறார்கள். சதுர் தண்டி இசையில் மிருதங்கம் பயன்படுத்தப்பட்டதா என்பது தெரியவில்லை. ஆனால், நாயக்கர் காலத்திலிருந்து அது சதிர் நிகழ்ச்சியில் இடம் பெற்றிருக்கிறது. மிருதங்கத்தை வாசிக்கும் உத்திகளும் கணித ஏற்பாடுகளும் நடனத்திலிருந்தும் நாதஸ்வர, தவில் வித்வான்களிடத்திலிருந்தும் பெறப்பட்டிருக்க வேண்டும். காரணம், இவை அனைத்துமே ஒரே கலைக் குழுவைச் சேர்ந்தவை. இந்தச் சமூகம் தொடக்கத்தில் மிருதங்கத்தை மையமாக வைத்துத் தன் இசைக் கூறுகளைக் கட்டமைத்திருந்தது. 19ஆம் நூற்றாண்டின் பிற்பாதியில் இதர பாணிகள் மிருதங்கத்தின் பக்க வாத்தியத்தன்மையின் இயல்பை மாற்றத் தொடங்கின.

தஞ்சாவூர் துக்காராம் அப்பா (1860–1900), தஞ்சாவூர் நாராயணசாமி அப்பா (19ஆம் நூற்றாண்டின் பிற்பகுதி), தஞ்சாவூர் சேதுராம் ராவ் (1850–1920), பேராசிரியர் ராமதாஸ் ஸ்வாமி (1845–1925) போன்ற மிருதங்க வித்வான்கள் மூலம்தான் கீர்த்தன் பாணியிலான பக்க வாத்தியம் தென்னகத்திற்கு வந்தது. இந்தக் கலைஞர்கள் கதாகாலட்சேபம், பஜனை நிகழ்ச்சிகள் ஆகியவற்றுக்கு வாசித்து மிகவும் புகழ்பெற்றிருந்தார்கள். பல இசைக் கலைஞர்கள் கதாகாலட்சேபம், கச்சேரி இசை ஆகிய இரண்டிலும் தேர்ச்சி பெற்றிருந்ததால் மிருதங்கக் கலைஞர்களும் இந்த இரு உலகங்களிலும் பயணித்தார்கள். எனவே, 20ஆம் நூற்றாண்டின் தொடக்கத்தில் இரு தனித்த மிருதங்க பாணிகள் நிலைபெற்றிருந்தன. 19ஆம் நூற்றாண்டின் பிற்பகுதியைச் சேர்ந்த மிருதங்கக் கலைஞர்களில் அழகிய நம்பியாபிள்ளை (தஞ்சாவூர் பாணி) மிகப் பெரும் ஆளுமையாக இருந்தார். தஞ்சாவூர் பாணி

கீர்த்தன் மரபிலிருந்து உருவானது. புதுக்கோட்டை பாணி நாதஸ்வர மரபிலிருந்து உருப்பெற்றது.

நாதஸ்வரம், சதிர் ஆகிய இரண்டிலும் ஒரே சமூகத்தைச் சேர்ந்த கலைஞர்கள் இயங்கிவந்ததால் புதுக்கோட்டை மிருதங்க பாணியில் சதிரின் தாக்கமும் இருந்தது. தஞ்சாவூர், புதுக்கோட்டை மரபுகள் பின்னாளில் சாதி அடிப்படையில் பிரிந்தன.

நாதஸ்வரம்

19ஆம் நூற்றாண்டின் பெரும்பகுதியில் நாதஸ்வர இசை மரபு தொடர்ந்து வலிமைபெற்றுவந்தது. நாதஸ்வர வித்வான்கள் ஆலாபனையிலும் பல்லவியிலும் நிகரற்றவர்கள் எனக் கொண்டாடப்பட்டார்கள். கோவில் திருவிழாக்களுக்கு அவர்கள் வாசிப்பு நான்கு மணிநேரத்துக்கு நீடித்தது. சில சமயம் இரவு முழுவதும் அது நீடித்தது. அவர்கள் வாசித்தவை அலாரிப்பு, மல்லாரி, ரக்தி மேளம் முதலான நாதஸ்வரம், தவிலுக்கென்றே உள்ள பிரத்யேகமான இசைக்கூறுகள். நாதஸ்வர ஆலாபனைக்கு நடுவே கிடைக்கும் சிறு இடைவெளிகளில் தவில் வாசிப்பது என்னும் சுவாரஸ்யமான மரபும் வளர்ந்தது. இந்த இடைவெளிகள் எதற்காக என்பது நமக்கு இன்றுவரை தெரியாது. இதுகுறித்துப் பல கோட்பாடுகள் உள்ளன. இந்த மரபு வாய்ப்பாட்டு அல்லது இதர வாத்திய இசைக் கச்சேரிகளில் இடம்பெறவில்லை. நாதஸ்வர வித்வான்கள் சிலர் தங்கள் கச்சேரிகளில் கீர்த்தனைகளையும் சேர்த்துக்கொண்டாலும் அது மிகவும் குறைந்த அளவிலேயே இருந்தது. தவில் வித்வான்களின் பங்கும் உயர்ந்துவந்தது. 20ஆம் நூற்றாண்டின் தொடக்கத்தில் கச்சேரிகளில் தவில் தனி ஆவர்த்தனமும் முக்கியத்துவம் பெற்றது. நாதஸ்வரக் கச்சேரியின் பெரும்பகுதி இசைப் பாடல்களைத் தவிர்த்ததாகவே இருந்தது. ஏற்கெனவே இயற்றப்பட்ட பாடல் வடிவங்கள் தற்கண வெளிப்பாட்டுக்கான களமாகவே பயன்படுத்தப்பட்டன. இவை அனைத்தும் சேர்ந்து கலைஞர்களுக்கு விரிவானதொரு தளத்தை அமைத்துக் கொடுத்தன.

தஞ்சை நால்வர்

19ஆம் நூற்றாண்டில் பரத நாட்டியத்துக்கான நவீன பாடல்தொகுப்பு உருப்பெற்றதற்குக் காரணம் தஞ்சை நால்வர் என அழைக்கப்படும் சின்னய்யா, பொன்னையா, சிவானந்தம், வடிவேலு (19ஆம் நூற்றாண்டின் முற்பகுதி) ஆகியோர். இவர்கள் அனைவரும் முத்துஸ்வாமி தீட்சிதரின் சிஷ்யர்கள். அவர்கள் பதம், வர்ணம், சப்தம், ஸ்வரஜதி, ஜதிஸ்வரம் ஆகியவற்றைத்

தந்தார்கள். இவையே பரதநாட்டியத்தின் அடிப்படையாக அமைந்தன. அவர்கள் தீட்சிதர் மரபில் கீர்த்தனைகளையும் இயற்றினார்கள். முத்துஸ்வாமி தீட்சிதரின் மாணவர்களில் பலர் தேவதாசி, நட்டுவனார் மரபைச் சேர்ந்தவர்கள் என்பது முக்கியமானது. எனவே தீட்சிதரின் அழகியல் தாக்கம் அவர்கள் மீதும் அவர்களுடைய இசையின் தாக்கம் தீட்சிதர் மீதும் வலுவாக விழுந்திருக்கும்.

தஞ்சை நால்வரின் கீர்த்தனைகளுக்கு தேவதாசிகள் உயிர் கொடுத்தார்கள். இசை, நடனம் ஆகிய இரண்டிலும் தேவதாசிகளிடம் இருந்த பாடல் தொகுப்பு மிகவும் விரிவானது. புஷ்பாஞ்சலிகள், கௌதுவம், கீர்த்தனைகள், லாலி போன்ற சமூகப் பாடல்கள், தாலாட்டுப் பாடல்கள், ஊஞ்சல் பாடல்கள், (தூய) நிருத்தப் பாடல்கள், வர்ணங்கள், பதங்கள், ஜாவளிகள், தில்லானாக்கள், அஷ்டபதியின் பாடல்கள் ஆகியவற்றுடன், திருவாரூர் போன்ற கோயில்களில் 'பல்லக்கி சேவா பிரபந்தம்' போன்ற நாட்டிய நாடகங்கள் ஆகியவை அவர்களுடைய பாடல் தொகுப்பில் இடம்பெற்றிருந்தன. தேவதாசிகளும் நட்டுவனார்களும் மரபுவழிக் கலைஞர்கள். கோயிலோ, அரண்மனையோ அவர்கள் தந்தது கலை. தேவதாசி என்பவர் சமூதாயத்தின் சடங்குகள், சமய சம்பிரதாயங்கள், சமூக வாழ்க்கை ஆகியவற்றின் பகுதியாக விளங்கினார். இவை அனைத்தையும் தன் கலையால் இணைத்தார். அவருடன் இணைந்து அவருடைய குருமார்களான நட்டுவனார்களும் இசையையும் நடனத்தையும் வளர்த்தார்கள். நவீன கர்னாடக இசை, பரத நாட்டியம் ஆகியவை உருவாவதில் தேவதாசிகளும் நட்டுவனார்களும் வகித்த பங்கு மிகவும் முக்கியமானது.

மையத்திற்கு வந்த தேவதாசிகள்

புதிய நூற்றாண்டு பிறந்தபோது தேவதாசிகளின் நிலை தாழ ஆரம்பித்தது. நடனத்துக்கு எதிரான இயக்கம் வேகம் பெற்றது. தேவதாசிகள் அரசவை, ஜமீன்தார் ஆகியோரின் ஆதரவை இழந்தார்கள். சதிர் நடனத்தின் மீது களங்கம் படர்ந்ததால் பலர் 'கச்சேரிக் கலைஞர்கள்' ஆகிவிட்டார்கள். பத்தாண்டுகள்வரை அவர்கள் வெற்றிகரமாக இயங்கி வந்தார்கள். பெங்களூர் நாகரத்தினம்மாள், கோயம்புத்தூர் தாயி, காஞ்சி தனகோடி சகோதரிகள், திருவிடைமருதூர் பவானி, ஏனாதி சகோதரிகள் ஆகியோர் பிரபலமான தேவதாசிப் பாடகர்கள். பாடும்போது தம்புராவையும் அவர்களே மீட்டிக்கொள்வார்கள். 1930கள், 1940களுக்குப் பிறகு இப்படி யாரும் செய்வதில்லை. அவர்களுடைய கச்சேரியில் சுவாரஸ்யமான விஷயம்

என்னவென்றால், அவர்கள் கச்சேரிகளில் ஒரே பாணியைப் பின்பற்றுவதில்லை. நாகரத்தினம்மாள், கோயம்புத்தூர் தாயி, தனகோடி சகோதரிகள் ஆகியோர் ராகம் – தானம் – பல்லவியில் ஜாம்பவான்கள். ஏனாதி சகோதரிகள் ஜாவளி பாடுவதற்குப் பேர்போனவர்கள். இவர்கள் கல்பனா ஸ்வரங்களைப் பாடுவதில்லை. தியாகராஜரின் பெரிய கீர்த்தனைகள் உள்படப் பல கீர்த்தனைகளையும் இவர்கள் பாடினார்கள். வீணை தனம்மாளின் இசை பற்றி ஏற்கெனவே பேசியிருக்கிறோம். நாகரத்தினம்மாளின் கச்சேரியைக் கேட்ட மகாராஷ்டிர இசை அறிஞர் வி.என். பத்கண்டே (1860–1936) வழக்கத்துக்கு மாறான பல அம்சங்களை அதில் கவனித்துப் பதிவுசெய்திருக்கிறார். ஒரு பாடலைப் பாடி முடித்ததும் ரசிகர்கள் அவரிடம் ஆலாபனை மட்டும் பாடும்படி கேட்டுக்கொண்டார்கள். அவர் மூன்று ராகங்களை எடுத்துக்கொண்டு ஆலாபனை செய்திருக்கிறார். அவை ஹிந்துஸ்தானி ராகங்களான கானடா, பைரவி, பிலு ஆகிய ராகங்களைப் போல இருந்தன என்று பத்கண்டே பதிவு செய்திருக்கிறார்.

வடக்கிலிருந்து வந்தவர்கள்

நாட்டின் பல்வேறு பகுதிகளிலிருந்தும் பல்வேறு செல்வாக்குகள் தென்னகத்தின் மீது இயல்பாகப் படர்ந்து ஊடுருவியது தென்னக இசையின் வளர்ச்சியில் முக்கியமானதொரு அம்சம். நாடகீயக் கோட்பாடுகள், ராகங்கள், தாளங்கள், பாடல் வகைகள், *கச்சேரி* வகைகள் ஆகியவற்றைத் தென்னகம் திறந்த மனதுடன் உள்வாங்கிக்கொண்டது. பிற பகுதிகளைச் சேர்ந்த இசைக் கருவிகளும் கர்னாடக இசையில் சேர்த்துக்கொள்ளப்பட்டன. 18ஆம் நூற்றாண்டில் அல்லது 19ஆம் நூற்றாண்டின் தொடக்கத்தில் ஸ்வரபாத் என்னும் கருவி கர்னாடக இசையில் பயன்படுத்தப்பட்டது. சதிரிலும் கர்னாடகக் கச்சேரிகளிலும் சாரங்கி பயன்படுத்தப்பட்டது. பக்திபூர்வமான தேவாரம் பாடலுக்கும் சாரங்கி பயன்படுத்தப்பட்டதாகக் கேள்விப்பட்டிருக்கிறேன். டோலக் வாத்தியம் கர்னாடகக் கச்சேரிகளில் பயன்படுத்தப்பட்டது.

மைசூர், திருவிதாங்கூர் அரசவைகளைப் போலவே தஞ்சாவூர் அரசவையிலும் ஹிந்துஸ்தானி இசைக் கலைஞர்கள் இருந்தார்கள். த்ருபத், காயல் ஆகிய பாணிகளைச் சேர்ந்த பாடகர்கள், தஞ்சாவூருக்கு வந்த பல்வேறு நாட்டுப்புற, பக்தி இசை மரபுகளைச் சேர்ந்த கலைஞர்கள் ஆகியோர் தஞ்சை சரஸ்வதி மஹால் நூலகத்திலுள்ள ஓவியங்களில் இடம் பெற்றிருக்கிறார்கள். மவுலா பக்ஷ் (1833–96) என்னும்

ஹிந்துஸ்தானிக் கலைஞர் 1860களில் தஞ்சாவூருக்கு வந்து சுப்பிரமணிய அய்யரிடம் (இவர் பட்ணம் சுப்ரமணிய அய்யராக இருக்குமோ?) கர்னாடக இசையைக் கற்றுக்கொண்டதாக வரலாற்றறிஞர்கள் சிலர் குறிப்பிடுகிறார்கள்.

பத்கண்டே இசை யாத்திரையாகத் தென்னிந்தியாவுக்கு வந்தார். அகில இந்திய அளவிலான செவ்வியல் இசை மரபுக்கான கோட்பாட்டு ஆதாரத்தைத் தேடி அவர் வந்தார். அறிவியல்பூர்வமான, தர்க்கப்பூர்வமான ஆய்வின் மூலம் இந்தியச் செவ்வியல் இசையை இணைப்பது அவர் திட்டம். 1904இல் அவர் தஞ்சாவூருக்கு வந்தபோது காயல் பாணியிலான வாய்ப்பாட்டுக்கு வாத்தியக் கலைஞர் பக்க வாத்தியம் வாசித்தது பற்றிக் கேள்விப்பட்டிருக்கிறார். தென்னகத்தில் எப்படிப்பட்ட இசைச் சூழல் இருந்தது என்பதற்கான அறிகுறிகள் இவை. இதே போன்ற சூழல் மைசூரிலும் திருவிதாங்கூரிலும் இருந்தது. மவுலா பக்ஷ் போன்ற பல ஹிந்துஸ்தானி இசைக் கலைஞர்களும் மைசூர் அரண்மனையில் அரசவைக் கலைஞர்களாகவும் தொடர்ந்து கச்சேரி நடத்துபவர்களாகவும் இருந்திருக்கிறார்கள்.

கச்சேரிக் கலைஞர்கள்

19ஆம் நூற்றாண்டின் கடைசிப் பகுதியில் கச்சேரி இசைக் கலைஞர்களின் இசை எத்தகையது? இந்தச் சொல்லை நான் மிகுந்த தயக்கத்துடன் பயன்படுத்துகிறேன். பல ஆண்டுகளாக இந்தச் சொல் மிகவும் பொறுப்பில்லாமல் பயன்படுத்தப்பட்டு வருகிறது. அரசவையில் வழங்கப்பட்டுவந்த கச்சேரியின் உள்ளடக்கம், கதாகாலட்சேபக் கலை வித்வானாகவும் கச்சேரி வழங்கும் கலைஞராகவும் இசைக் கலைஞர்கள் இயங்கிவந்தது ஆகியவற்றைப் பார்த்தோம். ஆலாபனையும் பல்லவியும் அவர்களுடைய கச்சேரியின் பிரதான அம்சமாக இருந்தன என்பதையும் அறிவோம்.

19ஆம் நூற்றாண்டின் மகத்தான மூன்று கலைஞர்களை மகா வைத்யநாத அய்யர், பட்ணம் சுப்ரமண்ய அய்யர், குன்றக்குடி கிருஷ்ண அய்யர் ஆகியோர் பின்பற்றிய கச்சேரி கட்டமைப்பு குறித்த வர்ணனை இந்தச் சந்தர்ப்பத்தில் முக்கியமானது. இந்த வடிவம் 1860களிலும் 1870களிலும் புழக்கத்தில் இருந்திருக்க வேண்டும். அவர்களுடைய கச்சேரிகள் சில கீர்த்தனைகளுடன் தொடங்கும். பிரதான பகுதியில் ஆலாபனை இடம்பெறும். இது சில மணிநேரங்களுக்கு நீடிக்கும். அதன் பிறகு பல்லவி என்று அவர்களுடைய கச்சேரி வடிவம் பற்றிக் கூறப்படுகிறது.

இன்று, வாய்ப்பாட்டுக் கச்சேரியில் வயலின், மிருதங்கம் ஆகிய பக்க வாத்தியங்கள் வாசிக்கப்படுகின்றன. சில சமயம்

கஞ்சிரா, கடம் ஆகியவையும் சேர்ந்துகொள்கின்றன. 19ஆம் நூற்றாண்டில் இவை அனைத்தும் வளர்ந்துவரும் நிலையில் இருந்தன. பட்டணம் சுப்ரமண்ய அய்யருக்கு நன்னு பிள்ளையைப் போன்றதொரு கலைஞர் டோலக் வாசித்திருக்கிறார். வீணைக் கலைஞர்களும் வாய்ப்பாட்டுக்குப் பக்க வாத்தியம் வாசித்திருக்கிறார்கள்.

19ஆம் நூற்றாண்டின் மத்தியில் அல்லது கடைசியில்தான் கஞ்சிரா கர்னாடக இசைக் கருவி ஆனது. இந்தக் கருவி வங்காளம் உள்படப் பல பகுதிகளில் அப்போதே இசைக்கப்பட்டுவந்தது. பெல்ஜிம் நாட்டிலுள்ள ஃப்லெமிஷ் என்னும் பகுதியைச் சேர்ந்த ஃப்ரான்ஸ்வா பல்தசார் சோல்விம்ஸ் என்னும் ஓவியர் (1760–1824) வரைந்த ஓர் ஓவியம் (இது கல்கத்தாவில் இசைக் கருவிகள் என்னும் தலைப்பில் வெளியான தொகுப்பு நூலில் இடம் பெற்றுள்ள ஓவியம்) துறவி ஒருவர் (ஃபக்கிர் என அவர் குறிப்பிடுகிறார்) கஞ்சிரா (கர்நாடக மாநிலத்தில் இன்றும் இது கஞ்சாரி என்று அழைக்கப்படுகிறது) வாசிக்கும் காட்சியைச் சித்தரிக்கிறது. அந்தத் துறவி கடவுளைப் பற்றிப் பாடியவாறே வீடு வீடாகச் சென்று பிச்சை எடுத்துக்கொண்டிருந்ததாக ஃப்ரான்ஸ்வா கூறுகிறார்.

பிரிட்டிஷ் வரலாற்றாய்வாளரான சி.ஆர். டே, மிகவும் போற்றப்பட்ட தன்னுடைய 'தி மியூசிக் அண்ட் மியூசிக் இன்ஸ்ட்டுமெண்ட்ஸ் ஆஃப் சவுத் இந்தியா' ***(The music and musical instruments of Southern India)*** (1981) நூலில் கஞ்சிரா நடனத்திலும் (சதிர்) பயன்படுத்தப்பட்டது என்று பதிவுசெய்துள்ளார். 19ஆம் நூற்றாண்டின் மகத்தான கஞ்சிரா கலைஞர் திருவிடைமருதூர் ராதாகிருஷ்ணனைப் பற்றி உ.வே. சாமிநாதய்யர் எழுதியிருக்கிறார்.

மண்புண்டிய பிள்ளை (1857–1921) என்பவர்தான் கஞ்சிராவைக் கர்னாடக இசையில் முன்வரிசைக்குக் கொண்டுவந்தார். மண்புண்டிய பிள்ளை புதுக்கோட்டை பாணி மிருதங்கத்தின் தந்தையாகக் கருதப்படுகிறார். இவர் தவில் வித்வான் மாரியப்பப் பிள்ளையின் சீடர். இவருடைய சீடரான தட்சிணாமூர்த்தி பிள்ளை (1876–1937) தன்னுடைய குருவின் மரபை முன்னெடுத்துச் சென்றார். கர்னாடக மரபின் மிகவும் மதிக்கப்படும் தாள இசைக் கலைஞர்களில் ஒருவராகப் பெயர் பெற்றார். 20ஆம் நூற்றாண்டில் கஞ்சிரா வித்வான்கள் மிருதங்க வித்வானுக்குப் பின்னால் உட்கார்ந்திருக்கிறார்கள். தட்சிணாமூர்த்தி பிள்ளை, தன்னுடைய புகழ் ஆகிருதி காரணமாக, மிருதங்கக் கலைஞருக்கு முன்னால் அமர்ந்து வாசித்தார். கச்சேரியில் ஒவ்வொரு இசைக் கருவிக்குமான பங்கு என்ன என்பது நிர்ணயிக்கப்படாத அந்தக் காலத்தில்

மிருதங்க வித்வான் இல்லாமலேயே கஞ்சிரா வித்வான் பக்க வாத்தியம் வாசித்திருக்கிறார். எனவே, மிருதங்கக் கலைஞருக்கு முன்னால் உட்கார்ந்ததன் மூலம் தட்சிணாமூர்த்தி பிள்ளை தன்னுடைய அந்தஸ்தை மட்டும் உறுதிப்படுத்தவில்லை. புதிய முன்னுதாரணத்தையும் அவர் உருவாக்கினார். அதிகாரப் படிநிலைகள் நிலைபெற்றுவந்த காலம் அது.

19ஆம் நூற்றாண்டின் பிற்பகுதியில் முறைசார் கச்சேரி மேடைக்குள் புல்லாங்குழல் நுழைந்தது. ஆனால், அதற்கு முன்பு 150 ஆண்டுகளுக்கும் மேலாகச் சின்ன மேளத்தின் ஒரு பகுதியாக அது பயன்படுத்தப்பட்டு வந்தது. புல்லாங்குழலைத் தனிக் கச்சேரிக்கான வாத்தியமாக சரப சாஸ்திரி (1872–1904) நிலைநிறுத்தினார். முக்கியத்துவம் பெற்ற இன்னொரு இசைக் கருவி கடம். உமையாள்புரம் நாராயண அய்யர் (19ஆம் நூற்றாண்டின் இறுதி), பழனி கிருஷ்ண அய்யர் (1876–1908) ஆகிய வித்வான்கள் கட வாசிப்பின் முன்னோடிகள். கடம் என்பது புதிய கருவி அல்ல. பண்டைய குடமுழா என்னும் கருவியிலிருந்து பரிணமித்தது. அது கோயில் இசை உள்ளிட்ட உள்ளூர் இசை மரபுகளில் பயன்படுத்தப்பட்டிருக்க வேண்டும்.

சரப சாஸ்திரி பழனி கிருஷ்ண அய்யரின் கடத்தை மட்டுமே பக்க வாத்தியமாகக் கொண்டு புல்லாங்குழல் கச்சேரி நடத்தியதாகச் சொல்லப்படுகிறது. கட வித்வான் வாய்ப்பாட்டுக்காரருக்குப் பக்க வாத்தியம் வாசிப்பது குறித்து சி.ஆர். டே என்றும் குறிப்பிட்டிருக்கிறார். பத்கண்டே தஞ்சாவூரில் தான் கண்ட கட வாசிப்பு (1904) பற்றிய சுவாரஸ்யமான தகவலைத் தருகிறார். வித்வானின் பெயரை அவர் குறிப்பிடவில்லை. வாசித்துக்கொண்டிருக்கும்போதே கடத்தை மேலே தூக்கிப் போட்டு அது கீழே வருவதற்குள் பிடித்துவிட்டாராம். இரண்டு தாளங்களுக்கு நடுவில் அவர் இதைச் செய்தாராம். இந்த சர்க்கஸ் விளையாட்டு இன்றளவிலும்கூட வித்வான்களால் மேற்கொள்ளப்படுகிறது.

கச்சேரிக்கான பக்க வாத்தியக் குழுவில் மோர்சிங் என்னும் கருவியும் சேர்த்துக்கொள்ளப்பட்டிருக்கிறது. மன்னார்குடி நடேச பிள்ளை, அடிச்சாபுரம் சீதாராம அய்யர் ஆகியோர் தொடக்க கால மோர்சிங் விற்பன்னர்களில் அடக்கம்.

திருக்கோடிக்காவல் கிருஷ்ண அய்யர் வயலின் விற்பன்னர். வாய்ப்பாட்டுக்காரர்கள், பக்க வாத்தியக்காரர்கள் உள்ளிட்ட ஒரு முழுத் தலைமுறை இசைக் கலைஞர்களுக்கும் உத்வேகமூட்டும் ஆளுமையாக விளங்கியவர். இரண்டுக்கு மேற்பட்ட தலைமுறைகளைச் சேர்ந்த இசைக் கலைஞர்களுக்குப்

பக்க வாத்தியம் வாசித்துள்ள இவர், தனிக் கச்சேரியும் நடத்தியிருக்கிறார்.

வீணை மரபு 19ஆம் நூற்றாண்டில் மிகவும் பாதுகாப்பாக இருந்திருக்கிறது. புகழ்பெற்ற பல கலைஞர்கள் தென்னிந்தியாவின் பல பகுதிகளில் இருந்திருக்கிறார்கள். தமிழ் பேசும் பகுதிகளில் காரைக்குடி குடும்பம் குறிப்பிடத்தக்கது. இந்தக் குடும்பத்தினர் ஏழு தலைமுறைகளாக வீணைக் கலைஞர்களாக விளங்கினர். எட்டாம் தலைமுறையில் காரைக்குடி சகோதரர்கள் என்று சொல்லப்படும் சுப்பராம அய்யர் (1883–1936), சாம்பசிவ அய்யர் (1808–1958) ஆகியோர் மகத்தான கலைஞர்களாக விளங்கினார்கள்.

விஜயநகரத்தைச் சேர்ந்த வீணை வேங்கடரமண தாஸ் (1866–1948), பித்தாபுரத்தைச் சேர்ந்த வீணை சங்கமேஸ்வர சாஸ்திரி ஆகியோர் 19ஆம் நூற்றாண்டின் மாபெரும் வைணிகர்கள். இவர்கள், 19ஆம் நூற்றாண்டின் பிற்பகுதியைச் சேர்ந்தவர்கள். திருவிதாங்கூரிலும் வீணை மரபு மிகவும் துடிப்புடன் இருந்தது. முத்துஸ்வாமி தீட்சிதர் மரபில் அவருடைய சகோதரரின் தத்துப் பையன் சுப்பராம தீட்சிதர் (1839–1906) புகழ்பெற்ற வைணிகர், அறிஞர்.

19ஆம் நூற்றாண்டின் இறுதி வாக்கில் நாதஸ்வர வித்வான்கள், தவில் வித்வான்கள், மண்புண்டிய பிள்ளை போன்ற கலைஞர்கள் ஆகியோரின் தாக்கம் முன்னணி வாய்ப்பாட்டுக் கலைஞர்கள் மீது இருந்தது. சிக்கலான தாளகதிகளை வாசிப்பது, சிக்கலான கணிதச் சமன்பாடுகள் கொண்ட தற்கண வெளிப்பாட்டுடன் பல்லவிகளை வாசிப்பது ஆகியவற்றில் இவர்களுக்கு இருந்த ஆர்வம் கோனேரி ராஜபுரம் வைத்தியநாத அய்யர் (1878–1921), காஞ்சிபுரம் நயினா பிள்ளை (1889–1934) போன்ற வாய்ப்பாட்டுக் கலைஞர்கள் மீது செல்வாக்கு செலுத்தியது. நிரவல்களையும் கல்பனா ஸ்வரங்களையும் பயன்படுத்தி ராகத்தை வளர்த்துக்கொண்டு செல்வதற்கான ஒற்றை வரி சாகித்யமாக இருந்துவந்த பல்லவியின் நிலையை இது மாற்றியது. பல்லவிகள் சிக்கலானதும் கடினமானதுமான தாளங்கள், நடைகள் ஆகியவற்றைக் கொண்டவையாகக் கட்டமைக்கப்பட்டன. இது பக்க வாத்தியக் கலைஞர்களுக்குப் பெரும் சவாலாக விளங்கியது. ராக பாவத்திற்குக் கூடுதல் முக்கியத்துவம் தந்த திருக்கோடிக்காவல் கிருஷ்ண அய்யர் போன்றவர்கள் இத்தகைய பல்லவிகள் கர்னாடக இசைக்கு நல்லதல்ல என்று கருதினார்கள்.

இத்தகைய மாறுபட்ட அணுகுமுறைகள், பல்வேறு விதமான விருப்பத் தேர்வுகள் ஆகியவற்றைத் தாண்டி, கர்னாடக இசை,

கச்சேரி என்னும் வடிவத்தைத் தன்னுடைய இலக்காகக் கொண்டு 1940களில் தனக்கெனத் தனி அடையாளத்தை நிறுவிக்கொண்டது.

கர்னாடக இசை, கச்சேரி இசையாக மாறிவிட்ட நிலையில் அதில் தொடர்புகொண்ட பல்வேறு பாத்திரங்களையும் இசை மேடையில் அமர்த்தியிருக்கிறேன். இவர்களில் சிலர் அங்கேயே இருந்தவர்கள். வேறு சிலர் தங்களை மாற்றிக்கொண்டு இந்த மேடைக்கு வந்தார்கள். வேறு சிலரால் இதை நெருங்கக்கூட முடியவில்லை.

இந்த மேடையும் தன் குணாம்சத்தை மாற்றிக்கொண்டிருக்கிறது. இப்போது இந்த மேடை என்பது பொருண்மையானதொரு இடம். இசை உருவான சமுதாயத்திற்குள் இருக்கும் உருவகம் அல்ல. கர்னாடக இசை புதிய உலகினுள் பிரவேசித்தது. நகர்மயமான உலகம் அது. இந்த மாற்றத்தில் இசையும் மாறியது.

புதுயுகம் என்னும் கருத்துக்களுக்கு ஏற்பத் தன்னை மாற்றிக்கொள்வதற்காக அசாத்தியமான சில தன்மைகளை ஏற்றுக்கொள்ளும் முயற்சியில் தன்னைத் தானே திருகிக்கொண்டு விட்டது என்றும்கூடச் சொல்லலாம்.

இந்த முயற்சியில் இசை பெற்றதைவிட இழந்தது அதிகம்.

கடந்த நூறு ஆண்டுகளில் இசை உலகம் பல மேதைகளைக் கண்டிருக்கிறது. ஈடிணையற்ற இசையைத் தந்து உத்வேகமூட்டிய கலைஞர்களைக் கண்டிருக்கிறது. இருந்தும் 19ஆம் நூற்றாண்டின் இறுதியிலும் 20ஆம் நூற்றாண்டின் தொடக்கத்திலும் சமூக, அரசியல், சமய, அறிவார்த்த தளங்களில் மேற்கொள்ளப்பட்ட அனுசரிப்புகளின், பாரபட்சமான நடவடிக்கைகளின் எதிர்மறை விளைவுகள் இத்தகைய மகத்தான கலைஞர்கள் மீது அழிக்க முடியாத அளவுக்கு அழுத்தமாகப் படிந்துள்ளன. 'கலை' என்பதிலிருந்து 'செவ்வியல்' என்று சொல்லப்படும், அவ்வாறு முத்திரை குத்தப்படும் அம்சத்தின் மீது கவனம் திரும்பிவிட்டது. இது இசையையும் இசைக் கலைஞரையும் மாற்றிவிட்டது.

இங்கே பல விஷயங்களை விவாதித்திருக்கிறேன். ஒவ்வொன்றும் தனித்துவமானவை. தன்னளவில் முக்கியமானவை. இவை அனைத்தும் செவ்வியல் என்னும் ஒற்றைக் கட்டுமானத்தில் காணாமல் போய்விட்டன. செவ்வியல் என்னும் மாபெரும் கருதுகோளின் பலிபீடத்தில் பன்முகப் பரிமாணங்கள் கொண்ட உயிருள்ள யதார்த்தத்தை நாம் பலிகொடுத்திருக்கிறோம்.

○

முடிவுரை

கடைசி வார்த்தை அல்ல

இந்தக் கட்டுரைகளின் மூலம் கர்னாடக இசையின் பயணத்தைப் புரிந்துகொள்ள முயன்றிருக்கிறேன். அது சென்றடையும் இடங்களைக் கண்டுபிடிப்பது என் நோக்கமல்ல. மகத்தான இந்த இசை பயணிக்கும் மாறுபட்ட பாதைகளைக் காண்பதோடு அவற்றை ஸ்பரிசிப்பதுமே என் நோக்கம். இந்த நீரோட்டங்களில் என்னை நான் காணும்போது, அந்த நீரோட்டங்கள் நான் நினைத்ததை விடவும் ஆழமானவை என்பதைக் கண்டறிந்தேன். இந்த ஆழங்களையும் நான் தவறவிட்ட பிற ஆழங்களையும் இதை வாசிப்பவர்கள் கண்டறிவார்கள் என்று நம்புகிறேன்.

இந்த ஆழங்கள் என்னுடைய புரிதலின் அடுக்குகளை எனக்குத் திறந்து காட்டியுள்ளன. இவை இப்படி இருக்கும் என்று நான் நினைத்துப் பார்த்ததே இல்லை. கலை, அழகு, தத்துவம், அழகியல், சமுதாயம், மக்கள், தேவதாசிகள், அறிஞர்கள், அழகியலாளர்கள், வாக்கேயக்காரர்கள், சங்கீத வித்வான்கள், நட்டுவனார்கள், நாதஸ்வரம், தவில் வித்வான்கள், மன்னர்கள், ஜமீன்தார்கள், சமயத் தலைவர்கள், கதாகாலட்சேப வித்வான்கள், இசை அறிஞர்கள், நிகழ்ச்சி ஏற்பாட்டாளர்கள், ரசிகர்கள் ஆகியவர்களைப் பார்க்கவும் அறிந்துகொள்ளவும் முடிந்திருக்கிறது. இந்த உலகத்தினுள் நான் என்னைப் பொருத்திப் பார்த்துக்கொள்கிறேன். இதுவரை இதுபோல நான் செய்ததில்லை.

பல ஆண்டுகளுக்கு முன்பு இந்தத் தேடலை நான் தொடங்கினேன். நான் எங்கே நின்று கொண்டிருக்கிறேனோ அங்கே ஏன் நின்று

கொண்டிருக்கிறேன் என்பதை அறிவதற்காகத்தான் இந்தத் தேடலோ என்று தோன்றுகிறது. இந்தக் கட்டுரைகளை எழுதுவதன் மூலம் நான் இந்தத் தேடலை முன்னெடுத்துச் சென்றிருக்கிறேன். இந்தத் தனிப்பட்ட வெளியிலிருந்து என்னை விலக்கிவைக்க முயன்றிருக்கிறேன். இந்த முயற்சியில் நான் என்னையே மீண்டும் கண்டடைந்தேன் என்பதுதான் நகை முரண். இதில் நான் வேறொரு நபரைக் கண்டேன். நான் அப்படி இருந்தபோது அதுதான் நான் என்பது எனக்குத் தெரியாது.

இப்போது, முற்றிலும் மாறுபட்ட அந்த 'நானின்' கண்களின் வழியே கலையைப் பார்க்கும்போது, எனக்கு எல்லா விடைகளும் கிடைக்கின்றனவா? இல்லை. ஏனெனில் நான் எந்த விடையையும் தேடவில்லை. இங்கு நான் முன்வைக்கும் சிந்தனைகள் எல்லாம் முழுமையானவையா? துல்லியமானவையா? இல்லை. அப்படி அவை இல்லை என்பதில் எனக்கு மகிழ்ச்சி. எந்த முயற்சியும் திருத்திக்கொள்வதற்கான தத்துவார்த்தமான உணர்வைக் கொண்டிருக்க வேண்டும். என்னுடைய முயற்சியும் அதற்கு விதிவிலக்கு அல்ல.

ஒன்று மட்டும் எனக்குத் தெரியும். இந்தக் கட்டுரைகளில் உள்ள சிந்தனைகள் தேடலிலிருந்து (Quest) பிறந்தவை. கண்டடைதலிலிருந்து பிறந்தவை அல்ல.

இந்தப் பக்கம் வரையிலும் தொடர்ந்து படித்துக்கொண் டிருக்கும் வாசகருக்கு நான் சொல்ல விரும்புவது இதுதான்: என்னை ஒப்புக்கொள்ளுங்கள், ஒப்புக்கொள்ளாதீர்கள், வாதிடுங்கள், சண்டை போடுங்கள், இங்குள்ள கருத்துகளுடன் போரிடுங்கள். இவை அனைத்தையும் சக பயணியாகச் செய்யுங்கள்.

என்னைப் பொறுத்தவரை இந்த நூலின் கடைசிச் சொற்களை எழுதும் இந்தத் தருணத்தில் ஒரு விஷயம்தான் எனக்குத் தெரியும்: அது, என்னுடைய அடுத்த கேள்வி.

◯

டி.எம். கிருஷ்ணா